நால்வர்

நால்வர்

பருத்தியூர் கே. சந்தானராமன்

நால்வர்
Naalvar
Paruthiyur K. Santhanaraman ©

Kizhakku First Edition: March 2016
272 Pages
Printed in India.

ISBN: 978-93-84149-74-1
Title No. Kizhakku 912

Kizhakku Pathippagam
177/103, First Floor,
Ambal's Building, Lloyds Road,
Royapettah, Chennai 600 014.
Ph: +91-44-4200-9603

Email : support@nhm.in
Website : www.nhm.in

Kizhakku Pathippagam is an imprint of New Horizon Media Private Limited

திருஞானசம்பந்தர்

தமிழகத்தில் நுழைந்த கொள்ளைக் கூட்டம்!

மூன்றாம் நூற்றாண்டு முதல் ஏழாம் நூற்றாண்டு வரை தமிழகத்தில் ஓர் இருண்ட காலம் நிலவியது. அதனை, களப்பிரர் ஆட்சிக்காலம் என்று வரலாற்று ஆசிரியர்கள் குறிப்பிடுகின்றனர்.

களப்பிரர்கள் மைசூர் பகுதியிலுள்ள எருமைநாடு என்ற நிலப் பரப்பிலிருந்து தமிழகத்தில் நுழைந்தவர்கள். அவர்கள் ஓர் அரசர் தலைமையில் போரிட்டு வென்ற வீரர்கள் அல்லர். கொள்ளைக் கூட்டமாக நுழைந்தவர்கள். மொழி, கலை, சமயம் போன்ற எதிலும் ஈடுபாடு இல்லாத வன்முறையாளர்கள்.

அவர்களின் வருகையால் தமிழகம் இருண்டது. மொழியும், பண்பாடும், சமயமும் வீழ்ச்சியடைந்தன. தமிழ்ப் பண்பாடு, தமிழிசை, தமிழ்ச் சமுதாயம் ஆகிய அனைத்தும் மீண்டும் எழுச்சி பெற்றிட இறைவன் திருவருளால் தோன்றியவர் திருஞானசம்பந்தர்.

இருண்ட காலத்தின் விடிவெள்ளியாகத் தோன்றிய திருஞானசம்பந்தரின் வரலாற்றை சேக்கிழார் மிகவும் விரிவாகக் கூறுகிறார். 4275 பாடல்கள் கொண்ட தமது திருத்தொண்டர் புராணத்தில் சம்பந்தரின் வரலாற்றை 1255 பாடல்களில் விவரிக்கிறார். ஏறக்குறைய பெரியபுராணத்தில் மூன்றில் ஒரு பகுதி சம்பந்தர் பற்றியதாக அமைந்துள்ளது.

ஒரு கிராமத்தில் ஒரே ஒரு திருக்கோயில் இருந்தால் அதனைக் கோயில் என்று மட்டுமே குறிப்பிட்டால் மக்களுக்கு விளங்கிவிடும். இரண்டு அல்லது அதற்கு மேற்பட்ட திருக்கோயில்கள் இருந்தால் அவற்றை, சிவன் கோயில் என்றும், பெருமாள் கோயில் என்றும் வேறுபடுத்திக் கூற

வேண்டும். அதுபோலவே, பாரத நாட்டில் 'ஒரே சமயம்' நிலவிய ஆதிகாலத்தில் அதனைக் குறிப்பிடத் தனியே ஒரு பெயர் தேவைப்படவில்லை. புத்த சமண சமயங்கள் தோன்றிய பிறகு, முன்னரே இருந்த சமயத்தைத் தொன்மையான சமயம் என்ற பொருளில் 'சநாதன மதம்' என்றனர். வேதத்தை ஆதாரமாகக் கொண்டு இருந்ததால் 'வேதமதம்' என்றும் அழைத்தனர். அதையே சேக்கிழார், 'வேதநெறி' என்றார்.

சைவம், வைணவம், சாக்தம் போன்றவை வேதநெறியின் உட்பிரிவுகளே. வேதநெறி ஒரு ஆற்றைப் போன்றது. சைவம் முதலான உட்பிரிவுகள் அந்த ஆற்றிலுள்ள பல துறைகளைப் போன்றவை. எனவே, சேக்கிழார், வேதநெறி என்றும் சைவத்துறை என்றும் தெளிவாக்கியுள்ளார்.

'பூதபரம்பரை' என்பது உலகத்திலுள்ள உயிர்களைக் குறிக்கும். உலகத்திலுள்ள உயிர்கள் சிறக்கவும், வேதநெறி தழைத்துச் சைவம் விளக்கம் பெறவும் திருஞானசம்பந்தர் புனிதவாய் மலர்ந்து அமுது அருளினார் என்றார் சேக்கிழார்.

அவதாரக் குழந்தை

காவிரியாறு பாய்ந்து வளம்சேர்த்த சோழ நாட்டில் பிரமபுரம், வேணுபுரம், புகலி, வெங்குரு, பூந்தராய், சிரபுரம், தோணிபுரம், புறவம், சண்பைநகர், காழி, கொச்சைவயம், கழுமலம் என்ற பன்னிரெண்டு பெயர்களைப் பெற்றுத் திகழ்ந்த நகரம் சீர்காழி ஆகும். தற்காலத்தில் சீர்காழி நாகை மாவட்டத்தில் அடங்கியுள்ளது.

அங்கு வாழ்ந்த ஒழுக்க சீலர்களான வேதியர்கள் உலக நலன் கருதி வேள்விகள் இயற்றுவார்கள்.

அத்தகைய சீர்காழி நகரத்தில் வாழ்ந்த வேதியரான சிவபாதவிருதயர் (சிவ பாதஹ்ருதயர்) பகவதி அம்மையாரை மணந்து இனிய இல்லறம் நடத்தி வந்தார். சிவனின் திருவடியைத் தமது இதயத்தில் வைத்திருப்பவர் என்று பொருள்படும் தமது பெயருக்கு ஏற்ப அவ்வேதியர் எப்போதும் சிவசிந்தனையுடன் விளங்கினார். அவரும் அவருடைய துணைவியாரும் அந்தக் காலத்தில் தமிழ்நாட்டில் நிலவிய இருண்ட சூழ்நிலையை எண்ணி வருந்தினர். இறைவனின் திருவருள் அந்த நிலையை மாற்ற இயலும் என்று அவர்கள் நம்பினர். அப்படியொரு மறுமலர்ச்சி அளிக்கவல்ல பிள்ளையைத் தந்தருளும்படி சிவபெருமானிடம்

விண்ணப்பித்துத் தவமியற்றினர். அந்தத் தம்பதியரின் உயர்ந்த நோக்கம் போற்றுதலுக்கு உரியது.

கௌணிய மரபைச்(கௌண்டின்ய கோத்திரத்தை) சேர்ந்த, ரிக்வேதி சிவ பாதவிருதயர்-பகவதியார் தம்பதியர் செய்த தவப்பயனாக சிவபெருமானுக்கு உகந்த திருவாதிரை நட்சத்திரத்தில் திருஞான சம்பந்தர் திரு அவதாரம் செய்தார்.

தென்திசையும், தமிழ் மொழியும் ஏற்றம்பெற ஞானசம்பந்தர் அவதரித்தார் என்பதைச் சேக்கிழார் தெளிவாக உரைத்துள்ளார்.

அம்பிகை அளித்த ஞானப்பால்

குழந்தை சம்பந்தரின் அவதாரம் பெற்றோர், உற்றார், உறவினர், ஊரார் ஆகிய அனைவரையும் மகிழ்ச்சியில் திளைக்கச் செய்தது. பறவைகள் இனிய ஒலிகளை எழுப்பின. சிவவழிபாடுகள் செய்தும் அடியார்களுக்கு அமுதளித்தும் மகிழ்ந்தனர் மக்கள். சிறப்பாக வளர்ந்த செல்லக் குழந்தைக்கு மூன்று வயதாகியது. தந்தை சிவபாதவிருதயர் அன்றும் வழக்கம்போல் நீராடி, சீர்காழிப் பெருமானை வணங்கி வழிபடப் புறப்பட்டார். குழந்தை சம்பந்தர் தானும் தந்தையுடன் செல்ல விரும்பி அவரைப் பின்தொடர்ந்தார். தந்தை அருட்குழந்தையைத் தடுத்துப் பார்த்தார். குழந்தை சம்பந்தர் தங்கக் கிண்கிணி அணிந்த தமது காலைத் தரையில் தட்டி அழுது அடம்பிடித்தார். அழுத குழந்தையை இல்லத்தில் விட்டுச்செல்ல விரும்பாமல் சிவபாதவிருதயர் தன்னுடன் அழைத்துச் சென்றார்.

சீர்காழி திருக்கோயிலின் உள்ளே ஒரு திருக்குளம் உள்ளது. அதன் கரையில் குழந்தையை இருக்கச் செய்து சிவபாதவிருதயர் கீழே இறங்கி நீராடத் தொடங்கினார். குளத்து நீரினுள் சிறிது நேரம் மூழ்கியபடி மந்திரத்தை ஜபிப்பது வேதியர் வழக்கம்.

அப்போது குளக்கரையில் நின்று கொண்டிருந்த சம்பந்தரின் கண்ணில் தந்தை காணப்படாததால் அவர், 'அம்மே! அப்பா!' என்று அழுதார். குழந்தைக்குப் பசி எடுக்கத் தொடங்கியது. 'திருத்தோணி சிகரம் பார்த்து அழுதார்' என்று சேக்கிழார் குறிப்பிடுகிறார். அதாவது, சம்பந்தர் சீர்காழி தோணியப்பர் திருக்கோயிலின் உச்சியைப் பார்த்து அழுதார்.

குழந்தைக்கு ஞானப்பசி ஏற்பட்டது! அதற்கேற்ற உணவு அளிக்கச் சிவபெருமான் அம்பிகையுடன் விரைந்து வந்தான். சிவபெருமான்

வானவெளியில் ஊர்தியில் வீற்றிருந்த நிலையில், பார்வதியைக் கீழே சென்று, சம்பந்தக் குழந்தைக்கு ஞானப்பால் அளித்திடப் பணித்தான்.

அம்பிகை அழுத குழந்தையை அள்ளியெடுத்து, தனது மடிமீது அமர்த்திக் கொண்டாள். குழந்தையின் கண்ணீரைத் துடைத்துப் பெருங் கருணையுடன் தனது திருமுலைப்பாலைத் தங்கக் கிண்ணத்தில் கறந்து ஊட்டினாள். அதனைப் பருகிய சம்பந்தர் அக்கணமே 'ஞானசம்பந்தர்' ஆனார்! இறைநெறி தொடர்பான மெய்யறிவை 'பரஞானம்' என்றும், மற்ற உலகியல் தொடர்பான அறிவை 'அபரஞானம்' என்றும் கூறுவர். அவ்விரண்டு ஞானங்களே அம்பிகையின் திருமுலைகள். அவற்றில் சுரக்கும் பாலில் அனைத்து ஞானங்களும் அடங்கும்!

உள்ளங்கவர் கள்வன்

நீராடிய பிறகு கரையேறி வந்த சிவபாதவிருதயர் குழந்தையின் வாயில் பால் வழிவதையும், கையில் கிண்ணம் வைத்திருப்பதையும் கண்டார். நிகழ்ந்ததை அறியாததால் குழந்தையிடம் வெகுண்டார். 'யார் கொடுத்த பாலைக் குடித்தாய்?' என்று சினத்துடன் கேட்டார். மேலும், அருகில் கிடந்த சிறு கோலை எடுத்து, குழந்தையை அடிக்க முற்பட்டார்.

ஞானப்பால் வழிந்த வாயுடன் நின்ற அருட்குழந்தை வானவெளியில் வீற்றிருந்த ஈசனைத் தமது திருவிரலால் சுட்டிக்காட்டியது. பால் அளித்தவர் குறித்த பதில் அருந்தமிழ்ப் பாடலாக வெளிப்பட்டது! ஆம், அதுதான் தமிழ்த் திருமுறையின் உதயகாலம்!

தோடுடைய செவியன் விடையேறி ஓர் தூவெண் மதிசூடிக்
காடுடைய சுடலைப் பொடிபூசி என்உள்ளம் கவர்கள்வன்
ஏடுடைய மலரான் முனைநாள் பணிந்தேத்த அருள் செய்த
பீடுடைய பிரமாபுரம் மேவிய பெம்மான் இவன் அன்றே!

தமக்குப் பால் கொடுத்தவன் 'பெம்மான்' என்று தந்தைக்கு சிவபெரு மானைச் சுட்டிக்காட்டினார் சம்பந்தர்.

ஸ்ரீருத்ரம் சிவபெருமானை 'தஸ்கராணாம் பதயே நம:' என்று போற்றுகிறது. அபகரிப்பவர்களின் தலைவன் என்பது அதன் பொருளாகும். பக்குவப்பட்ட அடியார்களின் உள்ளத்தைக் கவர்ந்து கொள்பவன் இறைவன். திருஞானசம்பந்தர் அழகிய தமிழில், 'உள்ளங்கவர் கள்வன்' என்று போற்றினார்.

'பெம்மான் இவன்' என்று சம்பந்தர் அண்மையில் சுட்டிக்காட்டிய சிவபெருமானின் தரிசனம் சிவபாதவிருதயருக்குக் கிட்டவில்லை. இறைவன் தோடுடைய செவியனாக, ரிஷபவாகனத்தில், பிறைச் சந்திரனைச்சூடி, சுடலைப் பொடியைப் பூசி காட்சியளிக்கிறான் என்றும், பெருமை மிக்க பிரமாபுரம் என்னும் சீர்காழியில் உறையும் பெருமான் இவனே என்றும் கூறினார்.

குழந்தை குறிப்பிட்ட அடையாளங்கள் அனைத்தும் ஈசனுக்கு உரியவை என்று உணர்ந்திருந்த தந்தைக்குத் தரிசனம் கிட்டவில்லை. அதற்கும் சம்பந்தரே விளக்கம் அளித்துவிட்டார்.

பல பிறவிகளில் செய்த புண்ணியத்தின் பயனாகவே சிவதரிசனம் கிட்டும்.

முற்பிறவிகளில் போற்றிப் புகழ்ந்து வழிபட்டதன் பயன் இப்பிறவியில் முதிர்ந்து மூன்று வயதிலேயே ஈசன் திருவருள் கிட்டிவிட்டது!

ஆகவே 'முனைநாள் பணிந்து ஏத்த அருட்செய்த பிரமாபுரம் மேவிய பெம்மான் இவன்' என்றார். சம்பந்தருக்குப் பால் கொடுத்தவள் அம் பிகை. அவளுடைய தோடுடைய செவியை முதலில் கூறினார். ஆனால், அவளைப் பால்கொடுக்கப் பணித்தவன் ஈசன். அவன் மாதொருபாகன்; உமையொருபாகன்; அர்த்தநாரீசுவரன். ஆகவே தோடுடைய செவியன்' என்று குறிப்பிட்டார்.

முதல் பதிகத்திலேயே 'திருநெறிய தமிழ்' என்று உரைத்து, தெய்வத்தமிழ் இறைநெறிக்கு ஏற்றது என்பதைத் தெளிவாக்கினார்.

இதுபோன்று அருந்தமிழ், செந்தமிழ், ஒண்டமிழ், நற்றமிழ், இன்தமிழ் என்றெல்லாம் தமிழுக்கு ஏறக்குறைய நூறு அடைமொழிகளை அளித்துச் சிறப்பித்த பெருமை திருஞானசம்பந்தரையே சாரும்.

வேறு புலவர்கள் எவரும் தமிழுக்கு இத்தனை சிறப்பு மொழிகள் அளித்துப் போற்றியதில்லை என்பது தமிழ்ச் சான்றோர்களின் ஒருமித்த கருத்து.

பாடல்களில் புது யுக்தி!

'**பதி**' என்றால் பசுக்களின்(உயிர்களின்) தலைவனாகிய இறைவன் என்று பொருள். இறைவனைக் குறித்த தோத்திரப் பாடல்களின் தொகுதி

பதிகம் எனப்பட்டது. சைவத் திருமுறைப் பாடல்களைப் பதிகம் என்பர். வைணவத்தில் பாசுரம் என்பர்.

திருஞானசம்பந்தர் பதிகம் பாடுவதில், தமக்கெனத் தனியே ஒரு வடிவமைப்பையும், நெறி முறைகளையும் வகுத்துக் கொண்டார்.

பதிகத்தின் முதல் ஏழு பாடல்களில் குறிப்பிட்ட திருத்தலத்தின் இயற்கை வளத்தை எடுத்துப் பாடுவார்.

எட்டாவது பாடலில் சிவபெருமான் ராவணனை அடக்கியதையும் அவனுக்கு அருட்செய்ததையும் குறிப்பிடுவார். ஒன்பதாவது பாடலில் திருமாலும் பிரமனும் அடிமுடி தேடிய வரலாற்றை நினைவுபடுத்துவார். பத்தாவது பாடலில் புத்த, சமண சமயத்தினரின் கொள்கைகளையும் அவற்றின் குறைபாடுகளையும் குறிப்பிடுவார்.

பதினோராவது பாடலில் தனது பெயரை அடைமொழிகளுடன் குறிப்பிடுவார். புலவர்கள் தன்னடக்கத்தின் காரணமாகத் தங்கள் பெயரை வெளிக் காட்டிக் கொள்ளாததால் பல புலவர்களின் இயற் பெயர் நமக்குத் தெரியாமல் போய்விட்டது. மற்றும் பல புலவர்கள் தங்கள் ஊரின் பெயரால் அழைக்கப்பட்டனர். இந்த நிலையை மாற்றும்விதமாக, தமது பெயரைப் பதிகந்தோறும் முத்திரையாக அமைத்துப் பாடும் முறை திருஞானசம்பந்தரால் பிரபலமடைந்தது.

'சிறையாரும் மடக்கிளியே' போன்ற அகத்துறை அமைந்த பாடல்களை உள்ளடக்கிய பதிகங்களில் மட்டும் அமைப்பு சற்று மாறுபடும். ஏனெனில் சிவனும் ஜீவனும் ஒன்றாகும் பாவத்தில், அகத்துறை அமையும் இடங்களில் மூன்றாவது பாத்திரத்துக்கு இடமில்லை.

பதிகத்தின் பதினோராவது பாடலை 'திருக்கடைக்காப்பு' என்று கூறுவர். அதில் குறிப்பிட்ட அந்தப் பதிகத்தைப் படிப்பவர்கள் அடையும் பயனை உரைப்பது திருஞானசம்பந்தரின் நெறிமுறையாகும்.

ஆளுடைய பிள்ளையார்

மூன்று வயதில் சிவபெருமானால் ஆட்கொள்ளப்பட்டதால் சம்பந்தரை 'ஆளுடைய பிள்ளையார்' என்றும் 'ஆளுடைய அரசு' என்றும் அழைப்பர்.

சைவநெறியில் 'பிள்ளையார்' என்றால் அது திருஞானசம்பந்தரைத்தான் குறிக்கும். காஞ்சியில் சம்பந்தர் முகாமிட்டிருந்த பகுதி இன்றும்,

'பிள்ளையார் பாளையம்' என்றே வழங்கிவருவதால் இதனை அறியலாம். விநாயகரை திருமுறைகள் 'மூத்த பிள்ளையார்' என்றுதான் குறிப்பிடுகின்றன.

அம்பிகை அளித்த ஞானப்பாலை உண்டவர் என்ற பொருளில் சம்பந்தரை 'ஞானபோனகர்' என்றும் அழைப்பர். திருவாயில் ஞானப்பால் மணம் மாறாமல் இருந்ததாலும், பால் வழிந்த வாயுடன் பதிகம் பாடத் தொடங்கியதாலும் இவரை, 'பாலறாவாயர்' என்றும் அழைத்தனர்.

மாற்றுச் சமயத்தினருக்குச் சிம்மசொப்பனமாக விளங்கியவர் என்பதால், 'பரசமயக் கோளரி' எனவும் அழைக்கப்பட்டார்.

கௌணிய மரபில்(கௌண்டின்ய கோத்திரத்தில்) தோன்றியதால், 'கவுணியர்' என்றும் அழைக்கப்பட்டார். தமிழில் திறமை) பெற்றவர் என்ற பொருளில் 'தமிழ்விரகர்' எனவும் போற்றப்பட்டார்.

ஈசன் தந்த தங்கத் தாளம்

திருஞானசம்பந்தர் தமது முதல் பதிகத்தை நிறைவு செய்த பிறகு, தோணியப்பரைத் தரிசித்துத் தந்தையுடன் இல்லம் திரும்பினார். சீர்காழி சிவபாதவிருதயரின் மூன்று வயதுக் குழந்தை, சிவபெருமானின் திரு வருள் பெற்றுத் திருப்பதிகம் பாடத் தொடங்கிய செய்தி விரைவில் எங்கும் பரவியது. அவரைக் காண மக்கள் வியப்புடன் விரைந்து வந்தனர்.

சிவபெருமானைக் குறித்த நினைப்புடனேயே ஞானக்குழந்தையும் அவர்தம் தந்தையும் அன்றைய இரவைக் கழித்தனர். அடுத்த நாள் காலையில் சீர்காழிக்கு அருகில் இருக்கும் திருக்கோலக்கா என்ற தலத்துக்குச் செல்ல விரும்பினார் சம்பந்தர். சிவனடியார்கள் பின்தொடர, சிவபாதவிருதயர் குழந்தை சம்பந்தரைத் தமது தோளில் சுமந்து சென்று திருக்கோலக்காவை அடைந்தார்.

முன்னர் பார்வதி-பரமசிவன் திருக்கல்யாணம் இமயத்தில் நடந்தது அல்லவா? அத்திருமணத்தை முன்னின்று நடத்தியவர்களுள் அம்பிகையின் அண்ணனான திருமாலும் ஒருவர். அப்போது திருமால் வரவேற்பு முதலான பணிகளில் ஈடுபட்டிருந்தார். அதனால் திருமண நிகழ்வுகளை அமர்ந்து, அமைதியாகக் காண இயலவில்லை.

எனவே 'பெருமானே! தங்கள் திருமணக் கோலத்தை நான் மீண்டும் காண ஆவலாக உள்ளது' என்று திருமால், சிவபெருமானிடம் கூறினார். ஈசனும் தனது திருமணக் கோலத்தைத் திருமாலுக்குக் காட்டியருளினான்.

திருமாலுக்குச் சிவபெருமான் தனது திருமணக் கோலத்தை மீண்டும் காட்டிய தலமே 'திருக்கோலக்கா' என்று அழைக்கப்பட்டது.

காவிரி நீர் தடையில்லாமல் கிடைத்த காலத்தில் தஞ்சைத் தரணியில் மடைகளின் வழியே நீர்பாயும் காட்சியைக் குழந்தைகள் வியந்து நோக்குவார்கள். அப்போது விவசாயிகள் சிறுவர்களிடம், 'எட்ட நின்றே பாருங்கள்; கிட்டே வந்தால் வாளை அடிக்கும்' என்று கூறுவார்கள். வாய்க்காலில் இருந்து மடையின் வழியே செல்லும் நீரிலுள்ள வாளை மீன்கள் உயர எழும்பிப் பாயும். அத்தகைய நீர்வளம் பெற்றிருந்த திருக்கோலக்காவைச் சம்பந்தர் கண்டார்.

'மடையில் வாளை பாய மாதரார்
குடையும் பொய்கை கோலக் காவுளான்'

என்று திருக்கோலக்காவின் நீர்வளத்தை வருணித்துப் பாடினார் சம்பந்தர்.

திருஞானசம்பந்தர் தமது கையினால் தாளம் போட்டவாறு திருக்கோலக்கா இறைவனைப் பாடிவந்தார். 'எனது அருள் பெற்ற குழந்தை கைவலிக்கத் தாளம் போடுவதா? இதோ ஒரு பொற்றாளத்தைத் தருகிறேன்!' என்று சிவபெருமான் திருவுள்ளம் கொண்டார். உடனே தாளம் ஒன்று வான் வழியே வந்து, சம்பந்தரின் கரங்களில் இறங்கியது! ஈசன் திருவருளை எண்ணி மகிழ்ந்த சம்பந்தர் அந்தத் தாளத்தைத் தமது திருமுடியில் வைத்துப் போற்றினார்.

இறைவன் அருளியது பொற்றாளம்! அதில் தாளஒலி எழும்பவில்லை. கோலக்காவில் உறையும் அம்பிகை சும்மாயிருப்பாளா? தானே ஒலியைக் கொடுப்பவள் என்பதை உறுதி செய்யும் வகையில் திருக்கோலக்கா அம்பிகை ஈசன் அளித்த பொற்றாளத்திலும் வெண் கலத்தின் ஒலியைக் கொடுத்துவிட்டாள்! அன்று முதல் அவள் (திருக் கோலக்கா இறைவி) 'ஓசை கொடுத்த நாயகி' என்று அழைக்கப்பட்டாள்.

சிவபாதவிருதயரின் தோளில் அமர்ந்து சீர்காழி திரும்பிய சம்பந்தர் தோணியப்பர் மீது, 'பூவார் கொன்றை' என்று தொடங்கும் பதிகத்தைப் பாடினார்.

சீர்காழி நகர மக்கள் ஞானக்குழந்தையைக் கண்டு, பேசி மகிழ்ந்தனர்.

சம்பந்தரின் தாய் பிறந்த ஊரான நனிபள்ளியும் சீர்காழிக்கு அருகில் உள்ளது. அங்கிருந்த உற்றார் உறவினர்கள் ஞானக்குழந்தையைக் காண வந்தனர்.

நனிபள்ளியிலிருந்து வந்திருந்தவர்கள் அனைவரும் திருஞான சம்பந்தரைத் தங்கள் ஊருக்கு வருமாறு அழைப்பு விடுத்து

வேண்டினார்கள். சம்பந்தரும் அவர்கள் வேண்டுகோளை ஏற்றார். தோணியப்பரை வணங்கி விடைபெற்று நனிபள்ளிக்குப் புறப்பட்டார்.

தமது குழந்தையின் பிஞ்சுக் கால்கள் தேய நடப்பதை விரும்பாத சிவபாதவிருதயர் தாமே தோளில் சுமந்து சென்றார்.

நனிபள்ளி இறைவனைப் பாடி மகிழ்ந்த சம்பந்தர் சிலநாள்கள் அங்கே தங்கிய பிறகு சீர்காழிக்குத் திரும்பினார்.

ஓடோடி வந்த யாழிசை

யாழிசையில் வல்லவரான திருநீலகண்ட யாழ்ப்பாணர், சம்பந்தர் ஈசன் அருள் பெற்று இசைத்தமிழில் இணையற்று விளங்குவதை அறிந்தார். தமது மனைவி மதங்க சூளாமணியாரையும் அழைத்துக் கொண்டு சீர்காழிக்குச் சென்றார்.

அவர்களின் வருகையை அறிந்த சம்பந்தர் அவர்களை எதிர்கொண்டு வரவேற்றார். தம்மை வணங்கிய யாழ்ப்பாணர் தம்பதியரை, திருக்கோயிலுக்கு அழைத்துச் சென்றார். 'பாணரே! உங்கள் இறைவனுக்கு யாழ் வாசியும்' என்றார். பாணர் வாசித்த யாழிசையைக் கேட்டு அனைவரும் மகிழ்ந்தனர். பாணர் தம்பதியரைத் தமது இல்லத்துக்கு அழைத்து வந்து விருந்தளித்து உபசரித்தார் சம்பந்தர்.

யாழ்ப்பாணர் திருஞானசம்பந்தரின் பதிகங்களைக் கேட்டு மகிழ்ந்தார். அத்துடன் அவற்றைத் தமது யாழில் இட்டு வாசித்தார். 'பெருமானே! தங்கள் உடன் இருந்து தங்களின் பதிகங்களை யாழில் இசைக்கும் தொண்டாற்ற அடியேனுக்கு அனுமதி வழங்கவேண்டும்' என்று பாணர் சம்பந்தரிடம் வேண்டுகோள் விடுத்தார். திருஞானசம்பந்தரும் மகிழ்ச்சியுடன் பாணரைத் தம்முடன் இருந்திட அனுமதித்தார். அன்று முதல் யாழ்ப்பாணர் தம்பதியர் சம்பந்தருடனேயே தங்கி, ஆங்காங்கு சென்று இசைத் தொண்டாற்றினார்.

தில்லை தரிசனம்

தில்லை சென்று இறைவனைத் தரிசிக்க விரும்பிய சம்பந்தர் தமது தந்தையுடனும், யாழ்ப்பாணர் தம்பதியுடனும், பிற அடியார்களுடனும் புறப்பட்டார்.

தில்லை மூவாயிரவர் நன்கு கல்வி கற்றும், வேள்விகள் செய்தும் கலியின் கொடுமையைத் தடுத்தும் மக்களுக்கு உதவும் சிறப்பைக் குறிப்பிட்டு, பதிகம் பாடினார். பிறகு, திருவேட்களம் என்ற தலத்துக்குச் சென்று அங்கேயே தங்கியிருந்தார். அவ்வப்போது தில்லைக்கு வந்து தரிசனம் செய்து மகிழ்ந்தார்.

தமது பிறந்த ஊரான எருக்கத்தம்புலியூர் எழுந்தருள வேண்டினார். சம்பந்தரும் அங்கு சென்று ஈசனை வணங்கினார். அவ்வூருக்கு அருகிலுள்ள திருக்கோயில்களையும் தரிசித்துத் திருமுதுகுன்றம் சென்றார். பழமலை நாதனைத் தொழுத பிறகு திருப்பெண்ணாகடம் சென்றார்.

அத்தலம் தற்காலத்தில், 'பெண்ணாடம்' என்று வழங்கிவருகிறது. அங்குள்ள திருக்கோயில் விமானம் யானை படுத்திருப்பதைப் போன்ற அமைப்புடையதாகும். அதனை வடமொழியில், 'கஜபிருஷ்ட விமானம்' என்று கூறுவர். தமிழில் 'தூங்கானை மாடம்' என்பர். தூங்கானை மாடத்து இறைவனைத் தொழுது, திருநெல்வாயில் அரத்துறை நாதனைக் காணப் புறப்பட்டார். அப்போது சிவபாதவிருதயரின் தோளில் அமர்ந்து செல்லாமல் கீழே இறங்கி நடக்கலானார். மெதுவாக நடந்து சென்று அந்தி சாயும் நேரத்தில் மாறன்பாடி என்ற தலத்தை அடைந்தார். அன்று இரவு அனைவரும் அவ்வூரிலேயே தங்கினர்.

முத்தமிழ் பிள்ளைக்கு முத்துப் பல்லக்கு

தமிழ்க்குழந்தை தமது பிஞ்சுக் கால்கள் நோக நடந்து வருவதைக் கண்ட நெல்வாயில் அரத்துறை ஈசன், சம்பந்தருக்கு ஊர்தி அளிக்கத் திருவுள்ளம் கொண்டான். அரத்துறை அந்தணர்கள் அனைவரின் கனவிலும் தோன்றிய சிவபெருமான், 'சம்பந்தர் எம்மைக் காண வருகிறார்;நீங்கள் அவருக்கு முத்துச் சிவிகை, முத்துச் சின்னம், முத்துக் குடை ஆகியவற்றை எடுத்துச் சென்று கொடுக்கவும்!' என்று கூறியருளினான். அக்கனவைக் கண்ட அனைவரும் அதிசயித்து விழித்தெழுந்தனர். திருக்கோயில் நடை திறந்த போது, அங்கே முத்துச் சிவிகை முதலிய மூன்றும் இருக்கக் கண்டனர்!

எல்லையில்லாத மகிழ்ச்சியுடன் அவற்றை எடுத்துக்கொண்டு மறை முழக்கத்துடன் மாறன்பாடிக்குச் சென்றனர். இறைவன் சம்பந்தரின் கனவிலும் தோன்றி தனது ஆணையால் முத்துச் சிவிகை முதலியன எடுத்துவந்து அளிப்பார்கள் என்று கூறினான்.

அந்தணர்கள் திருஞானசம்பந்தரைக் கண்டு வணங்கி, ஈசன் அளித்த முத்துச் சிவிகை முதலியவற்றைச் சமர்ப்பித்து ஏற்றருள வேண்டினார்.

சிவபெருமானின் பெருங்கருணையை எண்ணி நன்றிப் பெருக்குடன் முத்துச் சிவிகையை வலம்வந்து வணங்கி அதன் மீது ஏறி அமர்ந்தார் சம்பந்தர். முத்துக்குடை நிழலில், முத்துச் சின்னத்துடன், முத்துச் சிவிகையில் பயணிக்கத் தொடங்கினார்.

திருநெல்வாயிலை அடைந்தவுடன் சிவிகையிலிருந்து இறங்கிச் சென்று அரத்துறை நாதனைப் பாடிப் போற்றினார். பின்னர் திருப்பழுவூர், திருவிசயமங்கை, திருவைகா, திருப்புறம்பயம் முதலான திருத்தலங் களைத் தரிசித்தார். மண்ணியாற்றங்கரையில் உள்ள திருச்சேய்ஞலூர், சண்டேசுவர நாயனார் அவதரித்த திருத்தலமாகும். சிவிகையில் இருந்து இறங்கிய சம்பந்தர் எதிர்கொண்டு அழைக்க வந்திருந்திருந்த அவ்வூர் அடியவர்களுடன் தாமும் நடந்து சென்றார்.

திருச்சேய்ஞலூர் பதிகத்தில் சண்டேசுவர நாயனாரின் திருத்தொண்டைப் போற்றிப் பாடினார். திருப்பனந்தாள் சென்று, செஞ்சடையப்பரைப் புகழ்ந்து பதிகம் பாடினார். திருப்பந்தணநல்லூர், திருஓமமாம்புலியூர், திருவாழ்கொளிப்புத்தூர், திருக்கடம்பூர், திருநாரையூர், திருக்கருப் பறியலூர் போன்ற தலங்களையும் வணங்கிப் பதிகம் பாடிய பிறகு முத்துச் சிவிகையில் பயணித்துச் சீர்காழியை அடைந்தார்.

இறைவன் கொடுத்தருளிய முத்துச் சிவிகையில் வந்த சம்பந்தரைக் கண்ட சீர்காழி மக்கள் அளவில்லாத மகிழ்ச்சி அடைந்தனர். ஞானக்குழந்தையைப் பெற்ற தாய் பகவதி தம் குழந்தைக்குத் திருநீற்றுக் காப்புச் செய்தார்.

மரபுகளுக்கு மரியாதை

மூன்று வயதில் மூதறிவு பெற்ற சம்பந்தர் மரபுகளை மதித்தார். இறைவனைக் கண்டு, சுட்டிக்காட்டியவர் அவர். அத்தகைய ஞானாசிரி யருக்குப் பிரும்மத்தை அறிய உதவும் மந்திரத்தை உபதேசிக்கும் 'பிரும்மோபதேசம்' என்னும் பூணூல் அணிவிக்கும் விழாவை நடத்தச் சிவபாதவிருதயரும் மற்ற வேதியர்களும் விழைந்தனர்.

உரிய பருவத்தில் பூணூல் அணிவிக்கும் விழா நடத்துவது வேதியர்களின் மரபாகும். அம்மரபை ஒட்டி, உலகுக்கே உபதேசம் செய்யும் ஞானாசிரிய ராக உயர்ந்துவிட்ட சம்பந்தருக்கு உபயனம் செய்தனர்.

மரபுகளுக்கு மரியாதை அளிக்கும் வகையில், பாசத்துக்கு உரியவர்களின் மனம் வருத்தப்படக் கூடாது என்ற பண்பினால் சம்பந்தர் உபயனத்துக்கு உடன்பட்டார்.

'நான்மறை நவிலும் உரிமை தந்தோம்' என்று ஞானசம்பந்தரிடம் வேதியர்கள் உரைத்தனர். அடக்கத்துடன் அதனைக் கேட்ட சம்பந்தர், அவ்வேதியர்களுக்கு, மேலான மறையின்(வேதங்களின்) பொருள்களைக் கூறி வியக்கச் செய்தார். மறையவர்கள், தங்களுக்கிருந்த சந்தேகங்களை ஞானக்குழந்தையிடம் கேட்டுத் தெளிவு பெற்றனர்.

மந்திரம் நான்மறை ஆகி வானவர்
சிந்தையுள் நன்றவர் தம்மை ஆள்வன
செந்தழல் ஓம்பிய செம்மை வேதியர்க்கு
அந்தியுள் மந்திரம் அஞ்செழுத்துமே.

என்ற பாடலின் வழியே செம்மையான வேதியர்கள் காலை, நண்பகல், மாலை ஆகிய வேளைகளில் ஓதத்தக்க மந்திரம் திருவைந்தெழுத்தே என்றார்.

கடல்களின் சங்கமம்

திருஞானசம்பந்தரின் சமகாலத்தவரான திருநாவுக்கரசர் தோடுடைய செவியனைச் சுட்டிக்காட்டிய அக்குழந்தையைக் காண விரும்பினார். சீர்காழிக்குப் புறப்பட்டுச் சென்றார்.

திருநாவுக்கரசரின் வருகையை அறிந்த திருஞானசம்பந்தர் அவரை எதிர்கொண்டு வரவேற்க அடியவர் கூட்டத்துடன் சென்றார். இருவரும் ஒருவரை ஒருவர் வணங்கி மகிழ்ந்தனர்.

வயதில் மூத்தவரான திருநாவுக்கரசரைச் சம்பந்தர், 'அப்பரே!' என்று அன்போடு அழைத்து மகிழ்ந்தார். அதுமுதல் திருநாவுக்கரசர் 'அப்பர்' என்றும் திருப்பெயர் பெற்றார்.

அப்பரும் சம்பந்தரும் தோணியப்பர் கோயிலுக்குச் சென்று தரிசித்தனர். அப்பரை, அடியார்களுடன் தமது இல்லத்துக்கு அழைத்துச் சென்று விருந்தளித்து உபசரித்தார் சம்பந்தர்.

சிலநாள்கள் சீர்காழியில் தங்கியிருந்த பிறகு அப்பர் தமது திருத்தலப் பயணத்தைத் தொடர்ந்தார். அவருடன் சிறிது தொலைவு சென்று வழியனுப்பிய சம்பந்தர் தமது இல்லம் திரும்பினார்.

திருநாவுக்கரசர் புராணத்தில் சேக்கிழார் பெருமான், அப்பர்-சம்பந்தர் முதல் சந்திப்பை மேலும் சற்று விரிவாகக் கூறியுள்ளார். அவர்களின்

சந்திப்பு இருபெருங்கடல்கள் சங்கமித்ததைப் போன்றிருந்ததாக வருணிக்கிறார்.

'அருட்கடலும் அன்புக்கடலும் சங்கமித்தன! சைவநெறியின் இரண்டு புண்ணியக் கண்கள் சந்தித்தன! ஈசன் அருளும் தேவியின் அருளும் சந்தித்தன! அரசும் கன்றும் சந்தித்தன!' என்றெல்லாம் கூறி மகிழ்கிறார் சேக்கிழார்.

தமிழ் விளையாட்டு

விளையாட்டுப் பருவத்தில் சம்பந்தர் விளையாடினார்! அவருக்கு உள்ளரங்கும், மைதானமும், தடகளமும், நீச்சல் குளமும் ஆகிய அனைத்தும் தமிழ்தான்! அதில் புகுந்து, குதித்து, ஓடி, நீந்தி விளையாடினார் சம்பந்தர்.

'விகடகவி' என்ற சொல்லை, பின்னாலில் இருந்து மாற்றிப் படித்தாலும், 'விகடகவி' என்றே வருகிறது அல்லவா? பாடல் முழுவதையும் மாற்றிப் படித்தாலும் அதுபோன்று சொற்கள் வரும் வகையில் அமைத்துப் பாடும் செய்யுளை, 'மாலை மாற்று' என்று கூறுவார்கள். மாலைமாற்றாக ஒரு பதிகமே பாடினார் திருஞானசம்பந்தர்!

ஒரு சொல்லே மீண்டும் மீண்டும் வந்து வேறுபட்ட பொருள்களைத் தரும் வகையில் பாடுவது 'யமகம்' எனப்படும். அப்படிப் பதிகம் இயற்றினார் சம்பந்தர்!

வேதத்திலுள்ளது போல் சந்தம் அமைத்துக் குறள் வடிவில் பாடுதல் 'திரு விருக்குக் குறள்' ஆகும். 'வாசு தீரவே காசு நல்குவீர்' போன்ற பதிகங்களைத் திருவிருக்குக் குறள் வடிவில் பாடினார் சம்பந்தர்!

தேர் வடிவில் சொற்களை அமைத்துப் பாடும் 'திருஎழுகூற்றிருக்கை' போன்ற சித்திரக் கவிகளையும் இயற்றிக் குவித்தார் சம்பந்தர். சம்பந்தர், திருமங்கையாழ்வார், அருணகிரிநாதர் போன்ற வெகு சிலரே 'திருவெழுகூற்றிருக்கைப் பாடல்களை இயற்றியுள்ளனர் என்பது குறிப்பிடத்தக்கது.

திருமொழி மாற்று, திருவழிமொழி, திருவேகபாதம், ஈரடி மேல்வைப்பு, நாலடி மேல்வைப்பு, திருவிராகம், திருச்சக்கர மாற்று போன்ற பாடல்களை இயற்றிச் சிவபெருமானுக்குச் சூட்டினார்.

அவை இறைவனுக்குரிய பாமாலையாகத் திகழ்வதோடு தமிழன்னையின் மெருகு குறையாத அணிகலன்களாகவும் விளங்குகின்றன.

சம்பந்தர் பாடல்களில் இலக்கண இலக்கிய நயங்களுடன் இசை நுணுக்கங்களையும் காணலாம்.

சுற்றுப் பயணம்

தமிழகம் முழுவதும் சுற்றுப்பயணம் மேற்கொண்டு, திருத்தலங்களைத் தரிசித்து, இன்னிசையால் தமிழ் பரப்ப முடிவு செய்த சம்பந்தர் தந்தையிடம் அதைத் தெரிவித்தார். பெற்ற குழந்தையைப் பிரிந்திட இயலாத சிவபாதவிருதயர் தானும் உடன் செல்லத் தீர்மானித்தார்.

சீர்காழியில் உறையும் திருத்தோணியப்பரை வணங்கி விடைபெற்று முத்துச் சிவிகையில் ஏறித் தமது திருத்தலயாத்திரையைத் தொடங்கினார்சம்பந்தர்.

காவிரியின் வடகரை வழியே மேற்குத் திசையில் தமது பயணத்தை மேற் கொண்டார். புள்ளிருக்குவேளூர் முதல் வடகரை மாந்துறை வரையில் உள்ள திருத்தலங்களைத் தரிசித்துப் பதிகம் பாடிய பிறகு மழநாட்டை அடைந்தார்.

முயலகன் நோய்க்கு முடிவு

அந்தக் காலத்தில் கொள்ளிடம் ஆற்றின் வடபகுதியில் பாச்சில் கூற்றம், வடகரை மழபாடி நாடு, ராஜாதிராஜ வளநாடு போன்ற பகுதிகளைச் சிற்றரசர்கள் ஆண்டு வந்தனர். பாச்சில் கூற்றத்தில் இருந்த ஆச்ரமம் என்ற தலத்தைப் பாச்சிலாச்சிரமம் என்று அழைத்தனர்.

மழநாட்டைக் கொல்லிமழவன் என்பவன் அரசாண்டு வந்தான். அவனுடைய மகளை முயலகன் என்னும் கொடிய நோய் பற்றியிருந்தது.

கால்கள் மற்றும் கைகளில் வலிப்பு ஏற்படச் செய்து, மயக்கநிலைக்கு உட்படுத்தும் நோயை 'கால்கை வலிப்பு' என்றனர்.

அதுவே 'காக்காய் வலிப்பு' என்று ஆகிவிட்டது. முயலகனை வடமொழியில் 'அபஸ்மாரம்' என்று கூறுவர். அபஸ்மாரம் அல்லது முயலகன் என்ற அசுரசக்தியால் இந்த நோய் வருவதாகக் கருதுவர். அதனால் இந்த நோயை 'முயலகன்' என்றே அழைத்தனர்.

முயலகன் நோயின் கடுமையான தாக்கத்தால் மயக்கநிலையில் இருந்த கொல்லி மழவன் மகளை, அவர்களின் மரபுப்படி கோயில் வாசலில் கிடத்தியிருந்தனர்.

'இறைவா! நீயே இதற்குத் தீர்வு செய்!' என்று கடவுளின் முன்னால் நோயாளியைக் கிடத்தும் முறையை 'பாடுகிடத்தல்' என்று கூறுவார்கள்.

திருச்சின்னங்களின் ஒலியைக் கேட்டு கொல்லிமழவன் சம்பந்தரின் வருகையை அறிந்தான். அவரை வரவேற்றான். பாச்சிலாச்சிரமத்து இறைவனைத் தரிசித்து வலம்வந்த ஞானசம்பந்தர் உணர்விழந்த நிலையில் கிடந்த கொடி போன்ற பெண்ணைக் கண்டார். 'இது என்ன?' என்றார்.

'என்மகள் இவள்; முயலகன் நோயால் வருந்துகிறாள்; தீர்க்கும் வழி தெரியாமல் இறைவன் முன் படுக்க வைத்துள்ளோம்' என்றான் கொல்லிமழவன். மழவன் மகளின் நோய் தீர்க்க இறைஞ்சினார் சம்பந்தர்.

'பாச்சிலாச்சிரமத்து உறைகின்ற மணிவளர் கண்டரோ மங்கையை வாட மயல் செய்வதோ?' என்று கசிந்துருகினார். மழவன் மகள் நோய் நீங்கி உறக்கத்திலிருந்து எழுவது போல் எழுந்து தனது தந்தையிடம் சென்றாள்.

அனைவரும் சம்பந்தரின் கருணையையும், ஈசனின் அருளையும் எண்ணி வியந்து போற்றினர். திருச்சி விழுப்புரம் குறுக்குப்பாதையில் உத்தமர் கோயிலில் இருந்து ஆறு கிலோ மீட்டர் தொலைவில் இத்திருத்தலம் உள்ளது.

பாச்சிலாச்சிரமத்தில் சில நாள்கள் தங்கிய பிறகு சம்பந்தர் திருப்பஞ்ஞீலி, திருஈங்கோய்மலை முதலிய தலங்களைத் தரிசித்தார். காவிரியின் தென்கரையின் வழியே சென்று கொடிமாடச் செங்குன்றூரை அடைந்தார்.

அத்தலமே தற்காலத்தில் திருச்செங்கோடு என்று வழங்கி வருகிறது. அக்காலத்தில் அவ்வூரில் மாடிவீடுகள் நிறைந்திருந்தன. மேல் தளத்தில் கொடிகள் வளர்க்கப்பட்டன. செங்குன்றூர் மாடங்களில் கொடிகள் வளர்க்கப்பட்டதால், 'கொடிமாடச் செங்குன்றூர்' என்று குறிப்பிட்டனர்.

விழிப்புணர்வு வளர்த்த பாலகன்

சம்பந்தர் கொடிமாடச் செங்குன்றூரில் தங்கியிருந்தபோது மாரிக்காலம் போய் பனிக்காலம் வந்தது. அப்போது அவ்வூரில் ஒருவகையான விஷக்காய்ச்சல் பரவியது. அத்தகைய காய்ச்சல் ஆண்டுதோறும் ஏற்படும்

என்றும் அதனால் பலர் மடிந்து போவார்கள் என்றும் அவ்வூர் மக்கள் தெரிவித்தனர். அதற்குக் காரணம் தமது முன்வினைப் பயனே என்றும் தெரிவித்தனர். நோயின் மூல காரணத்தை அறியாமல், 'அவ்வினைக்கு இவ்வினை' என்று கூறும் வறட்டு வேதாந்தத்தைக் கண்டு சம்பந்தர் வருந்தினார். அவர்களிடையே விழிப்புணர்வை ஏற்படுத்தத் எண்ணினார். மக்களின் தவறுகளை நேரடியாகச் கூறினால் அவர்கள் மனம் வருந்து வார்கள். எனவே, சம்பந்தர் தம்முடன் வந்த அடியார்களுக்கு உரைப்பது போல் விழிப்புணர்வுக் கருத்தை வெளிப்படுத்தினார்.

அவ்வினைக்கு இவ்வினையாம் என்று சொலும் அஃதறிவீர்
உய்வினை நாடாதிருப்பதுவும் உம்தனக்கு ஊனம்அன்றோ?
கைவினை செய்தெம்பிரான் கழல்போற்றுது நாமடியோம்
செய்வினை வந்தெமைத் தீண்டப் பெறா திருநீலகண்டம்.

என்ற திருப்பதிகத்தைப் பாடியருளினார். 'முன்செய்த வினையின் பயன் இது என்று கூறுகிறீர்கள்! இதற்கு உரிய தீர்வு என்ன என்று ஆராயாமல் இருப்பது உங்களின் குறைபாடு அல்லவா? நீங்கள் எம்பெருமானுக்குக் கரங்களால் தொண்டு செய்து அவன் திருவடிகளை வணங்கும் அடியவர்கள் அல்லவா? சிவத்தொண்டு செய்பவர்களைச் செய்வினைப் பயன் தொடருமா?' என்றார். அத்துடன் பதிகத்தின் பாடல்கள்தோறும் திருநீலகண்டத்தின் மீது ஆணையிட்டுப் பாடினார். திருஞானசம்பந்தரின் அருட்பாடலால் அவர்களின் நச்சுக்காய்ச்சல் நீங்கியது! மீண்டும் வராமலும் ஒழிந்தது!

'வினைப்பயனை எப்படி வெல்ல முடியும்?' என்று விளக்குகிறது ஒரு சிவநெறிச் சிறுகதை.

கிராமவாசி ஒருவனின் வாழ்க்கையில் பல துன்பங்கள் ஏற்பட்டன. அவற்றுக்குத் தீர்வு கூற வல்லவரான தனது குருநாதரைக் காண பக்கத்து கிராமத்துக்குச் சென்றான். குருநாதரிடம், தான் அனுபவித்து வரும் கஷ்டங்கள் குறித்துக் கூறினான். அதற்கான பரிகாரங்கள் குறித்து ஆலோசனை வழங்க வேண்டினான். யோகம், தியானம், ஜோதிடம் போன்ற அனைத்திலும் முதிர்ந்த ஞானம் பெற்றிருந்த குருநாதர் கிராம வாசியின் ஜாதகத்தைத் துல்லியமாகப் பரிசீலித்தார். அவனுடைய கைரேகைளையும் பார்த்து ஆராய்ந்தார். இறைவன் முன்னால் தியானத்தில் அமர்ந்து கிராமவாசியின் துன்பங்கள் குறித்துச் சிந்தித்தார்.

பல கோணங்களிலும், அக்கிராமவாசியின் வாழ்க்கைப் பயணத்தைப் பரிசீலித்தார். அவருக்குத் திடுக்கிடும் தகவலே கிடைத்தது. கிராம வாசியின் கைரேகை, ஜாதகம், முன்வினைப்பயன் ஆகியவற்றின்படி, அவன் அடுத்த நாள் காலையில் மரணம் அடைவது உறுதி என்பது குரு நாதருக்குத் தெரிந்தது. அதிர்ந்து போய் மறுபரிசீலனையும் செய்தார்.

கிராமவாசியின் மரணம் உறுதியாகத் தெரிந்தது. அந்தச் செய்தியைக் கிராமவாசியிடம் நேரில் கூற விரும்பாத குருநாதர், 'நாளை மாலை மீண்டும் என்னைப் பார்க்க வா! நன்றாகப் பார்த்துப் பரிகாரம் கூறுகிறேன்' என்று கூறி கிராமவாசியை அவனுடைய ஊருக்கு அனுப்பி விட்டார். ஏனெனில், அடுத்த நாள் அவன் தன்னிடம் வரமாட்டான். வரவும் முடியாது என்று தீர்மானித்துவிட்டார் குருநாதர். கிராமவாசியும் தன்னுடைய கிராமத்துக்குத் திரும்பிச் சென்றான்.

அடுத்த நாள் மாலை வந்தது. 'பாவம், கிராமவாசி இறந்திருப்பான்; உற்றார் உறவினர்கள் பெருந்துயரத்தில் மூழ்கியிருப்பார்கள்' என எண்ணி, குருநாதர் மனம் வருந்திக் கொண்டிருந்தார். அவரது கணிப்பு ஒருபோதும் தப்பியதில்லை. ஆனால் குருநாதர் சற்றும் எதிர்பாராத விதமாகக் கிராமவாசி மீண்டும் வந்து அவர் முன்னால் நின்றான்!

அவன் வருகை குருநாதருக்கு வியப்பாகவும் அதிர்ச்சியளிப்பதாகவும் இருந்தது! அவனை அமரச் செய்துவிட்டு, மீண்டும் ஒரு முறை, பல கோணங்களிலும் பரிசீலனை செய்தார். எந்த வகையில் ஆராய்ந்தாலும் அவன் அன்று காலை இறந்திருக்க வேண்டும் என்பது உறுதியாகத் தெரிந்தது. அவன் எப்படிப் பிழைத்து வந்தான்! இடையில் என்ன நடந்தது?

முந்தைய நாள் மாலையில் குருநாதர் கூறியபடி, கிராமவாசி தனது ஊருக்கு நடந்து சென்று கொண்டிருந்தான். அப்போது வானம் இருண்டு கனமழை பெய்யத் தொடங்கியது. கிராமவாசி ஒரு பாழடைந்த மண்டபத்தில் ஒதுங்கி நின்றான். இடி மின்னலுடன் மழை பலமாகப் பெய்தது. அந்த மண்டபத்தில் சிவலிங்கம் ஒன்று இருந்தது. மேற்கூரை எதுவும் இல்லாமல், சிவலிங்கமும் மழையில் நனைந்து கொண்டு இருந்தது. கிராமவாசியின் உள்ளம் மிகவும் வருந்தியது.

'எம்பெருமான் திருக்கோயில் இடிந்து, பாழ்மண்டபமாக ஆகிவிட்டதே! நமக்கு நல்வாழ்வை அருளும் ஈசன் மழையில் நனைவதா? இந்த இடிபாடுகளை அகற்றி ஈசனுக்குப் புதிய திருக்கோயில் கட்டினால் எவ்வளவு நன்றாக இருக்கும்!' என்று சிந்தித்த கிராமவாசி தனது கற்பனையை ஓடவிட்டான்!

அவனுடைய கற்பனையில் சிவாலயத் திருப்பணி தொடங்கியது. பாழ்மண்டபத்திலிருந்த ஈசனுக்கு, 'பாலாலயம்' செய்து வேறு இடத்தில் வைத்தான்! இடிபாடுகள் அகற்றப்பட்டன! நல்ல நாளில் திருப்பணி வேலைகள் தொடங்கின! சிற்பிகள் வந்தனர்! மண்டபம் எழுப்பினர்! விமானம் கட்டினர்! மதில்கள் எழுப்பினர்! வண்ணங்கள் தீட்டினர்! கோயில் குடமுழுக்குக்குத் தயாராகிவிட்டது!

சிவாச்சாரியர்கள் வந்தனர்! யாகசாலை பூஜைகள் நடந்தன! கும்பாபிஷேக தீர்த்தத்தை ஏந்திய சிவாச்சாரியர்கள் மேலே சென்றனர்! பக்தர்கள் கூட்டம்

நிறைந்திருந்தது! பக்தர்கள் 'ஓம் நமசிவாய' முழக்கமிட்டனர்! உரிய வேளையில் குடமுழுக்கு நடைபெற்றது!

இவையனைத்தும் கிராமவாசியின் கற்பனையில்தான் நடந்தன! சிவாச்சாரியர்கள் மேலே இருந்து தெளித்த புனிதநீரைப் பெற அவன் கையை ஏந்தியபோது பாழ்மண்டபத்தில் தலைக்கு மேல் தொங்கிய பாம்பு ஒன்று கிராமவாசியைக் கொத்தச் சீறியது! அவன் திடுக்கிட்டு வெளியே ஓடினான். அடுத்த விநாடி அந்தப் பாழ்மண்டபம் இடிந்து விழுந்தது! ஒரு கற்பாறை விழுந்ததில் கிராமவாசியின் காலில் சிறிய காயம் ஏற்பட்டது. மழையும் ஓய்ந்தது. கிராமவாசி ஊர் திரும்பினான்.

முந்தைய நாள் நடந்த அனைத்தையும் குருநாதரிடம் விளக்கமாகக் கூறினான் கிராமவாசி. குருநாதர் கிராமவாசி ஆயுள்கண்டத்திலிருந்து தப்பிய காரணத்தை அறிந்து உரைத்தார். கிராமவாசி முந்தைய நாள் இறந்திருக்கவேண்டும். அவருடைய பரிசீலனையில் அது நன்றாகத் தெரிந்தது! அதிலிருந்து மீளக் கூடிய பரிகாரமும் அவருக்குத் தெரிந் திருந்தது! அதனை ஏன் அவனிடம் கூறவில்லை? தனியொருவனாகத் தன் சொந்த முயற்சியால் பொருளீட்டி, அதனைக் கொண்டு ஒரு சிவாலயத் திருப்பணி செய்து, குடமுழுக்கையும் நிறைவேற்றினால் மட்டுமே கிராமவாசி மீள முடியும் என்பது அவருக்குத் தெரிந்திருந்தது. அவையனைத்தும் ஓர் இரவுக்குள் நடக்கக்கூடிய செயல் கிடையாது! ஆகவே, குருநாதர் அந்தப் பரிகாரத்தைக் கூறவில்லை!

ஆனால், சிவபக்தனான கிராமவாசி பூசலார் நாயனாரைப் போலத் தனது மனத்தால் கோயிலெழுப்பிக் குடமுழுக்கும் செய்துவிட்டான்! இந்தச் சிவபுண்ணியம் அவனைக் காத்துவிட்டது! இதுதான் வினை சுருங்குதல்! அதாவது நாம் நமது வினைப்பயனை அனுபவித்தே தீரவேண்டும். ஆனால், சிவபுண்ணியம் அவ்வினைப் பயனைச் சுருங்கச் செய்துவிடு கிறது. கிராமவாசியின் மரணகண்டம் சிவபுண்ணியத்தால் சுருங்கியது. காலில் சிறு காயத்துடன் அவன் தப்பினான். ஆகவே, கர்மவினைக் கொள்கை சிவனடியார்களிடம் எடுபடாது!

'நம்மைச் செய்வினை வந்து தீண்டாது!' என்று சம்பந்தர் அடியார்களுக்கு நம்பிக்கை ஊட்டினார்.

அதே நேரத்தில் இந்தப்பதிகத்தால் மக்களுக்கும் விழிப்புணர்வு ஏற்படுத்தினார். நோயில்லாத ஆரோக்கியமான வாழ்க்கைக்கு அத்தியா வசியமான, ஆதாரத் தேவைகள் இரண்டு. ஒன்று மாசுபடாத காற்று. மற்றொன்று தூய்மையான தண்ணீர். சம்பந்தர் தமது பதிகத்தின் இரண்டாவது பாடலில் அவற்றைக் குறிப்பிட்டுள்ளார்.

திருச்செங்கோட்டிலிருந்து பாண்டிக்கொடுமுடி, திருவெஞ்சமாக்கூடல் திருக்கருவூர் ஆகிய தலங்களைத் தரிசித்துப் பாடினார். பிறகு காவிரியின்

தென்கரை நோக்கிச் சென்று திருப்பராய்த்துறை தொடங்கி, இடையில் திருக்கருகாவூர் உள்ளிட்ட தலங்களை வணங்கித் திருப்பட்டீசுவரம் வந்து சேர்ந்தார். அப்போது வெப்பம் அதிகமாக இருந்தது. அருள் குழந்தைக்கு நிழல் கொடுத்திட சிவபூதம் ஒன்று முத்துப்பந்தலைப் பிடித்து நிழலைத் தந்தது. சிவபெருமானின் தனிப்பெருங் கருணையை எண்ணி அனைவரும் வியந்தனர். திருச்சேறை, திருக்குடவாயில் போன்ற தலங்களைத் தரிசித்துக் குடமூக்குக்கு வந்தார். அங்கு, திருக்குடந்தை கீழ்க்கோட்டம், திருக் குடந்தைக் காரோணம் ஆகிய திருத்தலங்களை வணங்கி வடக்கு நோக்கிப் பயணித்து, திருநாகேச்சுவரம், திருவிடைமருதூர், திருக் குரங்காடுதுறை ஆகியவற்றையும் வணங்கிப் பதிகம் பாடி, திருவாவடு துறையை அடைந்தார்.

ஈசன் கொடுத்த உலவாக்கிழி

வேள்விகள் அனைத்தும் உலகநலன் கருதிச் செய்பவை. மனிதன் தன்னைவிட உயர்ந்த நிலையிலுள்ள தேவர்களுக்காகவும், மறைந்த முன்னோர்களுக்காகவும், நீதிநூல்களை அளித்த சான்றோர்களுக்காகவும், தன்னைப்போன்ற பிறமனிதர்களுக்காகவும், தன்னினும் தாழ்ந்த உயிரினங்களுக்காகவும் வேள்விகள் செய்யலாம். பொதுவாக எல்லாவிதமான நற்செயல்களும் வேள்விகள்தான்.

பருவமழை தவறாது பொழியவும், இயற்கைச் சீற்றங்களால் பேரழிவு நிகழாமல் இருக்கவும் தேவர்களின் அருளை வேண்டி இயற்றும் வேள்வியை 'தேவ யக்ஞம்' என்பர். வேள்வி இயற்றுதல் அந்தணர்களின் ஆறுதொழில்களில் ஒன்றாகும். திருஞானசம்பந்தரின் தந்தை சிவபாத விருதயரும் அவ்வப்போது வேள்விகளைச் செய்பவர். சம்பந்தர் திருவா வடுதுறையில் தங்கியிருந்தபோது, சிவபாதவிருதயர் தாம் ஒரு வேள்வி செய்ய விரும்புவதாகக் கூறினார். அதற்குரிய பொருளைக் கொடுக்கவும் வேண்டினார்.

திருஞானசம்பந்தர் கேட்டால் செல்வத்தை வாரிக்கொடுக்கப் பலர் காத்திருந்தனர். பிள்ளையும், தந்தையும் தங்களுக்கென பிறரிடம் எதனையும் எதிர்பார்க்காத லட்சிய வாழ்க்கை வாழ்ந்து காட்டியவர்கள்!

சிவபாதவிருதயர் வேள்வி செய்யப் பொருள் கேட்டவுடன் சம்பந்தர் திரு வாவடுதுறை ஈசனிடம்தான் பொருள் கேட்டு விண்ணப்பித்தார்.

இடரினும் தளரினும் எனதுறுநோய்
தொடரினும் உன்கழல் தொழுதெழுவேன்

கடல்தனில் அமுதொடு கலந்த நஞ்சை
மிடரினில் அடக்கிய வேதியனே

தந்தையின் வேள்விக்குப் பொருள் கேட்கும் குறிப்புடன் சம்பந்தர் இந்தப் பதிகத்தைப் பாடி நிறைவு செய்தார். அப்போது சிவபூதம் ஒன்று பொற்காசுகள் அடங்கிய முடிப்பு ஒன்றைக் கொண்டு வந்து திருவாவடுதுறை ஈசன் கோயில் பலிபீடத்தின் மீது வைத்துச் சென்றது. அதனை, 'உலவாக்கிழி' என்பர். மன்னர்கள் அளிப்பது பொற்கிழி. மகேசன் அளிப்பது உலவாக்கிழி! எடுக்க எடுக்கக் குறையாத செல்வத்தை உள்ளடக்கியது என்பது அதன் பொருள்.

ஈசன் அளித்த உலவாக்கிழியைத் திருஞானசம்பந்தர் தமது தந்தையிடம் அளித்தார். அவர் மகிழ்ச்சியுடன் சீர்காழிக்குச் சென்று வேள்விகளை நடத்திவந்தார். ஈசனிடம் பொருள் கேட்டுத் திருஞானசம்பந்தர் இயற்றிய இப்பதிகத்தைப் பாராயணம் செய்பவர்கள் பொருளாதாரத்தில் தன்னிறைவு பெற்று வாழ்வார்கள். இப்பதிகத்தைச் சம்பந்தர் 'விலையுடை அருந்தமிழ்' என்று குறிப்பிட்டு உள்ளார்.

'தமிழ்க் கல்வி விலை போகுமா?' என்று கேட்பவர்கள் உள்ளனர். அவர்களுக்கு, 'உயர்ந்த தமிழுக்கு உலவாக்கிழியே கிடைக்கும்!' என்று பதிலளிப்பது போல் சம்பந்தர் 'விலையுடை அருந்தமிழ்' என்றார்.

யாழில் அடங்காத பதிகம்

திருவாவடுதுறையிலிருந்து புறப்பட்ட திருஞானசம்பந்தர் திருத்துருத்தி, திருவழுந்தூர், திருமயிலாடுதுறை, திருச்செம்பொன்னனிபள்ளி முதலிய தலங்களைத் தரிசித்துத் திருத்தருமபுரத்தை அடைந்தார்.

திருத்தருமபுரம் காரைக்காலுக்கு மேற்கே ஒரு கிலோமீட்டர் தொலைவில் உள்ளது. மயிலாடுதுறைக்கு அருகிலுள்ள தருமபுரம் வேறு. இத்தருமபுரம் வேறு. இவ்வூர் திருநீலகண்ட யாழ்ப்பாணரின் தாய் பிறந்த ஊராகும். பஞ்சபாண்டவரில் மூத்தவரான தருமர் வழிபட்ட தலமாதலால் தருமபுரம் என்று அழைக்கப்பட்டது.

திருத்தருமபுரத்தில் இருந்த யாழ்ப்பாணரின் உறவினர்கள் சம்பந்தரை வரவேற்றனர். அதே நேரத்தில், 'நம்மவரான யாழ்ப்பாணர், சம்பந்தரின் பதிகங்களைத் தமது யாழில் இட்டு வாசிப்பதால்தான் அவை சிறப்படைகின்றன!' என்று அவர்கள் பேசிக் கொண்டனர். உற்றார், உறவினர்கள் தம்மிடம் கொண்டிருந்த அன்பினால் அவ்வாறு

விமர்சித்தனர் என்றாலும், குறுகிய மனோபாவத்தால் ஏற்பட்ட அக்கருத்து தவறென்பதை உணர்ந்தார் யாழ்ப்பாணர். அத்தகைய கருத்தை மாற்ற வேண்டும் என்று கருதினார்.

திருஞானசம்பந்தரிடம் யாழில் அடங்காத ஒரு பதிகத்தைப் பாடியருள வேண்டினார் யாழ்ப்பாணர். சம்பந்தர் யாழ்ப்பாணரின் நோக்கத்தைப் புரிந்து கொண்டு, அவர் விரும்பியபடி யாழில் அடங்காத பண்ணில் திருத்தருமபுரத்து ஈசன் மீது ஒரு பதிகம் பாடியருளினார்.

மாதர் மடப்பிடியும் மடஅன்னமும் அன்னதோர்
நடையுடை மலைமகள் துணையென மகிழ்வர்
பூத இனப்படை நின்று இசைபாடவும் ஆடுவர்
அவர்படர் சடைநெடு முடியதோர் புனலர்
வேதமோ டேழிசை பாடுவரர் ஆழ்கடல் வெண்டிரை
இரைந்து அரை கரை பொருது விம்மிநின்று அயலே
தாதவிழ் புன்னை தயங்கு மலர்ச்சிறை வண்டறை
எழில் பொழில் குயில் பயில் தருமபுரம் ப்தியே.

இத்திருப்பதிகத்தைத் தமது யாழில் வாங்கி இசைக்கப் பாணர் பெரும் பாடுபட்டார். தமது முயற்சியில் தோல்வி அடைந்தார். வாய்ப்பாட்டில் இசைக்க முடியாத கமகங்களை வீணை போன்ற கருவிகளில் இசைக்க இயலும்.

ஆனால், சம்பந்தரின் பதிகத்தை யாழில் அமைத்து வாசிக்க முடிய வில்லை!

'மூரி' என்றால் வலிமை என்பது பொருள். யாழில் வாங்கி இசைக்க இயலாத இப்பதிகத்தின் பண், 'யாழ்மூரிப் பண்' என்று பெயர் பெற்றது.

திருஞானசம்பந்தரின் பதிகத்தை யாழில் வாங்கி இசைக்க முடியாததால் பாணர் தமது யாழை முரித்தெறிய முற்பட்டார். சம்பந்தர் யாழைத் தமது திருக்கரத்தில் வாங்கி, அச்செயலைத் தடுத்தார்.

'எதனால் உடைக்க நினைத்தீர்கள் அன்னையுடன் சேர்ந்து ஈசன் இயற்றும் அருட்செயல்களுக்கு அளவேது? அப்பெருமைகளை நாம் அறிந்து இதுபோன்ற கருவிகளில் அடக்க முடியுமோ!

தம்முடைய திறமைக்கு ஏற்ப அவற்றைக் கருவிகளில் அமைத்து இசைத்தல் உலகோர் வழக்கு. ஆகவே, நீரும் உமது திறமைக்கு ஏற்ப வாசியும்! தயங்குதல் வேண்டாம். ' என்றார்.

சம்பந்தர் தம்மிடம் திருப்பிக் கொடுத்த யாழை, பாணர் பணிவுடன் வாங்கித் தமது முடிமேல் வைத்து மகிழ்ந்தார்.

பின்னர் சம்பந்தர் தமது குழுவினருடன் புறப்பட்டுத் திருத்தலங்கள் பலவற்றையும் தரிசித்துத் திருநள்ளாற்றை அடைந்தார்.

திருநள்ளாறு வருகை

திருநள்ளாறு தற்காலத்தில் புதுவை மாநிலத்தில் அடங்கியுள்ளது. காரைக்காலுக்கு அருகில் உள்ளது.

நடு இரவை 'நள்ளிரவு' என்று கூறுகிறோம் அல்லவா? அதுபோன்று இரண்டு ஆறுகளுக்கு இடையில் இருக்கும் தலத்தை 'நள்ளாறு' என்றனர். இங்குள்ள இறைவனை, நாணற்காட்டில் உறைபவன் என்ற பொருளில் 'தர்ப்பாரண்யேஸ்வரர்' என்பர். அம்பிகை 'போகமார்த்த பூண் முலையாள்' என்று அழைக்கப்படுகிறாள்.

இங்கு நளச்சக்ரவர்த்தி சிவபெருமானை வழிபட்டு, சனிபகவானின் பிடியிலிருந்து விடுபட்டான். இங்கு சனிபகவான் தனது சொந்த வீடான மகர கும்ப ராசிகளில் அமர்ந்திருப்பதால் அருள் பொழியும் அனுக்கிரக மூர்த்தியாகத் திகழ்கிறார்.

தருமையாதீனத்தின் ஆளுகைக்கு உட்பட்ட இத்திருக்கோயிலில் இரண்டரை ஆண்டுக்கு ஒருமுறை சனிப்பெயர்ச்சி சிறப்பாகக் கொண்டாடப்படுகிறது. பல்வேறு பகுதிகளிலிருந்தும் லட்சக்கணக்கான பக்தர்கள் வந்து நளதீர்த்தத்தில் மூழ்கி, போகமார்த்த பூண்முலையாள் உடனுறை நள்ளாறனையும், சனிபகவானையும் வணங்கித் தங்கள் குறைகள் நீங்கப் பெறுகின்றனர்.

திருநள்ளாறு வந்த சம்பந்தர் திருவளர்கோபுரம், செல்வக்கோயில், திருமுன் ஆகிய மூன்று இடங்களிலும் வணங்கி தரிசித்தார். 'கோபுர தரிசனம் கோடி புண்ணியம்' என்று கூறுவார்கள். கோயிலின் கோபுரம் தொலைவில் கண்ணில் பட்டவுடன் வணங்குதல் மரபு. கோயிலில் நுழைந்தவுடன் வணங்குதலும் இறைவன் சந்நிதானத்தில் வணங்குவதும் அடுத்தநிலை வழிபாடு. ஆனால், திருக்கோயிலின் கொடிமரத்துக்கு முன்பு மட்டுமே விழுந்து வணங்க வேண்டும். திருக்கோயிலின் வேறு இடங்களில் கையால் கும்பிட்டு வணங்கலாம். விழுந்து வணங்குதல் கூடாது.

சம்பந்தர் திருநள்ளாற்று இறைவன் மீது, 'பொருவில் பதிகம் போகமார்த்த பூண்முலையாள்' என்று பாடியதாகச் சேக்கிழார் குறிப்பிடுகிறார். இப்பதிகம் மதுரை நிகழ்வுகளில் சிறப்பான இடம்

பெற்றது! ஆகவே, ஒப்பற்ற பதிகம் என்ற பொருளில், 'பொருவில் பதிகம்' என்று சிறப்பித்தார்.

அப்பதிகத்தை யாழிலிட்டு வாசிக்குபடி யாழ்ப்பாணரிடம் கூறிய சம்பந்தர் தமது பொற்றாளத்தில் தாளம் கூட்டி அப்பதிகத்தை மீண்டும் பாடினார். பாணரின் யாழுடன் இணைந்து காற்றில் மிதந்து வந்த அந்த இசை, தேனொடு கலந்த அமுதமாய் விளங்கிற்று!

திருநள்ளாற்றிலிருந்து புறப்பட்ட சம்பந்தர் கீழைக் கடற்கரையை ஒட்டி இருந்த திருத்தலங்களை வணங்கினார். பிறகு காவிரியால் வளம்பெறும் தலமாகிய திருச்சாத்தமங்கைக்கு வந்தார்.

திருச்சாத்தமங்கையில் வாழ்ந்த வேதியராகிய திநீலநக்கர், பிள்ளையார் வருகையை அறிந்து வரவேற்பு ஏற்பாடுகளைச் செய்தார். வாழை, கமுகு முதலிய மரங்களைக் கட்டினர். நிறைகுடம் வைத்தனர். தீபங்கள் ஏற்றினர். திருநீலநக்கர், அடியவர்களுடன் சென்று சம்பந்தரை வரவேற்றுத் திருக்கோயிலுக்கு அழைத்துச் சென்றார். அனைவரும் திருக்கோயிலுக்குச் சென்றனர்.

சிவன் உடலில் சிலந்திக் கடி!

திருநீலநக்க நாயனாரும் அவரது துணைவியாரும் அளவில்லாத சிவபக்தி கொண்டு இருந்தனர். திருநீலநக்கர் வழிபாடு செய்ய கோயில் சென்றபோது, சிவலிங்கத்தின் மீது ஒரு சிலந்தி இருப்பதைக் கண்டு மனம் பதைத்தார். அதே நேரத்தில் அவர் துணைவியார் சிலந்தியைக் கண்டு துடித்துவிட்டார்! குழந்தையின் மீது சிலந்தி போன்ற நச்சுப் பூச்சிகளைக் காணும் தாய் அடையும் பரபரப்பு அது.

தாயுள்ளத்துடன் மின்னல் வேகத்தில் செயல்பட்டார். தமது வாயால் ஊதி, சிலந்தியை அப்புறப்படுத்தினார்! அவர் அவ்வாறு வாயால் எச்சில்பட ஊதிய செய்கை 'அனுசிதம்' (தகாதது) என்று கருதினார் திருநீலநக்கர். சிவபெருமானுக்குத் தகாததைச் செய்த துணைவியாருடன் தொடர்ந்து வாழ விரும்பவில்லை! அன்றிரவு இல்லம் செல்லாமல் திருக்கோயிலிலேயே தங்கிவிட்டார். துணைவியாரும் திருக்கோயிலில், இருதலைக் கொள்ளியில் அகப்பட்டது போல் துடித்திருந்தார்!

திருநீலநக்க நாயனாரின் கனவில் சிவபெருமான் தோன்றினார். ஈசன் திருமேனியில், நாயனாரின் துணைவியார் வாயினால் ஊதிய இடம் தவிர மற்ற இடங்களில் சிலந்திக் கடியால் தோன்றும் கொப்புளங்கள் இருக்கக்

கண்டார்! திடுக்கிட்டு விழித்தெழுந்த திருநீலநக்கர் துணைவியாரைச் சினந்து துறந்ததற்கு மிகவும் வருந்தினார். மனைவியிடம் கனவைப் பற்றியும் சிவபெருமானின் திருவருள் குறித்தும் கூறினார். பின்னர் இருவரும் ஈசனைத் வணங்கி இல்லம் திரும்பினர். சிவபெருமானின் அருளுக்கு உரியவர்களான திருநீலநக்கர் தம்பதியரைச் சம்பந்தர் பெரிதும் மதித்துப் போற்றினார். தமது பதிகத்தின் இரண்டாவது பாடலிலும், திருக் கடைக்காப்பிலும் திருநீலநக்கரின் பெயரைக் குறிப்பிட்டுள்ளார்.

அயவந்தி நாதரை வணங்கிப் பதிகம் பாடிய சம்பந்தர் குழுவினரை, நீலநக்கர் தமது இல்லத்துக்கு அழைத்துச் சென்று விருந்தளித்தார். சம்பந்தர் சாத்தமங்கையில் சில நாள்கள் தங்கியிருந்தார். திருஞான சம்பந்தரின் குழுவில் வேறுபட்ட இனத்தவர்கள் இருந்தனர். அவர்கள் அனைவரும் திருநீலநக்கர் போன்ற வேதியர்களின் இல்லங்களில் ஒன்றாகவே திருவமுது செய்தனர். அடியார்கள் அனைவரும் சமமென் பதே அக்கால நெறியாக இருந்தது.

ஆதிசேஷன் வழிபட்ட தலம்

திருநீலநக்க நாயனாரிடம் விடைபெற்றுப் புறப்பட்ட ஞானசம்பந்தர் இடையிலுள்ள திருத்தலங்களைத் தரிசித்து, திருநாகைக்காரோணத்துக்கு வந்தார். நாகப்பட்டினம் என்று வழங்கிவரும் கடற்கரைத்தலமே நாகைக்காரோணம் ஆகும். 'கடல் நாகை' என்றே குறிப்பிடுவர்.

புண்டரீக மகரிஷி என்பவர் இங்கு தவமியற்றினார். சிவபெருமான் அவரை உடலோடு ஏற்றுக்கொண்டு அருளினான். 'காயம்' என்றால் உடல் என்று பொருள். புண்டரீக மகரிஷியை, காயத்துடன் ஏற்றருளிய தலம் என்ற பொருளில் 'காயரோகணம்' என்று அழைக்கப்பட்டது. ஏழு விடங்கத் தலங்களில் இதுவும் ஒன்று. ஆதிசேஷன் வழிபட்டதால் நாகை என்று அழைத்தனர். இரண்டையும் இணைத்து, திருநாகைக்காரோணம் என்றனர். ஆதிசேஷன் வழிபட்ட திருக்கோயில் நாகநாதர் கோயில் என்று வழங்கப்படுகிறது. அது காரோணத்துக்கு மேற்கே ஒரு கல் தொலைவில் உள்ளது. நாகைக்காரோணத்தில் உறையும் ஈசனின் பெயர் காய ரோகணேஸ்வரர் என்பதாகும். கருந்தடங்கண்ணி என்ற இத்தலத்து அம்பி கையைத்தான் தற்காலத்தில் நீலாயதாட்சி என்று அழைக்கின்றனர்.

பின்னர் திருஞானசம்பந்தர் கீழ்வேளூருக்குச் சென்றார். வேள் (முருகன்) வழிபட்டதால் இத்தலம் கீழ்வேளூர் என்று அழைக்கப் பட்டது. கோச்செங்கட் சோழன் எழுப்பிய மாடக்கோயிலில்

‘கேடிலியப்பர்’ என்ற ஈசன் வனமுலை நாயகியுடன் இங்கு உறைகிறார். கேடிலியப்பரையே வடமொழியில், ‘அக்ஷயலிங்கர்’ என்றனர்.

சிக்கலுக்கு ஓடிவந்த சிறுத்தொண்டர்

சிக்கல் என்றவுடன் நமக்கு அங்கு உறையும் சிங்காரவேலர்தான் நினைவுக்கு வருவார். சிக்கலில்தான் முருகன் சூரசம்காரத்துக்கு வேல் வாங்கிச் சென்றான். இன்றும் கந்தர் சஷ்டி விழாவில் சிக்கலில் சிங்காரவேலர் வேல்வாங்கும் விழா மிகச் சிறப்பாக நடைபெறுகிறது. ‘சிக்கலில் வேல்வாங்கிச் செந்தூரில் சம்காரம்’ என்னும் பழமொழியும் உண்டு. வசிஷ்டர் ஒருமுறை காமதேனுவின் வெண்ணெய் கொண்டு சிவலிங்கத் திருமேனி செய்து வழிபட்டார். பிறகு, அத்திருமேனியைத் தன்னுடன் எடுத்துச் செல்ல விரும்பினார். அது எடுக்க முடியாமல் சிக்கிவிட்டது. பெருமான் அங்கேயே எழுந்தருளத் திருவுள்ளம் கொண்டுவிட்டான் என்பதை உணர்ந்தார் வசிஷ்டர். இருந்த இடத்திலேயே அத்திருமேனியை விட்டுச் சென்றார்.

வெண்ணெய் கொண்டு உருவாக்கப்பட்டதால் அவரை, வெண்ணெய் பெருமான் என்று அழைத்தனர். வடமொழியில் நவநீத நாதர் என்பர். இவர் இங்கு, வேல்நெடுங்கண்ணி என்ற பெயருடைய அம்பிகையுடன் வீற்றிருக்கிறார்.

சிக்கலுக்கு எழுந்தருளிய ஞானசம்பந்தர் தமது பதிகத்தின் பாடல்கள் அனைத்திலும் வெண்ணெய் பிரானின் பெயரைக் குறிப்பிட்டுப் பாடியுள்ளார். இங்கு நவநீதப் பெருமாள் என்ற பெயருடன் திருமாலும் வடக்குச் சுற்றில் கோயில் கொண்டு உள்ளார். இதுபோன்று ஈசனும் திரு மாலும் ஒரே காரணப்பெயருடன் ஒரே பகுதியில் எழுந்தருளியிருப்பது அரிதாகும்.

சென்னையில் சென்னமல்லீசுவரரும், சென்னகேசவப் பெருமாளும் அவ்வகையில் எழுந்தருளியிருக்கின்றனர். வேல்நெடுங்கண்ணியுடன் ஈசன் எழுந்தருளியிருக்கும் தலத்தில் முருகன் வேல்வாங்கும் விழா சிறப்பாக நடைபெறுவது எத்தனை பொருத்தம்!

கீழ்வேளூர், சிக்கல் முதலான தலங்களைச் சம்பந்தர் தரிசித்து வந்து கொண்டிருந்த செய்தி, திருச்செங்காட்டங்குடியில் வாழ்ந்த சிறுத் தொண்டர் செவிக்கு எட்டியது. திருஞானசம்பந்தரைத் தமது ஊருக்கு அழைத்துவர ஆவல் கொண்டார் சிறுத்தொண்டர்!

திருஞானசம்பந்தர் வேறு வழியாகச் சென்றுவிடக் கூடும். அல்லது, விரைவாகச் சீர்காழிக்குத் திரும்பிவிடவும் கூடும். அதற்குமுன் அவரைச் சந்தித்துச் செங்காட்டங்குடிக்கு அழைத்துவர வேண்டும்!

ஆகவே, ஓடிச் சென்றார். தாம் ஒரு சான்றோரை அழைத்து வந்தோம் என்ற பெருமைக்காகவோ, மற்றவர்களின் வற்புறுத்தலுக்காகவோ சிறுத்தொண்டர் செல்லவில்லை! கனிந்து உருகிய மனத்தில் மகிழ்ச்சி பொங்க எதிர்கொண்டு அழைத்துச் சென்றார்.

சிவனுக்கு பிள்ளைக் கறி!

விநாயகர் கஜமுகாசுரனைக் கொன்றபோது அவனது குருதி, வெள்ளமாக ஓடியது. அக்குருதியால் நிலம் சிவந்த இடம் செங்காடு என்று பெயர் பெற்றது. அந்தத் தலமே திருச்செங்காட்டங்குடி என்று இன்றளவும் வழங்கி வருகிறது. கஜமுகாசுரனைக் கொன்ற பாவம் நீங்கும் பொருட்டு, கணபதி இங்கு சிவலிங்கத்தை வைத்து வழிபட்டார். கணபதி வழிபட்ட தலம் என்ற பொருளில் இங்குள்ள திருக்கோயில், 'கணபதீச்சரம்' என்று அழைக்கப்பட்டது.

அவ்வூரில் தோன்றிய சிறுத்தொண்டர் சிவனுக்காக அருமை மகனை, தாய் மடியில் கிடத்தி அறுத்துக் கறி சமைத்துப் படைத்த தியாகச் செம்மல் ஆவார். அவருடைய திருத்தொண்டுக்குச் சிறுத்தொண்டரின் மனைவி திருவெண்காட்டு நங்கையும், மகன் சீராளனும் சற்றும் மனம் சுளிக்காமல் உடன்பட்டுத் துணை புரிந்தனர்.

தமது செயற்கரிய தொண்டால் எட்டுத் திக்கிலும் நிலையான புகழைப் பெற்ற சிறுத்தொண்டரின் நட்பை ஞானசம்பந்தர் விரும்பினார். அவருடன் கணபதீச்சரம் சென்று வணங்கிப் பதிகம் பாடி மகிழ்ந்தார்.

பதிகம் போக்கிய பாம்பு விஷம்

சிறுத்தொண்டருடன் சில நாள்கள் தங்கிய பிறகு, காழிப் பிள்ளையார் 'திருமருகல்' என்ற தலத்துக்கு வந்தார். திருமருகல் நன்னிலத்துக்குக் கிழக்கே 10 கிலோமீட்டர் தொலைவில் உள்ளது. மருகல் என்ற வகையைச் சார்ந்த வாழைமரத்தைத் தலவிருட்சமாகப் பெற்ற திருத்தலத்தைத்

திருமருகல் என்றே அழைத்தனர். வண்டார்குழலி என்னும் அம்பிகையுடன் இங்கு உறையும் ஈசனின் பெயர் மாணிக்கவண்ணர் என்பதாகும்.

திருமருகலுக்கு அருகில் இருந்த வைப்பூர் என்னும் ஊரில் தாமன் என்ற வணிகர் இருந்தார். அவருக்கு ஏழு பெண்கள் இருந்தனர். அவர்களுள் மூத்த பெண்ணை மருகனுக்குத் திருமணம் செய்து கொடுப்பதாக வாக்களித்திருந்தார். ஆனால், பணம் பெற்று வேறு ஒருவனுக்கு அவளைத் திருமணம் செய்து கொடுத்துவிட்டார். மருகன் அடுத்த பெண்களில் ஒருத்தியை அளிப்பார் என்று எதிர்பார்த்து ஏமாந்தான்.

இப்படி அடுத்த ஐந்து பெண்களையும் பணம் கொடுத்தவர்களுக்கே திருமணம் செய்து கொடுத்தார் வணிகர். அவருடைய பணத்தாசையை வெறுத்து மனம் நொந்த ஏழாவது பெண் பெற்றோருக்குத் தெரியாமல் முறைமாப்பிள்ளையுடன் சென்றுவிடத் தீர்மானித்தாள். அவனும் அவளை அழைத்துக் கொண்டு திருமருகலுக்கு வந்து சேர்ந்தான். வணிகரின் மகளும், மருமகனும் இரவு நேரத்தில் திருமருகல் திருக்கோயிலுக்கு அருகில் இருந்த ஒரு மடத்தில் தங்கினார்கள். மரு மகனை கொடிய அரவொன்று தீண்டியது. அவன் இறந்தான். வணிகர் மகள் செய்வதறியாது அவன் அருகில் விழுந்து புலம்பினாள்.

அழுது கதறிக் கொண்டிருந்த பெண்ணைக் கண்டார் சம்பந்தர். கலங்கிய மனத்துடன் காரணம் கேட்டார். அப்பெண் தனக்கு ஏற்பட்ட துன்பத்தை எடுத்துக் கூறினாள். திடுக்கிட்ட திருஞானசம்பந்தர் திருமருகல் ஈசனிடம் அவளுக்காக முறையிடும் வகையில் பதிகம் பாடியருளினார். பதிகத்தைப் பாடி நிறைவு செய்தவுடன் வணிகர் மருகன் விஷம் நீங்கி விழித்தெழுந்தான். திருஞானசம்பந்தப் பெருமானே அவ்விருவருக்கும் திருமணம் செய்து வைத்தார். இருவரும் மருகலான் திருவடியை வணங்கிப் போற்றி, சம்பந்தரிடம் விடைபெற்றுச் சென்றனர்.

அப்பர் சொன்ன ஆரூர் சிறப்பு!

விஷம்தீர்த்த வித்தகராகத் திருமருகலில் முகாமிட்டிருந்த சம்பந்தரைச் சிறுத்தொண்டர் மீண்டும் திருச்செங்காட்டங்குடிக்கு எழுந்தருள வேண்டினார். அவருடைய விருப்பத்தின்படி, சம்பந்தர் மீண்டும் செங்காட்டங்குடி சென்று கணபதியீச்சரத்தைக் கண்டு தொழுதார்.

திருச்செங்காட்டங்குடியிலிருந்து திருப்புகலூர் புறப்பட்ட சம்பந்தரைச் சிறுத்தொண்டர் பின்தொடர்ந்து வந்து வழியனுப்பினார். திருப்புகலூரில் வாழ்ந்துவந்த முருக நாயனார் சம்பந்தரை எதிர்கொண்டு அழைத்துச்

சென்றார். புகலூர் மேவிய பெருமானைத் தரிசித்த பிறகு, முருக நாயனாரின் திருமடத்தில் சம்பந்தர் தமது குழுவினருடன் தங்கினார்.

சம்பந்தர் திருப்புகலூரில் இருந்தபோது, திருநாவுக்கரசர் திருவாரூர் புற்றிடங்கொண்ட பெருமானைப் பாடிப் புகழ்ந்து மகிழ்ந்திருந்தார். ஆரூரிலிருந்து திருநாவுக்கரசர் திருப்புகலூருக்குப் பயணமானார். திருப்புகலூர் எல்லையில் சம்பந்தரும் மற்ற அடியார்களும் அப்பரை வரவேற்றனர்.

திருப்புகலூர் எல்லையில் அப்பரைச் சம்பந்தர் வரவேற்றார். அப்பரின் திருவாரூர் தரிசனம் குறித்துச் சம்பந்தர் கேட்டார். திருவாரூரில் நடந்த திருவாதிரை நாள் சிறப்பைத் திருநாவுக்கரசர் ஒரு பதிகத்தின் வழியே விவரித்து உரைத்தார். அப்போதே ஆரூரைக் காணவேண்டும் என்ற ஆவல் சம்பந்தருள் தோன்றிவிட்டது!

'அப்பரே! தாங்கள் திருப்புகலூரில் எழுந்தருளியிருங்கள். நான் இப்போதே ஆரூர் சென்று தரிசித்து மீண்டும் புகலூர் வருவேன்' என்று கூறி விடைபெற்று ஆரூர் புறப்பட்டார்.

திருவாரூர் ஆதிரைநாள் சிறப்பைக் கூறியவர் 'நாவுக்கு அரசர்' அல்லவா? எனவே, அவருடைய பதிகம் உடனே சம்பந்தரிடம் ஆரூர் செல்லும் ஆவலைத் தோன்றச் செய்ததில் வியப்பில்லை!

சிவபெருமான் கையில் சக்கரம்!

சிவபெருமான் வீரச்செயல்கள் புரிந்த எட்டுத் தலங்கள் 'அட்ட வீரட்டம்' எனப்படும். அவற்றுள் ஒன்று திருவிற்குடி. கட்டுமலையில் இறைவன் திருக்கோயில் உள்ளது. இறைவன் பெயர் வீரட்ட நாதர். இறைவியின் பெயர் ஏலார் குழலி.

சலந்திரன் என்னும் அசுரன் தேவர்கள் அனைவரையும் வென்று வாகை சூடினான். வெற்றிச் செருக்கால் ஈசனிடம் போரிட எண்ணிக் கயிலை சென்றான்.

திருக்கயிலையில் நுழைவாயிலில் சிவபெருமானே ஒரு சிவபூதத்தின் வடிவத்தில் அமர்ந்திருந்தார். 'பூதமே! சிவபெருமானை வரச்சொல்; அவனோடு போரிட வந்துள்ளேன்' என்று கூறினான். சலந்திரன். பூதத்தின் உருவத்திலிருந்த ஈசன் சலந்திரனைத் துரத்திச் சென்று பூவுலகை அடைந்தார்.

திருவிற்குடியில், பெருமான் தரையில் காலால் ஒரு சக்கரம் வரைந்தார். 'சலந்திரா! உனக்கு ஆற்றல் இருந்தால் இந்தச்சக்கரத்தை எடுத்து உனது தலையில் தாங்கு!' என்றார். சலந்திரன் சக்கரத்தை எடுத்துத் தலையில் தாங்க முற்பட்டான். அப்போது, வரிவடிவில் இருந்த சக்கரம் உருவம் பெற்று சலந்திரன் உடலை இருகூறாகப் பிளந்தது.

திருவிற்குடி வீரட்ட நாதர், கையில் சுடராழியுடன் காட்சியருளுகிறார். சிவபெருமான் கையில் சக்கரத்துடன் இருக்கும் திருக்கோலத்தை வேறு எங்குமே காண இயலாது. விற்குடி வீரட்டனாரை தரிசித்து பாடிய பிறகு திருவாரூரை நோக்கிச் சென்றார் சம்பந்தர்.

திருவாரூரைக் காணும் ஆவலால் அத்தலத்தை 'ஆதிரையன் ஆரூர்' என்று போற்றிப் பாடிக்கொண்டே பயணித்தார்.

பொன்னுலகு போன்று விளங்கும் திருவாரூரின் ஊரெல்லையில் பற்பல ஒலிகளையும் கேட்டார். சிவிகையிலிருந்து கீழே இறங்கினார். சம்பந்தர் தம் திருக்கரங்களில் மலர்களை எடுத்து அவற்றை ஆரூர் நகரத் தெருக்களில் தூவியபடி நடந்தார்.

மலர் தூவினால் முக்தி கிட்டும்

சித்தந் தெளிவீர்கள்! அத்தன்ஆரூரைப்
பத்தி மலர்தூவ முத்தியாகுமே
பிண்ட மருப்பீர்காள்! அண்டன் ஆரூரை
கண்டு மலர்தூவ விண்டு வினைபோமே
சீரூர் சம்பந்தன் ஆரூரைச் சொன்ன
பாரூர் பாடலார் பேரார் இன்பமே!

காசியில் இறக்க முக்தி என்றும் திருவாரூரில் பிறக்க முக்தி என்றும் நாம் கேள்விப்பட்டிருக்கிறோம்.

இங்கு, சம்பந்தர் திருவாரூர் அமர்ந்த பெருமானுக்கு மலர்கள் இட்டால் அல்லது பக்தி என்னும் மலரைத் தூவினால் முக்தி கிட்டும் என்ற நுணுக்கத்தை, 'பத்தி மலர்தூவ முத்தியாகுமே' என்பதாகக் குறிப்பிட்டுள்ளார்.

ஆளுடையபிள்ளைக்கு, ஆரூர் அடியவர்கள் அன்பான வரவேற்பு அளித்தனர். தேவாசிரிய மண்டபத்தையும், புற்றிடங்கொண்ட பெரு

மானையும், ஆரூர் அறநெறி அமர்ந்த பிரானையும் வணங்கிப் பதிகம் பாடினார்.

திருவாரூரில் சில நாள்கள் தங்கியிருந்த சம்பந்தர் அண்மையில் உள்ள தலங்களுக்கும் சென்று வந்தார்.

விநாயகர் தோன்றிய வரலாறு

கரிக்குருவியை 'வலியன்' என்று கூறுவர். வலியன் வழிபட்ட ஒரு திருத்தலம் திருவலிவலம் ஆகும்.

இது திருவாரூருக்குத் தென்கிழக்கே ஏழு மைல் தொலைவில் உள்ளது. இதுவும் கட்டுமலையில் அமைந்த மாடக்கோயிலில் ஒன்று.

திருக்கோயிலின் மூன்று பக்கங்களில் அகழி சூழ்ந்துள்ளது. மாழை யங்கண்ணி உடனாய மனத்துணைநாதர் இங்கு எழுந்தருளியுள்ளார். இத்திருக்கோயில் விநாயகர் சந்நிதி மிகச்சிறப்புடையது.

சிவபெருமானைத் தவிர வேறு கடவுளரைப் பாடாதவர் ஞானசம்பந்தர். எனினும், தமது பதிகங்களில் சில இடங்களில் விநாயகர் குறித்த செய்திகளைக் குறிப்பிட்டுள்ளார்.

அத்தகைய பதிகங்களில், 'பிடியதன் உருஉமை' என்ற பாடலை உள்ளடக்கிய திருவலிவலப் பதிகமும் ஒன்றாகும்.

பிடியதன் உருஉமை கொளமிகு கரியது
வடிகொடு தனதடி வழிபடு மவரிடர்
கடிகண பதிவர அருளினன் மிகுகொடை
வடிவினர் பயில்வலி வலமுறை இறையே.

திருக்கயிலையில் ஓர் ஓவியமண்டபம் இருந்தது. அங்கு ஸ்தூலப் பிரணவம், சூட்சுமப் பிரணவம் ஆகிய இரண்டும் ஓவியமாகத் தீட்டப் பட்டிருந்தன.

சிவசக்தி தம்பதியினர் முறையே களிறும் பிடியும் ஆகி அப்பிரணவ ஓவியங்களை நோக்கினர். அப்போது, பிரணவாகார மூர்த்தியாகக் கணபதி தோன்றினார். கந்தபுராணம் தட்ச காண்டத்தில் இந்த வரலாறு குறிப்பிடப்பட்டுள்ளது. விநாயகர் தோன்றிய வரலாற்றை விளக்கும் விதமாக இப்பாடல் அமைந்துள்ளது.

திருக்குவளையின் தனிச் சிறப்பு

திருக்குவளை என்று தற்காலத்தில் வழங்கிவரும் திருத்தலமே அக்காலத்தில் திருக்கோளிலி என்று அழைக்கப்பட்டது. அத்தலத்தை வழிபடும் அடியவர்க்கு நவக்கிரகங்களும் நன்மையே புரியும். நலிவு செய்வதில்லை. அதனால் கோளிலி என்று அழைக்கப்பட்டது.

மூவர் பாடலும் பெற்ற இத்தலத்தில் முசுகுந்தச் சக்ரவர்த்தி நிறுவிய ஏழு விடங்கத் திருமேனிகளில் ஒன்று இடம் பெற்று உள்ளது.

நாளாய போகாமே நஞ்சணியும் கண்டனுக்கே
ஆளாய அன்பு செய்வோம் மடநெஞ்சே அரன்நாமம்
கேளாய் நங்கிளை கிளைக்கும் கேடுபடாத திறமளிக்கும்
கோளாய நீக்குமவன் கோளிலிஎம் பெருமானே.

கோளறு பதிகத்தைப் போன்று இப்பதிகத்தையும் பாராயணம் செய்து நவகோள்களின் கொடுமைகளிலிருந்து விடுபடலாம்.

இருவர் திருத்தலப் பயணம்

ஏழு விடங்கத் தலங்களுள் திருக்காறாயிலும் ஒன்று. இது திருக்காறை வாசல் என்று வழங்குகிறது. முசுகுந்தர் அருள் பெற்ற இத்திருத்தலத்தில் இன்றளவும் புரட்டாசி பௌர்ணமியில் இந்திரபூசை நடந்து வருகிறது.

வேறு சில தலங்களையும் தரிசித்து வரும் நாளில் திருஞானசம்பந்தருக்கு, திருப்புகலூரில் இருந்த அப்பரடிகளின் நினைவு மேலிட்டது. அங்கிருந்து பயணமானார்.

அப்போது நன்னிலம் வழியாக, திருப்பனையூர், திருராமனதீச்சரம் போன்ற தலங்களை வணங்கிப் பதிகம் பாடி, திருப்புகலூரை அடைந்தார். சம்பந்தர் வருகையை ஆவலுடன் எதிர்பார்த்திருந்த அப்பரும் மற்ற அடியார்களும் எதிர்கொண்டு வரவேற்றனர். சிறுத்தொண் டரும் திருநீலநக்கரும் திருப்புகலூர் வந்து, இருபெரும் அருளாளர்களை சந்தித்து மகிழ்ந்தனர்.

அப்பரும் சம்பந்தரும் தமிழகத்திலுள்ள திருத்தலங்கள் பலவற்றையும் தரிசித்துத் தமிழ் பரப்பத் எண்ணம் கொண்டனர்.

திருப்புகலூர் ஈசனை வணங்கி விடைபெற்ற சம்பந்தரும் அப்பரும் தங்கள் பயணத்தைத் தொடங்கினர். திருஞானசம்பந்தருக்கு சிவபெருமான் சிவிகையை அளித்திருந்தான். ஆனால் வயதில் மூத்தவரான அப்பரடிகள் தன்னுடன் வரும்போது, தான் சிவிகையில் பயணிப்பது பண்பாட்டுக்கு ஏற்றதல்ல என்று கருதிய சம்பந்தர் அப்பரடிகளுடன் நடக்கலானார்.

சிறுவராக விளங்கிய திருஞானசம்பந்தர் கால்தேய நடந்து வருவதைத் அப்பர் விரும்பவில்லை. 'ஈசன் தங்களுக்குக் கொடுத்தருளிய சிவிகையில் அமர்ந்தே வாருங்கள்!' என்று அப்பர் சம்பந்தரிடம் வலியுறுத்தினார். அப்பரின் வாக்கை மீற முடியாமல் சம்பந்தர் சிவிகையில் ஏறினார். ஆனால், 'அப்பரே! தாங்களே முன்னால் சென்று வழிகாட்ட வேண்டும்!' என்றார் சம்பந்தர்.

பேரளம் - திருவாரூர் சாலையில் பூந்தோட்டத்துக்குக் கிழக்கே உள்ளது திருவம்பர் என்னும் திருத்தலம். அம்பன், அம்பாசுரன் என்ற இரண்டு அவுணர்களைக் காளிதேவி வதைத்தாள். அப்பாவம் நீங்கக் காளி, ஈசனை வழிபட்டதால் அத்தலம் திருவம்பர் என்று அழைக்கப்பட்டது. அம்பர் கோயிலின் தெற்குச் சுற்றில் காளியின் சந்நிதி உள்ளது.

திருஞானசம்பந்தர் மாகாளத்துப் பதிகத்தில் காளி வழிபட்ட சிறப்பை உரைத்தார்.

கனவில் வந்த கடவுள்

அப்பரும் சம்பந்தரும் திருவம்பரிலிருந்து திருக்கடவூர் செல்லப் பெரிதும் ஆவல் உற்றனர். வழியில் திலதைப்பதி, வழுவூர் வீரட்டம், திருவிடைக்கழி போன்ற திருத்தலங்களை வணங்கிய பிறகு திருக்கட ஊரை அடைந்தனர். அங்கு அக்காலத்தில் புகழுடன் விளங்கிய குங்கிலியக்கலய நாயனார் இருவரையும் அன்போடு வரவேற்று அழைத்துச் சென்றார்.

அபிராமியம்பிகை உடனாகிய அமுதீசரைப் பாடி தரிசித்து, குங்கிலியக் கலயரின் திருமனைக்குச் சென்று தங்கினர். கடவூர் மயானம் என்னும் தலத்தையும் தொழுதனர். கடவூரிலிருந்து புறப்பட்டு திருஆக்கூர், திருமீயச்சூர், திருப்பாம்புரம் ஆகிய தலங்களை வணங்கி திருவீழி மிழலையை அடைந்தனர்.

வீழிமிழலைப் பெருமானைத் தொழுது அப்பரும் சம்பந்தரும் தனித்தனித் திருமடங்களில் முகாமிட்டிருந்தனர். அங்கிருந்தவாறு பேணுபெருந்துறை, திலதைப்பதி போன்ற தலங்களுக்கும் சென்று வந்தனர். பேணுபெருந்துறை தற்காலத்தில் திருப்பந்துறை என்று வழங்கப்படுகிறது. இது முருகக்கடவுள் முதலானோர் வழிபட்ட திருத்தலமாகும். திலதைப்பதி என்பது ராமனும் லக்குவனும் தந்தைக்குத் திலதர்ப்பணம் செய்த இடம் என்பர். இங்கு ஆதிவிநாயகர் என்னும் நரமுக விநாயகர் எழுந்தருளியுள்ளார். தனக்கே உரிய யானை முகம் இன்றி, கணபதி மனிதமுகத்துடன் காட்சி அளிக்கிறார்.

சீர்காழி மறையவர்கள் திருவீழிமிழலைக்கு வந்தனர். சம்பந்தரைத் தம்முடன் சீர்காழிக்கு வந்தருள வேண்டினர். 'இன்று கழித்து நாளை செல்லலாம்' என்று கூறினார் சம்பந்தர். அன்றிரவு சம்பந்தரின் கனவில் சீர்காழிப் பெருமான் தனது திருக்கோலத்தைக் காட்டியருளினான். காலையில் விழித்தெழுந்து வீழிநாதரைத் தரிசிக்கச் சென்றபோது, சீர்காழி தோணியப்பர் விண்ணிழி விமானத்தில் தனது திருக்கோலத்தைக் காட்டியருளினான்.

சம்பந்தர், தமக்கு ஆங்காங்கே தொண்டுகள் காத்திருக்கின்றன என்பதைக் குறிப்பால் உணர்ந்து, இன்மொழி கூறி சீர்காழி வேதியர்களை அனுப்பி வைத்தார்.

படிக்காசும் பஞ்ச நிவாரணமும்

அப்பரடிகளும் சம்பந்தரும் திருவீழிமிழலையில் எழுந்தருளியிருந்த காலத்தில் வான்மழை பொய்த்தது. காவிரி நீர்வரத்தும் குறைந்தது. வேளாண்மை சுருங்கியது. வறுமை தலைதூக்கியது. நாட்டில் எங்கும் 'பஞ்சம்' என்பதே பேச்சாக இருந்தது. அந்த நிலையில் அருளாளர்கள் இருவரும் வளமான திருத்தலங்களுக்குச் செல்ல விரும்பவில்லை! மக்களோடு மக்களாகப் பழகினர். மக்களின் துன்பத்தைப் போக்க முற்பட்டனர்.

திருவீழிமிழலைப் பெருமான் அவர்களின் கனவில் தோன்றினான். வறுமையும் வளமும் மாறிமாறி வருவது உலக இயற்கை என்றான். எனினும், இருவருக்கும் நாள்தோறும் தலா ஒரு பொற்காசு வீதம், கிழக்கு மற்றும் மேற்குத் திசைகளில் உள்ள பீடங்களில் வைக்கப்படும் என்றும், நாட்டில் வறுமை நீங்கியவுடன் அது நிறுத்தப்படும் என்றும் கூறினான்.

கண்விழித்தெழுந்த சம்பந்தரும் அப்பரும் ஈசன் கூறியவாறு பலிபீடத்தில் பொற்காசு வைத்திருப்பதைக் கண்டனர். திருஞானசம்பந்தருக்குக் கிழக்கே உள்ள பீடத்திலும், திருநாவுக்கரசருக்கு மேற்கே உள்ள பீடத்திலும் பொற்காசுகள் அன்றாடம் கிடைத்தன. இறைவன் படிக்காசு வைத்தருளிய பீடங்களை இன்றும் திருவீழிமிழலைத் திருக்கோயிலில் காணலாம். அவ்வாறே, அப்பரும் சம்பந்தரும் தங்கியிருந்து பஞ்சநிவாரணம் அளித்த திருமடங்களும் உள்ளன.

இறைவன் கொடுத்த பொற்காசைக் கொண்டு பொருள்கள் வாங்கி உணவு சமைத்து அன்னதானம் வழங்கினர். அதைப் பறையறிவித்துத் தெரிவித்தனர். மக்கள் வந்து உண்டு பசியாறினர். திருநாவுக்கரசர் திருமடத்தில் உரிய காலத்தில் உணவு வழங்கப்பட்டது. ஆனால், திருஞானசம்பந்தரின் திருமடத்தில் உணவு வழங்குவதில் காலதாமதம் ஏற்பட்டது.

சம்பந்தர் அதுகுறித்துச் சமையற்காரர்களிடம் வினவினார். அப்பருக்கு ஈசன் அளிக்கும் காசு கடைவீதியில் உடனே ஏற்றுக்கொள்ளப்பட்டு, பொருள்களை வாங்க முடிவதாகவும், சம்பந்தருக்கு அளிக்கும் காசை மாற்றுவதில் தாமதம் ஏற்படுவதாகவும் தெரிவித்தனர்.

ஏன் இந்தப் பாகுபாடு? ஈசன் நடத்தும் ஒவ்வொரு திருவிளையாடலிலும் ஏதாவது ஓர் உட்பொருள் இருக்கும். அப்பர் உடலால் தொண்டு செய்யும், ‘கிரியை’ நெறியைப் பின்பற்றியிருந்தார். உழைப்பவர் கூலியை உடனே மாற்றத்தக்கவாறு அளிக்கும் முறைதானே இன்றும் உள்ளது? அன்றாடக் கூலிவேலை செய்யும் ஒரு தொழிலாளியிடம் காசோலையைக் கொடுக்கலாமா? உடனே பொருட்களை வாங்கத்தக்க சில்லறைப் பணமாகத்தானே கொடுக்கிறோம்? அதுபோலவே அப்பருக்கு எளிதில் மாற்றத்தக்க பொற்காசை அளித்தான் இறைவன்.

செலாவணி முறையில் சில நடைமுறைகள் உள்ளன. நாணயங்களையும் மற்றும் நோட்டுக்களையும் உடனே மாற்ற இயலும். ‘கிராஸ்’ செய்யாத காசோலை அல்லது வரைவோலையை வங்கியில் கொடுத்து உடனே பணம் பெறலாம். ‘கிராஸ்’ செய்த காசோலை அல்லது வரைவோலையை வங்கிக் கணக்கில் வரவு வைத்த பிறகே, தொகையைப் பெறமுடியும். பெரிய தொகை பெறும்போது சில சான்றுகள் தேவைப்படும். இவ்வாறு நாணயமாற்றில் அல்லது செலாவணியில் ஏற்படும் நடைமுறைச் சிக்கல் களையே அக்காலத்தில் ‘வாசு’ என்றனர்.

சம்பந்தக் குழந்தையிடமிருந்து இது குறித்த ஒரு முறையீட்டுப் பதிகத்தை வீழிமிழலையான் விரும்பினான் போலும்!

> வாசு தீரவே காசு நல்குவீர்
> மாசில் மிழலையீர் ஏச வில்லையே.

இறைவர் ஆயினீர் மறைகொள் மிழலையீர்
நிறைகொள் காசினை முறைமை நல்குமே.
காழி மாநகர் வாழி சம்பந்தன்
வீழி மிழலைமேல் தாழும் மொழிகளே.

உடனடித் தீர்வு பெற்று அமுதளிக்க ஆவன செய்யவேண்டிய நிலையில் இருந்த திருஞானசம்பந்தர் இப்படிக் குறிப்பிட்டிருந்தார்.

அன்று முதல் சம்பந்தருக்கும் இறைவன் எளிதில் மாற்றத்தக்க பொற்காசை அளித்தருளினான். இருவரின் பஞ்சநிவாரணமும் தொடர்ந்து நடந்தது. நாட்டில் நல்ல மழை பெய்தது. பஞ்சம் தீர்ந்தது.

நாவுக்கரசரும் ஞானசம்பந்தரும் தங்கள் தலயாத்திரையைத் தொடர்ந்தனர். வீழிமிழலையிலிருந்து திருவாஞ்சியம் சென்றனர். திருமகள் மேல் ஆசைகொண்ட திருமால் அவளை அடைய ஈசனை வழிபட்ட தலம் அது. திருவை விரும்பிய வரலாறு காரணமாகத் திருவாஞ்சியம் என்றனர். காசியைவிட வீசம் உயர்ந்த திருத்தலம் ஆகும். கார்த்திகை ஞாயிற்றுக்கிழமைகளில் இங்குள்ள திருக்குளத்தில் மூழ்கியவர் பெரும் பயன் அடைவர். எமபயம் நீங்கும். எமதர்மனுக்கு இத்திருக்கோயிலில் தனியே சந்நிதி உள்ளது.

பின்னர் திருத்தலையாலங்காடு, திருப்பெருவேளூர், திருச்சாத்தங்குடி, திருக்கரவீரம், திருவிளமார், திருவாரூர், திருக்காறாயில், திருத்தேவூர், திருநெல்லிக்கா, திருக்கைச்சினம், திருத்தெங்கூர், திருக்கொள்ளிக்காடு, திருக்கோட்டூர், திருவெண்துறை, திருத்தண்டலை நீணெறி, திருக்களர் ஆகிய தலங்களைத் தரிசித்தனர்.

திறந்தது திருக்கதவு

திருநாவுக்கரசர் முன்னே செல்ல, அவரைத் தொடர்ந்து சென்ற சம்பந்தர் திருமறைக்காட்டை(வேதாரணியம்) அடைந்தார். உள்ளூர் அடியார்களின் வரவேற்பு முடிந்து அப்பரும் சம்பந்தரும் திருக்கோயிலை அடைந்தனர். அங்கே கதவு மூடப்பட்டிருந்தது. கதவு அடைக்கப் பட்டிருந்ததன் காரணத்தைக் கேட்டனர்.

ஒரு காலத்தில் வேதங்கள் திருமறைக்காட்டு ஈசனைப் பாடிப் பரவின என்றும் அந்த வேத தேவதைகள் திரும்பும்போது, திருக்கதவை மூடிச் சென்றுவிட்டதாகவும் கூறினர். பக்தர்கள் வேறு நுழைவாயிலை அமைத்து அதன் வழியே திருக்கோயிலுக்குள் சென்று வருவதாகவும் கூறினர். திருக்கோயிலில் முக்கியமான நுழைவாயில் கதவு தொடர்ந்து

மூடியிருப்பதை விரும்பாத சம்பந்தர் திருநாவுக்கரசரிடம், 'அப்பரே! திருக்கதவு திறக்கப் பாடுங்கள்!' என்றார்.

திருநாவுக்கரசர் 'பண்ணின் நேர் மொழியாள்' என்ற பதிகத்தைப் பாடத் தொடங்கினார். திருக்கதவு திறக்கவில்லை. திருக்கடைக்காப்புடன் பதிகத்தை நிறைவு செய்தவுடன் கலகலவென்று மணியோசை ஒலிக்க கதவு திறந்தது. இருவரும் திருக்கோயிலின் உள்ளே சென்று பாடிப் பரவியபின் வெளியே வந்தனர்.

இனி எப்போதும் அந்தக் கதவு தொடர்ந்து திறந்தும் மூடியும் இயங்குமாறு வழி செய்திட அப்பர் விரும்பினார். 'கதவு அடைக்கத் தாங்கள் பாடுங்கள்!' என்று சம்பந்தரிடம் கூறினார். சம்பந்தர் பாடத் தொடங்கிய உடனேயே திருக்கதவு மூடிக்கொண்டது. அன்று முதல் திருக் கதவு பக்தர்கள் பயன்படுத்த ஏற்றதாயிற்று.

திருஞானசம்பந்தர் ஏன் திருநாவுக்கரசரைத் திருக்கதவு திறக்கப் பாடச் சொல்லவேண்டும்? தாமே பாடியிருக்கலாமே? முன்னர் வேதங்கள் பாடி, அடைத்து வைத்திருந்த கதவை வேதங்களின் ஒலியே திறக்க இயலும். வேதஒலியே உண்மைத் திறவுகோல்.

அப்பர் பாடிய பதிகம் கதவைத் திறந்தது. அதனால் தமிழ் மறைகளுக்கும் வேதங்களுக்கு இணையான மந்திரசக்தி உண்டு என்பதையும், அம்மந்திரத்தை வேதியர் அல்லாதார் உச்சரித்தாலும் உரிய பயன் கிட்டும் என்பதையும் தமிழ்க் குழந்தை தரணிக்கு அறிவிக்க விரும்பியதே காரணம்.

திருக்கதவை இயல்பாக இயங்கச் செய்த இருபெரும் குரவர்கள் திருமடத்தில் தங்கினர். சம்பந்தர் பாடிய ஒரே பாட்டில் திருக்கதவு மூடியது! அப்பர் பத்துப் பாடல்கள் பாடிய பிறகே திருக்கதவு திறந்தது! இது குறித்த ஓர் உளைச்சல் அப்பரின் உள்ளத்தில் தோன்றியது. பின்னர் மறைந்தது. சிவபெருமான், 'நாம் வாய்மூரில் இருப்போம்; அங்கு வருக!' என்று அப்பரிடம் கூறியருளினான்.

தொடர்ந்து வாய்மூர் நோக்கி நடந்தார் அப்பர். சிவபெருமான் அண்மையில் இருப்பது போன்ற திருக்கோலத்தைக் காட்டினான். ஆனால், உடனே மறைந்து அருளினான். அவ்வாறு, திருக்கோலம் காட்டுவதும் மறைவதுமாகத் திருவிளையாடல் செய்தான்.

அப்பரைத் திருமடத்தில் காணாத சம்பந்தர் 'அப்பர் எங்கே?' என்றார். அடியார்கள் அவர் திருவாய்மூர் சென்ற செய்தியைக் கூறினர். உடனே திருஞானசம்பந்தரும் திருவாய்மூருக்கு விரைந்து சென்றார். அங்குச் சிவபெருமான் உமையுடன் காட்சியளித்தான். தனது நடனக்கோலத்தைக் காட்டியருளினான். இருவரும் திருவாய்மூரில் சிலநாள்கள் தங்கி,

மீண்டும் திருமறைக்காடு திரும்பினர். அதுசரி! இறைவன் திருமறைக் காட்டில் அப்பர் பாடியபோது திருக்கதவு திறக்கக் காலம் தாழ்த்தியதன் காரணம் என்ன? ஈசன் திருவிளையாடல்கள் குறித்து ஆராய நமக்குத் தகுதியில்லை. எனினும், அவற்றுள் உட்பொருள் உள்ளது. திருவீழி மிழலையில் அப்பர் வாசு தீர்ந்த காசு பெற்றார். சம்பந்தர் பெற்ற காசு, வாசு உடையதாக இருந்தது. சம்பந்தர் அப்பரிடமோ, சிவபெரு மானிடமோ எந்த விதக் குற்றமும் காணாது, தனக்கும் வாசு தீர்ந்த காசு அருள முறையிட்டார்.

பின்னர் பெற்றார். சம்பந்தர் ஈசன் திருவருளில் ஐயம் கொள்ளாத முழுநம்பிக்கையுடன், 'ஒருநெறிய மனம்' வைத்தவர். அப்பர் பெருமான் சிறிது காலம் பிற சமயம் சென்று மீண்டவர்.

உலகியல் நோக்கில் சிந்திந்தால் ஓர் உண்மை புலனாகும். நெடுநாள் அடைத்திருந்த கதவைத் திறக்கக் காலதாமதம் ஏற்படும். பலநாள்கள் பயன்படுத்தாத ஒரு தேன் புட்டியின் மூடியைக் கழற்ற மிகுந்த முயற்சி தேவை. திறந்த பிறகு அதனை எளிதில் மூடிவிடலாம். இது நடைமுறை உண்மை. கழற்றியவர் அதிக நேரம் எடுத்துக் கொண்டாரே? மூடியவர் எவ்வாறு விரைவில் பணியை முடித்தார்? என்று ஆராய்வது அவசியமில்லை. அது போன்றதே திருமறைக்காட்டு நிகழ்வு.

பாண்டிய நாட்டில் பிறசமயம்

திருமறைக்காட்டில் அப்பரும், சம்பந்தரும் தங்கியிருந்த கால கட்டத்தில் பாண்டிய நாட்டில் பிறசமயம் ஓங்கியது. வேதநெறியும், சைவமும் வீழ்ச்சியடைந்தன. மக்கள் சமணநெறியைப் பின்பற்றத் தொடங்கினர்.

உண்மையான சமணர்கள் சமயப் பொறையும் உயிர்களிடத்து அன்பும் கொண்டவர்கள். தீ வைத்தல் போன்ற வன்முறைகளைக் களப்பிரக் கூட்டத்தைச் சேர்ந்த போலிச் சமணர்களே செய்திருக்க வேண்டும் என்பது அமரர் அ. ச. ஞாசம்பந்தனின் கருத்து. இதனைக் கருத்தில் கொண்டு இனிவரும் மதுரை நிகழ்ச்சிகளை அணுகுதல் அவசியமாகும்.

பாண்டிய மன்னனும் தீவினைப் பயனாக அந்நெறியைப் பற்றி யிருந்தான். பாண்டிமாதேவி மங்கையர்க்கரசியார் மற்றும் அமைச்சர் குலச்சிறையார் ஆகிய இருவர் மட்டுமே சைவநெறியிலிருந்து மாறாமல் இருந்தனர். வேறு சைவநெறியாளர்களைக் காண்பதே அரிதாக இருந்தது.

திருஞானசம்பந்தர் அருள் பெற்ற அதிசயம் குறித்தும், அவர்கள் திருமறைக்காட்டுக்கு எழுந்தருளியிருந்தது குறித்தும் அரசியார் அறிந்தார். அரசியும், அமைச்சர் குலச்சிறையாரும் பாண்டிய நாட்டில் மீண்டும் சைவத்தை நிலைநிறுத்த சம்பந்தரை மதுரைக்கு அழைத்துவர விரும்பினர். ஒற்றர்களை அழைத்தனர். 'நீங்கள் திருமறைக்காடு சென்று, புகலிவேந்தரின் திருவடிகளைப் பணிந்து, அவரை மதுரைக்கு எழுந்தருள விண்ணப்பிக்கவும்!' என்று கூறி அனுப்பினார். அவர்கள் விரைந்து திருமறைக்காடு வந்தனர்.

திருமடத்து வாயிற்காவலர்களிடம், 'நாங்கள் மங்கையர்க்கரசியார் விடுத்த ஒற்றர்கள். திருஞானசம்பந்தரைக் காணவேண்டும்' என்றனர். வாயிற் காவலர்கள் உள்ளே சென்று சம்பந்தரிடம் அதனைத் தெரிவித்தனர். சம்பந்தர் ஒற்றர்களை உள்ளே அனுமதிக்கச் சொன்னார். உள்ளே சென்ற ஒற்றர்கள் சம்பந்தரை வணங்கினர். சம்பந்தர், 'பாண்டிமாதேவியும், குலச்சிறையாரும் நலமா?' என்று வினவினார். 'நலமே!' என்று கூறிய ஒற்றர்கள், 'மீண்டும் சைவநெறியை நிலைநாட்ட தாங்கள் மதுரைக்கு வருகைதரவேண்டம் என்பது அரசியின் ஆவல்!' என்று விண்ணப்பித்தான்.

சம்பந்தர் மதுரைக்கு எழுந்தருளத் தமது சம்மதத்தைத் தெரிவித்து ஒற்றர்களை அனுப்பி வைத்தார். பிறகு, திருநாவுக்கரசருடன் கோயிலுக்குச் சென்று, வணங்கி வழிபட்டார். அரசியாரின் வேண்டுகோளை ஏற்றுத் தாம் மதுரை செல்ல விரும்புவதாகத் திருநாவுக்கரசரிடம் கூறினார்.

சம்பந்தர் அருளிய கோளறு பதிகம்

திருநாவுக்கரசர் தயங்கினார். 'குழந்தாய்! அமணர்களின் வஞ்சனைக்கு அளவு கிடையாது. மேலும் தற்காலக் கோள்நிலையும் தீமை தருவதாக அமைந்துள்ளது. ஆகவே, மதுரை எழுந்தருள உடன்படுவது தகாது ' என்றார்.

'நாம் எம்பெருமானின் திருவடிகளைப் போற்றுபவர்கள். நமக்குத் தீங்கு வராது அப்பரே' என்று பதிலளித்து, 'வேயுறு தோளிபங்கன்' என்று தொடங்கும் தமது கோளறு பதிகத்தைச் சம்பந்தர் பாடியருளினார்.

நாற்பத்தைந்து ஆண்டுகளுக்கு முன்னால் ஒருமுறை, எட்டுக் கோள்கள் ஒரே நேர்கோட்டில் சேர்ந்தன. அதனால் விபரீதமான விளைவுகள் ஏற்படக்கூடும் என்று அனைவரும் அஞ்சினர். தனி நபர்களும் சமுதாயமும் அதன் விளைவுகளில் இருந்து தப்பிக்க ஏற்ற எளிய வழியை ஆராய்ந்தனர்.

பாமரமக்களும் எளிதில் பாராயணம் செய்யத்தகுந்த ஒரு தோத்திரத்தைக் குறிப்பிட்டுச் சொல்லுமாறு காஞ்சி மகாசுவாமிகள் வடமொழி மற்றும்

தமிழ் மொழி கற்ற அறிஞர்களைக் கேட்டார். ஒவ்வொரு புலவரும் ஒவ்வொன்றைக் கூறினர். இறுதியில், 'அனைவரும் எளிதில் படிக்கத்தக்க அருட்பாடல் திருஞானசம்பந்தர் இயற்றி அருளிய கோளறு பதிகமே!' என்று மகாசுவாமிகள் தீர்மானித்தார்கள். அதன்பிறகு கோளறு பதிகத்தைப் பலரும் அச்சிட்டுப் பக்தர்களுக்கு வழங்கினர். சைவர்கள் மட்டுமே பாராயணம் செய்துவந்த கோளறு பதிகம் எட்டுக் கோள்களின் சேர்க்கைக்குப் பிறகு, 'வெகுஜன பாராயண நூலாக' விளங்குகிறது!

வேயுறுதோளி பங்கன் விடமுண்ட கண்டன்
மிகநல்ல வீணை தடவி
மாசறு திங்கள் கங்கை முடிமேல் அணிந்துஎன்
உளமே புகுந்த அதனால்
ஞாயிறு திங்கள் செவ்வாய் புதன் வியாழம் வெள்ளி
சனிபாம்பு இரண்டுமுடனே
ஆசறு நல்லநல்ல அவைநல்லநல்ல
அடியார் அவர்க்கு மிகவே.

திருஞானசம்பந்தர் தேவாரமாகிய இரண்டாம் திருமுறையில் எண்பத்தைந்தாவது பதிகமாக இது இடம்பெற்றுள்ளது. கோளறு பதிகம் மட்டும் சிறிய புத்தகமாக எங்கும் கிடைக்கிறது.

அதில் நவகோள்களின் நாயகர்களுக்கும் அருட்செய்தவன் சிவபெருமான் என்பது தோன்ற அவன் திங்களைச் சூடிய சிறப்பு உரைத்தார். பெருமான் உமையொரு பாகனாக, தானே நமது உள்ளத்தில் புகுபவன். உள்ளத்தில் ஈசன் புகுந்து இருப்பதால் அடியார்களைக் கோள்கள் பாதிக்காமல் நல்லன செய்யும் என்றார்.

சம்பந்தரின் கோளறு பதிகத்தைக் கேட்ட பிறகு பாண்டிய நாட்டுப் பயணத்துக்குத் தடையேதும் கூறவில்லை அப்பர். எனினும், தாமும் உடன்செல்லப் புறப்பட்டார். 'அப்பரே! தாங்கள் சோழ வள நாட்டிலேயே தங்கள் பணிகளைத் தொடருங்கள்' என்றார் சம்பந்தர். அதற்கு உடன்பட்டார் அப்பர். திருக்கோயிலுக்குச் சென்று மறைக்காட்டு மணாளனை வணங்கி விடைபெற்றார் சம்பந்தர்.

சமணர்கள் கண்ட அபசகுனங்கள்

முத்துச்சிவிகையில் ஏறி மதுரைக்குப் பயணமானார்.

அப்போது மதுரையைச் சுற்றி அமைந்திருந்த எட்டுக் குன்றுகளில் வாழ்ந்துவந்த சமணர்களுக்குத் தீயசகுனங்கள் தோன்றின. கோட்டான் முதலிய பறவைகள் கூவின. சமணர்கள் கையில் பிடித்திருந்த மயிற்பீலியும், தடுக்கும் நழுவிக் கீழே விழுந்தன. கால்கள் தடுமாறின. இடக்கண்கள் துடித்தன. பண்டிதர்களாகிய குருமார்கள் கழுதைமீது ஏறிச் செல்வதாக கனவு கண்டனர். கழுதை மூதேவியின் வாகனம் என்பதால் அதன்மீது செல்லுதல் தீமையின் அறிகுறி என்பார்கள். அபசகுனங் களாலும், தீயகனவுகளாலும் கவலை அடைந்து அனைவரும் மதுரையில் ஒன்றாகக் கூடினர்.

பாண்டிமாதேவிக்கும், குலச்சிறையாருக்கும் நல்ல சகுனங்கள் தோன்றின. அப்போது, அவர்களுக்குத் திருஞானசம்பந்தர் மதுரைக்கு அருகில் எழுந்தருளிய செய்தி கிடைத்தது. அச்செய்தியைக் கூறியவர் களுக்கு அரசியார் வெகுமதிகள் அளித்து மகிழ்ந்தார்.

திருஞானசம்பந்தரைச் சிறப்பாக வரவேற்கும் ஏற்பாடுகளைச் செய்திட ஏவலாளர்களுக்கு ஆணையிட்ட அரசியார், அரசனிடம் தாம் திருக் கோயிலுக்குச் சென்று வருவதாகக் கூறிப் புறப்பட்டார். இறைவனைத் தரிசித்து, ஞானசம்பந்தரின் வருகையை எதிர்நோக்கி நின்றார். தவிர்க்க முடியாத காரணங்களால் கணவனுக்குப் பிடிக்காதவர்களைச் சந்திக்க வேண்டிய சூழ்நிலை ஏற்படும்போது, பெண்கள் கோயிலுக்குச் செல்வ தாகக் கூறுவது இன்றளவும் வழக்கத்தில் உள்ளது. அரசன் தான் தழுவிய சமயநெறியிலேயே தன் மனைவியும் சேரவேண்டுமென்று வற் புறுத்தவில்லை. பெண்களுக்கு வழிபாட்டுச் சுதந்திரம் வழங்கப் பட்டிருந்தது என்பது இதனால் தெரிகிறது.

மதுரையின் எல்லையில் சம்பந்தர் முத்துச்சிவிகையில் வருவதைக் கண்ட அமைச்சர் குலச்சிறையார் அன்பினாலும் மகிழ்ச்சியினாலும் உணர்ச்சி மேலிட்டு, சிவிகையின் முன்னால் தரையில் விழுந்து வணங்கினார். ‘அமைச்சர் குலச்சிறையார் தங்கள் சிவிகையின் முன் பணிந்து தரையில் கிடக்கிறார்!’ என்றனர் அடியார்கள்.

அதுகேட்ட சம்பந்தர் சிவிகையிலிருந்து விரைவாகக் கீழே இறங்கினார். தரையில் கிடந்த குலச்சிறையாரைத் தமது திருக்கரங்களால் எடுத்துத் தூக்கி நிறுத்தினார். அச்செயல் எப்படியிருந்தது தெரியுமா?

பாண்டிய நாடும், சைவமும் இதுவரை மண்ணில் கிடந்தன! சம்பந்தர் வருகையால் அது மீண்டும் தூக்கி நிறுத்தப்பட்ட செயல் போல் போல் தோன்றியது!

அமைச்சர் குலச்சிறையார் அப்போது சம்பந்தரிடம் கூறிய வரவேற்பு வாசகம் பொன்னெழுத்தில் பொறிக்கப்பட வேண்டியதாகும்!

'சென்ற காலத்தின் பழுதிலாத் திறமும்
இனி எதிர்காலத்தின் சிறப்பும்
இன்று எழுந்தருளப்பெற்ற பேறுஇதனால்
எற்றைக்கும் திருவருள் உடையேம்,
நன்றியில் நெறியில் அழுந்திய நாடு
நற்றமிழ் வேந்தனும் உய்ந்து
வென்றிகொள் திருநீற்றொளியினில் விளங்கு
மேன்மையும் படைத்தனம்' என்றார்.

'நாடும் நாங்களும் சென்றகாலத்திலும், இக்காலத்திலும், இனிவரும் காலத்திலும் செய்த, செய்யப்போகின்ற தவத்தின் பயனாகத் தாங்கள் எழுந்தருளியுள்ளீர்கள்!' என்பது ஒரு பொருள்.

'கடந்த காலத்தில் நாடும் சைவமும் பழுதில்லாத உயர்ந்த நிலையில் இருந்தன. தற்காலத்தில் சற்றே நலிவு தோன்றியுள்ளது. இனி எதிர்காலத்தில் அவை சிறந்த நிலையை அடையும் என்பது உறுதி. ஏனெனில், தாங்கள் எழுந்தருளியுள்ளீர்கள்! எங்களுக்கு ஈசன் திருவருள் உள்ளது! அது இந்த நன்மைக்கு மூலகாரணமாக உள்ளது. இனி நாடு செழிக்கும்! தமிழ் செழிக்கும்! நற்றமிழ் வேந்தனும் உயர்வான்! திருநீற்று நெறியே(சைவமே) வெற்றிகொள்ளும்!' என்றும் பலவாறு பொருள் கொள்ளலாம்.

சேக்கிழாரின் பெரியபுராணத்திலுள்ள இப்பாடல், அருளாளர்களையும், தமிழறிஞர்களையும் வரவேற்கும் நிகழ்ச்சிகளில் பாடத்தக்க அரிய பாடலாகும்.

திருக்கோயிலின் ஓர் ஓரத்தில் அரசியார் சம்பந்தரைச் சந்திக்கும் ஆவலுடன் காத்திருந்தார். தலைமேல் கைகூப்பி இறைவனைத் தொழுது திருக்கோயிலின் திருமுன்றிலுக்கு வந்தார் சம்பந்தர். பாண்டிமாதேவியார் ஞானக்குழந்தையைப் பணிந்து வணங்கினார். அமைச்சர் குலச்சிறையார், 'இவர்தான் மங்கையர்க்கரசியார்' என்று கூறினார். சம்பந்தர் தமது மூன்றாவது தாயான பாண்டிமாதேவியைத் தமது திருக்கரங்களால் எடுத்தருளினார்.

'எங்கள் தவப்பயனால் தாங்கள் எழுந்தருளினீர்கள்!' என்றார் அரசியார். 'புறச்சமயம் ஓங்கியுள்ள காலத்தில் சைவத் தொண்டை சிறப்பாகச் செய்கிறீர்கள்!' என்று சம்பந்தரும் அரசியாரைப் பாராட்டினார். ஆலவாயிலிருந்த சிவநெறிச் சீலர்களும் சம்பந்தரை வணங்கி அருளாசி பெற்றனர்.

குலச்சிறையார் ஏற்பாடு செய்திருந்த திருமடத்தில் சம்பந்தரும் மற்ற அடியார்களும் தங்கினர். சம்பந்தரின் வருகையை அறிந்த சமணர்கள்

அதனை கண்டு பொங்கி எழுந்தனர். அவர்கள் ஒன்றாகக் கூடி அரசனைக் காணச் சென்றனர். 'நீங்கள் ஒன்றாகத் திரண்டு வந்ததன் காரணம் என்ன?' என்றான் அரசன்.

'மதுரையில் சைவ வேதியச் சிறுவன் ஒருவன் வந்துள்ளான். அவனைக் கண்டதால் நாங்கள், 'கண்டுமுட்டு' ஆயினோம்' என்றனர். அதாவது, ஒரு சைவனைப் பார்த்ததால் தங்களுக்குத் தீட்டு ஏற்பட்டுவிட்டது என்றனர். உடனே அரசன், 'நான் கேட்டுமுட்டு ஆனேன்' என்றான். சைவர்களை அக்காலச் சமணர்கள் தீண்டத் தகாதவர்களாக மட்டும் கருதவில்லை! பார்க்கத் தகாதவர்களாகவே கருதினர். அத்துணை தீவிரமான காழ்ப் புணர்ச்சி நிலவியது.

'வாதம் செய்து சைவத்தை நிலைநாட்டும் நோக்கத்துடன் புதியதாகப் புகுந்த சைவனை எந்த வழியில் நாட்டைவிட்டு துரத்துவது?' என்று அரசன் கேட்டான். 'நேரில் வலியச் சென்று அவனை அகற்ற வேண்டாம். அந்தச் சிறுவன் தங்கியுள்ள மடத்தினில் மந்திரத்தால் தீ மூட்டினால் அவன் உடனே ஊரைவிட்டு நீங்கிவிடுவான்' என்று தங்கள் திட்டத்தை விளக்கினர்.

'இதுதான் உங்கள் முடிவு என்றால் அப்படியே செய்யலாம்' என்று அரசனும் அத்திட்டத்துக்கு ஒப்புதல் அளித்தான்.

பாண்டியன் வயிற்றுக்குள் பாய்ந்த தீ

தீ வைக்கும் திட்டத்துக்கு அரசனின் ஒப்புதல் கிடைத்தவுடன் சமணர்கள் சம்பந்தர் தங்கியிருந்த மடத்துக்கு அருகில் சென்றனர். தங்களுக்குத் தெரிந்த தீய மந்திரங்களை ஜபித்தனர். மந்திரத்தால் தீயைப் பற்றச் செய்யும் முயற்சி பலிக்கவில்லை. தங்களின் தோல்வியை அரசன் அறிந்தால் தங்களிடம் கொண்டிருக்கும் நம்பிக்கை குறைந்துவிடும் என்று அஞ்சினர். ஆகவே தீவட்டி மூலம், மடத்துக்குத் தீவைத்தனர். மடம் தீப்பற்றி எறிவதைக் கண்ட அடியார்கள் தீ பரவாமல் தடுத்தனர். சம்பந்தரிடம் செய்தியைக் கூறினர்.

அடியார்கள் உறங்கும் மடத்துக்குத் தீயிட்ட இழிசெயல் அரசாட்சியின் அவலமே என்றும், அது சமணர்களின் செயல் என்றும் சம்பந்தர் உணர்ந்தார். ஆலவாய் உறையும் இறைவனை நினைந்து பதிகமொன்று பாடினார்.

பாடி முடித்தவுடன் சமணர்கள் இட்ட தீ பாண்டியனிடம் சென்று வெப்புநோயாகப் பற்றிக் கொண்டது. தீயை வைத்தவர்கள் சமணர்கள்.

அத்தீயை அவர்களிடம் திருப்பிவிடாமல், சம்பந்தர் பாண்டியனிடம் அனுப்பினார். மற்றும் பையவே(மெதுவாக) செல்லவும் கூறினார்.

மன்னன் எவ்வழி மக்கள் அவ்வழி என்பது அக்காலத்தில் நடைமுறையில் இருந்தது. மன்னன் பின்பற்றிய கொள்கைகளை மக்கள் விரும்பியோ, விரும்பாமலோ ஏற்றுக் கொள்ளவேண்டிய கட்டாயம் இருந்தது.

எனவே மன்னன் பின்பற்றும் நெறியை மாற்றிவிட்டால், மக்கள் தாங்களாக மாறிவிடுவார்கள். பாண்டியன் மாறினால், பாண்டிய நாட்டு மக்கள் மாறுவார்கள். அதனைக் கருத்தில் கொண்டு, திருஞானசம்பந்தர், தீ பாண்டியனைச் சென்றடையச் செய்தார். தீயைச் சமணர்கள் மீது விடுத்தால் அது தவறான முன்னுதாரணமாகக் கொள்ளப்படும். அதாவது, சட்டத்தைத் தம் கையில் எடுத்துக் கொண்டதாக ஆகிவிடும். மன்னன் தன் பிழையை உணர்ந்து உரிய நீதி வழங்கச் செய்வதே உகந்த, உயர்ந்த வழியாகும்.

பாண்டியன் தன் பிழையை உணர வேண்டும் என்பதே சம்பந்தரின் நோக்கமாக இருந்தது. அரசியாரின் மாங்கல்யத்துக்கு ஊறு விளைந்திடல் கூடாது. இவற்றைக் கருத்தில் கொண்டு, 'பையவே சென்று பாண்டியற் காகவே' என்று பாடினார்.

சமணர்கள் இட்ட தீ, வெப்புநோயாகிப் பாண்டியனைப் பற்றியது. திருமடத்தில் தீ வைத்த செய்தி அமைச்சருக்கும் அரசியாருக்கும் எட்டியது. அவர்கள் இறந்துவிட நினைத்த நேரத்தில், சம்பந்தர் திருமடத்துக்கு தீங்கு ஏற்படவில்லை என்ற செய்தி கிடைத்தது. அவர்கள் மகிழ்ந்தனர். 'சமணர்களால் வேறு என்ன தீங்கு விளையுமோ?' என்று அவர்கள் கவலைப்பட்டனர்.

பாண்டியனின் மெய்க்காவலர்கள் விரைந்து வந்து மன்னனுக்கு வெப்புநோய் ஏற்பட்ட செய்தியை அமைச்சரிடமும் அரசியாரிடமும் கூறினர். அவர்கள் மன்னனைக் காண விரைந்து சென்றனர். பல முறைகளாலும் அந்த நோயைப் போக்க முயற்சித்தனர். மந்திரத்துக்கும் மருந்துக்கும் கட்டுப்படாத வெப்புநோயால் மன்னன் துடித்தான்.

மன்னனின் வெப்புநோயைத் தணிக்கும் முயற்சியை மேற்கொள்ளச் சமணர்கள் வந்தனர். தங்கள் கையிலிருந்த மயிற்பீலியால் பாண்டியன் உடலைத் தடவினர். கையில் பிடித்திருந்த பிரம்புக்கோலால் தடவினர். மயிற்பீலியும், பிரம்பும் பாண்டியன் உடலிலிருந்த வெப்பத்தால் பொசுங்கிப் போயின!

தங்களுடைய கமண்டலங்களில் வைத்திருந்த நீரைத் தெளித்தனர் சமணர்கள். அந்த நீர் பாண்டியன் மேனியில் தீயில் வார்த்த நெய்யைப் போல், வெப்பத்தை அதிகமாக்கியது. சமணர்களை அங்கு நில்லாமல் அப்பால் சென்றிடப் பணித்தான் பாண்டியன்.

சம்பந்தர் தங்கிய மடத்தில் சமணர்கள் இட்ட தீயே பாண்டியனுக்கு வெப்புநோயாக வந்திருக்க வேண்டுமென்று அரசியார் கருதினார். குலச்சிறையார் அதை உறுதி செய்தார். சம்பந்தரை அழைத்துவர, அதுவே சரியான சமயம் என்று இருவரும் தீர்மானித்தனர்.

'மன்னரே! சம்பந்தரின் மடத்துக்குச் சமணர்கள் வைத்த தீயே தங்களுக்கு வெப்புநோயாக வந்துள்ளது! காழிவேந்தர் எழுந்தருளினால், தங்கள் நோய் தீரும்! பிறவிப்பிணியும் நீங்கும்' என்று பாண்டிமாதேவியும் அமைச்சரும் உரைத்தனர். 'திருஞானசம்பந்தர்' என்ற பெயரே ஒரு அரிய மந்திரச்சொல் போல் தனக்கு இதமளிப்பதை உணர்ந்தான் பாண்டியன். 'உடனே சம்பந்தரை அழைத்து வாருங்கள்! வாதத்தில் வெல்பவர் பக்கம் நானும் சேருவேன்!' என்றான்.

அச்சம் கொண்ட அரசி

அமைச்சரும் மங்கையர்க்கரசியாரும் மகிழ்ச்சியுடன் சம்பந்தர் தங்கியிருந்த திருமடத்துக்குச் சென்றனர். சம்பந்தரைக் கண்டனர்.

அவருடைய திருவடிகளைப் பற்றிக்கொண்டு, 'அடைக்கலம்! அடைக்கலம்!' என்றனர். பின்னர் பாண்டியனுக்கு வெப்புநோய் தோன்றிய செய்தியைக் கூறினர்.

'தாங்கள் வந்து, சமணர்களுடன் வாதத்தில் ஈடுபட்டு அவர்களை வென்றால், மன்னன் உயிரும் எங்கள் உயிர்களும் பிழைக்கும்!' என்றனர்.

சம்பந்தரும், 'நீங்கள் கவலைப்பட வேண்டாம்; நாம் சமணர்களை வென்று அரசனைத் திருநீறு அணியச் செய்வோம்!' என்று ஆறுதல் கூறினார்.

ஆலவாய் திருக்கோயிலுக்குச் சென்று வணங்கிய சம்பந்தர், இறைவனின் திருவுள்ளக் குறிப்பை அறிய இரு பதிகங்கள் பாடினார். தாம் சமணர்களுடன் வாதிடுவதை ஆலவாய் ஈசனும் விரும்புவதாக அறிந்து, பாண்டியன் அரண்மனை நோக்கிச் சென்றார். அமைச்சர் முன்னே சென்றார். அரசியார் பின்னால் சென்றார். பாண்டியன் சம்பந்தரைத் தனது தலைமாட்டில் ஒரு பொற்பீடத்தில் அமரச் செய்தான்.

திருஞானசம்பந்தர் அரண்மனைக்கு வந்த செய்தியை அறிந்த சமணர்கள் கொதிப்படைந்தனர். மயிற்பீலியுடன் மன்னிடம் வந்தனர். அங்கு சம்பந்தர் அமர்ந்திருப்பதைக் கண்டு மேலும் வெகுண்டனர். 'அரசே! தாங்கள் சமயத்தை நிலைநிறுத்தும் முறை நன்று!' என்று ஏளனமாகக்

கூறினர். நோயைத் தீர்க்கும் பொறுப்பைத் தங்களுக்கும் பகிர்ந்து கொடுக்க வேண்டினர்.

இருவரும் அவரவர் தெய்வ சக்தியால் தன்னுடைய நோயைத் தீர்க்க வேண்டுமென்று கூறிய மன்னன், தான் நடுவுநிலை தவறாமல் நீதி வழங்கப் போவதாகவும் உறுதியளித்தான். சம்பந்தரைக் கண்டபோதே சற்று ஆறுதலாக உணர்ந்த அரசன், அவரிடம், 'தங்கள் ஊர் எது?' என்றான். சம்பந்தர், 'பிரமனூர் வேணுபுரம்' என்று தொடங்கும் பதிகத்தைப் பாடித் தமது ஊர் சீர்காழி என்று விளக்கினார்.

சமணர்கள் பலவாறு பிதற்றியபடி, சம்பந்தர் இருந்த இடத்தை நோக்கி வந்தனர். அச்செயலைக் கண்ட அரசியார் அஞ்சினார். இளந்திருமேனி பெற்ற சம்பந்தரிடம் திண்ணென்ற உடல்பெற்ற சமணர்கள் நெருங்கு வதைத் தவிர்க்க வேண்டுமென்றும் முதலில் நோயைத் தீர்க்கும் முயற்சியில் சம்பந்தர் ஈடுபட வேண்டுமெனவும் மன்னனிடம் விண்ணப்பித்தார்.

சமணர்கள் தாங்கள் அரசன் உடலின் இடப்பக்கத்து நோயைத் தீர்ப்பதாகக் கூறினர். அதனால் வலப்பாகத்து நோயைத் தீர்க்கவேண்டிய பொறுப்பு சம்பந்தருக்கு அளிக்கப்பட்டது. சமணர்கள் தங்கள் கடவுளின் பெயரைக் கூறி மயிற்பீலியினால் இடப்பாகத்தைத் தடவினர். வெகுநேரம் கழிந்தும் மன்னனின் வெப்புநோய் சிறிதும் குறையவில்லை. நோயின் கொடுமையைத் தாங்க முடியாமல் பாண்டியன் திருஞானசம்பந்தரைப் பார்த்தான்.

திருஞானசம்பந்தர் ஆலவாய் உறையும் சிவபெருமான் சொக்கேசனைச் சிந்தையில் நினைந்து, திருநீற்றின் தெய்வநலத்தை விளக்கியுரைக்கும் பாடல்களைக் கொண்ட தமது பதிகத்தைப் பாடினார்.

தீ நோய் தீர்த்த திருநீற்றுப் பதிகம்

மந்திரம் ஆவது நீறு வானவர் மேலது நீறு
சுந்தரம் ஆவது நீறு துதிக்கப் படுவது நீறு
தந்திரம் ஆவது நீறு சமயத்தில் உள்ளது நீறு
செந்துவர் வாய் உமைபங்கன் திரு ஆலவாயான் திருநீறே.

என்று துவங்கி, ஆலவாய் அண்ணலை நினைத்து அரசன் உடலின் வலப்பக்கத்தில் திருநீறு தடவியவண்ணம் தமது அருட்பதிகத்தைச் சம்பந்தர் நிறைவு செய்தார். அரசனின் வலப்பாகத்து வெப்புநோய் முற்றிலும் நீங்கியது! அப்பகுதி குளிர்ச்சியாக இருந்ததை மன்னன் உணர்ந்து மகிழ்ந்தான். இடப்பாகத்து நோயை சமணர்களால் தீர்க்க இயல வில்லை. அத்துடன் வலப்பாகத்து வெப்பமும் இடப்பாகத்தில் வந்து

சேர்ந்து கொண்டது. அந்த வெப்பத்தினால் சமணர்களின் மயிற்பீலிகள் எரிந்தன. வெப்பம் தாளாது, சமணர்களும் தள்ளிச் சென்றனர். மன்னனின் வேண்டுகோளின்படி அந்தப் பகுதி நோயையும் திருஞானசம்பந்தரே திருநீறு தடவித் தீர்த்தருளினார்.

பாண்டியன் பிணியைத் தீர்க்கப் சம்பந்தர் பாடியருளிய திருநீற்றுப் பதிகத்தைப் பாராயணம் செய்து, திருநீறு அணிந்தால் அனைத்து நோய் களும் தீரும் என்பது பலரது அனுபவபூர்வமான உண்மை. மேலும், வழக்குகளில் வெல்லவும், பாதுகாப்பான பயணம் சென்று வரவும் திருநீற்றுப் பதிகத்தைப் பாராயணம் செய்யலாம்.

அரசன் நோயிலிருந்து முழுவதும் விடுபட்டு எழுந்து அமர்ந்தான். அரசியும் அமைச்சரும் அளவில்லாத மகிழ்ச்சி அடைந்தனர். தமிழ்க் குழந்தையின் பாதங்களில் விழுந்து வணங்கிப் போற்றினர்.

சமணர்கள் சம்பந்தரின் ஆற்றலைக் கண்டு அஞ்சினர். சொற்போர் செய்து அவரை வெல்ல இயலாது என்று கருதினர். மன்னனும் சமணர்கள் தோற்று விட்டதாகக் கூறினான். எனினும், சமணர்கள் அனல்வாதம், புனல்வாதம் செய்த பிறகே தோல்வியைத் தீர்மானிக்க வேண்டும் என்றனர்.

தீயில் வேகாத திருப்பதிகம்

அரசன் முன்னால் தீ மூட்டப்பட்டது. திருஞானசம்பந்தர் தாம் இயற்றிய பதிகங்கள் அடங்கிய ஓலைச்சுவடியை எடுத்தார். இறைவன் திருவருளின் வண்ணம், ‘போகமார்த்த பூண்முலையாள்’ என்று தொடங்கும் திருநள்ளாற்றுப் பதிகம் எழுதியிருந்த ஓலையை உருவினார்.

‘தளிரிள வளரொளி’ என்று தொடங்கும் புதிய பதிகத்தையும் அருளினார். சிவபெருமானை மனத்தில் நினைத்துத் திருநள்ளாற்றுப் பதிகத்தைக் கொழுந்து விட்டெரிந்த தீக்குண்டத்தில் இட்டார். சமணர்கள் குறிப்பிட்டிருந்த காலம் வரை, அந்த ஓலை தீயில் வேகாது நின்றது! சம்பந்தர் தமது கரங்களால் அந்த ஓலையைத் குண்டத்திலிருந்து எடுத்து, அனைவருக்கும் காட்டினார். தீயில் இட்டு வேகாமல் இருந்த அப்பதிகம், ‘பச்சைப் பதிகம்’ என்று சிறப்புப் பெற்றது.

சமணர்களும் தங்கள் சமயக்கொள்கை எழுதப்பட்ட ஓலையைத் தீயில் இட்டனர். அது உடனே கருகிச் சாம்பலாகியது! தண்ணீர் ஊற்றித் தீயை அணைத்து ஓலையைத் தேடினார்கள். எவ்வளவு முயன்றும் ஓலை கிட்டவில்லை; சாம்பல் மட்டுமே கிடைத்தது!

அரசன் 'நன்றாகத் தேடுங்கள்!' என்று கூறிச் சிரித்தான். எனினும், சமணர்கள் தங்கள் தோல்வியை ஒப்புக்கொள்ள மறுத்தனர். 'இரண்டு முறை தோற்றோம்; மூன்றாவது முறை நாங்கள் வெல்வது உறுதி!' என்று கூறிவிட்டு, புனல்வாதம் செய்யப் பறப்பட்டனர். 'இம்முறை அவரவர் கொள்கை எழுதிய ஏட்டை வைகை ஆற்றில் விடுவோம்; எவருடைய ஓலை வெள்ளத்தை எதிர்த்துச் சென்று, கரையில் ஏறுகிறதோ, அவர்களுடைய கொள்கையே வென்றதாகக் கொள்ளலாம். ' என்றனர்.

எதிர்த்து வந்த ஏடு!

பாண்டிய நாட்டில் தோன்றியிருந்த சைவ-சமணப் போராட்டங்களுக்கு முற்றுப்புள்ளி வைக்க வேண்டுமென்று கருதினார் குலச்சிறையார். 'புனல்வாதத்தில் தோற்றவரை, என்ன செய்யலாம்?' என்று சமணர்களிடமே கேட்டார். சினமும் பொறாமையும் பொங்கிய நிலையில் இருந்த சமணர்கள், 'நாங்கள் தோற்றால் அரசன் எங்களைக் கழுவில் ஏற்றட்டும்' என்று கூறினர். 'நீங்கள் பொறாமையுணர்வினால் யோசிக்காமல் இப்படிச் சொல்கிறீர்கள்!' என்று பாண்டியன் சுட்டிக் காட்டினான். எனினும், சமணர்கள் தங்கள் பிடிவாதத்தில் இருந்து விடுபடாமல் புனல்வாதத்தை வலியுறுத்தினர்.

பாண்டியனின் கட்டளைப்படி அனைவரும் வைகைக் கரையை அடைந்தனர். 'இருசாராரும் உங்கள் ஏடுகளை வைகை ஆற்றில் விடுங்கள்!' என்றான் அரசன். சமணர்கள், 'அஸ்தி நாஸ்தி'(இருக்கிறது; இல்லை.)என்ற வாசகத்தை எழுதிய ஏட்டை ஆற்றில் விட்டனர். அது வைகை நீரால் அடித்துச் செல்லப்பட்டது.

வாழ்க அந்தணர் வானவர் ஆனினம்
வீழ்க தண்புனல் வேந்தனும் ஓங்குக
ஆழ்க தீயது எல்லாம் அரன்நாமமே
சூழ்க வையகமும் துயர் தீர்கவே.

இப்பாடலுடன் தொடங்கும், 'திருப்பாசுரம்' என்ற சிறப்புப் பெயருடைய தமது திருப்பதிகத்தை ஓலையில் எழுதி வைகையாற்று வெள்ளத்தில் இட்டார் திருஞானசம்பந்தர்.

இந்தப் பாடலில் சம்பந்தர், 'வேந்தனும் ஓங்குக!' என்று வாழ்த்தி உரைத்தார். சம்பந்தர் வாக்கு அனைத்தும் மந்திரச் சொற்கள் அல்லவா? அதுவரை கூன்விழுந்திருந்த காரணத்தால், 'கூன்பாண்டியன்' என்று

அழைக்கப்பட்ட பாண்டியன் கூனும் நீங்கி நிமிர்ந்து நின்றான். அன்று முதல் அவனுடைய பெயர், 'நின்றசீர் நெடுமாறன்' என்று வழங்கலாயிற்று!

சம்பந்தர் திருப்பாசுரத்தை எழுதி, வைகையில் விட்ட ஏடு வேகமாக வெள்ளத்தை எதிர்த்துச் சென்றது. நடந்தோ, ஓடியோ நிறுத்த இயலாத வேகத்தில் ஏடு விரைந்து சென்றது. குலச்சிறையார் தமது குதிரையின் மீது ஏறிச் சென்று அந்த ஏட்டை எடுக்க முயன்றார்.

சம்பந்தர் தாம் இருந்த இடத்திலிருந்து, 'வன்னியும் மத்தமும்' என்ற பதிகத்தைப் பாடினார். அந்த ஏடு ஏழு நாழிகை தொலைவு சென்று வைகை ஆற்றின் வடகரையில் உள்ள திருக்கோயிலுக்கு அருகே தானே கரையில் ஒதுங்கியது.

சைவம் வென்றது

சம்பந்தர் சமணர்களிடம் எவ்விதமான காழ்ப்புணர்ச்சியும் கொள்ளாதவர். ஆனால், அவர்கள் தாங்கள் சொன்னபடி கழுவில் ஏறினர்.

சம்பந்தர் நின்றசீர் நெடுமாற பாண்டியனுக்குத் திருநீறு அளித்தார். வணக்கத்துடன் அதனை வாங்கிப் பூசிக்கொண்டான் பாண்டியன். மன்னன் எவ்வழி மக்கள் அவ்வழி அல்லவா? மன்னன் நீறு அணிந்ததைக் கண்ட, கேட்ட மக்கள் அனைவரும் திருநீறு அணிந்தனர். எங்கும் திருநீற்றொளி மீண்டும் பரவியது.

சம்பந்தர் ஆலவாய்ச் சொக்கனைத் தரிசிக்கச் சென்றார். மன்னன் பாண்டி மாதேவியுடன் அரண்மனைக்குச் சென்றான். அவர்களும், குலச்சிறையாரும் நாள்தோறும் மடத்துக்குச் சென்று சம்பந்தரை வணங்கி மகிழ்ந்தனர்.

திருஞானசம்பந்தரைக் காண சிவபாதவிருதயர் மதுரை வந்தார். சொக்கநாதனை வணங்கித் திருமடத்துக்குச் சென்று தமது செல்வக் குழந்தையைக் கண்டார்; பேசி மகிழ்ந்தார்.

இல்லறமே சிறந்தது

தந்தையைக் கண்ட திருஞானசம்பந்தருக்குச் சீர்காழி நினைவு மேலிட்டது. அப்போது அவர் பாடிய பதிகம் மக்களின் வாழ்க்கைக்கு

வேண்டிய நம்பிக்கை அளிப்பதாக அமைந்துள்ளது. பூமியில் பிறப்பதே பாவம்;பெண்கள் மாயப்பிசாசுகள் என்றெல்லாம் தவறான கருத்துக்கள் பரவியிருந்த காலத்தில் அந்தக் கருத்தை மாற்றி, நம்பிக்கை ஊட்டினார் திருஞானசம்பந்தர்.

நாம் உலகில் நன்றாக வாழ இயலும். சொர்க்கத்திலோ, வானுலகத்திலோ அல்ல. இந்த மண்ணில்(பூமியில்) நம்மால் நன்றாக வாழ இயலும். எல்லா நாட்களிலுமா நன்றாக வாழ இயலும்? ஆம்! ஒவ்வொருநாளும் நாம் நலமாக வாழலாம்.

இந்தப் பிறப்பில் மண்ணுலகில் நன்றாக வாழ்ந்தால் போதுமா? அடுத்து வரும் பிறவிகள் எப்படியிருக்குமோ என்று கவலைப்பட வேண்டாம்! இறைவனை எண்ணினால் போதும். இவ்வுலக வாழ்க்கைக்குப் பிறகு நமக்கு நல்ல கதி கிட்டும். அதில் சற்றும் குறைவில்லை.

கழுமலம் என்ற சீர்காழி நகரில் சிவபெருமான் பெண்ணில் நல்லவளான உமையுடன் உடன் உறைந்து அருள்பாலிக்கிறான். வழிகாட்டுகிறான். இயற்கைக்கு மாறாக மக்கள் வீட்டையோ, உலக இன்பங்களையோ துறந்து காட்டுக்குச் செல்ல வேண்டாம். சிவபெருமான் உமையன்னையுடன் இல்லறத்திலிருந்து வழிகாட்டுகிறான். அதனை உணர்ந்த அக்கால ரிஷிகளும் பத்தினிகளோடு வாழ்ந்து வழிகாட்டி யுள்ளனர். ‘அறனெனப் பட்டதே இல்வாழ்க்கை’ என்று உரைத்த உலகப் பேராசான் திருவள்ளுவரும் வாசுகி அன்னையுடன் வாழ்ந்து வழிகாட்டியுள்ளார். எனவே, இறைச்சிந்தனையுடன் வாழும் இல்லறமே சிறந்தது. நாயன்மார்களில் பெரும்பாலோர் இல்லறத்திலிருந்தே செயற்கரிய செயல்களைச் செய்து உயர்ந்தவர்கள்.

பாண்டிய நாட்டில் திருத்தலப் பயணம்

பாண்டிய நாட்டிலுள்ள திருத்தலங்களைத் தரிசிக்க விரும்பினார் சம்பந்தர். அதை நெடுமாறனும், மங்கையர்க்கரசியாரும், குலச்சிறை யாரும் கண்கலங்கி நின்றனர். சம்பந்தர் அவர்களையும் தம்முடன் திருத் தலங்களுக்கு வருமாறு கூறியதால் ஆறுதல் அடைந்து அவருடன் புறப்பட்டனர்.

முதலில் திருப்பரங்குன்றம் சென்றனர். முருகனின் ஆறுபடைவீடுகளில் திருப்பரங்குன்றம் முதல் படைவீடாகும். முருகன் தெய்வயானையைத் திருமணம் செய்து கொண்ட போது, சிவசக்தி தம்பதியர் எழுந்தருளி

தேவர்களுக்கும் காட்சி அருளிய சிறப்புப் பெற்றது திருப்பரங்குன்றம். அங்கு உறையும் ஈசனைப் புகழ்ந்து, பதிகமொன்று பாடினார் சம்பந்தர். அங்கிருந்து பறப்பட்டுச் சென்று திருஆப்பனூர், திருப்புத்தூர், திருப்பூவணம் ஆகிய தலங்களைத் தொழுதார்.

காளையார்கோயில் என வழங்கிவரும் திருக்கானப்பேர், திருச்சுழியல், திருக்குற்றாலம் போன்ற தலங்களையும் தரிசித்துப் பதிகம் பாடிய பிறகு திருநெல்வேலிக்குச் சென்றார். காந்திமதியம்பிகை உடனுறையும் நெல்லையப்பரை வணங்கினார். பின்னர் ராமேசுவரம் சென்றார். அங்கிருந்தபடி, ஈழநாட்டில் உள்ள தலங்களாகிய திருக்கோணமலை, திருக்கேதீச்சரம் ஆகிய தலங்களைப் பாடினார்.

ராமேசுவரத்திலிருந்து புறப்பட்ட சம்பந்தர் திருவாடானை என்ற தலத்தை அடைந்தார். துர்வாச முனிவரின் சாபத்தால் பிருகு முனிவர் ஆட்டுத் தலையும் யானை உடலும் பெற்றார். பிருகு முனிவர் அந்த உருவத்துடன் சிவபெருமானை வழிபட்டுச் சாபம் நீங்கப் பெற்றார். தமக்கே உரிய உடலைப் பெற்றார். அதனால் இத்தலம். 'ஆடானை' என்று அழைக்கப்பட்டது. அத்திருத்தலத்தின் ஆதிரத்தினேசுவரரை வழிபட்டுப் பதிகம் பாடினார்.

திருப்புனவாயில் என்ற தலத்தையும் வணங்கிப் போற்றினார். குலச்சிறை நாயனாரின் பிறந்த ஊராகிய மணமேற்குடியில் சிலநாள்கள் தங்கி, அங்கிருந்து அருகிலிருந்த திருத்தலங்களுக்குச் சென்று தரிசித்தார். பாண்டிய நாட்டை விடுத்துச் சோழ நாடு புறப்பட்ட சம்பந்தருடன் மதுரை மன்னனும், அரசியாரும், அமைச்சர் குலச்சிறையாரும் உடன்வர விரும்பினார்கள். 'உங்கள் நாட்டிலிருந்து சைவப்பயிரை வளர்த்து வாருங்கள்!' என்று சம்பந்தர் கூறினார். அதனை மறுக்க முடியாமல், அவர்கள் மதுரை திரும்பினார்கள். அரசனுக்கும் அமைச்சருக்கும் ஆன்மிகம் தேவை என்றாலும், அவர்கள் நாட்டுக்கு ஆற்ற வேண்டிய கடமை இருக்கிறதே!

ஓடம் செலுத்திய பாடல்!

சோழ நாட்டில் புகுந்த சம்பந்தர் திருக்களர், திருப்பாதளீச்சரம் முதலிய திருத்தலங்களைத் தரிசித்து முள்ளிவாய்க்கரை என்ற இடத்தை அடைந்தார். அப்போது ஆற்றில் வெள்ளம் பெருக்கெடுத்து ஓடியது. ஆற்றின் எதிர்க்கரையில் இருந்த திருக்கொள்ளம்பூதூர் திருக்கோயிலைக்

கண்டார் சம்பந்தர். உடனே அந்த இறைவனைக் கண்டு தொழவேண்டும் என்ற ஆவல் மேலிட்டது. அப்போது ஓடக்காரர்கள் தங்கள் ஓடங்களைப் பிணித்து நிறுத்திவிட்டுச் சென்றிருந்தனர்.

தொழில் கௌரவம் பாராத சம்பந்தர், ஓடத்தைப் பிணித்திருந்த கயிறுகளை அவிழ்த்தார். அடியார்களை ஓடத்தில் ஏறி அமரச் செய்தார். தாமும் அமர்ந்தார். ஓடத்தைச் செலுத்தலானார்.

துடுப்பை இயக்கி ஓடத்தைச் செலுத்தவில்லை. தமது அருட்பாடலால் ஓடத்தைச் செலுத்தினார்!

கொட்டமே கமழும் கொள்ளம் பூதூர்
நட்டம் ஆடிய நம்பனை உள்கச்
செல்லவுந்துக சிந்தையார் தொழ
நல்குமாறு அருள் நம்பனே.

ஓடம் செலுத்துவோர் இசைக்கும் சந்தத்தில் இப்பாடல் அமைந்துள்ளது. கீழே உள்ள இரண்டு அடிகளும், எல்லாப் பாடல்களிலும் பல்லவி போல் வரும்.

மேலே உள்ள இரண்டு அடிகள் மட்டும் வேறுபடும். 'ஈரடி மேல்வைப்பு' என்ற பாடல் வகையைச் சார்ந்தது இப்பதிகம்.

ஓடம் தானாக அக்கரை சென்று சேர்ந்தது. சம்பந்தரும் அடியார்களும் இறங்கிச் சென்று கொள்ளம்பூதூர் உறையும் சௌந்தரநாயகி உடனுறை வில்வவன நாதரைத் தொழுது மகிழ்ந்தனர். இத்தலம் குடவாசலிலிருந்து கொரடாச்சேரி செல்லும் வழியில் உள்ளது. திருவோடம் செலுத்தும் திரு விழா இன்றளவும் நடைபெற்று வருகிறது.

சம்பந்தர் மீண்டும் திருநள்ளாற்றுக்கு எழுந்தருளினார். 'பாடக மெல்லடி' என்று தொடங்கும் பதிகத்தைப் பாடினார். அப்பதிகத்தில் ஆலவாய் அமர்ந்த ஈசனைக் குறிப்பிட்டுப் பாடினார்.

ஆலவாயில்(மதுரையில்) அனல்வாதம் செய்தபோது, 'போகமார்த்த பூண்முலையாள்' என்று தொடங்கும் பதிகத்தைத் தீயில் இட்டு வென்றார்.

திருநள்ளாற்றில் ஆலவாய் ஈசனை நினைந்தார். இவ்விரு பதிகங்களுமே அம்பிகையைப் பற்றிய குறிப்புடன் தொடங்கும் பாடல்களாகும்.

திருநள்ளாற்றிலிருந்து புறப்பட்ட சம்பந்தர் தெளிச்சேரி வழியாகப் போதிமங்கை என்ற இடத்தை நெருங்கினார். போதிமங்கையில் பௌத்தர்கள் அதிக அளவில் வாழ்ந்து வந்தனர். அவர்கள் கூட்டமாக வந்து எதிர்ப்பட்டனர்.

அவர்களால் தீங்கு விளைவதைத் தடுக்கவேண்டும் என்று கருதினார் சம்பந்த சரணாலயர். அவர் சம்பந்தரின் திருமுறைகளை எழுதும் பொறுப்பை ஏற்றிருந்தவர். தான் எழுதி வைத்திருந்த சுவடியிலிருந்து, 'புத்தர்சமண்கழுக்கையர்' என்னும் திருப்பதிகத்தை ஓதி, 'அத்திரமாவன அஞ்செழுத்துமே!' என்று நிறைவு செய்தார்.

அப்போது, திடீரெனத் தோன்றிய வானத்து இடி தாக்கியதில் புத்தநந்தி என்ற தலைவர் இறந்தார். அதனைக் கண்டு அஞ்சியோடியவர்கள், சாரிபுத்தன் என்பவன் தலைமையில் வாதாட வந்தனர்.

சாரிபுத்தன் சம்பந்தருடன் வாதாடித் தோற்றான். அவர் அளித்த திருநீற்றை அணிந்தான். அவனைத் தொடர்ந்து அனைவரும் திருநீறு வாங்கி அணிந்தனர்.

திருப்பூந்துருத்தி உபசாரம்

திருநள்ளாற்றில் இருந்து திருக்கடவூர் சென்ற சம்பந்தருக்கு அப்பரைக் காணவேண்டும் என்ற ஆவல் தோன்றியது. அப்போது, அப்பர் திருப்பூந்துருத்தி என்ற தலத்தில் இருப்பதை அறிந்த சம்பந்தர் அங்குச் செல்ல தீர்மானித்தார்.

திருஞானசம்பந்தரின் வருகையை அறிந்த திருநாவுக்கரசர் அவரை எதிர்கொண்டு வரவேற்கச் சென்றார். ஆனால், சம்பந்தரின் முத்துச்சிவிகையைச் சுமந்து வரும் அடியார்களுடன் திருநாவுக்கரர் தாமும் சேர்ந்து கொண்டார். ஞானக்குழந்தையின் பல்லக்கைச் சுமப்பதில் சந்தோஷம் அடைந்தார் அப்பர்.

திருப்பூந்துருத்தி ஊரெல்லை வந்தது. தம்மை வரவேற்க நின்ற அடியார்கள் கூட்டத்தில் திருநாவுக்கரசரைத் தேடினார் சம்பந்தர். அடியார் களிடையே அப்பரைக் காணாததால், 'அப்பர் எங்கே? என்று கேட்டார் வினவினார் சம்பந்தர்.

சிவிகையின் கீழிருந்து தலையை நீட்டிய திருநாவுக்கரசர், 'தங்கள் முத்துச் சிவிகையைத் தாங்கி வரும் பெருவாழ்வு வந்தெய்தப் பெற்றேன்!' என்றார். வயதால் முதிர்ந்த, தம்மால் தந்தை என்ற நிலையில் போற்றப்படும் அருளாளர் அப்பர், தமது சிவிகையைச் சுமப்பதைக் கண்ட சம்பந்தர் துணுக்குற்றார். மிகுந்த பரபரப்புடன் கிழே இறங்கினார். அப்பரை வணங்கியபடி, 'அப்பரே என்ன செயல் செய்தீர்கள்? சிவனருட் செல்வராகிய தாங்களா என் சிவிகையைச் சுமப்பது?' என்றார்.

சம்பந்தரை வணங்கிய அப்பர், 'தேவியின் திருமுலைப் பாலுண்ட ஞானக்குழந்தையாகிய தங்களைச்சுமப்பது என்பேறு அல்லவா?' என்று கூறினார்.

திருப்பூந்துருத்தி ஊரெல்லையில் அப்பரும் சம்பந்தரும் ஒருவருக்கு ஒருவர் வணக்கம் தெரிவித்து, புகழ்ந்து, பணிந்து உபசாரம் செய்தனர். இதுவே, 'திருப்பூந்துருத்தி உபசாரம்' என்று இன்றளவும் தஞ்சை மாவட்டத்தில் வழங்கிவருகிறது.

திருப்பூந்துருத்தி தஞ்சை மாவட்டத்தில் திருவையாற்றுக்கு அருகில் உள்ளது. ஆற்றில் மணல் திட்டுக்கள் ஆங்காங்கே வெளிப்பட்டு நீண்டு(துருத்திக்கொண்டு) இருக்கும் இடம் என்ற பொருளில் 'திருப்பூந்துருத்தி' என்று அழைத்தனர்.

இருபெரும் அருளாளர்கள் தங்களுக்குள் கொண்டிருந்த அன்பு, மரியாதை ஆகியவற்றைக் கண்டு அடியார்கள் வியந்து மகிழ்ந்து நின்றனர். அப்பரும் சம்பந்தரும் பூந்துருத்தி திருக்கோயிலுக்குச் சென்று வணங்கினர். சம்பந்தரின் பாண்டிய நாட்டுப் பயண விவரங்களைத் திருநாவுக்கரசர் கேட்டறிந்தார்.

அப்பர் தரிசித்து வந்த தொண்டைநாட்டுத் திருத்தலங்கள் குறித்துச் சம்பந்தர் கேட்டறிந்தார். அப்பருக்குப் பாண்டிய நாடு செல்ல வேண்டும் என்ற விருப்பம் தோன்றியது. சம்பந்தரிடம் விடைபெற்றுப் புறப்பட்டார் அப்பர்.

அதுபோல், தொண்டை நாடு செல்லும் எண்ணம் சம்பந்தருக்குத் தோன்றியது. அதற்கு முன்பாகச் சீர்காழிக்குச் சென்றுவிட்டு அங்கிருந்து தமது பயணத்தைத் தொடர திட்டமிட்டார் சம்பந்தர்.

அழகான திருவையாறு

சீர்காழிக்குப் புறப்பட்ட சம்பந்தர் திருநெய்தானத்தைத் தரிசித்துத் திருவையாறு சென்றார். அறம்வளர்த்த நாயகி உடனுறை ஐயாறப்பனை வணங்கி திருக்கோயிலை வலம் வந்தார். அப்போது அங்கு அவர் கண்ட காட்சியை அழகான சொல்லோவியமாக வழங்கியுள்ளார்.

வலம்வந்த மடவார்கள் நடமாட
முழவு அதிர மழை என்றுஅஞ்சிச்

சிலமந்தி அலமந்து மரமேறி
முகில்பார்க்கும் திருவையாறே.

திருவையாறு கோயிலை வலமாக வந்த பிறகு, பெண்கள் நடனம் ஆடுகின்றனர். திருக்கோயில்களில் கலைநிகழ்ச்சிகளை வழங்க வருவோர், முதலில் இறைவனை வணங்கி, திருக்கோயிலை வலமாக வந்து, பிறகு கலைஅரங்கத்துக்குச் செல்வதே முறை. குறுக்கு வழியில் நேரே அரங்கத்துக்குச் செல்வது முறையாகாது. திருவையாற்றில் பெண்கள் திருக்கோயிலை வலமாக வந்த பிறகு நடனமாடத் தொடங்குகின்றனர். அவர்களின் நடனத்துக்கு துணையாக (மத்தளம்) ஒலிக்கிறது. அதன் ஒலி இடிபோல் கேட்கிறது!

திருவையாற்றுச் சோலைகளில் உலாவும் சில மந்திகள் அந்த மத்தளத்தின் ஒலியைக் கேட்கின்றன. அந்த ஒலியை மழையின் அறிகுறியான இடி என்று எண்ணி அஞ்சி மரத்தில் ஏறி மழை வருமா என்று வானிலை ஆய்வு செய்கின்றன!

திருக்கோயில்களில் பெண்கள் நடனமாடுவதும் முழவு ஒலிப்பதும், குரங்குகள் மரத்தின் மீது ஏறுவதும் அன்றாட நிகழ்வுகள்தான். ஆனால், அதனைக் கண்ட திருஞானசம்பந்தரின் கற்பனைத்திறன் எவ்வளவு அழகாகக் கவிதையில் வெளிப்படுகிறது!

'புலனைந்தும் பொறிகலங்கி' என்று தொடங்கும் பதிகத்தின் இரண்டு அடிகளில் சம்பந்தர் மேற்கண்டவாறு வருணிக்கிறார். சம்பந்தரின் காலத்தில், அதாவது, ஏழாம் நூற்றாண்டில் திருக்கோயில்களில் பெண்கள் நடனமாடும் மரபு இருந்தது என்பது இப்பதிகத்தால் தெளிவாகிறது.

'மேகராகக்குறிஞ்சி என்ற பண்ணில் அமைந்துள்ள இந்தப் பதிகத்தை இன்றும் மழைவேண்டிப் பாடுவதுண்டு.

திருப்பழனம் போன்ற தலங்களைத் தரிசித்த பிறகு சம்பந்தர் சீர்காழியை அடைந்தார். திருக்கோயிலுக்குச் சென்று, 'உற்றுமை சேர்வது மெய்யினையே' என்று தொடங்கும் பதிகத்தைப் பாடியருளினார். தந்தையாருடன் இல்லம் சேர்ந்தார். சீர்காழி அன்பர்கள், வெற்றிப் பயணம் மேற்கொண்டு திரும்பிய பெருமானைக் கண்டு வணங்கி மகிழ்ந்தனர்.

மாயமாக மறைந்த வேதியர்

சீர்காழியில் சில நாள்கள் தங்கிய பிறகு, சம்பந்தர் தமது தொண்டை நாட்டுப் பயணத்தை மேற்கொண்டார். தன்னுடன் விரும்பிய

தந்தையாரைச் சீர்காழியிலேயே இருக்கச் செய்துவிட்டுத் தமது பயணத்தைத் தொடங்கினார். தில்லை, திருப்பாதிரிப்புலியூர், திருவதிகை, திருக்கோவலூர் முதலான தலங்களைத் தரிசித்து திருவறையணி நல்லூர் வந்தார்.

இத்தலம் நடுநாட்டில் பெண்ணையாற்றின் வடகரையில் உள்ளது. பாண்டவர்கள் வனவாசத்தின்போது ஐந்து அறைகளில் தங்கியிருந்தனர். அறைகளில் பாண்டவர்கள் தங்கியிருந்ததால் 'அறைஅணி நல்லூர்' என்று பெயர் பெற்றது. அறைகண்ட நல்லூர் என்றும், அறங்கண்ட நல்லூர் என்றும் குறிப்பிடுவார்கள்.

அறையணி நல்லூரில் சம்பந்தர் அடியார்களுடன் முகாமிட்டிருந்தார். அத்தலத்திலிருந்து சம்பந்தரால் திருவண்ணாமலையின் சிகரத்தைக் காண முடிந்தது. அண்ணாமலையை அங்கிருந்தே கண்ட சம்பந்தர் பெரு மகிழ்ச்சி எய்தினார். இரவு நேரத்தில் ஒரு மண்டபத்தில் தங்கி ஓய் வெடுத்துக் கொண்டிருந்தார். அப்போது திருவண்ணாமலை இருந்த திசையிலிருந்து ஒரு ஜோதி தெரிவதைக் கண்டார்! அப்பெரும் ஜோதி யாகத் தோன்றி, காட்சி அளித்த பெருமானின் கருணையை எண்ணி வியந்து மகிழ்ந்தார்.

அறையணி நல்லூர் மண்டபத்துக்கு, பூக்குடலையை ஏந்திய கையுடன் ஒரு வேதியர் வந்தார். தம்மையும் அறியாமல் தமக்கு அந்த வேதியரிடம் இனந்தெரியாத அன்பு மேலிடுவதை உணர்ந்தார் சம்பந்தர். வேதியர் திருவண்ணாமலைக்கு அருகில் உள்ள கிராமத்தைச் சேர்ந்தவர் என்றும், நாள்தோறும் அறையணி நல்லூர் வந்து மலர்களைப் பறித்துக் கொண்டு மாலையில் திரும்புவதாகவும் சம்பந்தரிடம் கூறினார். 'நாள்தோறும் வெகுதொலைவு நடந்தா வருகிறீர்கள்?' என்று சம்பந்தர் வினவினார். 'அப்படி ஒன்றும் தொலைவில் இல்லை; சற்றே நடந்தால் அண்ணா மலைதான்!' என்றார் வேதியர்.

'சுவாமி! என்னையும் தங்களுடன் அழைத்துச் செல்வீர்களா? நானும் அண்ணாமலையைத் தரிசிக்கும் ஆவலுடன் இருக்கிறேன்!' என்று சம்பந்தர் கேட்டார். 'ஓ. . அவசியம் அழைத்துச் செல்கிறேன். ' என்று கூறி, முன்னால் நடந்தார் வேதியர். சம்பந்தரும் மற்ற அடியார்களும் அவ்வேதியரைப் பின்தொடர்ந்தனர். சிறிது தொலைவு சென்றவுடன் வேதியர் மறைந்துவிட்டார்! அத்துடன் ஒரு கொள்ளைக் கூட்டமும் வந்தது. சம்பந்தரிடம் இருந்த முத்துச் சிவிகை முதலான பொருள்கள் அனைத்தையும் கொள்ளையர்கள் பறித்துக் கொண்டு ஓடினர்.

'இறைவா! இது என்ன சோதனை?' என்றார் சம்பந்தர். அப்போது சிவபெருமான் அங்கு தோன்றினான். சிவகணங்களே முத்துச்சிவிகை முதலான பொருள்களைக் கவர்ந்து சென்றதாகவும், உரிய நேரத்தில் அவை மீண்டும் கிடைக்கும் என்றும் உரைத்தான் ஈசன்.

‘குழந்தாய்! திருவண்ணாமலையைத் தரிசிக்கச் செல்லும்போது, எந்தவிதமான ஆடம்பரப் பொருளும் இல்லாமல் எளிமையாகச் செல்ல வேண்டும்; ஆணவத்துக்கு வழிவகுக்கும் சொகுசுப் பெருட்கள் விலக்கப்பட வேண்டும்; அந்தக்காரணத்தால்தான் எமது கணங்கள் உன்னுடைய முத்துப்பல்லக்கு முதலிய பொருள்களைக் கவர்ந்து வந்தனர்’ என்று விளக்கி மறைந்தருளினான் பெருமான். சம்பந்தர் நடந்து சென்று அண்ணாமலையைத் தரிசித்தார். சில நாள்கள் அங்கு தங்கிவிட்டுத் தமது பயணத்தைத் தொடங்கத் தயாரானவுடன், சிவகணங்கள் முத்துச்சிவிகை முதலியவற்றை மீண்டும் கொண்டு வந்து சம்பந்தரிடம் கொடுத்தன.

இந்த வரலாறு சேக்கிழாரின் பெரியபுராணத்தில் இல்லை! சிவபக்த விலாசம் என்ற நூலில் உள்ளது. திருவண்ணாமலைக்கு வந்திருந்த அடியார்களுக்கு ஸ்ரீரமணமகரிஷி இவ்வரலாற்றை எடுத்துக் கூறியுள்ளார்.

பெருமானுக்கு பனம்படி நிவேதனம்

வேதங்களை இறைவன் தேவர்களுக்குக் கற்பித்த தலம் திருவோத்தூர் என்று அழைக்கப்பட்டது. இத்தலம் காஞ்சிக்குத் தென்மேற்கே உள்ளது. இவ்வூரில் வாழ்ந்த சிவனடியார் ஒருவர் சிவபெருமானுக்காகப் பனை மரங்களை வளர்த்தார். அவை உயர்ந்து வளர்ந்தன. ஆனால், அவை அனைத்தும் குலைதாங்காத ஆண்பனைகள் ஆயின. அப்பகுதியில் வாழ்ந்த சமணர்கள், அவ்வப்போது, அவற்றை வளர்த்த அடியவரிடம் ஏளனமாகப் பேசுவார்கள். ‘அடியவரே! நீங்கள் சிவபெருமானுக்கு என்று வளர்த்த இந்தப் பனைகள் ஆண்பனை ஆகிவிட்டனவே? உங்கள் சிவபெருமான் அவற்றைக் குலைபிடிக்கும் பெண்பனையாக மாற்ற வேண்டியதுதானே!’ என்று அவர்கள் சிவன் அடியாரையும் ஈசனையும் இழிவாகப்பேசுவார்கள். அதனால் அவ்வடியார் பெரிதும் வருந்தினார். அந்த நிலையில், திருவண்ணாமலையிலிருந்து புறப்பட்ட ஞானசம்பந்தர் திருவோத்தூரை அடைந்தார். பனை வளர்த்த சிவனடியார் அவை ஆண்பனை ஆகிய சோகக்கதையைக் கூறினார்.

குரும்பை ஆண்பனை ஈன்குலை ஓத்தூர்
அரும்பு கொன்றை அடிகளை
பெரும் புகலியுள் ஞானசம்பந்தன் சொல்
விரும்புவார் வினை வீடே.

என்ற பாடலை பாடியருளினார் சம்பந்தர். உடனே அந்த ஆண்பனைகள் அனைத்தும் பனங்காய்க் குலைகளைத் தாங்கின. ஏளனம் செய்தவர்கள்

திருஞானசம்பந்தரிடம் திருநீறு பெற்றுச் சிவநெறியில் சேர்ந்தனர். அன்றுமுதல், திருவோத்தூர் பெருமானுக்கு, பனம்பழம் உகந்த நிவேதனமாயிற்று!

திருவோத்தூரிலிருந்து திருமாகறல் சென்றார். மனிதனைவிடத் தாழ்ந்த உயிரினங்கள் ஈசனை வழிபட்ட தலங்கள் உள்ளன. குரங்கு, அணில், காகம் (முட்டம்) ஆகிய மூன்றும் ஈசனை வழிபட்டு அருள் பெற்ற தலம் குரங்கணில்முட்டம் என்று பெயர் பெற்றது. அதனைப் போற்றிய பிறகு சம்பந்தர் காஞ்சியை அடைந்தார். திருஞானசம்பந்தர் கச்சியேகம்பம், திருக்கச்சிநெறிக் கரைக்காடு, திருவனேகாங்கதம், திருக்கச்சி மேற்றளி, திருமாற்பேறு, திருவல்லம், திருவிலம்பையங்கோட்டூர், திருவிற் கோலம், திருஊறல் ஆகிய தலங்களைத் தரிசித்த பிறகு, திருவாலங் காட்டைத் தொழுது தரிசிக்க ஆவல் கொண்டார்.

தோற்றுப்போன காளி

ஆடற்கலையின் தலைவனாகிய சிவபெருமான் பலவகையான நடனங்களையும் ஆடினான். அவற்றில் ஒன்று காளிபங்க நடனம் என்னும் ஊர்த்துவ தாண்டவமாகும். காலை மேல்நோக்கித் தூக்கி ஆடிய நடனத்தை, 'ஊர்த்துவ தாண்டவம்' என்பர்.

சென்னை-அரக்கோணம் வழித்தடத்தில் உள்ளது திருவாலங்காடு. இத்தலம் ஆலமரங்கள் அடர்ந்த காடாக விளங்கியது. அக்காட்டில் காளிதேவியின் ஆட்சி ஓங்கியிருந்தது. செருக்கடைந்த காளி, 'உலகனைத்தையும் அழிப்பேன்!' என்று வெகுண்டெழுந்தாள். தேவர்கள் சிவபெருமானை அணுகினர். காளியை அடக்கி, வென்று உலகத்தைக் காத்திட வேண்டினர்.

இறைவன் ஆலங்காட்டுக்கு வந்து காளியை நடனப்போட்டிக்கு அழைத் தான். காளியும் இறைவனும் வெற்றி தோல்வி இல்லாமல் வெகுநேரம் நடனமாடினர். மிகவும் வேகமாக நடனமாடும்போது, இறைவன் காதில் அணிந்திருந்த குழை கழன்று நடன அரங்கத்தில் விழுந்துவிட்டது. போட்டியின் ஒரு பகுதியாக ஈசன் லாகவமான ஆட்டத்தை ஆடினான். கீழே விழுந்த குழையை வெகு விரைவாகவும் லாகவமாகவும் எடுத்துத் தனது காதில் அணிந்துவிட்டான்!

அதிவிரைவாக நடந்த அந்த அற்புத ஆட்டத்தை எவரும் கவனிக்க வில்லை! காளி, கூச்சம் உடைய ஒரு பெண் என்ற முறையில் தன்னால் அவ்வாறு காலை மேலே உயர்த்தி ஆட இயலாமையை உணர்ந்து தனது தோல்வியை ஏற்றுக் கொண்டாள்.

ஈசன் தனது வலது காலை மேலே உயர்த்தி ஆடும் ஊர்த்துவ தாண்டவ மூர்த்தியைத் திருவாலங்காட்டில் தரிசிக்கலாம். திருவாலங்காடு, ஈசனின் ஐந்து நடன சபைகளில், 'மணியம்பலம்' (ரத்னசபை) ஆகும்.

இத்திருத்தலம் காரைக்கால் அம்மையார் முத்தி பெற்ற திருத்தலமாகும். சிவபெருமானின் நடனத்தைக் காணக் காரைக்கால் அம்மையார் இத்தலத்துக்குத் தலையால் நடந்து வந்தார்! ஈசன் நடனமாடிய தலத்தைக் காலால் மிதித்தலும் பாவம் என்று கருதினார் காரைக்கால் அம்மையார். அவருடைய திருவுருவமும் திருவாலங்காட்டில் உள்ளது. ஆலங்காட்டு இறைவன் மீது அம்மையார், மூத்த திருப்பதிகம், இரட்டை மணிமாலை, அற்புதத் திருவந்தாதி என்ற மூன்று பாமாலைகளை அருளியுள்ளார். மூவர் தேவாரமும் பெற்ற சிறப்புடைய திருத்தலம் திருவாலங்காடு.

அறுபத்துமூன்று நாயன்மார்களிலும் இருபத்தேழு திருமுறை ஆசிரியர் களிலும் காலத்தால் முற்பட்டவர் காரைக்கால் அம்மையார் ஆவார். அத்தகைய பெருமாட்டி, காலால் மிதிக்க அஞ்சிய திருவாலங்காட்டைச் சம்பந்தர் மிதிப்பாரா? அல்லது அவ்வூருக்குச் சிவிகையில்தான் செல்வாரா?

எனவே, திருஞானசம்பந்தர் ஆலங்காட்டுக்கு அருகில் உள்ள பழையனூர் என்ற இடத்தில் ஓரிரவு தங்கினார். அன்று சம்பந்தர் கனவில் தோன்றிய ஆலங்காட்டு ஈசன், 'எம்மைப் பாட மறந்தனையே!' என்று உரைத் தருளினான். கண்விழித்து எழுந்த சம்பந்தர், 'துஞ்ச வருவாரும்' என்று தொடங்கும் பதிகத்தைப் பாடினார்.

தொடர்ந்து வந்த பேய்!

காஞ்சியில் சுதரிசனன் என்ற வணிகன் வாழ்ந்து வந்தான். அவனுக்கு இரண்டு மனைவியர் இருந்தனர். இளையவள் மோகத்தில் மூழ்கிய சுதரிசனன் மூத்த மனைவியையும் அவளுடைய குழந்தையையும் கொன்றுவிட்டான். அவள் பேய் வடிவத்துடன் திருவாலங்காட்டுப் பகுதியில் சுற்றிக் கொண்டிருந்தாள். தக்க தருணத்தில் சுதரிசனனைக் கொல்லத் திட்டமிட்டிருந்தாள். அவள் எதிர்பார்த்தபடி, ஒருநாள் சுதரிசனன் அப்பகுதிக்கு வந்தான்.

பேய் வடிவத்தில் உலவிக் கொண்டிருந்தவள், பெண் வடிவத்துடன் வணிகனைத் தொடர்ந்தாள். தன்னைத் தொடர்ந்து வந்தவள் பேய்தான் என்று உணர்ந்தான் சுதரிசனன். அவளைப் புறக்கணிக்க முற்பட்டான். அவளும் தொடர்ந்து வந்தாள்.

சுதரிசனன் இரவு நேரத்தில் ஒரு மண்டபத்தில் தங்கவேண்டிய கட்டாயம் ஏற்பட்டது. பின்தொடர்ந்து வந்த பெண்ணும் அங்கே தங்க விரும்பினாள். எவ்வளவு கூறியும் பெண் வடிவத்தில் இருந்த பேய் அகல வில்லை.

எழுபது வேளாளப் பெருமக்கள் அடங்கிய ஒரு நாட்டாண்மைக் குழுவினர் வந்தனர். வணிகன், அந்தப் பெண் பேயே என்று அவர்களிடம் கூறினான். அவளோ, தானே அவன் மனைவியென்று கூறி, தனது இடை யில் வைத்திருந்த குழந்தை அவனுடையதே என்றும் காட்டினாள். குழந்தையும் வணிகனைப் பாசத்துடன், 'அப்பா!' என்று அழைத்தது.

'இவள் பேயல்ல;பெண்தான். ' என்று கருதிய நாட்டாண்மைப் பெருமக்கள் வணிகனுடன் அப்பெண்ணைத் தங்க அனுமதித்தனர். 'இவளால் என் உயிருக்கு ஆபத்து விளையும்' என்று சுதரிசனன் முறை யிட்டான். 'உன் உயிருக்கு நாங்கள் உத்திரவாதம் அளிக்கிறோம்; இவளால் எந்த ஆபத்தும் விளையாது. அவ்வாறு நேர்ந்தால் நாங்கள் எழுபது பேரும் தீக்குழியில் மூழ்கி உயிரை விடுவோம்!' என்று உறுதி அளித்தனர்.

அன்றிரவு பேய் சுதரிசனனைக் கொன்று விட்டது! எழுபது வேளாளப் பெருமக்களும் சத்தியம் தவறாத நடுநிலையாளர்கள்!

வணிகன் இறந்துவிட்டதை அறிந்த அறுபத்தொன்பது வேளார்கள் தீக்குழியில் குதித்து உயிரை மாய்த்துக் கொண்டனர்!

அந்த நேரத்தில் ஒருவர் மட்டும் வயல் வெளியில் பணியாற்றிக் கொண்டிருந்தார். செய்தி கிடைத்தவுடன் அவரும் அந்த இடத்திலேயே குழி அமைத்துத் தீயில் புகுந்து இறந்தார்.

உறுதிமொழியைக் காத்திட அப்பெருமக்கள் தங்கள் இன்னுயிரையும் கொடுத்தனர். அவர்களின் குலமரபே, 'குழிமாண்டார் கோத்திரம்' என்று பெயர் பெற்றது. எங்கே, எவரிடத்தில், எந்தச் சிறப்பு இருந்தாலும் அதனைச் சிவபெருமானின் திருவருளாகக் கருதி, அந்தச் சிறப்பைச் சம்பந்தர் தம் பதிகத்தில் போற்றத் தயங்குவதில்லை!

நீலிக்கண்ணீர்

பழையனூரில் பேயாய் வந்த பெண்ணின் பெயர் நீலி என்பதாகும். அவள் நாட்டாண்மைச் சான்றோர்களை வஞ்சகமாய் ஏமாற்றினாள்.

அப்போது அவள் பொய்யாகக் கண்ணீர் வடித்தாள். அன்றிலிருந்து, பொய்யாகக் கண்ணீர் வடிக்கும் போது, அக்கண்ணீரை, 'நீலிக்கண்ணீர்' என்று கூறும் வழக்கம் ஏற்பட்டுவிட்டது.

காளத்தியில் காழிவேந்தர்

கண்ணப்பர் வாய்நீரால் ஈசனுக்குத் திருமஞ்சனம் செய்த திருக்காளத்தியைக் காணும் ஆவலால் சம்பந்தர் ஆலங்காட்டில் இருந்து புறப்பட்டு, திருப்பாசூர், திருவெண்பாக்கம், திருக்காரிக்கரை போன்ற தலங்களைத் தரிசித்த பிறகு காளத்தியை அடைந்தார்.

அங்கு வேறு பல மலைகளும் இருந்ததால் திருக்காளத்தி எதுவென்று விசாரித்தார். எதிர்கொள்ள வந்திருந்த அன்பர்கள் திருக்காளத்தியைச் சுட்டிக் காட்டியவுடன் அன்பு மேலிட்டு அதனைத் தொழுதார். காளத்தியப்பரையும் கண்ணப்பரையும் கசிந்துருகித் தொழுதார். 'சந்தமார் அகிலொடு' என்ற பதிகத்தில் பொன்முகலி ஆற்றையும் போற்றினார்.

'வடதிசை மேலும் குடக்கின் மேலும் அருந்தமிழின் வழக்கு அங்கு நிகழாததாக' அதாவது, காளத்திக்கு வடக்கே இருந்த பகுதிகளிலும், மேற்கே இருந்த குடகு போன்ற பகுதிகளிலும் அருந்தமிழ் மொழி வழக்கில் இல்லாமல் இருந்தது.

எனினும் அப்பகுதிகளிலிருந்த சில சிவத்தலங்களையும் தமிழால் போற்றிப் பாட விரும்பிய சம்பந்தர் திருக்காளத்தியில் இருந்தபடியே அவற்றைப் பாடியருளினார்.

பதிகம் பாடிய பந்தன்

சிவபெருமான் மலை வடிவத்திலும் அம்பிகை பொய்கை வடிவத்திலும் விளங்கும் தலங்கள் இமயமலையில் உள்ள திருக்கயிலாயமும், மானசரோவர் ஏரியும் ஆகும். தற்காலத்தில் குழுக்களாகக் கயிலைப் பயணம் செய்து பயனடைவோர் பலர். 'எந்தையடி வந்தணுகு சந்தமொடு செந்தமிழ் இசைந்த பந்தன் உரை' என்று தமது திருக்கயிலாயப் பதிகத்தைக் குறிப்பிடுகிறார். இங்கு, தமது பெயரைச்சம்பந்தர்,

'பந்தன்' என்ற குறுக்கிவிட்டார்! காளத்தியிலிருந்து பாடினாலும் நுண்ணலைகளாகக் கயிலையைச் சென்று சேரும் செந்தமிழ்ச் சந்தத்தில் அமைத்துப் பாடினார். ஆகவே, 'எந்தையார் அடி வந்தணுகு சந்தம்' என்றார்.

முனிவர் பெற்ற மூன்றாவது கால்

பிருங்கி முனிவர் சிறந்த சிவபக்தர். எனினும் அம்பிகையை விலக்கி ஈசனை மட்டும் வழிபடும் பிடிவாதமான இயல்பு பெற்றிருந்தார். சிவனும் சக்தியும் அமர்ந்திருந்த சமயத்திலும் சிவனை மட்டும் வலமாக வந்தார். சக்தி ஈசனுடன் மிகவும் நெருக்கமாக அமர்ந்தாள். ஒரு வண்டின் உருவத்தை எடுத்துக்கொண்டு இருவருக்கும் இடையே இருந்த சிறிய இடைவெளியின் வழியே சிவனை மட்டும் வலமாக வந்துவிட்டார் பிருங்கி முனிவர்.

பிருங்கி முனிவரின் கால்களிலிருந்து தன்னுடைய ஆற்றலை அதாவது, சக்தியை விலக்கினாள் அம்பிகை. கால்கள் துவண்டன! ஆனால், பிடிவாதம் துவளவில்லை! ஈசனை வேண்டி மூன்றாவது கால் ஒன்றைப் பெற்றுச் சிவபெருமானை மட்டும் வலம் வந்தார்.

சிவபெருமான் உடலில் பாதியாக விரும்பினாள் அம்பிகை. அவ்விருப்பத்தை ஈசனிடம் கூறினாள். அம்பிகை, ஈசன் உடலில் பாதியாக விரதம் மேற்கொண்டு தவம் இயற்றினாள். சிவபெருமானும் சக்திக்குத் தனது உடலின் இடப்பாகத்தை அளித்து மாதொருபாகனாக, அர்த்தநாரீசுவரனாக ஆனான். அம்பிகை ஈசன் உடலில் பாதியாக விரும்பித் தவம் செய்த இடம்தான் திருக்கேதாரம். கேதாரத்தில் கௌரி அனுஷ்டித்த விரதமே இன்றளவும் பெண்களால் 'கேதாரகௌரி விரதம்' என்று மேற்கொள்ளப்படுகிறது. கணவனுடன் இணைபிரியாது வாழ்வதற்காகப் பெண்கள் அந்த நோன்பை கடைப்பிடிக்கின்றனர்.

இமயத்திலுள்ள இத்தலத்தில் ஆறுமாதம் மனிதபூஜையும் ஆறுமாதம் தேவ பூஜையும் நடைபெறும் என்பர். தேவ பூஜை நடைபெறும் ஆறுமாதம் மனிதர்கள் செல்ல இயலாதவாறு பனிப்படலம் மூடியிருக்கும். இதுவும் இமயச் சாரலில் உள்ள திருத்தலம் ஆகும்.

ராவணன் ஏமாந்தான்!

இலங்கை அரசன் ராவணன் சிவபெருமானிடமிருந்து ஒரு ஆத்மலிங்கத்தைப் பெற்றான். அதனைக் கொண்டு போய் இலங்கையில் நிறுவத்

திட்டம் தீட்டியிருந்தான். அது அங்கு நிறுவப்பட்டால் அவனை யாராலும் வெல்ல முடியாது. சிவலிங்கத்தை இலங்கை வரையில் தலையில் சுமந்து செல்ல வேண்டுமென்றும், இடையில் எங்கும் வைத்துவிடக் கூடாது என்றும் நிபந்தனை இட்டே சிவபெருமான் அதனை ராவணனிடம் அளித்தார். தேவர்கள், ராவணன் சிவலிங்கத்தை இலங்கையில் நிறுவவிடாமல் செய்யத் திட்டமிட்டனர்.

ராவணன் வயிற்றில் வருணன் ஏழ்கடல் நீரையும் புகுத்திவிட்டான்! அதனால், சிறுநீர் கழிக்கவேண்டும் என்ற இயற்கை நெருக்கடிக்கு உள்ளானான் ராவணன். அப்போது ஒரு சிறுவன் வந்தான். அவனிடம் சிறிது நேரம் சிவலிங்கத்தைத் தலையில் தாங்கி வைத்திருக்க வேண்டினான். தான் மூன்று முறை அழைப்பதற்குள் விரைவில் வந்துவிட வேண்டும் என்று கூறிச் சிவலிங்கத்தை வாங்கிக் கொண்டான் சிறுவன். ராவணனால் குறிப்பிட்ட நேரத்தில் திரும்ப இயலவில்லை. சிறுவன் சிவலிங்கத்தைத் தரையில் வைத்துவிட்டான்!

ராவணன் திரும்பி வந்து பார்த்தான். சிவலிங்கம் தரையில் வைக்கப் பட்டிருந்தது! அதனைப் பெயர்த்தெடுக்க முயற்ச்சித்தான். முடிய வில்லை! சிவலிங்கம் அவ்விடத்திலேயே வேரூன்றிவிட்டது! அதனைப் பெயர்த்தெடுக்க முயன்றதால் அதன் இரண்டு பக்கங்களிலும் பசுவின் காது போன்ற அமைப்புத் தோன்றியது. 'கோ' என்றால் பசு. 'கர்ணம்' என்றால் காது. சிவலிங்கம் பசுவின் காதுடன் காட்சியளிக்கும் திருத்தலமே திருக்கோகர்ணம் என்று பெயர் பெற்றது.

சிறுவனாக வந்து ராவணனிடம் சிவலிங்கத்தை வாங்கியவர் வேறு யாருமல்ல! ஈசனின் மூத்த குமாரர் கணபதிதான்!

பாடல் பெற்ற ஒரே துளுவ நாட்டுத் திருத்தலம் திருக்கோகர்ணம் ஆகும். இறைவன் மகாபலேசுவரர் என்றும், அம்பிகை கோகர்ண நாயகி என்றும் அழைக்கப்படுகின்றனர். ஹுப்ளியிலிருந்து நூறுகல் தொலைவில் உள்ளது. கடற்கரைத் திருத்தலம் என்பதைச் சம்பந்தர் குறிப்பிட்டுள்ளார்.

இந்திரன் வழிபட்ட கோயில்

இது ஆந்திர மாநிலம் கர்னூல் மாவட்டத்திலுள்ளது. ஸ்ரீசைலம், ஸ்ரீபர்வதம், மல்லிகார்சுனம் ஆகிய பெயர்களால் அழைக்கப்படும் தலம். அர்சுனம் என்பது மருத மரத்தைக் குறிக்கும். மருத மரத்தைத் தல விருட்சமாக உடைய மூன்று தலங்கள் உள்ளன. அவற்றுள் தலைமருதூர் ஸ்ரீசைலமே.

நந்தியம்பெருமான் தவம் செய்து வரம் பெற்றதால், 'நந்தியால்' என்றும் கூறுவர். இங்கு நந்தியம்பெருமான் மலையின் வடிவத்தில் இருந்து பெருமானைத் தாங்குவதாக ஐதீகம்.

இவை தவிர, இந்திரநீல பருப்பதம் என்ற வடநாட்டுத் தலத்தையும் திருஞானசம்பந்தர் பாடியுள்ளார். இது இந்திரன் வழிபட்ட சிறப்புடைய மலைக் கோயில். இவை அனைத்தையும் சம்பந்தர் காளத்தியில் இருந்தவாறு அகக்கண்ணால் கண்டு தொழுது பாடியுள்ளார்.

திருக்காளத்தி அன்பர்களிடம் விடை பெற்று, திருவொற்றியூர் செல்லும் நோக்கத்துடன் சம்பந்தர் புறப்பட்டார். மலைகளும் காடுகளும் நிறைந்த பகுதிகளிலுள்ள திருத்தலங்கள் பலவற்றையும் தரிசித்தார். திருவேற் காட்டை அடைந்தார். தற்காலத்தில் திருவேற்காட்டில் உள்ள கருமாரி அம்மன் கோயில் மிகவும் பிரபலமாக உள்ளது. திருவேற்காட்டில் உள்ள தொன்மையான பாடல் பெற்ற சிவாலயத்தைப் பற்றிப் பலர் அறிவதில்லை.

திருவேற்காட்டைப் பாடி வழிபட்ட சம்பந்தர் தற்காலத்தில் பாடி என்று வழங்கும் வலிதாயம் வந்தடைந்தார். இதுவும் வலியன் என்ற கரிக்குருவி வழிபட்ட திருத்தலமாகும். வலிதாயத்தை வணங்கிப் பாடி, திருவொற்றியூர் புறப்பட்டார். 'ஓத வேலை ஒற்றியூர்' என்றார் சேக்கிழார். குளிர்ச்சியான கடற்கரை நகரமான ஒற்றியூர் என்று கூறுகிறார்.

ஈசன் திருத்திய அரசாணை

திருவொற்றியூர் மிகவும் தொன்மையான திருத்தலமாகும். அதனால் ஆதிபுரி என்று அழைக்கப்பட்டது. ஒரு முறை அப்பகுதியை அரசாண்ட மன்னன் திருத்தலங்கள் உள்ளிட்ட அனைத்து இடங்களுக்கும் வரி விதித்தான். அதனை ஓலையில் எழுதி, சம்பந்தப்பட்ட அனைவருக்கும் அனுப்பி வைத்தான். அத்தகைய ஓலையை, 'சுற்றோலை' என்பர். சுற்றோலைகளில் அதிகாரிகள் சிற்சில இடங்களில் சில சொற்களை நுழைப்பதையும் நாம் அறிவோம். அவ்வாறு இடையில் நுழைக்கும் சொற்கள் அதிகாரபூர்வமானது என்பதற்குச் சான்றாகச் சொற்களை நுழைத்த இடங்களில் கையொப்பம் இடுவதும் உண்டு.

வரிவிதிப்பு தொடர்பான அந்த மன்னனின் அரசாணையில் இடைச் செருகலாக இரண்டு சொற்களை நுழைத்தான் இறைவன். அவ்வாறு எழுதுவதை அக்காலத்தில், 'வரிபிளந்து எழுதுதல்' என்று கூறுவார்கள்.

சிவபெருமான் வரிபிளந்து எழுதிய சொற்கள் என்ன தெரியுமா? 'ஒற்றியூர் நீங்கலாக' என்ற இரண்டு சொற்கள்தான் அவை. அதாவது, ஆதிபுரி சிவன் கோயிலுக்கு குறிப்பிட்ட சுற்றோலைப்படி வரிவிலக்கு அளிக்கப்பட வேண்டும் என்று சிவபெருமானே அவ்வாறு செய்தான்.

'ஒற்றி' என்றால் வரிவிலக்கு என்பது பொருள். வரிவிலக்குப் பெற்ற ஊர் என்ற பொருளில் ஆதிபுரி அன்றிலிருந்து திருவொற்றியூர் ஆயிற்று.

தொன்மையான கோயிலில் எழுந்தருளியதால் திருவொற்றியூர் ஈசனை, 'ஆதிபுரிசுவரர்' என்பர்.

வாசுகி என்னும் பாம்பு இங்குத் தவம் செய்தது. ஈசன் அதனைத் தன்னுடைய திருமேனியில் ஐக்கியப் படுத்திக்கொண்டான். அதனால், 'படம்பக்க நாதர்' எனவும் அழைத்தனர். ஈசன் திருமேனியில் இன்றும் பாம்பைக் காணலாம்.

புற்றிடங்கொண்டார் என்றும், எழுத்தறியும் பெருமான் என்றும் ஒற்றியூர் ஈசன் குறிப்பிடப்படுகிறான்.

தியாகேசன் என்றும் பெயருடைய திருவொற்றியூர் ஈசனைப் பணிந்து பதிகம் பாடிய சம்பந்தர் அங்கு முகாமிட்டிருந்த நேரத்தில்தான் அவருக்குத் திருமயிலாப்பூரிலிருந்து அழைப்பு வந்தது. அதிலும் ஒரு பொருத்தம் உண்டு!

ஒற்றியூர் ஈசனுக்குத் தியாகேசன் என்ற பெயர் ஏற்படக் காரணமாக இருந்தவர் ஒரு மயிலை வணிகர்தான்!

இரண்டாயிரம் ஆண்டுகளுக்கு முன்னால் அதாவது, திருவள்ளுவர் வாழ்ந்த காலத்தில் மயிலையில் ஒரு மாபெரும் வணிகர் இருந்தார். கடல் வணிகம் செய்து செல்வத்தை மலையெனக் குவித்தவர் அவர். ஏலேலசிங்கர் என்னும் அந்த வணிகர்தான் திருவள்ளுவரின் முதல் மாணவர் என்று மயிலைத் தல வரலாறு உரைக்கிறது. ஏலேலசிங்கருக்கு வொற்றியூர் ஈசன் மாணிக்கம் முதலான மணிகளை அள்ளிக் கொடுத்தான். அளப்பரிய செல்வத்தை அவ்வணிகருக்குக் கொடுத்த இறைவனைத் தியாகேசன் என்று அழைக்கலாயினர்.

அஸ்திக் கலசத்தில் அழகிய பெண்!

திருஞானசம்பந்தர் திருவொற்றியூரில் எழுந்தருளியிருந்த நிலையில் சேக்கிழார் பூம்பாவையின் வரலாற்றைக் கூறத் தொடங்குகிறார்.

அயல் நாடுகளில் கடல் வணிகம் செய்து செல்வம் சேர்த்தவர் சிவநேசர்.

தமிழகத்திலிருந்து அயல்நாடுகளுக்கு ஏற்றுமதி செய்வதற்கு ஏற்ற, பெரிய அளவிலான, கடலலைகள், காற்று ஆகியவற்றைத் தாங்கிக் கடலில் செலுத்தத் தக்க வலிமையான மரக்கலங்களை வைத்திருந்தார். அவற்றை, 'அருங்கலம்' என்பார்கள். அத்தகைய அருங்கலங்கள் பல வைத்திருந்தார். அவை தமிழகத்துப் பொருள்களை, கடல் வழியே ஏற்றிச் சென்றன.

அத்தகைய வணிகம் செய்து எல்லையில்லாத பெருஞ்செல்வத்தை ஈட்டிய சிவநேசர், தம்மை உள்ளவாறு அறிந்தார். தாம் தமது முயற்சியால் போராட்டம் நிறைந்த கடல் வணிகத்தை மேற்கொண்டு பொருஞ் செல்வத்தைச் சேர்த்திருந்தாலும் அவர், தன்னைத் தானே அறிந்திருந்தார். செல்வத்தால் வரும் உலகியல் இன்பங்கள் பொய்யானவை, நிலை யற்றவை என்று உணர்ந்து, சங்கரனாகிய சிவபெருமானுக்கு அடிமை செய்யும் அரிய நெறியைப் பின்பற்றலானார்.

சிவநேசரின் மனம் எப்போதும் சிவனடியார்களின் சேர்க்கையை நாடியது. அந்த நிலையில் சீர்காழியில் கவுணியர் மரபில் சிவபாத விருதயரின் குழந்தையாகத் தோன்றிய சம்பந்தர் அம்பிகை தங்கக் கிண்ணத்தில் கறந்தளித்த ஞானப்பாலுண்டு, அனைத்து ஞானங்களும் கைவரப் பெற்று, பதிகங்கள் பாடியருளும் செய்தி சிவநேசருக்கு எட்டியது. அச்செய்திகளை அறிந்தவுடன் சிவநேசர் ஞானசம்பந்தரிடம் இணையில்லாத பக்தி கொண்டார். அவருடைய சாதனைகளைக் கேட்டு அறிவதும் அவை குறித்துப் பேசுவதும் சிவநேசரின் அன்றாடப் பணி களாகிவிட்டன. நிதிக்கிழவன் என்னும் குபேரனைவிடச் சிறந்த செல்வத்தைப் பெற்றிருந்த சிவநேசருக்குக் குழந்தை இல்லாத குறை இருந்தது. மக்கட்பேறு வேண்டித் தவமியற்றினார். தவமென்றால், காட்டுக்குச் சென்று மேற்கொள்ளும் தவம் அல்ல. சிவனடியார்களை வரவேற்று உபசரித்து அவர்களை ஈசனாகவே கருதி வணங்கி அர்ச்சித்து வந்தார். அதன் பயனாகச் சிவநேசரின் மனைவியார் மணிவயிற்றில் ஒரு பெண் வந்துதித்தாள்! ஒரு மலரில் மற்றொரு மலர் மலர்ந்தது போன்று ஒரு பெண்கொடி பிறந்தாள்! அதாவது, சிவநேசர் மனையாளின் வயிறு என்ற தாமரை மலரில், மலர்ந்த மற்றொரு மலரைப் போல் பெண் தோன்றினாள்.

ஈசன் அருளினால் குழந்தை பிறந்ததனால் பெரிதும் மகிழ்ந்த சிவநேசர் தமது பொருட்குவியல் வைத்திருந்த இடத்தின் அருகிலிருந்து அனைவருக்கும் அள்ளிக் கொடுத்தார்.

தங்கள் குலமரபுக்கு ஏற்ப குழந்தை பிறந்த ஆறாம் நாளில் விக்கின சாந்தி, பத்தாம் நாளில் அன்னதானம் வழங்குதல் போன்ற சடங்குகளைச்

செய்தார் சிவநேசர். சிவாலயங்களிலும் சிறப்பு வழிபாடுகள் நடத்தினார். தாமரைப் பூவில் எழுந்தருளும் திருமகளைப் போன்று இருந்ததால், 'பூம்பாவை' என்று சிவநேசரின் குழந்தைக்குப் பெயர் சூட்டினார்கள்.

பூம்பாவைக்கு, மாதந்தோறும் செய்யும் காப்பிடுதல் போன்ற அனைத்தையும் சிறப்பாகச் செய்தனர். பூம்பாவைக்கு ஏழு வயது நிரம்பியபோது, 'இப்பெண் பூம்பாவையை மணக்கும் பாக்கியசாலிக்கே என்னுடைய அளவில்லாத செல்வத்தையும் அளிப்பேன்' என்று அறிவித்தார் சிவநேசர்.

அந்த நிலையில் திருஞானசம்பந்தர் மதுரையில் பாண்டியன் நோய் தீர்த்து, அனல்வாதமும் புனல்வாதமும் செய்து வென்று, சைவநெறியை நிலைநாட்டிய செய்தியைச் சிவநேசர் அறிந்தார். அச்செய்தியைக் கூறியவர்களுக்கு விலையுயர்ந்த பரிசுகளை அளித்து மகிழ்ந்தார். சம்பந்தர் இருந்த தெற்குத் திசையை நோக்கித் தொழுதார். பொதுவாக, கிழக்கு அல்லது மேற்குத் திசையை நோக்கித் தொழுவதுதான் மரபு.

தெற்குத் நோக்கித் தொழுவதைத் தவிர்க்க வேண்டும் என்பர். சம்பந்தர் இருக்கும் திசை எதுவாயினும் அது மங்கலமான திசையே! ஆதலால், சிவநேசர் அத்திசை நோக்கித் தொழுதார். அப்போது சிவநேசர் ஒரு முக்கிய அறிவிப்பையும் செய்தார். தமது உற்றார் உறவினர் அனைவரும் அருகில் சுற்றிக் கூடியிருந்த நிலையில், 'என் மகளான பூம்பாவையையும் என் செல்வங்களையும் காழிவேந்தராகிய ஞானசம்பந்தருக்கே கொடுப்பேன்! அத்துடன் என்னையும் அப்பெருமானுக்கு அடிமையாகக் கொடுத்தேன்!' என்று சிவநேசர் கூறினார்.

அப்போதே தமது செல்வத்தையும் செல்வியையும் திருஞானசம் பந்தருக்கு அளித்துவிட்ட உணர்வுடன் உள்ளம் மகிழ்ந்து சிவநேசர் காலம் கனியக் காத்திருந்தார். இந்த நிலையில்தான் அந்தத் துயரம் நிகழ்ந்தது.

செல்வந்தர் சிவநேசரின் மகளான பூம்பாவை இளவரசி போல் கன்னிமாடத்தில் தோழியருடன் வாழ்ந்தாள். கன்னிமாடத்துக்கு அருகில் மலர்த் தோட்டமும் இருந்தது. அங்கு மல்லிகை, முல்லை முதலிய நறுமண மலர்களைப் பறித்துவரச் சென்றாள் பூம்பாவை. முல்லைப் பந்தலில் பதுங்கியிருந்த பாம்பு ஒன்று பூம்பாவையின் கைவிரல்களில் தனது பற்களை அழுத்திக் கடித்தது. பூம்பாவையின் உடலில் நஞ்சு விரைவாக ஏறியது. மயங்கி உணர்வற்றுக் கீழே விழுந்தாள்.

உடலை உள்ளே கொண்டு வந்து கிடத்தினர். உற்றார் உறவினர்கள் கூடினர். கருடமந்திரத்தில் வல்லவர்களான பண்டிதர்கள் வந்து மந்திரங்கள் செய்து விஷத்தை இறக்க முயற்சித்தனர். மருத்துவர்கள் மருத்துவம் செய்தனர். அனைவரும் தங்கள் முயற்சியில் தோற்றனர்.

சிவநேசர், 'பூம்பாவையைப் பிழைக்கச் செய்பவர் எவராயினும் அவருக்கே செல்வத்தை அளிப்பேன்' என்று முரசறைந்து அறிவித்தார். அனைத்தையும் சம்பந்தருக்கே சமர்ப்பித்திருந்தாலும், பூம்பாவையை அவரிடம் உயிருடன் சேர்ப்பிக்கவே விரும்பினார். மருத்துவர்களும் மாந்திரீகர்களும் வந்தனர். முயன்றனர். தோற்றனர். 'பூம்பாவையின் விதிமுடிந்தது' என்று கூறிச் சென்றனர். வேறு வழியின்றிப் பூம்பாவையின் உடலை எரித்தனர்.

சிவநேசர் பூம்பாவையின் எலும்புகளை ஒரு குடத்தில் சேகரித்தார். பட்டுத்துணியால் மூடிக் கட்டினார். கன்னிமாடத்திலேயே உயர்ந்த பீடத்தில் மெல்லிய பஞ்சணை மேல் வைத்தார். முத்துவடம் சாத்தினார். மாலைகள் அணிவித்தார். அந்த அஸ்திக் கலசத்துக்கு நாள்தோறும் திருமஞ்சனமும் செய்வித்து, சந்தனமும் மாலையும் சாத்தி, நிவேதனங்கள் படைத்து வந்தார்.

'இவளைக் காழிவேந்தர் திருஞானசம்பந்தருக்கு என்று அறிவித்து வளர்த்தேன். எனவே, இனி வருத்தப்படத் தேவையில்லை. சம்பந்தர் எழுந்தருளும் வரை இந்தக் கலசம் இங்கேயே இருக்கட்டும்' என்று கூறினார்.

சிவநேசரின் செயலைக் கண்டு பலரும் வியந்தனர். அவருடைய நம்பிக்கை வீண்போகவில்லை! திருஞானசம்பந்தர் திருவொற்றியூர் எழுந்தருளியிருந்த செய்தியைச் சிவநேசரிடம் கூறினர். அதனைக் கேட்டு அளவில்லா மகிழ்ச்சி அடைந்தார். அவர்களுக்குப் பொன்னும் மணியும் வழங்கினார்.

சிவநேசர் திருஞானசம்பந்தரைத் திருவொற்றியூரிலிருந்து அழைத்துவர, வரலாறு காணாத வரவேற்பு ஏற்பாடுகளைச் செய்தார்! திருவொற்றியூர் மயிலாப்பூரிலிருந்து ஏறக்குறைய இருபது கிலோமீட்டர் தொலைவில் உள்ளது.

கடல் வணிகர் சிவநேசர் திருமயிலை முதல் திருவொற்றியூர் வரை நடைப்பந்தல் அமைத்தார். மேல் விதானங்கள் கட்டினார். மகரதோரணங்கள், வாழை, கமுகு முதலியவற்றையும் வழிநெடுகக் கட்டினார். திருஞானசம்பந்தரை அழைத்துவர மற்ற அடியவர்களுடன் சென்றார். சம்பந்தரும் ஒற்றியூர் பெருமானை வணங்கி விடைபெற்றுத் திருமயிலைக்குப் புறப்பட்டார்.

மங்கலஇசை, மறையொலி முழங்கின. சிவநேசரும் அடியார்களும் சம்பந்தரைப் பணிந்து வணங்கி வரவேற்றனர். அறிமுகவுரைகளைத் தொடர்ந்து, மயிலை அன்பர்கள் சிவநேசர் மகள் பாம்பு கடித்து இறந்த செய்தியையும் அவர் எலும்புக் கலசத்தைப் பாதுகாத்து வருவது பற்றியும் சம்பந்தருக்குத் தெரிவித்தனர்.

மயிலை எழுந்தருளிய திருஞானசம்பந்தர் முதலில் கபாலீசுவரர் திருக்கோயிலுக்குச் சென்று இறைவனை வணங்கினார். தரிசனம் முடித்துக் கோயிலின் வெளியே வந்தவுடன், 'சிவநேசரே! தங்கள் மகளின் அஸ்திக்கலசத்தை இங்கே கொண்டு வாருங்கள்!' என்றார். பூம்பாவை உயிரோடு வாழ்வதாகவே கருதி வந்த சிவநேசர், எலும்புக் கலசத்தைப் பெண்கள் பயணிக்கும் மூடுபல்லக்கில் வைத்துச் சகல மரியாதையுடன் திருக்கோயில் மதிலருகே கொண்டு வந்தார். சம்பந்தரின் கைத்தாளம் ஒலித்தது! அருந்தமிழ்ப் பதிகத்தை அருளினார்!

மட்டிட்ட புன்னையங் கானல் மடமயிலை
கட்டிட்டம் கொண்டான் கபாலீச்சரம் அமர்ந்தான்

என்று துவங்கி பாடினார். பதிகத்தில் சைவநெறியின் இரண்டு உண்மைப் பொருள்களைக் கூறினார். அவை உண்மை எனில் பூம்பாவை உலகத்தவர் முன் வருதல் வேண்டும் என்றும் திருவாய்மலர்ந்து அருளினார்.

பூமியில் பிறந்தவர்கள் பெறும் பயன்கள் இரண்டு. ஒன்று பிறைசூடிய பெருமானின் அடியார்களுக்கு அமுது படைத்தல். மற்றொன்று இறைவனின் திருவிழாக்களைக் கண்ணால் கண்டு களித்தல், இவை இரண்டும் உண்மை என்றால் பூம்பாவை பிழைத்தெழட்டும் என்றார் சம்பந்தர்.

திருஞானசம்பந்தர் திருவாய்மலர்ந்தருளிய திருப்பதிகத்தின் ஆற்றலால், கண்ணுதற் பெருமானின் கருணையினால் அஸ்திக்கலசத்திலிருந்து பூம்பாவை உயிர்பெற்று வந்தாள்! அடியார்கள், 'ஹரஹர' என்று ஈசன் திருநாமத்தைக் கூறிப் போற்றினர். வானவர்கள் பூமாரி பொழிந்தனர்!

அப்போது பூம்பாவை, இடைப்பட்ட ஐந்தாண்டுக் காலத்துக்குரிய வளர்ச்சியையும் பெற்றிருந்தாள் என்பது மேலும் வியப்பை அளித்தது! பன்னிரெண்டு வயது நிறைந்த கன்னியாக, பேரழகுப் பெட்டகமாகத் திகழ்ந்தாள்.

பூம்பாவை சம்பந்தரை வணங்கினாள். சிவநேசரும் மற்ற அடியார்களும் வணங்கினர். சிவநேசர், 'பெருமானே! தாங்கள் பூம்பாவையைத் திருமணம் செய்து கொண்டு, அடியேனது பெருஞ்செல்வத்தையும் ஏற்றருள வேண்டும்' என்று சம்பந்தரிடம் பணிவுடன் கேட்டார்.

சம்பந்தர், 'சிவநேசரே! தாங்கள் பெற்ற பெண் அன்றே இறந்து விட்டாள்;இவள், நான் பெற்ற குழந்தை!' என்று கூறினார்.

சிவநேசர் தமது செல்வங்களை, சிவத்தொண்டுகளில் செலவிடலானார். பூம்பாவை சிவநெறித் தவமியற்றிச் சிவப்பேறு எய்தினாள்.

இன்றும் மயிலாப்பூர் ஸ்ரீ ராமகிஷ்ண மடத்தில் ஒரு இலவச மருத்துவமனை செயற்பட்டுவருகிறது. வயது முதிர்ந்த மயிலை வாசிகள் அந்த மருத்துவமனையை, 'அத்திக்குட்டை ஆஸ்பத்திரி' என்று கூறுவார்கள். ஏனெனில், அங்குதான் பூம்பாவையின் கன்னிமாடம் இருந்தது! அஸ்திக் கலசமும் இருந்தது! அஸ்திக் குட்டை என்பதே அத்திக்குட்டை ஆகியது.

சிவநேசர் உள்ளிட்ட மயிலை அன்பர்களிடம் பிரியாவிடை பெற்று, திருஞானசம்பந்தர் சீர்காழிக்குப் புறப்பட்டார். திருவான்மியூர், திருவிடைச்சுரம், திருக்கழுக்குன்றம், திருஅச்சிறுப்பாக்கம், திருவரசிலி, திருப்புறவார் பனங்காட்டூர் முதலிய திருத்தலங்களைத் தரிசித்துத் தில்லையை அடைந்தார்.

மயிலையில் மகத்தான அற்புதத்தை நிகழ்த்திய தங்கள் மண்ணின் மைந்தர் சம்பந்தர் தில்லை அடைந்த செய்தியை அறிந்து, சீர்காழி நகரமக்கள் மிகவும் மகிழ்ந்தனர். சிவபாதவிருதயரும் நகரப்பெரு மக்களும் தில்லைக்குச் சென்றனர். சம்பந்தரும் அவர்களுடன் சேர்ந்து வழியிலிருந்த திருத்தலங்களை வணங்கிச் சீர்காழியை அடைந்தார்.

ஊரெல்லையில் சீர்காழித் திருக்கோயிலைக் கண்டவுடன், 'வண்டார் குழல் அரிவையொடு' என்று தொடங்கும் பதிகத்தைப் பாடினார். திருக்கோயிலுக்குச் சென்று தோணியப்பரை வணங்கி, 'நம்பொருள் நம்மக்கள்' என்று தொடங்கும் பதிகத்தைப் பாடினார். திருநீலநக்கர், முருக நாயனார் போன்ற அடியவர்கள் தங்கள் சுற்றத்தார்சூழ, சீர்காழி வந்து, சம்பந்தரை வணங்கி மகிழ்ந்தனர்.

திருமண ஏற்பாடு

அப்போது சம்பந்தருக்குப் பதினாறு வயது! தந்தையார் சிவபாதவிருதயர் அவருக்குத் திருமணம் செய்து வைக்க விரும்பினார். பெற்றோரும் சுற்றத்தாரும் தங்கள் விருப்பத்தைச் சம்பந்தரிடம் கூறினர். சம்பந்தருக்குத் திருமணத்தில் விருப்பம் இல்லை. சான்றோர் பெருமக்கள், 'பிள்ளைப் பெருமானே! உலகம் சிறப்பிக்கத் தோன்றிய தாங்கள், திருமணமும் செய்தருளல் வேண்டும்' என்றனர். சம்பந்தர் திருமணத்துக்கு உடன்பட்டார். அதனால் மகிழ்ந்தோர் அனைவரும் நன்றி தெரிவிக்கும் வகையில் ஈசனைப் போற்றினர்.

சீர்காழிக்கு அருகில் உள்ள திருநல்லூரைச் சேர்ந்த நம்பாண்டார் நம்பி என்ற மறையவரின் மகள் சம்பந்தருக்கு ஏற்றவள் என்று தீர்மானித்தனர்.

சிவபாதவிருதயர் தம்பதியர் சுற்றத்தாருடன் திருநல்லூர் சென்று, நம்பாண்டார் நம்பியின் இசைவைக் கேட்டனர். 'நான் புண்ணியம் பெற்றேன்!' என்று கூறி, நம்பாண்டார் நம்பி, தமது சம்மதத்தைத் தெரிவித்தார். திருமணநாள் குறிக்கப்பட்டது.

சிவபாதவிருதயர் தம்பதியர் சீர்காழி திரும்பினர். அனைவருக்கும் திருமண ஓலை அனுப்பினர். நம்பாண்டார் நம்பியும் திருமண ஏற்பாடுகளை முனைப்புடன் செய்தார்.

மணக்கோலம் கொண்ட நாயகன்

திருமணநாளும் வந்தது. முதல் நாளே சம்பந்தர் தோணியப்பரை வணங்கி விடைபெற்றுச் சிவிகையில் ஏறித் திருநல்லூரை அடைந்தார். நல்லூரிலுள்ள திருக்கோயிலை, 'பெருமணம்' என்று அழைப்பர். பெருமணப் பெருமானை வணங்கிய சம்பந்தர் தமக்கு அளிக்கப்பட்ட இடத்தில் தங்கினார்.

மணநாள் அன்று காலையில் சம்பந்தர் மங்கல நீராடி மணக்கோலம் பூண்டார். திருமண அலங்காரங்கள் அனைத்தையும் மறையவர்கள் செய்தனர். சம்பந்தர் சிவபெருமானைச் சிந்தையில் நினைந்து உருத்திராட்சமாலையை அணிந்து கொண்டார். திருவைந்தெழுத்தை ஓதி திருநீறு அணிந்தார். முத்துச்சிவிகையில் ஏறி திருமணப் பந்தலை அடைந்தார்.

இருவீட்டாரும் ஊர்மக்களும் அடியார்களும் மகிழ்ச்சி ஆரவாரம் செய்தனர். நம்பாண்டார் நம்பி தம்பதியர் சம்பந்தரைச் சிவபெருமானாகவே கருதி பாதபூஜை செய்தனர். மணப்பெண்ணை அலங்கரித்து அழைத்து வந்தனர்.

திருநீலநக்க நாயனார் ஆசானாக இருந்து மறையவர்க்கு உரிய முறையில் திருமண நிகழ்வுகளை நடத்தினார். மங்கல முழக்கங்களுக்கு இடையே நம்பாண்டார் நம்பி, 'என்தன் அருநிதிப் பாவையாரைப் பிள்ளையார்க்கு அளித்தேன்!' என்று கூறி, சம்பந்தர் கரத்தில் கன்னிகாதானமாக அளித்தார்.

மணமகளை, சம்பந்தரின் வலப்பக்கத்தில் அமர்த்தினர். பின்னர் மணமகள் கரத்தைப் பற்றியபடி எரியை வலமாக வந்தபோது, 'இந்த எரி(அக்கினி) சிவபெருமான் அல்லவா?' என்று சிந்தித்த சம்பந்தர். 'இல்லற வாழ்வு வந்ததே! இல்லாளுடன் உனது திருவடிக்கீழ் வரவேண்டும்!' என்று மனத்தில் எண்ணினார். துணைவியாருடன்

நல்லூர்ப் பெருமணம் திருக்கோயிலுக்குச் சென்றார்! இறைவன் திருமுன் நின்று, 'கல்லூர்த் திருமணம்' என்று தொடங்கும் பதிகத்தைப் பாடினார்.

அப்போது ஓர் பேரதிசயம் நிகழ்ந்தது.

ஜோதிக்குள் மறைந்தவர்கள்

திருமணத்துக்கு வந்தவர் அனைவரும் கேட்கும்படியாக அசரீரி ஒலித்தது.

'ஞானக் குழந்தையே! நீயும் உனது மனைவியும் உனது திருமணத்தைக் காண வந்தோர் அனைவரும் இந்த ஜோதியில் வந்து சேர்ந்து எம்முடன் ஐக்கியம் அடைக!' என்று நல்லூர்ப் பெருமணத்து ஈசன் கூறியருளினான். அப்போது திருக்கோயில் முழுவதும் ஜோதிமயமாகியது! அதனுள் ஒரு வாயிலும் தோன்றியது!

காதலாகிக் கசிந்து கண்ணீர் மல்கி
ஓதுவார் தமை நன்னெறிக்கு உய்ப்பது
வேதம் நான்கினும் மெய்ப்பொருள் ஆவது
நாதன் நாமம் நமச்சிவாயவே.

என்று தொடங்கும் நமச்சிவாயப் பதிகத்தைப் பாடியருளினார். அப்பதிகமே அனைவர் செவிகளிலும் புகுந்து அவர்களைச் சிவகதிக்குச் செல்லும் தகுதி உடையவர்களாக உயர்த்தியது!

நந்தி நாமம் நமச்சிவாய வெனும்
சந்தையார் தமிழ் ஞானசம்பந்தன் சொல்
சிந்தையால் மகிழ்ந்து ஏத்த வல்லார்கள்
பந்த பாசம் அறுக்க வல்லார்களே.

என்று திருக்கடைக்காப்புப் பாடலை நிறைவு செய்தவுடன் திருநீலநக்கர், முருகநாயனார், திருநீலகண்டயாழ்ப்பாணர், சிவபாதவிருதயர், நம்பாண்டார் நம்பி ஆகிய திருத்தொண்டர்கள் அனைவரும் தங்கள் துணைவியார் மற்றும் சுற்றத்தாருடன் அச்சிவஜோதியில் ஐக்கியமானார் கள்! சிவிகை சுமந்தவர்கள் போன்ற அனைவரும் அந்த ஜோதியில் நுழைந்து ஐக்கியமானார்கள்!

தம்மைச் சார்ந்தவர்கள் அனைவருக்கும் சிவப்பேறு அளித்த தமிழ்க் குழந்தை திருஞானசம்பந்தர் தமது மனைவியின் கரத்தைப் பற்றியபடி, திருமணக் கோலத்திலேயே சிவஜோதியில் ஐக்கியமானார்! ஜோதி மறைந்தது!

திருநல்லூர்ப் பெருமணம் என்ற திருத்தலம் திருஞானசம்பந்தரின் துணைவியார் பிறந்த ஊர் என்பதால், 'ஆச்சாள்புரம்' என்று வழங்கி வருகிறது. ஆச்சா மரங்கள் நிறைந்த ஊர் என்பதனால் ஆச்சாள்புரம் என வழங்கி வருவதாகவும் கூறுவர். திருஞானசம்பந்தரைக் கரம் பற்றிய பெண்ணின் பெயர், 'காதலியார்' என்று கூறுவர். ஒரு கல்வெட்டு அவரை, 'சொக்கியார்' என்று குறிப்பிட்டுள்ளது. ஆகவே, திருஞானசம்பந்தரின் துணைவியாருக்கு, ஆச்சாள், காதலியார், சொக்கியார் என்ற மூன்று பெயர்கள் இருந்ததாகத் தெரிகிறது.

கொள்ளிடம் தொடர்வண்டி நிலையத்துக்குக் கிழக்கே உள்ள ஆச்சாள்புரம் திருக்கோயில் தருமை ஆதீனத்தின் ஆட்சிக்கு உட்பட்டது. அங்கு ஆண்டுதோறும் திருஞானசம்பந்தர் சிவஜோதியில் ஐக்கிய மடைந்த நாளான வைகாசி மூலத்தில் திருஞானசம்பந்தர் திருமண விழாவும் ஐக்கியக் காட்சி விழாவும் சிறப்பாக நடைபெற்றுவருகிறது.

நிறைவுரை

மூன்று வயதில் முழுமையான ஞானம் பெற்று, பதினாறு வயதுக்குள் 16000 பாடல்களைப் பாடியருளினார் சம்பந்தர். அவற்றுள் 4158 பாடல்களை உள்ளடக்கிய 384 பதிகங்களே நமக்குக் கிடைத்துள்ளன.

சம்பந்தர் பாடல்களைப் பன்னிரு திருமுறைகளில் முதல் மூன்று திருமுறைகளாகத் தொகுத்துள்ளனர். சைவநெறிக் கொள்கைகள் மட்டுமின்றி மொழி, இலக்கியம், இசை, விழிப்புணர்வு, சமுதாய நலன் என்று பல்வேறு துறைகளிலும் முத்திரை பதித்தவர் திருஞானசம்பந்தர். அவருடைய பாடல்களைப் படித்தும் பாடியும் அவற்றின் வழிநடந்தால் நாடும் வீடும் நலம்பெறும்.

திருநாவுக்கரசர்

திருவாமூரில் பிறந்த திருமகன்

திருமுனைப்பாடி நாடு என்ற நிலப்பகுதிதான் திருநாவுக்கரசர் அவதரித்த திருத்தலம். அந்த நிலப்பகுதி இப்போது கடலூர் மாவட்டத்தில் அடங்கியுள்ளது.

அங்கு புகழனார் என்ற வேளாளர், மாதினியார் என்ற தன் மனைவியுடன் இனிதே இல்லறம் நடத்தி வந்தார். அந்தத் தம்பதியர், ஈசன் அருளால் முதலில் திலகவதி என்ற பெண்ணைப் பெற்றெடுத்தனர். திலகவதி பிறந்து சில ஆண்டுகள் கழித்து மருள்நீக்கியார் அவதரித்தார்.

அரிய தவநெறி வாழ்வதற்காகவும் அளவற்ற கலைகள் தழைப் பதற்காகவும் மருள்நீக்கியார் தோன்றினார். பின்னாளில் திருநாவுக்கரசர் என்றும் அப்பரடிகள் என்றும் போற்றப்பட்ட மகான் உலகில் தோன்றும் இருளைப் போக்கும் கதிரவன் போன்று தோன்றினார்.

பெண்குலத்தின் திலகமாக ஒரு பெண்ணும், அறியாமை இருளை அகற்றும் ஒரு மகனும் தோன்றினர்.

பெற்றோர் குழந்தைக்குச் செய்யவேண்டிய முடிஇறக்குதல் என்ற மங்கலச் சடங்கை நிறைவேற்றினர். அறிவுடையோர் மகிழ, அந்தச் சடங்கைச் செய்ததாக சேக்கிழார் பெரிய புராணத்தில் குறிப்பிடுகிறார். ஏனெனில், குழந்தைகளுக்கு முடியிறக்குதல் அவர்களின் உடல்நலனைக் காக்கும் ஓர் அறிவுசார்ந்த செயல் ஆகும்.

உடல்நலனுக்கு உகந்ததைச் செய்தபின் உள்ளத்துக்கு உகந்ததைச் செய்ய வேண்டாமா? ஆகவே, புகழனார் தமது திருமகனைக் கல்வி பயில அனுப்பி வைத்தார்.

மருள்நீக்கியார் கலைகளை நன்கு கற்று வந்தார். திலகவதியாருக்குப் பன்னிரெண்டு வயதாகியது. கலிப்பகையார் என்ற வேளாளர், போர்ப்படையில் சேனாதிபதியாகப் பணியாற்றி வந்தவர். அவர் புகழனாரின் மகளை மணம்செய்ய விரும்பினார். பெண் கேட்கப் பெரியோர்களை அனுப்பினார். புகழனாரும் அவரது துணைவியாரும் சிவநெறிச் சீலராகிய கலிப்பகையாருக்குத் தம் மகளை மணம் முடித்துக் கொடுக்க இசைந்தனர். திருமணம் உறுதி செய்யப்பட்டிருந்த நிலையில் கலிப்பகையார் மன்னன் அழைப்பை ஏற்றுப் போர்முனைக்குச் செல்ல வேண்டியதாயிற்று.

விதிவசத்தால் திலகவதியாரின் தந்தை புகழனார் இறந்தார். கணவனைப் பிரியாத மாதினியாரும் உடன் இறந்தார். தமக்கையும் தம்பியும் தனிமைப்படுத்தப்பட்டனர். சோகங்கள் தனியாக வருவதில்லை என்பார்கள். அந்த வகையில் திலகவதியாரின் கணவராக நிச்சயிக்கப் பட்ட கலிப்பகையாரும் போரில் வீரமரணம் அடைந்தார்.

கலிப்பகையாரை மணப்பதென்று உறுதியாகி இருந்ததால், திலகவதியார் அவரையே கணவராக வரித்துவிட்டார். ஆதலால், தானும் உயிர் துறக்கத் துணிந்தார். சிறுவனாக இருந்த மருள்நீக்கியார், தமக்கு வேறு துணையில்லை என்று எடுத்துக் கூறவே, திலகவதியார் உயிர் துறக்கும் எண்ணத்தைக் கைவிட்டார்.

தமது தம்பி மேல் வைத்த பாசத்தால், திலகவதியார் தமது எண்ணத்தை மாற்றிக் கொண்டார். தம்பிக்காக உயிரைத் தாங்கினார்! அறங்கள் செய்து சிவவழிபாடுகள் இயற்றி வாழலானார்.

மனத்தை ஈர்த்த சமண மதம்

மருள்நீக்கியாரும் அடுத்தடுத்து நிகழ்ந்த அவலங்களால் நிலையாமையை உணர்ந்து அறவழியில் நடந்தார். தண்ணீர்ப் பந்தல் அமைத்தார். சோலைகள் வளர்த்தார். குளங்கள் வெட்டினார். விருந்தினர்களுக்கு அமுதளித்தார். கற்றுணர்ந்த கல்வியாளர்களைப் பாதுகாத்து உதவினார். துறவு வாழ்க் கையை மேற்கொண்டு சமயநெறிகள் குறித்து ஆராய்ந்தார்.

அப்போது சமணர்களின் ஆதிக்கம் ஓங்கியிருந்தது. பல சமணத் துறவிகள் தங்கள் சமயக் கொள்கையைப் பரப்பி வந்தனர். சமய ஆராய்ச்சியில் ஈடுபாடு கொண்டிருந்த மருள்நீக்கியாருக்குச் சமண நெறியில் ஆர்வம் ஏற்பட்டது.

சமணத் துறவிகள் மருள்நீக்கியாரை வரவேற்றனர். தங்கள் சமய நூல்களைக் கற்கவாய்ப்பளித்தனர். சமண நூல்களில், மருள்நீக்கியார் பெரும் புலமை பெற்றார். சமணர்கள் மகிழ்ந்தனர். மருள்நீக்கியாருக்கு 'தருமசேனர்' என்ற சிறப்புப் பட்டத்தைச் சூட்டினர்.

திலவதியாரின் தவிப்பு

மருள்நீக்கியார் வீட்டையும், விபூதி பூசும் சைவநெறியையும் மறந்து, சமணசமயத்தில் சேர்ந்ததை அறிந்த திலகவதியார் பெரிதும் வருந்தினார். அவரை மீட்டுத் தாய்ச்சமயத்துக்குக் கொண்டுவர சிவபெருமானிடமே முறையிட்டார்.

அத்துடன் திருவாமூரிலிருந்து திருவதிகை சென்றார். கெடில நதியின் கரையில் இருக்கும் திருவதிகை வீரட்டானப் பெருமானுக்குத் திருவல கிடுதல்(துடைப்பம் கொண்டு கோயிலைத் தூய்மைப்படுத்துதல்) போன்ற பணிகளைச் செய்து வந்தார்.

தவவாழ்க்கை மேற்கொண்டிருந்த திலகவதியாரின் கனவில் சிவ பெருமான் தோன்றினான். 'நீ மனக் கவலையை விடு; உன்னுடன் பிறந்த மருள்நீக்கியார் முன்னமே முனிவராக இருந்து எமை நோக்கித் தவம் செய்தவன்; இனி நாம் அவனுக்குச் சூலை நோயைக் கொடுத்து ஆண்டு அருளுவோம்!' என்றான்.

முனிவராக இருந்த முற்பிறவி

இலங்கை வேந்தன் ராவணன் மூவுலகையும் வென்று தன்னுடைய ஆட்சியின் கீழ்க் கொண்டு வந்தான்.

பின், சிவபெருமானின் திருக்கயிலையை நோக்கிச் சென்றான். அங்கு அவனுடைய விமானம் மேலே செல்லாமல் தடைப்பட்டு நின்றது.

ராவணனின் புஷ்பக விமானம் நீர், நிலம், வானம் ஆகிய மூன்றின் வழியாகவும் செல்லும் திறன் பெற்றது. எனினும், அது திருக்கயி லையைக் கடக்க முடியாமல் தடைப்பட்டு நின்றது.

காவல் புரிந்து நின்ற நந்திதேவர், 'கயிலையை உன்னால் கடக்க முடியாது; பணிவுடன் வலமாகச் செல்!' என்றார். அதைக் கேட்டு கோபம் கொண்ட ராவணன், சிவபெருமானையே, 'மலைமேல் உறையும் குரங்கு' என்று ஏளனமாகப் பேசினான்.

அதைத் தாங்க முடியாத நந்திதேவர், 'குரங்குகளாலேயே உனது நகரம் அழியும்!' என்று ராவணனுக்குச் சாபம் கொடுத்தார்.

ஆணவத்தின் உச்சத்தில் இருந்த ராவணன் அந்தச் சாபத்தைப் பொருட் படுத்தவில்லை. தனது இருபது கரங்களாலும் தனது முழு வலிமையையும் கொண்டு, கயிலையைப் பெயர்த்தெடுக்க முயன்றான். அப்போது திருக்கயிலையே சற்று ஆடியது!

சிவபெருமானின் அருகில் அமர்ந்திருந்த அம்பிகை, 'சுவாமி! இது என்ன விந்தை! திருக்கயிலையே ஆடுகிறதே!' என்றாள்.

'தேவி! பக்தனான ராவணன் செய்த சிவபக்தியின் ஆற்றலால் நமது இருப்பிடமே அசைந்தது! இப்போது அவனுடைய ஆணவத்தை அடக்கு வோம்!' என்று கூறி தனது கால்விரலால் மலையைச் சற்றே அழுத்தினார்!

அவ்வளவுதான்! ராவணனின் உடல் மலையில் சிக்கிக் கொண்டது! எதற்கும் அஞ்சாத மாவீரன் ஓலமிட்டான்! வெளியே வர முடியாமல் திண்டாடினான்! திணறினான்! இமயத்தின் சாரலில் தவமியற்றிக் கொண்டிருந்த ஒரு முனிவர் ராவணனின் பரிதாப நிலையைக் கண்டார். பரிவு கொண்டார்.

வாகீசர் என்ற அந்த முனிவர் தமது தவம் கலைந்த நிலையில் ராவணனுக்கு ஆலோசனை கூறினார். 'ராவணா! ஈசன் சாமகானப் பிரியன்; உனது இனிய இசையால் அவனை மகிழ்வித்து அவன் அருளை எளிதில் பெற்றுவிடலாம்!' என்றார்.

ராவணன் சாமகானம் இசைக்கத் தொடங்கினான்! எப்படி? தனது பத்துத் தலைகளில் ஒன்றை வீணையின் குடமாக்கினான்! இருபது கரங்களில் ஒன்றை வீணையின் தண்டாகப் பொருத்தினான். தனது கைநரம்பையே வீணையின் நரம்பாக மாற்றி மீட்டினான். அந்த வீணையைக் கொண்டு ஆயிரம் ஆண்டுகள் சாமகானம் செய்தான்! ராவணனின் தியாக உணர்வும், இன்னிசையும் அவனை இறைவனின் அருளுக்குப் பாத்திரமாக்கின! சிவபெருமான் ராவணனுக்கு அருள் செய்யத் தீர்மானித்தார்.

அம்பிகையை அழைத்துக் கொண்டு கயிலையின் கீழ்ப்பகுதிக்கு வந்தார். ராவணனை மலையின் அடியிலிருந்து விடுவித்தார்!

விடுதலை பெற்ற ராவணன் ஈசனை வணங்கி இலங்கைக்குப் புறப்பட்டான். சிவபெருமான் அவனை வெறுங்கையோடு அனுப்ப

விரும்பவில்லை! 'எம்மைப் போற்றியவர் அதற்குரிய பயனை அடைவர்; ஆயிரம் ஆண்டுகள் இசைவழிபாடு செய்த உனக்கு முக்கோடி வாழ்நாளை அளிக்கிறேன்!' என்று வரங்கொடுத்த ஈசன், ராவணனுக்குச் 'சந்திரஹாசம்' என்னும் வாள் ஒன்றையும் கொடுத்தார்.

வாளை ஒருமுறை மட்டுமே பயன்படுத்த இயலும் என்றும் ஈசன் கூறியிருந்தார். ராவணன் ஜடாயுவுடன் போரிட்ட போது, அந்த வாளினால் அவரை வீழ்த்திவிட்டான். அதனால், ராமனுடன் நடந்த முதல்நாள் போரில் அந்த வாள் பயனற்றுப் போனது.

வாகீசர் ராவணனுக்கு நல்லுபதேசம் செய்தார். எனினும், ஓர் அரக்கனுக்கு உபதேசித்தது, அவருடைய தவத்தின் இடையே மன ஒருமைப்பாடு குறைந்தது ஆகியவற்றால் இறைவன் வாகீசரை மருள்நீக்கியாராகப் பிறக்கச் செய்தான். இதுவே திருநாவுக்கரசரின் முற்பிறவி வரலாறு.

சிவன் தந்த சூலைநோய்

திலகவதியாரின் கனவில் சிவபெருமான் கூறியபடி, தருமசேனர் என்று சிறப்புப் பட்டம் பெற்ற மருள்நீக்கியாருக்கு சூலை நோய் தோன்றியது. விரைவில் கடுமையாகியது. தாங்கமுடியாத வலியால் துடித்தார் தருமசேனர். தாம் கற்று வைத்திருந்த சமண மந்திரங்களைக் கூறினார். வலி சற்றும் குறையவில்லை. சமணர்கள் ஒன்றாகக் கூடி, மயிற்பீலியால் உடலெங்கும் தடவினர். பூஜை செய்த நீரைத் தெளித்தனர். பருகவும் கொடுத்தனர். பயனளிக்கவில்லை. 'இந்தச் சூலை நோயை எங்களால் தீர்க்க முடியாது.' என்று கூறி சமணர்கள் அப்பால் சென்றுவிட்டனர்.

சூலையின் கடுமையைத் தாங்க முடியாமல் தருமசேனர் தமது தமக்கை திலகவதியாரை நினைத்தார். ஒரு சமையற் பணியாளரை, திலகவதியார் தங்கியிருந்த திருமடத்துக்கு அனுப்பி வைத்தார். நந்தவனத்துக்குச் சென்று கொண்டிருந்த திலகவதியாரைக் கண்ட அப்பணியாளர், தருமசேனர் சூலையால் துடிக்கும் செய்தியைக் கூறினார். திலகவதியார் மிகவும் வருந்தினார். எனினும் தம்பி தங்கியிருந்த சமர்கள் இடத்துக்கு வர மறுத்தார்.

ஆதலால், தருமசேனர் தாமே தமக்கையைக் காணப் புறப்பட்டார். சமண உடைகளைக் களைந்தார். தூய வெள்ளாடை உடுத்திக்கொண்டார். சமணச் சின்னங்களை அங்கேயே விடுத்தார். வலியால் துடித்த தருமசேனரை சிலர் தாங்கிப் பிடித்து வந்தனர். தமக்கையார் திருவடியில்

விழுந்து வணங்கினார். தமக்கையாரே! அடியேன் சூலையால் வாடுகின்றேன்; அதிலிருந்து விடுபடும் வழியைக் கூறுக!' என்று வேண்டினார்.

திலகவதியார் சிவபெருமான் கருணையை எண்ணி வியந்தார். திருவைந்தெழுத்தை ஓதி, திருநீற்றை மருள்நீக்கியாருக்குக் கொடுத்தார். 'இனி எம் இறைவன் சிவபெருமானைத் வணங்கி நன்னெறி அடைவாய்!' என்று கூறினார். பின் தமது வழக்கமான சிவத்தொண்டுகளைத் தொடங்க, திருவதிகை வீரட்டானத் திருக்கோயிலுக்குச் சென்றார்.

தேவாரம் பிறந்தது; சூலை நோய் அழிந்தது!

மருள்நீக்கியார் திலகவதியாரைப் பின்தொடர்ந்து சென்று, திருவதிகை திருக்கோயிலுக்குள் நுழைந்தார். அப்போது அவருக்கு அருட்பாடல்களை இயற்றும் உணர்வு தோன்றியது! அது தேவார வடிவில் வெளிப்பட்டது!

கூற்றாயின வாறு விலக்ககிலீர்
　　கொடுமைபல செய்தன நான் அறியேன்
ஏற்றாய் அடிக்கே இரவும் பகலும்
　　பிரியாது வணங்குவன் எப்பொழுதும்
தோற்றாது என்வயிற்றின் அகம்படியே
　　குடரோடு துடக்கி முடக்கியிட
ஆற்றேன் அடியேன் அதிகைக் கெடில
　　வீரட்டானத்து உறை அம்மானே.

'கெடிலம் ஆற்றுக்கு வடக்கே விளங்கும் திருவதிகை வீரட்டானம் என்னும் திருக்கோயிலில் எழுந்தருளிய சிவபெருமானே! சூலை நோய் அடியேனை அல்லல்படுத்துகிறது. வெளியே தெரியாமல் அடிவயிற்றில் குடலைச் சுருட்டிக் கொடுமைப்பட வதைக்கிறது. அடியேனால் அதைத் தாங்க முடியவில்லை' என்று கதறினார். திருவதிகை வீரட்டானப் பெருமான் மருள்நீக்கியாரின் முறையீட்டை ஏற்று சூலை நோயைத் தீர்த்து அருளினான்.

சிவபெருமான் சூட்டிய தமிழ்ப் பெயர்

திலகவதியார் தமது தம்பி சைவத்துக்கு மீண்டதையும், ஈசன் அருளால் சூலையிலிருந்து விடுபட்டதையும் அறிந்து பெரிதும் மகிழ்ந்தார்.

மருள்நீக்கியார் தமது முதல் பதிகத்தை நிறைவு செய்தார். 'தமிழ்ப் பாமாலை சூட்டிய உமது திருப்பெயர் இனி, 'திருநாவுக்கரசு' என்று ஏழுலகிலும் விளங்கட்டும்!' என்று ஈசன் அசரீரி மொழியாகக் கூறியருளினான்.

முற்பிறவியில் வாகீசர் என்ற பெயருடன் முனிவராகத் திகழ்ந்தவரின் திருப்பெயரை ஈசன் தமிழில் மொழிமாற்றம் செய்து 'திருநாவுக்கரசு' என்று அழைத்தான்.

சமணத்துக்குச் செல்வதற்கு முன்னால் அவருக்கு, 'மருள்நீக்கியார்' என்ற பெயர் வழங்கியது. சமணநெறியில் புலமை பெற்று உயர்ந்ததால் அவருக்குச் சமணர்கள் 'தருமசேனர்' என்ற சிறப்புப் பெயரை அளித்திருந்தனர்.

திருஞானசம்பந்தர் திருநாவுக்கரசரை 'அப்பர்' என்று அன்போடும் மரியாதையோடும் அழைத்து மகிழ்ந்தார். அந்தப் பெயரே மிகவும் பிரபலமாக உள்ளது. தாண்டகம் என்னும் பாடல்களைப் பாடுவதில் தன்னிகரற்றுத் திகழ்ந்ததால், அப்பரை, 'தாண்டக வேந்தர்' என்று அழைத்தனர். 'ஆளுடைய அரசு' என்றும் சிறப்பித்துக் கூறுவார்கள்.

தமக்குச் சூலை கொடுத்து ஆண்டுகொண்ட ஈசனுக்குத் தமது பிறவி முழுவதும் தொண்டு செய்ய உறுதி பூண்டார் திருநாவுக்கரசர்.

தேவாரமும் உழவாரமும்

திருக்கோயில்களில் முளைக்கும் புல்பூண்டுகளையும், திருக்கோயில் பிராகாரங்களில் சேரும் சிறு கற்கள் போன்ற பொருள்களையும் அகற்றி திருக்கோயிலைத் தூய்மைப் படுத்தும் திருத்தொண்டு, 'உழவாரம்' எனப்படும்.

அப்பரடிகள் நாவால் தேவாரம் பாடினார்! கரங்களால் உழவாரம் செய்தார்! உழவாரப் பணிக்கு உதவும் ஒரு படைக்கலத்தை எப்போதும் அப்பர் தாங்கியிருந்தார். ஆதலால் அவரை 'உழவாரப் படையாளி' என்றும் கூறுவர்.

தங்களால் சூலை நோயைத் தீர்க்க முடியாத நிலையில் தருமசேனர் திலகவதியார் அளித்த திருநீற்றை அணிந்து மீண்டும் சைவராகி பதிகம் பாடியருளிய செய்தி சமணர்களுக்கு எட்டியது. பல்லவ மன்னன் அதை அறிந்தால் அவனும் சைவத்துக்கு மாறக்கூடும் என்று அவர்கள் பயந்தனர்.

தமது தமக்கையார் சைவத்தில் இருந்ததால் தருமசேனர் தாமும் சைவத்தில் சேர விரும்பினார் என்றும், அதனால், சூலை நோய் தீரவில்லை என்று கூறி நடித்து, தாய்ச் சமயத்துக்குத் திரும்பிவிட்டார் என்றும் அரசனிடம் கூறினர்.

தங்களிடம் மந்திரங்களைக் கற்றுச் சென்று, சைவத்தில் சேர்ந்திருந்த அப்பரால் தங்களுக்குத் தீங்குகள் விளையக் கூடும் என்றும் அவர்கள் அஞ்சினர். தருமசேனர் அவ்வாறு தங்களுக்கு எதிராகச் செயல்படுவதற்கு முன்னால் தாங்கள் செயல்படவேண்டும் என்றும் தீர்மானித்தனர்.

சமணர்கள் சதி!

சமண குருமார்கள் ஒன்றாகக் கூடி, பல்லவ மன்னனைக் காணச் சென்றனர்.

மன்னனிடம் தருமசேனர் பற்றிய பொய்யான தகவல்களை அளித்தனர். மன்னன் அதைக் கேட்டு கோபம் கொண்டான். 'தருமசேனரை என்ன செய்யலாம்?' என்று அவர்களிடம் கேட்டான். தருமசேனரை அழைத்து தண்டிக்க வேண்டும் என்று சமணர்கள் வலியுறுத்திக் கூறினர்.

பல்லவ மன்னன் தனது அமைச்சர்கள் சிலரை அழைத்தான். 'இந்தச் சமணர்கள் குறிப்பிட்ட தீயவனைத் தண்டிக்க வேண்டும்; ஆகவே, அவனை நீங்கள் இங்கு கொண்டுவர வேண்டும்' என்றான் மன்னன். மன்னனின் ஆணையைத் தாங்கிய அமைச்சர்கள் திருவதிகைக்கு விரைந்து சென்றனர். திருநாவுக்கரசரைக் கண்டனர். பல்லவன் அவரை அழைத்துவரக் கட்டளையிட்ட செய்தியைக் கூறினர்.

அப்போது திருநாவுக்கரசர் தாம் எவருக்கும் அடிமைப்பட்ட குடிமகன் அல்ல என்று விடுதலை முழக்கம் செய்தார்!

நாமார்க்கும் குடியல்லோம்;நமனை அஞ்சோம்;
நரகத்தில் இடர்ப்படோம்;நடலை இல்லோம்;
ஏமாப்போம்;பிணியறியோம்;பணிவோம் அல்லோம்
இன்பமே எந்நாளும்;துன்பம் இல்லை;
தாமார்க்கும் குடியல்லாத் தன்மையான
சங்கரன்தன் சங்கவெண் குழை ஓர் காதில்
கோமாற்கே நாம் என்றும் மீளா ஆளாய்க்
கொய்மலர்ச் சேவடி இணையினையே குறுகினோமே.

என்று அரசனிடம் தம்மை வருமாறு அழைத்த அமைச்சர்களுக்குப் பதில் சொல்லும் வகையில் திருநாவுக்கரசர் பாடிய இந்தப் பதிகத்தை, 'மறுமாற்றத் திருத்தாண்டகம்' என்று போற்றுவர்.

இறைவனின் திருவடியைப் பற்றிவிட்ட தம்மைப் போன்ற சிவனடியார்கள், எவருக்கும் அடிமைக் குடிகள் அல்லர் என்று தெளிவாகக் கூறிய திருநாவுக்கரசர் தங்களுக்கு எமனைக் குறித்தோ, நரகத்தைக் குறித்தோ அச்சமில்லை என்றும் உறுதிபடக் கூறினார்.

அரசன் செய்த அநீதி

அப்பரடிகளின் அஞ்சாநெஞ்சத்தைக் கண்டு அமைச்சர்கள் நடுங்கினர். அவருடைய அடிகளில் மீண்டும் மீண்டும் விழுந்து வணங்கினர்.

'ஐயா! தங்களை அழைத்து வரவேண்டுமென்பது மன்னனின் ஆணை; நாங்கள் தங்களை அழைத்துச் செல்லாமல் அரசனிடம் சென்றால், அவன் எங்களைக் கடுமையாகத் தண்டிப்பான்' என்றனர். அமைச்சர்களின் சங்கடமான நிலையை மனத்தில் கொண்டு, 'இதுவும் ஈசன் திருவருள் போலும்!' என்று கருதியவராக, திருநாவுக்கரசர் அவர்களுடன் சென்றார்.

அவரைக் கண்ட மன்னன் கொதித்தான். 'இவரை என்ன செய்யலாம்?' என்று அங்கு சூழ்ந்திருந்த சமண குருநாதர்களிடம் வினவினான்.

அவர்கள், 'இந்தக் கொடியவனை சுண்ணாம்புக் காளவாயில் வைத்துப் பூட்டலாம்!' என்றனர். அறியாமையில் மூழ்கியிருந்த பல்லவ மன்னன், 'அப்படியே செய்யுங்கள்!' என்றான்.

சுண்ணாம்புக் கிளிஞ்சல்களைக் குவித்து தண்ணீரை ஊற்றிக் கொதிக்கச் செய்தால், வெண்மையான சுண்ணாம்பு கிடைக்கும். வீடுகளுக்கு வெள்ளையடிக்கவும், கட்டுமானப் பணிகளுக்கும் அக்காலத்தில் சுண்ணாம்பைப் பயன்படுத்துவார்கள். கோயில் கோபுரங்களும், கோட்டைச் சுவர்களும் அத்தகைய சுண்ணாம்புக் கலவையினால் கட்டப்படும். எனவே, அக்காலத்தில் ஊர்தோறும் சுண்ணாம்புக் காளவாய் இருக்கும்.

அத்தகைய காளவாயில் திருநாவுக்கரசரை இருக்கச் செய்து, அவர் வெளியே தப்ப முடியாத வகையில் வாசல் கதவைப் பூட்டி வைத்தனர். ஏழு நாள்களுக்குப் பிறகு மன்னன் சமணர்களை அழைத்து அந்த அறையைத் திறந்து பார்க்கச் சொன்னான். ஈசன் திருவடியை

நினைத்தவாறு ஏழு நாள்களும் சுண்ணாம்புக் காளவாயில் எந்தவிதத் துன்பமும் அடையாமல் சுகமாக இருந்தார் நாவுக்கரசர்.

மாசில் வீணையும் மாலை மதியமும்
வீசு தென்றலும் வீங்கிள வேனிலும்
மூசு வண்டறை பொய்கையும் போன்றதே
ஈசன் எந்தை இணையடி நீழலே.

என்று தாம் காளவாயில் இருந்த விவரத்தைக் கூறினார் நாவுக்கரசர்.

சமணர்கள், 'நாவுக்கரசர் சுண்ணாம்புக் காளவாயில் வெந்து நீறாகி இருப்பார்!' என்று எண்ணியபடி, காளவாயின் கதவுகளைத் திறந்தனர். அவர்கள் எதிர்பார்த்ததற்கு மாறாக, ஈசனின் ஐந்தெழுத்தை ஓதியபடி சுகமாக அமர்ந்திருந்த நாவுக்கரசரைக் கண்டனர்! அஞ்சி நடுங்கினர்!

'இவன் நம்மிடம் கற்ற, சமண மந்திரத்தின் வலிமையால் உயிர் பிழைத்து விட்டான்! எனவே, இவனுக்கு விஷம் கொடுத்துக் கொல்லுங்கள்!' என்றனர்.

அரசனும் அவ்வாறே கொடிய விஷம் கலந்த பால் சோறு அளித்தான். 'உலகனைத்தையும் அழிக்கும் கடுமையுடன் தோன்றிய ஆலகால விஷத்தை ஈசன் அமுதாக உண்டான்! அவனுடைய அடியார்க்கும் விஷம் அமுதமே ஆகும்!' என்று கருதிய நாவுக்கரசர் அதைச் சிறிதும் அச்சம் இல்லாமல் உண்டார்.

'கொடிய விஷத்திலிருந்தும் தப்பிவிட்ட நாவுக்கரசரை மதம் கொண்ட கொலை யானையை ஏவிக் கொல்ல வேண்டும். இவனைக் கொல்லாமல் விட்டால் நம்மிடமிருந்து கற்று வைத்திருக்கும் மந்திரங்களால் நம்மையும் கொன்று விடுவான். அரசையும் அழித்துவிடுவான்' என்று கூறினர் சமணர்கள்.

கொடுங்கோலனாகிய மன்னன், 'அப்படியானால் யானையை ஏவி இவனைக் கொன்றிடுக!' என்று உத்தரவிட்டான். நாவுக்கரசர் கீழே தரையில் கிடத்தி, வலிமை உடைய பட்டத்து யானையை அவர் மீது ஏவிவிட்டனர். எமனைப் போல் அது திருநாவுக்கரசரை அணுகியது.

ஆனால், அவர் அதைக் கண்டும் அஞ்சவில்லை! 'கலமலகிட்டுத் திரியும் கணபதி என்னும் களிறு' உடையவர் நமது சிவபெருமான் என்று குறிப்பிட்டுப் பாடினார். அதாவது, தன்னை நோக்கி வந்த யானையை திருநாவுக்கரசர் ஈசனின் மூத்தபிள்ளையாகிய கணபதியாகக் கண்டார்.

வேகமாக வந்த யானை அவரை வலமாக வந்து தாழ்ந்து வணங்கிச் சென்றுவிட்டது! அதைக் கண்ட அனைவரும் அதிசயித்தனர்!

கடலில் மிதந்த கல் தெப்பம்

திருநாவுக்கரசரை யானையும் கொல்லாமல் வணங்கிச் சென்றதைக் கண்ட அரசனுக்கும் சமணர்களுக்கும் சினம் மேலிட்டது. யானைக்குத் தப்பியதும் தங்களிடம் கற்ற மந்திரத்தின் பயனே என்று கூறினர். 'இனி இவனை என்ன செய்யலாம்?' என்றான் அரசன். 'இவனைக் கல்லோடு சேர்த்துக் கட்டி, நடுக்கடலில் போட்டுவிடலாம்!' என்றனர் சமணர்கள். அரசனும் அவ்வாறே ஆணையிட்டான்.

'இவன் தப்பிச் சென்றுவிடாமல் பத்திரமாகப் படகில் அழைத்துச் சென்று, கல்லோடு கட்டி நடுக்கடலில் போட்டுவிடுங்கள்!' என்று பல்லவன் காவலர்களிடம் கூறினான்.

காவலர்கள் திருநாவுக்கரசரை படகில் ஏற்றிச் சென்று, கல்லுடன் சேர்த்துக் கட்டி, கடலில் எறிந்தனர்.

திருநாவுக்கரசர் 'விளைவுகள் எதுவாகினும் அது ஈசனின் திருவுள்ளமே!' என்று கருதினார். அப்போதும், ஈசனின் திருநாமத்தின் பெருமையைப் போற்றிப் பாடினார்.

சொற்றுணை வேதியன் சோதி வானவன்
பொற்றுணை திருந்தடி பொருந்தக் கைதொழ
கற்றுணைப் பூட்டியோர் கடலில் பாய்ச்சினும்
நற்றுணை ஆவது நமச்சிவாயவே.

என்று தொடங்கும் திருப்பதிகத்தைப் பாடினார். அவரோடு சேர்த்துக் கட்டியிருந்த கல் தெப்பமாயிற்று!

திருப்பாதிரிப்புலியூருக்கு அருகில் கடற்கரையில் திருநாவுக்கரசர் பத்திரமாகக் கரையேறினார். அந்த இடம் இன்றும், 'கரையேறவிட்ட குப்பம்' என்று வழங்கி வருகிறது.

அங்கு ஆண்டுதோறும் அப்பர் கரைசேர்ந்த ஐதீகம் விழாவாகக் கொண்டாடப்படுகிறது.

அங்கு, திருப்பாதிரிப்புலியூர் இறைவனைப் போற்றிப் பதிகம் பாடினார் திருநாவுக்கரசர். இறைவன் கண்ணுக்குத் தோன்றாமல் எல்லா இடங்களிலும் எல்லாக் காலங்களிலும் வந்து உதவுபவன். எனவே, மிகவும் சிறந்த துணை என்ற பொருளில் விழுத்துணை என்றும் தனித் துணை என்றும் கூறுவர். திருநாவுக்கரசர் 'தோன்றாத்துணை' என்று ஒரு புதிய பெயரை இறைவனுக்குச் சூட்டினார்.

பின்பு, தனக்கு சூலை நோயைப் போக்கி அருள் புரிந்த திருவதிகையைக் காணும் ஆசை அதிகமாகவே, அப்பர் அங்குச் செல்லப் புறப்பட்டார். திருநாவுக்கரசர் சமணர் இழைத்த கொடுமைகளிலிருந்து சிவனருளால் மீண்டு, திருவதிகையை நோக்கி வரும் செய்தியை அதிகைப் பெருமக்கள் அறிந்தனர். ஊரெங்கும் தோரணங்கள்கட்டி, இன்னிசை முழங்க திருநாவுக்கரசரை அன்போடு வரவேற்றனர்.

பொன்மேனி எங்கும் தூய வெண்ணீறு பூசி, கழுத்தில் உருத்திராட்ச மாலைகள் தவழ, சிவபெருமான் திருவடியை மெல்லப் பற்றிய சிந்தனையுடன், திருநாவுக்கரசர் திருவதிகை வீதிகளில் நடந்து வீரட்டானத் திருக்கோயிலை அடைந்தார்.

திருவதிகை வீரட்டானப் பெருமான் மீது தமது இரண்டாவது பதிகத்தைப் பாடினார் திருநாவுக்கரசர். அப்பதிகத்தின் பத்துப் பாடல்களிலும் தம்மை 'ஏழையேன்' என்று குறிப்பிட்டுப் பாடியுள்ளார். ஆதலால், அப்பதிகம் 'ஏழைத் திருத்தாண்டகம்' என்றே பெயர் பெற்றது. சமணர்களோடு சேர்ந்து, தான் அவச்செயல்களில் ஈடுபட்டிருந்தாலும் அவற்றைச் சிறிதும் திருவுள்ளத்தில் கொள்ளாது தமக்குப் பேரருள் செய்த பெருமானின் கருணையைப் புகழ்ந்து பாடினார். திருநாவுக்கரசர் திருவதிகைப் பெருமான் மீது பதினாறு பதிகங்களைப் பாடியருளியுள்ளார்.

மனம் திருந்திய மன்னன்

போலிச் சமணர்களின் தவறுதலான வழிகாட்டுதலினால் திருநாவுக் கரசருக்கு கொடுஞ் செயல்களைச் செய்தான் பல்லவ மன்னன். அவர் ஈசன் அருளால் அவை அனைத்திலிருந்தும் மீண்டு வந்து, திருவதிகையில் தங்கி, பதிகம் பாடிவரும் செய்தியை அறிந்தான் மன்னன். தனது தவறுகளை உணர்ந்து வருந்தினான். அமைச்சர் முதலானோர் பின் தொடர, திருவதிகை வந்தான். திருநாவுக்கரசரைக் கண்டு திருவடிகளில் வீழ்ந்து வணங்கினான். அதுவும் சிவன் செயலே என்று எண்ணிய திருநாவுக்கரசர் அவனுக்குத் திருநீறு அளித்தார். அதைப் பணிவுடன் வாங்கிப் பூசிக்கொண்ட பல்லவன் சைவ நெறியைச் சார்ந்தான்.

கோயில் கட்டிய குணபரன்

சைவநெறிக்கு மாறிய பல்லவன் திருவதிகையில் ஒரு திருக்கோயிலும் எழுப்பினான். பல்லவர்களை, 'காடவர்' என்று குறிப்பிடுவார்கள்.

காடவர் கோன் மகேந்திர பல்லவனை 'குணபரன்' என்றும் கூறுவர். திருக்கோயிலை எழுப்பிய மன்னனின் பெயரால் கோயில்களை அழைப்பது அக்கால மரபு. அந்த வகையில் மகேந்திர பல்லவன் திருவதிகையில் எழுப்பிய திருக்கோயில், 'குணபரவீச்சரம்' என்று அழைக்கப்பட்டது.

ஆமாத்தூர் அழகன்

திருநாவுக்கரசர் பலதலங்களையும் தரிசித்துப் பாட விரும்பியவராக திரு வதிகையிலிருந்து புறப்பட்டு திருவெண்ணெய் நல்லூரைத் தொழுது பின் திருவாமாத்தூரை அடைந்தார். அங்குள்ள ஆமாத்தூர் அழகனையும் அழகிய நாயகியையும் வணங்கி இரண்டு பதிகங்களைப் பாடினார்.

திருக்கோவலூர் வீரட்டானம்

திருநாவுக்கரசர் திருவாமாத்தூரிலிருந்து திருக்கோவலூருக்குச் சென்றார். சிவபெருமான் அந்தகாசுரனை அழித்த வீரட்டானம் திருக்கோவலூர் ஆகும். திருநாவுக்கரசர் திருக்கோவலூர் வீரட்டானப் பெருமான் மீது ஒரு பதிகம் பாடினார்.

சிவபூதம் தீட்டிய முத்திரைகள்

தற்காலத்தில் 'பெண்ணாடம்' என்று வழங்கிவரும் தலம் அக்காலத்தில் 'கடந்தை' என்று அழைக்கப்பட்டது. திருக்கோவலூரிலிருந்து திருநாவுக்கரசர் திருக்கடந்தைக்குச் சென்றார்.

திருநாவுக்கரசருக்கு மனத்தில் ஒரு குறை இருந்தது. தாம் சமணசமயத்தில் இருந்ததால் தமது திருமேனி தூய்மை இழந்து விட்டதாகக் கருதினார். அந்தத் திருமேனியைப் புனிதப் படுத்தி வாழ்வதே உயிர்வாழ்க்கை என்று கருதினார்.

பொன்னார் திருவடிக்கு ஒன்றுண்டு
விண்ணப்பம் போற்றி செய்யும்
என்ஆவி காப்பதற்கு இச்சை
உண்டேல் இருங்கூற்று அகல
மின்னார் உரு மூவிலைச் சூலம்என்
மேல் பொறி மேவு கொண்டல்
துன்னார் கடந்தையுள் தூங்கானை
மாடத்து எம் சுடர்க் கொழுந்தே.

- என்று பாடினார். பெரியவர்களுக்கும் தெய்வங்களுக்கும் நம்முடைய வேண்டுகோளைத் தெரிவித்து முறையிடுவதை, 'விண்ணப்பம்' என்று கூறுவர். திருநாவுக்கரசர் அத்தகைய விண்ணப்பத்தைத் திருக்கடந்தை ஈசனுக்கு முன்னால் சமர்ப்பிக்கிறார். 'வேறு சமயப் பணிகளில் ஈடுபட்டிருந்த எனது உடலில் உள்ள உயிரைத் தாங்குவதே துன்பமாக உள்ளது. அந்தத் துன்பத்திலிருந்து எனது உயிரைக் காக்கும் அன்பு இறைவனுக்கு இருக்குமானால் மூவிலைச் சூலத்தை எனது தோளில் பொறித்தருள வேண்டும்!' என்று முதல் பாடலில் விண்ணப்பிக்கிறார் திருநாவுக்கரசர்.

கடவுந் திகிரி கடவாது
ஒழியக் கயிலை உற்றான்
படவும் திருவிரல் ஒன்று
வைத்தாய் பனிமால் வரைபோல்
இடபம் பொறித்தென்னை யேன்று
கொள்ளாய் இருஞ்சோலை திங்கள்
தடவும் கடந்தையுள் தூங்கானை
மாடத்து எம் தத்துவனே.

என்று பதிகத்தின் நிறைவுப் பாடலில் ராவணனின் ஊர்தி கயிலையில் தடைப்பட்ட செய்தியையும் ராவணனைச் சிறுவிரலால் கயிலையின் கீழ் அழுத்திய செய்தியையும் கூறி, இடப(ரிஷப) சின்னத்தைத் தமது உடலில் பொறித்தருள விண்ணப்பிக்கிறார். இந்தப் பதிகத்தின் மூன்று பாடல்கள் மட்டுமே நமக்குக் கிடைத்துள்ளன. மற்ற ஏழு திருப்பாடல்களும் கிடைக்காமலே போய்விட்டன.

அக்காலத்தில் சமயநெறியிலும் தங்கள் சமயச் சின்னங்களை வரைந்து கொள்ளும் முறை உள்ளது. சூடாக்கிய ஊசியினால் சமயச்சின்னங்களை தோளில் வரைந்து கொள்வதை சைவத்தில், 'முத்ரா தீட்சை' என்பர். வைணவத்தில், 'முத்ராதாரணம்' என்றும், 'சமாஷணம்' என்றும் கூறுவர்.

அத்தகைய முத்ரா தீட்சை செய்தருள அப்பர் விண்ணப் பித்தார். திருக்கடந்தை ஈசனின் ஆணையின் படி சிவபூதம் ஒன்று எவரும்

அறியாதபடி வந்து, திருநாவுக்கரசரின் திருத்தோள்களில் மூவிலைச்சூல முத்திரையையும் ரிஷப முத்திரையையும் தீட்டியது. திருநாவுக்கரசர், தமது விண்ணப்பத்தைச் செவிசாய்த்து, உடனே நிறைவேற்றி யருளிய ஈசனின் கருணையை எண்ணி மகிழ்ந்தார்.

அப்பரடிகள் திருக்கடந்தையில் சிலநாள்கள் தங்கியிருந்து, தொண்டுகள் புரிந்தார். அண்மையில் இருந்த தலங்களுக்கு அவ்வப்போது சென்று தரிசித்துப் பதிகங்கள் பாடினார். அவற்றுள் நெல்வாயில் அரத்துறையும், திருமுதுகுன்றமும் அடங்கும்.

நான்கு வழிகளில் நால்வர்

விருத்தாசலம், கூடலையாற்றூர் போன்ற தலங்களைத் தரிசித்து, நிவாநதியின் வடகரை வழியே சென்று தில்லையை அடைந்தார் திருநாவுக்கரசர். மேற்குத் திசை யிலிருந்து கிழக்கு நோக்கி வந்ததால், அப்பரடிகள் தில்லைக் கோயிலின் மேற்குக் கோபுரத்தின் வழியே நுழைந்தார்.

சீர்காழியிலிருந்து வடதிசை நோக்கி வந்த திருஞானசம்பந்தர் தில்லைக் கோயிலின் தெற்குக் கோபுரவாசல் வழியே நுழைந்தார். வடதிசையி லிருந்து வந்த சுந்தரர் வடக்குக் கோபுரவாயிலின் வழியாகத் திருக்கோயிலின் உள்ளே நுழைந்தார்.

'அருணன் இந்திரன் திசை அணுகினன்' என்று திருப்பள்ளியெழுச்சியில் கிழக்குத் திசையைப் போற்றிய மாணிக்கவாசகர் கிழக்குக் கோபுரத்தின் வழியே தில்லைக் கோயிலுக்குள் நுழைந்தார்.

சரியை, கிரியை, யோகம், ஞானம் என்ற நான்கு நெறிகளில் இறைவனை அணுகலாம். அவற்றைக் குறிப்பால் உணர்த்தவே நால்வரும் ஒவ்வொரு திசையிலுள்ள திருக்கோபுரங்களின் வழியே தில்லைக் கோயிலுக்குள் நுழைந்தனர்.

மீண்டும் மண்ணில் பிறவாத முத்திநிலையைக் கேட்பதே பொதுவாக அடியார்களின் வேண்டுகோளாக இருக்கும். ஆனால், ஈசனின் குனித்த புருவம் முதலானவற்றைக் காணும் பேறு பெற்றால் மனிதப் பிறவியும் வேண்டத் தக்கதே என்று கூறியவர் பெருந்தகையாளர் திருநாவுக்கரசர்!

'பத்தராய்ப் பாடமாட்டேன்' என்று தொடங்கும் பதிகத்தையும் தில்லையில் பாடினார் அப்பரடிகள்.

அப்பரும், ஞானக்குழந்தையும்...

தில்லையிலிருந்து அப்பரடிகள் திருவேட்களம் சென்றார். திருவேட்களம் தில்லைக்குக் கிழக்கே உள்ளது. ஈசன் அருச்சுனருக்குப் பாசுபதக் கணையை வழங்கியருளிய தலம் என்று கூறுவர். எனவே, திருவேட்களத்து இறைவன், 'பாசுபதேசுவரர்' என்று அழைக்கப்படுகிறார்.

அங்கு இறைவனைப் பாடி துதித்த பிறகு மீண்டும் தில்லைக்குச் சென்று பல்வேறு பதிகங்களைப் பாடினார். அப்போது, திருஞானசம்பந்தர் மூன்று வயதில் பக்தி ஞானம் பெற்று இறைவனைப் பாடி வரும் செய்தி கிடைத்தது. உடனே ஞானக் குழந்தையைக் காணவேண்டும் என்று ஆசைப்பட்டார்.

சீர்காழிக்கு விரைந்தார்.

அப்பரடிகளின் வருகையை அறிந்த சம்பந்தர் மற்ற அடியார்களுடன் அவரை எதிர்கொண்டு வரவேற்க ஊரெல்லைக்கு வந்தார்.

அடியார் கூட்டத்திடையே நுழைந்து திருநாவுக்கரசரின் அருகில் சென்ற ஞானசம்பந்தருக்கு அவரிடம் அன்பு மேலிட்டது. அந்த அன்பின் வெளிப்பாடாக, 'அப்பரே!' என அன்புடன் அழைத்தார். பணிவும் மரியாதையும் அன்பும் நிறைந்த குரலில், 'அடியேன்' என்றார் அப்பர். விழுந்து வணங்கிய அப்பரடிகளைச் சம்பந்தர் தம் தளிர்க் கரங்களால் அணைத்து மகிழ்ந்தார்.

அரசும் கன்றும்

சைவநெறியின் ஞானாசிரியர்களாகிய ஞானசம்பந்தரும் திருநாவுக்கரசரும் சீர்காழி தோணியப்பர் திருக்கோயிலுக்குச் சென்றனர்.

திருஞானசம்பந்தர், 'அப்பரே! உங்கள் பெருமானைப் பாடுங்கள்!' என்று வேண்டினார்.

தோணியப்பர் தரிசனம் முடிந்த பிறகு திருநாவுக்கரசரைத் திருஞானசம்பந்தர் தமது இல்லத்துக்கு அழைத்துச் சென்று விருந்தளித்து உபசரித்தார். மற்ற அடியார்களுடன் அப்பர் சில நாள்கள் சீர்காழியிலேயே தங்கி, ஞானசம்பந்தருடன் பேசிப்பேசி மகிழ்ந்தார்.

அப்பரடிகளுக்குச் சோழ நாட்டுத் திருத்தலங்களைக் கண்டு தொழும் ஆவல் ஏற்பட்டது. அதனால் அவர் சீர்காழி நகரத்திலிருந்து புறப்பட்டார். ஆளுடையபிள்ளையார் பிரியாவிடை அளித்து நாவரசரை அனுப்பி வைத்தார். சீர்காழி அடியவர்களுடன் சம்பந்தர் திருக்கோலக்கா வரை பின்தொடர்ந்து வந்து வழியனுப்பினார்.

பாம்பால் இறந்தான்; பதிகத்தால் பிழைத்தான்!

திருக்கோலக்காவைத் தரிசித்துவிட்டு, திருக்கருப்பறியலூர் சென்றார் திருநாவுக்கரசர். இந்தத் தலத்தை மேலைக்காழி என்றும் தலைஞாயிறு என்றும் கூறுவர். இந்தத்தலம் புள்ளிருக்குவேளூருக்கு (வைதீசுவரன் கோயில்) மேற்கில் உள்ளது. சீர்காழி போன்ற கோயிலமைப்பை உடைய திருக்கோயிலைத் தன்னகத்தே கொண்ட சிறப்புடையது.

நந்தனாருக்காக நந்தி விலகிய திருத்தலம் திருப்புன்கூர். இங்குள்ள ஈசன் சிவலோகநாதரைத் தரிசித்தார் அப்பர்.

சீர்காழியிலிருந்து திருநாவுக்கரசர் சென்ற வழித்தடத்தில் காவிரியின் இரண்டு கரைகளிலும் ஈசன் திருத்தலங்கள் அமைந்துள்ளன. அவற்றுள் சில எதிரெதிரே அமைந்தவை. மற்றும் சில சற்றுத் தொலைவில் அமைந்தவை. ஆகவே, ஆங்காங்கே பரிசலில் ஆற்றைக் கடந்து சென்று தரிசிக்க வேண்டியிருந்தது.

திருப்புன்கூரையும் திருநீடூரையும் இணைத்துப் பதிகம் பாடினார் அப்பர். திருக்குறுக்கை வீரட்டம் சென்று, காமனைக் கண்ணழலால் எரித்த பெருமானைக் கண்டு போற்றினார். குறுக்கைப் பதிகத்தில் சண்டேசுவரர், சாக்கிய நாயனார் போன்ற அடியார்கள் பெற்ற திருவருளை நினைத்துப் பாடினார்.

செம்பனார்கோயில் என வழங்கி வரும் திருச்செம்பொன் நனிபள்ளியைத் தரிசித்துப் பதிகம் பாடினார். தட்சயாக சம்காரத்திற்காக வீரபத்திரர் தோன்றிய இந்தத்தலத்தில், இறந்தவர்களின் அஸ்தியைக் காவிரியில் கரைத்தால் அவர்கள் அடுத்த பிறவியில் சிவபூஜைக்கு உகந்த மலர்களாகி, பின்னர் வீடுபேறும் அடைவர் என்பது ஐதீகம்.

பின்னர் திருமயிலாடுதுறையை அடைந்த அப்பர், அபயாம்பிகை உடனாகிய மயூரநாதரைப் பாடி தரிசித்தார். குத்தாலம் என வழங்கி வரும் திருத்துருத்திக்கு வந்தார்; தரிசித்தார்; பதிகம் பாடினார். திருத்துருத்தி காவிரியின் தென்கரையில் உள்ளது. திருவேள்விக்குடி காவிரியின் வட

கரையில் உள்ளது. இவ்விரண்டும் ஒரே தலமாக எண்ணப்படும். சிவபெருமான் பகலில் திருத்துருத்தியிலும் இரவில் வேள்விக்குடியிலும் எழுந்தருளுவான் என்பது ஐதீகம்.

பின்னர் வேள்விக்குடி, திரு எதிர்கொள்பாடி, திருக்கோடிகா, திருவாவடு துறை, திருவிடைமருதூர், நாகேசுவரம் போன்ற திருத்தலங்களை தரிசித்து, பழையாறை வடதளியை வணங்கி திருச்சத்தி முற்றத்து இருந்த சிவக்கொழுந்தைக் காணச் சென்றார். இறைவனை வழிபட்ட சக்தி அவனைத் தழுவி முத்தமிட்டதால் இந்தத் தலம் சத்திமுத்தம் என்று பெயர் பெற்றது.

சத்திமுற்றத்து இறைவனிடம் திருநாவுக்கரசர் தமக்கு திருவடி தீட்சை கொடுத்தருள வேண்டினார். இறைவன் 'நல்லூருக்கு வா! அங்கு உன்னுடைய விருப்பத்தை நிறைவேற்றுகிறேன்!' என்று கூறியருளினான். நாவுக்கரசர் அவ்வாறே நல்லூர் சென்றார். ஈசன் அங்குத் திருவடியைச் சூட்டித் தீட்சை கொடுத்தருளினான். திருநல்லூர் திருத்தலம் தற்காலத்தில் ஆண்டான் கோயில் என வழங்கி வருகிறது.

இறைவன் தமக்குத் திருவடி சூட்டிப் பேரருள் செய்த நல்லூரில் சில நாள்கள் தங்கியிருந்த திருநாவுக்கரசர் அருகில் உள்ள தலங்களான திருக்கருகாவூர், திருவாவூர், திருப்பாலைத்துறை ஆகியவற்றுக்குச் சென்று திருத்தொண்டுகள் செய்து வந்தார்.

குடந்தை தஞ்சாவூர் வழித்தடத்தில் பாபநாசத்தின் கிழக்கே அமைந்துள்ளது திருப்பாலைத்துறை.

இறைவன் பாலைவன நாதர் என்றே அழைக்கப்படுகிறார். அம்பிகை முத்துப்போன்ற வெண்மையான முறுவலை உடையவள் என்ற பொருளில், 'தவளவெண்நகையாள்' என்று பெயர் பெற்று உள்ளாள். பாலைவன நாதரைப் போற்றி அப்பர் பாடிய பதிகத்தில் பதினோரு பாடல்கள் உள்ளன.

இந்தத் திருக்கோயிலில் சுட்ட செங்கற்களைக் கொண்டு கட்டப்பட்டுள்ள தொன்மையான நெற்களஞ்சியம் ஒன்று உள்ளது. அதில் 3000 கலம் நெல்லைச் சேமிக்க முடியும் என்பர்.

நல்லூரில் தங்கியிருந்த திருநாவுக்கரசர் இந்தத் தலங்களுக்கு அவ்வப் போது சென்று தரிசித்தார். பிறகு, தேவார வைப்புத் தலங்களில் ஒன்றான திங்களூர் சென்றார்.

திங்களூரில்தான் அப்பூதி அடிகள் என்கிற தருமசீலர் வாழ்ந்து வந்தார். அவர் தமது மகன்களுக்குத் திருநாவுக்கரசு என்று பெயர் சூட்டியிருந்தார். மூத்த மகனுக்கு மூத்த திருநாவுக்கரசு என்றும், இரண்டாவது மகனுக்கு இளைய திருநாவுக்கரசு என்றும் பெயர் சூட்டியிருந்தார்.

ஊர்மக்கள் பயன்படுத்த அப்பூதி அடிகள் அமைத்திருந்த கிணற்றுக்கும் 'திருநாவுக்கரசு கிணறு' என்று பெயர் வைத்திருந்தார். குளத்துக்கும் திருநாவுக்கரசரின் பெயரைச் சூட்டியிருந்தார். வழிப்போக்கர்கள் தங்கி இளைப்பாறிச் செல்லும் வகையில் தாம் அமைத்திருந்த தண்ணீர்ப் பந்தலுக்கும் நாவுக்கரசரின் பெயரையே சூட்டியிருந்தார்.

பொதுவாக அறப்பணிகளைச் செய்வோர், தங்களுடைய பெயரையோ அல்லது தங்கள் அன்புக்கு உரிய தாய், மனைவி, குழந்தைகள் போன்ற உறவினர்களின் பெயர்களையோ சூட்டுவது வழக்கம். அதற்கு மாறாக, திங்களூரில் வாழ்ந்த ஒருவர், தாம் நிறுவிய அனைத்து அறப்பணி சார்ந்த இடங்களுக்கும் திருநாவுக்கரசு என்று பெயர் சூட்டியிருந்ததைக் கண்ட அப்பரடிகள் பெரிதும் வியந்தார்.

உள்ளூர்வாசிகளிடம் அது குறித்து விசாரித்தார். அவர்கள் அப்பணிகள் அனைத்தும் அப்பூதி அடிகள் செய்தவை என்று தெரிவித்தனர். உடனே திருநாவுக்கரசருக்கு அவரைக் காண வேண்டும் என்ற ஆவல் ஏற்பட்டது. அப்பூதியின் இல்லம் நோக்கிச் சென்றார்.

ஒரு சிவனடியார் தமது இல்லத்துக்கு வந்துள்ளார் என்று மகிழ்ந்த அப்பூதி அடிகள் அப்பரை வரவேற்றார். இருவரும் ஒருவரையொருவர் வணங்கினர். 'கருணையின் உருவமான சிவனடியார் தமது இல்லத்துக்கு வந்தது. தமது தவத்தின் பயனே!' என்றார் அப்பூதி அடிகள்.

திருநாவுக்கரசர் தாம் திருப்பழனம் செல்லும் வழியில் திங்களூர் வந்ததாகவும், திங்களூரில் உள்ள தொண்டு நிறுவனங்களை அப்பூதி அடிகள் ஏற்படுத்தியிருந்ததை அறிந்து அவரைக் காணும் ஆவலுடன் வந்ததாகவும் கூறினார். பிறகு, 'சுவாமி! தாங்கள் செய்யும் அறப் பணிகளுக்குத் தங்களுடைய பெயரைச் சூட்டாமல், ஏன் வேறு ஒருவரின் பெயரை வைத்து உள்ளீர்கள்?' என்றார்.

தமது பெருமதிப்புக்குரிய திருநாவுக்கரசரை 'வேறு ஒருவர்' என்று சிவனடியார் கூறியதைக் கேட்ட அப்பூதி அடிகள் மிகவும் வேதனை அடைந்தார். 'அடியவரே! தாங்கள் யார்? கல்லில் கட்டிக் கடலில் போட்டபோதும் சிவபெருமானின் திருவருளால் கரையேறிய திருநாவுக் கரசரையா, தாங்கள் வேறு ஒருவர் என்று குறிப்பிடுகிறீர்கள்? திருநாவுக்கரசர் புகழை இவ்வுலகம் முழுவதும் அறியுமே!' என்று கூறினார்.

அப்பூதி அடிகள் தம்மிடத்தில் கொண்டு இருந்த ஆழமான அன்பையும் மரியாதையையும் கண்டு மகிழ்ந்தார் அப்பர் . 'சமணப் படுகுழியில் விழுந்து, ஈசனால் தடுத்து ஆண்டு கொள்ளப்பட்ட திருநாவுக்கரசு அடியேன்தான்!' என்றார் அப்பர். அப்பூதி அடிகளின் கரங்கள் தம்மை

அறியாமல் தலைமேல் குவிந்தன! திருநாவுக்கரசரின் திருவடிகளில் விழுந்து வணங்கினார். அப்பரும் எதிர்வணங்கினார்.

தமது மானசீக குருநாதர் தமது இல்லத்துக்கு வந்ததை அறிந்த அப்பூதி அடிகள் ஆனந்த பரவசம் அடைந்தார். இல்லத்துக்குள் ஓடினார்!'நமது இல்லத்துக்குக் குருநாதர் திருநாவுக்கரசர் வந்துள்ளார்! வாருங்கள்! வந்து வணங்குங்கள்!' என்று மனைவி மக்களையும் அழைத்தார்.

அவர்களும் வீட்டுத் திண்ணையில் அமர்ந்திருந்த அப்பரை வணங்கினர். 'சுவாமி! இவன் என் மூத்த மகன் மூத்த திருநாவுக்கரசு! இவன் இளைய திருநாவுக்கரசு!'என்று அறிமுகம் செய்து வைத்தார். திருநாவுக்கரசரை வீட்டுக்குள் அழைத்துச் சென்றார் அப்பூதி அடிகள். அவரை உயர்ந்த இருக்கையில் அமர்த்தினார். அப்பூதி அடிகளும் அவருடைய இல்லத் தினரும் அப்பரின் திருவடிகளைத் தூய நீரினால் கழுவி, அந்த நீரைத் தங்கள் தலையில் தெளித்துக் கொண்டனர்.

பிறகு அப்பரை வணங்கி, 'சுவாமி! தாங்கள் எமது இல்லத்தில் உணவருந்த வேண்டும்!' என்று வேண்டினர். அப்பரும் உணவருந்த உடன்பட்டார். ஈசன் திருவருளால் தங்கள் குருநாதருக்கு உணவிடும் பாக்கியம் கிடைத்ததை எண்ணி மகிழ்ந்த அப்பூதி அடிகளின் துணைவியார், விரைந்து சமைக்கச் சென்றார்.

விதவிதமாக அறுசுவை உணவும் சமைத்து முடித்தார். அப்பரடிகளுக்கு விருந்து படைக்க வாழை இலையைக் கொண்டுவருமாறு மூத்த திருநாவுக்கரசை அனுப்பினார் தாயார். வீட்டுக் கொல்லையில் இருந்து வாழைக் குருத்துக் கொண்டு வரச் சென்றான் மூத்த திருநாவுக்கரசு. அங்கு ஓர் ஆபத்து காத்திருந்தது.

வாழை இலையை அரியும் போது மூத்த திருநாவுக்கரசை ஒரு கொடிய நாகப்பாம்பு கொத்தியது. ஆனால், அப்பூதியின் புதல்வன் அதைப் பொருட்படுத்தவில்லை! நஞ்சு உடலில் பரவுவதற்கு முன்பாக இலையைக் கொடுத்துவிட எண்ணி விரைந்து வீட்டினுள் திரும்பினான்.

பாம்பு தீண்டிய செய்தியைக் கூறாமல் வாழை இலையைத் தாயிடம் கொடுத்தான். உடனே அவன் மயங்கி விழுந்தான். அவன் பாம்பு தீண்டி இறந்தது தாய்க்குத் தெரிந்தது.

எனினும், அப்பூதி அடிகளின் மனைவியும் மகன் இறந்த சோகத்தை உள்ளே அடக்கிக் கொண்டார். அப்பூதி அடிகளாரும் அவ்வாறே தமது மகன் இறந்த செய்தியை அப்பருக்குத் தெரியாமல் மறைத்துவிட்டு, அவருக்கு விருந்து ஏற்பாடு செய்தார். மகனின் உடலை பாயில் சுற்றி ஒரு புறத்தில் கிடத்திவிட்டு வந்தனர்.

‘குருநாதரே! எமது குலம் முழுவதும் புண்ணியம் பெற தாங்கள் இங்கு உணவருந்த வேண்டும்!’ என்று அப்பரிடம் வேண்டினார் அப்பூதி அடிகள். அப்பர் கைகால் கழுவித் திருநீறு பூசிக் கொண்டு விருந்துண்ண மற்றொரு பீடத்தில் அமர்ந்தார். விருந்துத் தொடங்குவதற்கு முன்னால் அப்பூதி அடிகளுக்குத் திருநீறு அளித்தார். அவரது துணைவியாருக்கும் இளைய திருநாவுக்கரசுக்கும் திருநீறு அளித்தார்.

‘அடிகளாரே! தங்கள் புதல்வன் மூத்த திருநாவுக்கரசு எங்கே?’ என்று கேட்டார் திருநாவுக்கரசர். அப்பூதி அடிகள் உண்மைக் காரணத்தைச் சொல்ல முடியாமல் தடுமாற்றத்துடன், ‘அவன் இப்போது இங்கு உதவான்’ என்றார். அப்பரடிகளுக்கும் அப்போது தடுமாற்ற உணர்வு தோன்றியது. ‘சுவாமி! நிகழ்ந்தது என்ன? தாங்கள் எதையோ மறைப்பதாகத் தெரிகிறது’ என்றார் அப்பர்.

அதன் பின்னரும் உண்மையை மறைக்க முடியாமல் அப்பூதி அடிகள் பெரிய திருநாவுக்கரசு பாம்பு தீண்டி இறந்த செய்தியைக் கூறினார். பாயில் சுற்றி, மறைத்து, வீட்டின் பின்புறத்தில் கிடத்தியிருந்த மகன் உடலைக் கோயிலுக்கு முன்பு கொண்டுவரச் சொன்னார் திருநாவுக்கரசர்.

அப்பூதியும் தம் அருமைப் புதல்வனின் உடலைத் திருக்கோயிலின் முன்பு கொண்டு வந்து கிடத்தினார். திருநாவுக்கரசர் இறைவனை ஒன்று முதல் பத்து வரை உள்ள எண்களுடன் தொடர்புபடுத்திப் பதிகம் பாடினார். அப்பதிகம்தான் அப்பூதி அடிகளின் மகனைப் பிழைக்கச் செய்தது!

திருக்கோயிலின் முன் அப்பூதி அடிகளின் மகனுடைய உடலைக் கிடத்தித் திருநாவுக்கரசர், ‘ஒன்று கொலாம்’ என்று தொடங்கும் திருப்பதிகத்தைப் பாடி முடித்ததுமே, மூத்த திருநாவுக்கரசு உறங்கி விழித்தவனைப் போல் கண்விழித்து எழுந்தான்.

அப்பூதி அடிகளின் குடும்பத்தினரும் ஊர்மக்களும் அந்த அதிசயத்தைக் கண்டு வியந்தனர். அனைவரும் அப்பரடிகளை வணங்கினர். திருநாவுக் கரசர் சிவபெருமானின் கருணையை எண்ணிப் போற்றினார். அப்பூதி அடிகளின் இல்லத்துக்கு மீண்டும் எழுந்தருளிய திருநாவுக்கரசர் மூத்த திருநாவுக்கரசுக்குத் திருநீறு அளித்தார். பின்னர் உணவருந்தி மகிழ்ந்தார்.

திருநாவுக்கரசர் சில நாள்கள் திங்களூரில் தங்கியிருந்தார். அப்போது திருப்பழனம் முதலான திருத்தலங்களுக்கும் சென்று பதிகம் பாடினார்.

பின்னர் அப்பூதி அடிகள் குடும்பத்தினரிடம் பிரியாவிடை பெற்றுத் தமது திருத்தலப் பயணத்தைத் தொடர்ந்தார் திருநாவுக்கரசர்.

மூவர் தேவாரமும் பெற்ற திருத்தலம் திருச்சோற்றுத்துறை. இது சப்தஸ்தானம் என்னும் ஏழு ஊர்களில் ஒன்றாகும். நாட்டில் பஞ்சம்

ஏற்பட்டிருந்த காலத்தில் இங்கு வந்தோர் அனைவருக்கும் சோறு அளித்து உதவிய காரணத்தால், திருச்சோற்றுத்துறை என்று அழைக்கப்பட்டது.

திருப்பழனத்தில் பலநாள்கள் தங்கியிருந்து சோற்றுத்துறை முதலான இடங்களைத் தரிசித்துப் பாடிய திருநாவுக்கரசர் காவிரி மற்றும் குடமுருட்டி ஆறுகளைக் கடந்து சென்று திருநல்லூரை அடைந்தார். திரு நல்லூரில் கோச்செங்கட் சோழன் எழுப்பிய மாடக்கோயில் உள்ளது. திருவாரூரைத் தரிசிக்கும் ஆவலுடன் பயணத்தைத் தொடர்ந்தார் அப்பர்.

திருநல்லூரிலிருந்து புறப்பட்டுச் சென்ற திருநாவுக்கரசர் திருவலஞ்சுழி, பழையாறை ஆகியவற்றை வணங்கிப் பாடி, குடந்தையை அடைந்தார். குடந்தைக் காரோணம், குடந்தைக் கீழ்க்கோட்டம் ஆகிய தலங்களைத் தரிசித்தார்.

திருநாலூர், திருச்சேறை குடவாயில், திருவாஞ்சியம் பெருவேளூர், விளமார் ஆகிய தலங்களைத் தரிசித்துத் திருவாரூரை அடைந்தார். திருவாரூர் மக்கள், ‘கல் மிதப்பாகக் கொண்டு கரையேறிய அப்பரடிகள் வந்தார்!’ என்று மகிழ்ந்தனர்.

ஊர் எல்லைக்குத் திரண்டு வந்து திருநாவுக்கரசரை வரவேற்று அழைத்துச் சென்றனர். ஊரையும் கோபுரங்களையும் வணங்கிப் போற்றிய பிறகு திருக்கோயிலுக்குள் சென்றார். சிவனடியார்கள் கூடும் தேவாசிரிய மண்டபத்தை வணங்கினார் அப்பர். ஆழிவரைத் திருமாளிகை என்னும் பூங்கோயிலை வணங்கினார். புற்றுகந்தார் என்னும் வன்மீகநாதரை வணங்கினார். இந்தப் பெருமானையே மூலட்டானப் பெருமான் என்று கூறுவர். திருவாரூர் மூலட்டானத்தில் உறையும் பெருமான் மீது திருநாவுக்கரசர் இயற்றிய திருவாரூர் போற்றித் தாண்டகம் தமிழ் அர்ச்சனைக்கு ஏற்ற வகையில் அமைந்துள்ளது.

தண்ணீரால் எரிந்த தீபம்!

திருவாரூர் திருக்கோயில் காலத்தால் மிகவும் முற்பட்டது. கந்த புராணத்தில் குறிப்பிடப்படும் முசுகுந்தன், பெரிய புராணத்தில் குறிப்பிடப்படும் மனுநீதிச் சோழன் ஆகியோர் வழிபட்ட தொன்மை யான திருக்கோயில் அது.

தேவாரம் ஓதும் திருமுறைவாணர்கள் தேவாரம் பாடத் தொடங்குவதற்கு முன்பும் பாடி முடித்த பிறகும், ‘திருச்சிற்றம்பலம்’ என்று கூறுவது மரபு. ஆனால், திருவாரூர் திருக்கோயிலில் மட்டும் திருச்சிற்றம்பலம்

என்றுகூறுவதில்ல. ஏனெனில், திருவாரூர் திருக்கோயில் தில்லைச் சிற்றம்பலம் தோன்றுவதற்கு வெகு காலம் முன்பே தோன்றிய பழைமை உடையது.

அனைத்துக்கும் மேலாக, திருவாரூர் திருக்கோயிலுக்கு முன்னால் உள்ள கமலாலய திருக்குளம் ஐந்து வேலி நிலப் பரப்பில் அமைந்துள்ள மிகப் பெரிய திருக்குளமாகும். ஐந்து ஆண்டுகள் தொடர்ந்து பருவமழை பொய்த்திருந்த காலத்திலும் இக்குளத்தில் ஒன்பதடி ஆழத்துக்கு தண்ணீர் நிறைந்திருந்தது.

களப்பிர சமணர்கள் இந்தத் திருக்குளத்தைத் மூடி, பாழிகளை (துறவிகள் தங்குமிடம்) அமைத்துவிட்டனர். திருவாரூரில் தோன்றிய தண்டியடிகள் என்ற சைவ நாயன்மார் பிறவியிலேயே கண்பார்வை இல்லாதவர். அவர் கயிறுகளைக் கட்டச் செய்து, அவற்றைப் பிடித்துக் கொண்டு குளத்தில் இறங்கி, பாழிகளை அகற்றி மீண்டும் திருக்குளத்தைத் சீரமைத்தார். திருநாவுக்கரசர் திருவாரூரின் தொன்மையைச் சிறப்பித்தே ஒரு பதிகம் பாடினார்.

அதேபோல் திருவாரூரில் நமிநந்தி அடிகள் நீரால் விளக்கேற்றிய சிறப்பையும் தமது பதிகத்தில் கூறி மகிழ்கிறார். திருவாரூரில் வாழ்ந்த நமிநந்தி அடிகள் திருவாரூர் திருக் கோயிலில் விளக்கிடும் தொண்டு புரிந்து வந்தார். இல்லங்களிலிருந்து எண்ணெய் வாங்கி வந்து தீபம் ஏற்றுவது அவருடைய வழக்கமாக இருந்தது. அவ்வாறு எண்ணெய் வாங்கச் சென்ற போது, ஒரு சமணர் வீடு இடையில் இருந்தது. அது சமணர் வீடு என்று அறியாத அடிகள் அந்த வீட்டிலும் தீபத்துக்கு எண்ணெய் கேட்டார். சமணர் எண்ணெய் கொடுக்க மறுத்ததுடன் ஈசனை யும் ஏளனமாகப் பேசினார்.

'ஏனய்யா, அடிகளாரே! உங்கள் சிவபெருமான்தான் கையில் தீயை ஏந்திக் கூத்தாடுபவன் ஆயிற்றே! அவனுக்கு எதற்கு விளக்கு! வேண்டுமானால் குளத்துத் தண்ணீரை ஊற்றி விளக்கை ஏற்றும்!' என்று ஏளனமாகப் பேசினார்.

நமிநந்தி அடிகள் பெரிதும் வருந்தினார். எனினும் சமணர் கூறியபடியே செய்துவிட்டார்! ஆம்! அடிகளார் திருவாரூர் கமலாலயக் குளத்தில் இறங்கினார்; குளத்து நீரைச் சிறிய குடத்தில் எடுத்து வந்தார்; விளக்குகளில் இட்டு அவற்றை ஏற்றினார். சிவபெருமான் திருவருளால் அந்த விளக்குகள் அனைத்தும் நீரால் எரிந்து ஒளிவீசின! நமிநந்தி அடிகளின் இந்தத் தொண்டை, திருநாவுக்கரசர் தமது பதிகத்தில் குறிப்பிட்டுப் போற்றினார்.

நாட்டில் வழங்கிவரும் பழமொழிகள் அனைத்தும் பொருளுடைய அனுபவமொழிகள் ஆகும். அவை மக்களின் அன்றாட உரையாடல்களில்

அவ்வப்போது வெளிப்படும். திருநாவுக்கரசர் அத்தகைய பழமொழி களை உள்ளடக்கிய ஒரு பதிகத்தையும் திருவாரூரில் பாடினார்.

புராணம், இலக்கியம், வரலாறு ஆகிய அனைத்திலும் சிறப்பான இடம் பெற்றுள்ள திருவாரூர் இறைவன் மீது திருநாவுக்கரசர், திருக்குறுந் தொகை, திருத்தாண்டகம், திருநேரிசை என்று அனைத்து வகையான பாடல்களையும் பாடினார். நாவுக்கரசரின் இருபத்தாறு பதிகங்களைப் பெற்ற சிறப்பும் திருவாரூரைச் சேர்ந்தது!

திருவாரூரில் பல நாள்கள் தங்கியிருந்த அப்பரடிகள், அவ்வப்போது அருகில் உள்ள திருத்தலங்களுக்கும் சென்று வந்தார். பிறகு, திருப்புகலூர் செல்ல வேண்டுமென்ற ஆவல் ஏற்பட்டது. திருவாரூர் பெருமானிடம் பிரியாவிடை பெற்றுத் திருப்புகலூர் பயணத்தை மேற்கொண்டார்.

அப்போது திருப்புகலூரில் முகாமிட்டிருந்த ஞானசம்பந்தர் அடியார் களுடன் அப்பரை எதிர்கொண்டழைக்க ஊரின் எல்லைக்கு வந்தார். ஒருவரையொருவர் வணங்கினர். 'அப்பரே! தங்களுடைய திருவாரூர் தரிசனம் எப்படி இருந்தது?' என்று கேட்டார் சம்பந்தர். திருவாரூர் ஆதிரை விழாச் சிறப்பைத் திருநாவுக்கரசர் ஒரு பதிகத்தில் உரைத்துப் பாடினார். அப்பதிகமே திருவாதிரைப் பதிகம் என்று புகழ்பெற்றது.

மேலும் அப்பர் திருவாரூர் தரிசனத்தை சிறப்பித்துக் கூற, ஆவலாகிப் போன சம்பந்தர், 'அப்பரே! தாங்கள் திருப்புகலூரில் இருங்கள்! நான் திருவாரூர் சென்று வருகிறேன்!' என்று கூறி உடனே திருவாரூருக்குப் புறப்பட்டுவிட்டார்!

திருமால் தந்த கண்மலர்

திருப்புகலூர் பெருமானிடம் பேரன்பு பொங்க வணங்கித் தொண்டுகள் செய்து வந்தார் அப்பர். வழிபாட்டு நேரங்களில் தவறாது திருக் கோயிலுக்குச் சென்று வணங்கி பதிகங்கள் பாடினார். முருக நாயனாரின் மடத்தில் தங்கியிருந்தார். அப்பர் திருப்புகலூரில் இருந்தபோது, திருச் செங்காட்டங்குடி, திருநள்ளாறு, திருச்சாத்தமங்கை, திருமருகல் போன்ற தலங்களுக்கும் சென்று வந்தார்.

திருவாரூர் சென்று தியாகேசனைத் தொழுது போற்றிப் பாடிய, திருஞான சம்பந்தர் திருப்புகலூர் திரும்பினார். அப்பர், அடியார்களுடன் சென்று அவரை வரவேற்று அழைத்து வந்தார். இருவரும் முருக நாயனார் திருமடத்தில் தங்கினர். இருவரும் திருப்புகலூரில் இருப்பதை அறிந்த சிறுத்தொண்டர், அவர்களைக் காணத் திருப்புகலூர் வந்தார்.

சிறுத்தொண்டரை ‘வள்ளலார் சிறுத் தொண்டர்’ என்று சேக்கிழார் புகழ்கிறார். பிள்ளைக்கறியமுது படைத்த சிறுத்தொண்ட நாயனாரின் கொடைக்கு இணை ஏது? ஆகவே, அவரை ‘வள்ளல்’ என்று போற்றினார்.

திருச்சாத்தமங்கையிலிருந்து திருநீலநக்க நாயனாரும் திருப்புகலூர் வந்து இருபெரும் அருளாளர்களைக் கண்டு வணங்கினர். அவர்கள் விடை பெற்றுச் சென்ற பிறகு திருஞானசம்பந்தரும் திருநாவுக்கரசரும் திருவம்பர் திருத்தலத்துக்குச் சென்றனர்.

அதன் பிறகு இருவரும் திருக்கடவூர் சென்றனர். அங்கு குங்கிலியக் கலய நாயனார் திருமடத்தில் தங்கியிருந்து திருக்கடவூர் வீரட்டம் மற்றும் கடவூர் மயானம் ஆகிய தலங்களைத் தரிசித்துப் போற்றினர்.

திருநாவுக்கரசரும் திருஞானசம்பந்தரும் திருக்கடவூர் வீரட்டானரையும் கடவூர் மயானத்து ஈசனையும் போற்றிப்பாடிய பின்னர் அங்கிருந்து புறப்பட்டுத் திருவாக்கூரை அடைந்தனர். ஆக்கூரில் தான்தோன்றி மாடம் என்ற திருக்கோயில் உள்ளது. ஆக்கூர் ஈசன் சுயம்பு என்னும் தான்தோன்றி மூர்த்தமாகத் திகழ்பவன். தான்தோன்றியாகிய ஈசன், செங்கட் சோழன் எழுப்பிய மாடக்கோயிலில் எழுந்தருளியுள்ளான்.

திருநாவுக்கரசர் தமது ஆக்கூர் பதிகத்தில், ‘கவலை, பிறப்பு, இடும்பை காப்பார்’ என்று இறைவனைப் புகழ்கிறார். ‘இறைவன் திருவடியை அடைந்தவர்கள் மட்டுமே மனக்கவலையை மாற்ற இயலும்’ என்பது வள்ளுவரின் வாக்கு. அதற்கேற்ப அப்பரடிகள் கவலையிலிருந்து காப்பவன் ஈசனே என்றார்.

‘அறவாழி அந்தணன் தாள் சேர்ந்தவரே பிறப்பு என்ற கடலைத் தாண்ட இயலும்’ என்றார் திருவள்ளுவர். அதற்கேற்ப, பிறப்பிலிருந்து காப்பவன் சிவபெருமான் என்றும் கூறிய திருநாவுக்கரசர் இடும்பைகளைப் (துன்பங்கள்) போக்குபவனும் ஈசனே என்றார்.

அருளாளர்கள் அப்பரும் சம்பந்தரும் ஆக்கூரிலிருந்து திரு வீழிமிழலைக்குப் புறப்பட்டனர். வீழிமிழலை ஊர் எல்லையில், அடியார்கள் கூட்டமாக வந்து இருவரையும் வரவேற்றனர். ஆங்காங்கு வாழை, கமுகம் போன்ற மங்கல மரங்களைக் கட்டி அன்பான வரவேற்பு அளித்தனர்.

இருவரும் திருவீழிமிழலைத் திருக்கோயிலின் உள்ளே சென்று ஈசனை வணங்கினர். வலம் வந்து திருமுன்றில் என்ற பகுதியில் விழுந்து வணங்கினர்.

திருமால் ஒருமுறை ஆயிரம் தாமரை மலர்களால் ஈசனை அர்ச்சித்தார். அப்போது ஒரு மலர் குறைந்தது. திருமால் சற்றும் தயங்காமல்

தன்னுடைய கண் ஒன்றை அம்பால் பெயர்த்தெடுத்தார். தனது தாமரைக் கண்ணையே குறைந்த மலருக்குப் பதிலாக ஈசனுக்கு அர்ப்பணித்தார். ஆதலால், திருவீழிமிழலை ஈசனை, 'நேத்ர அர்ப்பண ஈசுவரர்' என்று அழைத்தனர். கண்ணை அர்ப்பணித்தவர் திருமால். ஆனால், அதை ஏற்றுக் கொண்ட ஈசனுக்கே நேத்ர அர்ப்பண ஈசுவரர் என்ற பெயர் ஏற்பட்டது!

தினம் ஒரு பொற்காசு!

திருவீழிமிழலையில் திருஞானசம்பந்தரும் திருநாவுக்கரசரும் தொடர்ந்து பல நாள்கள் முகாமிட்டிருந்தனர். அக்காலத்தில் சோழ நாட்டில் பருவமழை பொய்த்தது. காவிரி நீர்வரத்தும் குன்றியது. அதனால் உணவுப் பொருள்களின் உற்பத்தி குறைந்தது. மக்கள் வறட்சியின் பிடியில் சிக்கி, வறுமை அடைந்தனர்.

மக்கள் வளமாக வாழ்ந்த காலத்தில் அவர்கள் உபசரிப்பில் மகிழ்ந்திருந்து, வறுமை வந்த காலத்தில் அந்த இடத்தை விட்டு நீங்கி வளமான பகுதிக்குச் செல்லும் விருப்பம் தமிழ்க் குழந்தைக்கும் தாண்டக வேந்தருக்கும் தோன்றுமா? மக்களோடு மக்களாகப் பழகி மகேசனை வழிபட்டவர்கள் அல்லவா அவர்கள்?

வறுமையின் கொடுமையையும் மக்கள் படும் அவதியையும் கண்டு வருந்திய நிலையில் இறைவனைச் சிந்தித்து உறங்கினர். அவர்கள் கனவில் வீழிமிழலைப் பெருமான் தோன்றினான். 'உங்கள் இருவருக்கும் ஒவ்வொரு நாளும் தலா ஒரு பொற்காசு கொடுத்தருளுவோம்! அக்காசுகளைத் திருக்கோயிலில் கிழக்கு மற்றும் மேற்குத் திசையிலுள்ள பீடங்களில் வைத்தருளுவோம். நாட்டில் மழை பெய்து வறுமை நீங்கியவுடன் அந்த படிக்காசு நிறுத்தப்படும்!' என்று கூறியருளினான்.

காலையில் சென்று பார்த்த சம்பந்தருக்கும், அப்பருக்கும் பொற்காசு கிடைத்தது! கிழக்குப் பக்கத்தில் இருந்த பீடத்தில் திருஞான சம்பந்தருக்கும் மேற்குப் பக்கத்தில் இருந்த பீடத்தில் திருநாவுக் கரசருக்கும் பொற்காசு கிடைத்தது. அவ்வாறு இறைவன் பொற்காசு வைத்தருளிய பீடங்கள் இன்றும் திருவீழிமிழலையில் உள்ளன.

ஈசன், சென்று சேருதலும் வந்து அடைதலும் இல்லாத செல்வம் உடையவன். 'சென்றடையாத திருவுடையான்' என்று தேவாரம் போற்றுகிறது.

அவன் அடியார்களுக்குத் தேவையானபோது, கொடுத்தருளும் தொகைக்கும் உரிய மேற்பார்வையுடன் கணக்கு வைப்பதுண்டு.

இறைவனின் கருவூலத்தை, 'மூல பண்டாரம்'என்பர். அந்த மூல பண்டாரத்திலிருந்து சம்பந்தருக்கும் அப்பருக்கும் நாள்தோறும் கொடுத்த பொற்காசுகளைத் தவறாது வழங்கி, மேற்பார்வைப் பணியும் செய்ய யாருக்குத்தான் தகுதி உள்ளது?

அப்பணியைச் செய்ய வீழிமிழலை விகிர்தன் விநாயகரை நியமித் தானாம்! அதனால், திருவீழிமிழலையிலுள்ள தல விநாயகருக்கு, 'படிக்காசு விநாயகர்' என்று பெயர் ஏற்பட்டது.

இறைவனிடம் பெற்ற பொற்காசு கொண்டு, சம்பந்தரும் திருநாவுக் கரசரும் எளியவர்களின் பசிக் கொடுமை தீர செயலாற்றினர். 'பரமன் அடியார்கள் எல்லாரும் வந்து இரண்டு வேளையும் உண்ணலாம்' என்று பறை அறைந்து மக்களுக்குத் தெரியப்படுத்தினர். வந்தவர்களுக் கெல்லாம் இல்லையென்பதே இல்லாமல் வயிறார உணவிட்டனர். மக்கள் வறுமைத் துன்பத்திலிருந்து விடுபட்டனர்.

இறைவன் பொற்காசு வைத்தருளிய இரண்டு பீடங்களும், திருஞான சம்பந்தரும் திருநாவுக்கரசரும் அன்னதானம் அளித்த திருமடங்களும் இன்றும் திருவீழிமிழலையில் உள்ளன.

சோழ நாட்டில் மீண்டும் பருவமழை பொழிந்தது. நீர்நிலைகள் நிரம்பின. வயல்கள் வளம் பெருக்கின. வறுமையும் நீங்கியது.

திருவீழிமிழலை ஈசனிடமும் அடியார்களிடமும் பிரியா விடை பெற்ற சம்பந்தரும் நாவுக்கரசரும் திருமறைக்காடு என்னும் வேதாரணியம் நோக்கிச் சென்றார்கள். வழியில் திருவாஞ்சியம் சென்று வணங்கினர்.

தாருகாவனத்து முனிவர்கள் ஒரு தீய வேள்வியைச் செய்து அதிலிருந்து தோன்றிய முயலகன் என்ற அசுரனை ஈசன் மீது ஏவினர். சிவபெருமான் முயலகனை அடக்கித் தனது காலின் கீழ் வைத்துவிட்டான். முயலகன் என்பவன் அறியாமை அல்லது அஞ்ஞானத்தின் உருவமானவன். இறைவன் திருவடி பட்டால் அறியாமை நீங்குகிறது என்பதே இவ்வரலாற்றின் உட்பொருளாகும். அம்பிகை மகிஷாசுரனை அடக்கியது, முருகன் ஆட்டுக் கடாவை அடக்கியது ஆகிய வரலாறுகளும் இதே உட்கருத்தை உடையதே. முயலகனின் தலையில் சிவபெருமான் நடனம் ஆடிய தலம் தலையாலங் காடு என்று அழைக்கப் பட்டது. திருமடந்தை என்ற அம்பிகையுடன் ஆடல்வல்ல நாதர் என்ற ஈசன் தலையாலங்காட்டில் உறைகிறான்.

'தலையாலங்காடன் தன்னைச் சாராதே சாலநாள் போக்கினேனே!' என்று வருந்தித் திருத்தாண்டகம் சூட்டினார் திருநாவுக்கரசர்.

பெருவேளூர், சாத்தாங்குடி, திருக்கரவீரம், விளமார் போன்ற தலங்களையும் கண்டு வணங்கிய பிறகு, அப்பரும் சம்பந்தரும் கடற்கரைத் தலமாகிய திருமறைக்காட்டை அடைந்தனர்.

திருக்கதவு திறந்தது!

வேதங்கள் சிவபெருமானை வழிபட்ட திருத்தலம் வேதாரணியம் என்று அழைக்கப்பட்டது. தமிழில் திருமறைக்காடு என்றனர். திருமறைக்காடு கோயிலில் ஒரு விளக்கு அணையும் நிலையில் இருந்தது. அப்போது ஒரு எலி அங்கு வந்தது. விளக்கில் இருந்த எண்ணெய் எலியைக் கவர்ந்தது. அதைக் குடிக்கும் எண்ணத்துடன் விளக்கில் தனது மூக்கை நுழைத்தது. அதனால், அணையும் நிலையில் இருந்த விளக்கு பிரகாசமாக எரியத் தொடங்கியது. எலி எண்ணெய் பருகவே வந்தது. ஆனாலும் ஈசன் தனது தனிப்பெருங் கருணையினால், எலி தனது திருக்கோயில் தீபத்தைத் தூண்டிப் பிரகாசமாக எரியச் செய்ததாகக் கருதினான். அந்த எலியை அடுத்த பிறவியில் மகாபலி (மாவலி) மன்னனாகப் பிறக்கச் செய்தான்.

பூமியைச் சமன் செய்ய அகத்தியரைச் சிவபெருமான் தென் திசைக்கு அனுப்பியதால் அவரால் சிவபெருமானின் திருமணத்தை பார்க்க முடியவில்லை ஆகவே திருமறைக்காட்டில் அகத்திய முனிவருக்குத் தனது மணக்கோலத்தைக் காட்டியருளினான்.

திருமறைக்காடு மூலவருக்குப் பின்புறம் ஈசனின் திருமணக் கோலத்தை நாமும் காணலாகும்.

சம்பந்தரும் அப்பரும் திருமறைக்காட்டில் கடைவாயில் வழியே கோயிலுக்குள் செல்ல முற்பட்டனர். அக்கதவு அடைக்கப்பட்டிருந்தது. வேதங்கள் சிவபெருமானைப் போற்றித் திரும்பிய போது, அக்கதவை அடைத்துச் சென்று விட்டதாகக் கூறினர், உள்ளூர் அடியார்கள். வேதங்கள் அடைத்த கதவை வேதங்களே திறக்க இயலும் என்பதால் தாங்கள் வேறு வாசலின் வழியே சென்று வருவதாகவும் அவர்கள் கூறினார்.

'அப்பரே! திருக்கதவும் திறக்கப் பாடுங்கள்!' என்றார் திருஞானசம்பந்தர். திருநாவுக்கரசர், 'பண்ணின் நேர் மொழியாள் உமை பங்கரோ!' என்று தொடங்கி பதிகம் பாட ஆரம்பித்தார்.

ஒன்பது பாடல்கள் நிறைவு பெற்றும் திருக்கதவும் திறக்க வில்லை. பதினோராவது பாடலில் 'இரக்கம் ஒன்றிலீர்!' என்று குறிப்பிட்டுப்

பாடிப் பதிகத்தை நிறைவு செய்தார். அப்போது உடனே திருக்கதவு திறந்துவிட்டது.

திருஞானசம்பந்தர் திருக்கதவம் அடைக்கப் பாடினார். அன்று முதல் அடியார்கள் எளிதில் சென்று வரும் வகையில் கதவும் இயங்கத் தொடங்கியது. சம்பந்தரும் அப்பரும் திருக்கோயிலுக்குள் சென்று மறைக்காட்டு இறைவனைக் கண்டு வணங்கி மகிழ்ந்தனர்.

அன்றிரவு சம்பந்தரும் அப்பரும் பிற அடியார்களும் ஒரு திருமடத்தில் தங்கியிருந்தனர். அப்போது, திருநாவுக்கரசரின் உள்ளத்தில் ஒரு கேள்வி எழுந்தது. 'எனது பதிகத்தை நிறைவு செய்த பிறகு திருக்கதவும் திறந்த ஈசன், சம்பந்தர் பதிகத்தின் முதல் பாடலைக் கேட்டவுடன் திருக்கதவை அடைத்து விட்டான்! அவன் ஏன் அவ்வாறு செய்தான்?' என்ற சிறு மன உளைச்சலுடன் உறங்கினார் அப்பர். அவருடைய கனவில் தோன்றிய இறைவன், 'திருவாய்மூருக்கு வருக!' என்று கூறினார். உடனே கண்விழித்து எழுந்த அப்பர், திருவாய்மூரை நோக்கி விரைந்து சென்றார். திருமடத்தில் திருநாவுக்கரசரைக் காணாமல் திடுக்கிட்டார் சம்பந்தர். அவர் திருவாய்மூர் சென்றதை அடியார்களின் வழியே அறிந்த சம்பந்தர் அப்பரைத் தேடி திருவாய்மூர் சென்றார்.

திருமறைக்காட்டிலிருந்து புறப்பட்ட திருநாவுக்கரசருக்கு இறைவன் வானில் தனது திருக்கோலத்தைக் காட்டினான். சற்று நேரத்தில் மறைந்தருளினான்! மீண்டும் தனது திருக்கோலத்தைக் காட்டினான்! மீண்டும் மறைந்தருளித் திருவிளையாடல் புரிந்தான்.

திருநாவுக்கரசருக்கு அண்மையில் ஒரு பொற்கோயிலைக் காட்டி, அதனுள் மறைந்தருளினான் சிவபெருமான். அப்போது சம்பந்தரும் அந்த இடத்துக்கு வந்து சேர்ந்தார். 'பெருமானே! தங்கள் திருக்குறிப்பை அறியாமல் திருக்கதவும் திறக்கப் பாடிய அடியேனுக்குத் தங்கள் திருவுருவை மறைக்கலாம்; கதவை அடைப்பித்த அன்பரும் இங்கே வந் துள்ளார்; அவருக்கும் தங்கள் திருவுருவை மறைத்தல் தகுமா?' என்று ஈசனிடம் முறையிட்டார். சிவபெருமான் அம்முறையீட்டை ஏற்று, சம்பந்தருக்குத் தனது திருக்கோலத்தைக் காட்டினான். திருஞானசம்பந்தர் ஈசன் திருக்கோலத்தை வணங்கி, அதை அப்பருக்கும் காட்டினார். அவரும் கண்டு வணங்கினார். இருவரும் திருவாய்மூர் கோயிலுக்குள் சென்று தரிசித்தனர். பின்னர் திருமறைக்காடு திரும்பினர்.

அந்நிலையில், பாண்டியநாட்டிலிருந்து, பாண்டிமாதேவி அனுப்பிய ஒற்றர்கள் திருமறைக்காட்டுக்கு வந்தனர்.

பாண்டிமாதேவியார் மற்றும் அமைச்சர் குலச்சிறையாரின் அழைப்பை ஏற்று மதுரைக்குச் செல்லும் விருப்பத்தைத் திருநாவுக்கரசரிடம்

தெரிவித்தார் சம்பந்தர். சமணர்களின் வன்முறைகளை அறிந்தவர் என்பதனால் திருநாவுக்கரசர், சிறுவராகிய சம்பந்தர் மதுரை செல்லுதல் தமக்கு அச்சம் தருவதாக உள்ளதென்று கூறினார். அத்துடன் அக்கால கட்டத்தில் நிலவிய சாதகமற்ற கோள்நிலைகளையும் எடுத்துக் கூறினார் அப்பர்.

சிவனடியார்கள் அச்சம் கொள்ளத் தேவையில்லை என்று விளக்கிய சம்பந்தர், நவகோள்களும் அடியார்களுக்கு நல்லனவே செய்யும் என்று கூறிக் கோளறு பதிகத்தையும் பாடினார். அதன் பின்னர் சம்பந்தர் அப்பரிடமும் மறைக்காட்டு ஈசனிடமும் விடைபெற்றுச் பல்லக்கில் ஏறி மதுரைக்குச் சென்றார்.

திருமறைக்காட்டில் சில நாள்கள் தங்கித் தொண்டுகள் செய்தார் அப்பரடிகள். பின்னர் மீண்டும் திருவீழிமிழலை செல்லும் நோக்கத்துடன் புறப்பட்டார். நாகை சென்று, காயாரோகணப் பெருமானைப் பாடி, திருவீழிமிழலை திரும்பி, பிறகு திருவாவடுதுறைக்குச் சென்று வணங்கினார். அங்கு ஈசன் சம்பந்தருக்கு ஆயிரம் பொற்காசுகள் அளித்த செய்தியைத் தமது பதிகத்தில் குறிப்பிட்டுப் பாடினார்.

அங்கிருந்து திருநாவுக்கரசர் பழையாறை சென்றார்.

அப்பர் நிகழ்த்திய அறப்போர்!

அப்பர் பழையானைக்கு வந்தபோது, வடதளி திருக்கோயில் சமணர்களால் ஆக்கிரமிக்கப்பட்டிருந்தது. வடதளி ஆலயச் சிவலிங் கத்தை மூடியும், திருக்கோயில் வழியை அடைத்தும் சமணர்கள் இடையூறு செய்தனர். அதைக் கண்டு வருந்தினார் திருநாவுக்கரசர்.

வடதளி இறைவனைத் தரிசிக்காமல் அந்த இடத்தை விட்டு நீங்கு வதில்லை என்று உறுதி கொண்டார். ஈசனின் தரிசனம் கிட்டும் வரை உணவு உட்கொள்ளாமல் உண்ணாவிரதம் இருக்கத் தொடங்கினார்!

அப்பரடிகள் மேற்கொண்ட அறப்போர் வெற்றி கண்டது! சிவபெருமான் அப்பகுதியில் அரசாண்ட மன்னனின் கனவில் தோன்றினான். வடதளியில் தனது லிங்கத் திருமேனியை மூடிமறைத்த செய்தியைக் கூறினான். அத்துடன், தான் இருக்கும் இடத்தையும் குறிப்பிட்டான். அரசன் ஆட்களுடன் சென்று திருக்கோயில் வழிகளைத் திறந்தான். சிவலிங்கத் திருமேனியை மூடியிருந்த பொருள்களை அகற்றச் செய்தான். திருக்கோயிலைப் புனிதப்படுத்தும் கிரியைகள் செய்வித்தான்.

அப்பரடிகளை வணங்கி, வரவேற்று இறைவனைக் கண்டு தொழுதிடச் செய்தான்.

பழையாறை இறைவனைப் பதிகம் பாடிய அப்பர் தமது பயணத்தைத் தொடர்ந்தார். காவிரியின் இரண்டு கரைகளிலும் உள்ள திருத்தலங்களைத் தரிசித்து திருவானைக்கா சென்றார்.

பஞ்சபூதத் திருத்தலங்களுள் நீர் தலமாகத் திகழும் திருவானைக்காவல் திருச்சிக்கு அருகில் உள்ளது. யானை வழிபட்டுக் காவல் புரிந்த தலம் என்பதால் ஆனைக்காவல் என்று பெயர் பெற்றது. வெண்ணாவல் (சம்பு) மரத்தின் கீழிருந்து இறைவன் எழுந்தருளியதால் சம்புகேச்வரம் என்பர். இறைவனும் சம்புகேச்வரர் என்ற பெயர் பெற்றார். தமிழில் நீர்த்திரள் நாதர் என்பர். இங்கு உறையும் அகிலாண்டேஸ்வரி மிகவும் பிரபலமானவள்.

நீர்த்தலம் என்பதால் இறைவனின் திருமேனியின் கீழிருந்து நீரூற்று பெருக்கெடுத்து வருவதை இன்றும் காணலாம். உறையூரில் இருந்து அரசாண்ட சோழ மன்னன் ஒருவன் காவிரியில் நீராடும்போது, அவனுடைய மணிவடம் காவிரி நீரில் விழுந்துவிட்டது. சிறந்த சிவ பக்தனான அந்தச் சோழன், மணிவடம் தொலைந்ததைப் பொருட் படுத்தாது, 'சிவார்ப்பணம்' என்று கூறிவிட்டு, ஆனைக்காவல் ஈசனைத் தரிசிக்கச் சென்றான். நீர்த்திரள் நாதனுக்குக் காவிரிநீர் ஊற்றி அபிஷேகம் செய்தனர். அப்போது, காவிரிநீர் வைத்திருந்த குடத்திலிருந்து மன்னனின் மணிவடம் இறைவனின் கழுத்தில் விழுந்தது! சிவார்ப்பணமாக அளிக்கும் பொருள் எப்படியும் அவனைச் சென்று சேரும் என்பதற்கு இந்த நிகழ்ச்சி ஒரு எடுத்துக்காட்டாக அமைந்துள்ளது.

திருக்குறுந்தொகை மற்றும் திருத்தாண்டகங்களையும் ஆனைக்கா அண்ணலுக்குச் சூட்டி மகிழ்ந்தார் அப்பரடிகள்.

திருஎறும்பியூர்மலை என்ற தலமும் திருச்சிக்கு அருகில் உள்ளது. தேவர்கள் எறும்பின் வடிவத்திலிருந்து வழிபட்ட தலம் எறும்பியூர் என்று பெயர் பெற்றது. பிரமதேவனும் நைமிசாரண்யத்து முனிவர்களும் வழிபட்ட திருத்தலம். எறும்பீசருக்கு இரண்டு பதிகங்களைச் சூட்டினார் திருநாவுக்கரசர்.

வாயுதேவனுக்கும் ஆதிசேஷனுக்கும் தங்களுக்குள் யார் அதிக வலிமை பெற்றவர் என்பதை அறியும் போட்டி நடந்தது. ஆதிசேஷன் தனது தலைகளால் மகாமேரு மலையை அசையாமல் நிறுத்திப் பிடித்துக் கொண்டார். வாயுதேவன், 'மகாமேருவை வீழ்த்திக் காட்டுகிறேன்!' என்று கூறிக் கடும் புயலாக வீசினான்.

அக்காற்றிலும் மேரு அசையவில்லை. ஆனால், மேருவின் மூன்று சிகரங்கள் ஒடிந்து காற்றில் பறந்து நெடுந்தொலைவு சென்று வீழ்ந்தன.

ஒரு சிகரம் காளத்தியிலும் மற்றொன்று திரிகோணமலைப் பகுதியிலும் இன்னொன்று திருச்சியிலும் ஆக, மூன்று இடங்களில் விழுந்தன.

மூன்று மலைச்சிகரங்களில் ஒன்று விழுந்த சோழ நாட்டுத் திருத்தலம் திருச்சிராப்பள்ளி என்று பெயர் பெற்றது. திரிசிரன் என்பவன் வழிபட்ட காரணத்தாலும் திரிசிரபுரம் என்று வழங்கிப் பின்னர் திருச்சிராப்பள்ளி ஆயிற்று என்றும் கூறுவர். வணிகர் குலப் பெண் ஒருத்திக்கு, சிராப்பள்ளி ஈசன் தாயின் வடிவத்தில் வந்து பிரசவம் பார்த்தார். எனவே, 'தாயு மானவன்' என்ற சிறப்புப் பெயரும் பெற்றான்.

இங்கு உறையும் அம்பிகையை 'சுகந்தகுந்தலாம்பாள்' என்று குறிப்பிடுவர். திருச்சிப் பகுதியைச் சேர்ந்தவர்கள் தங்கள் பெண்களுக்கு, 'சுகந்தா' என்று பெயர் சூட்டுவார்கள். நாவுக்கரசர் அப்பெயரை அழகிய தமிழில், 'மட்டுவார் குழலாள்' என்று மொழிமாற்றம் செய்துள்ளார்.

அப்பரடிகள் திருப்பராயத்துறைக்குச் சென்று இறைவனை தரிசித்து வணங்கிய பிறகு திருப்பைஞ்ஞீலி சென்றார்.

கட்டுச்சோறு அளித்த கருணை

திருப்பைஞ்ஞீலி திருநாவுக்கரசரின் கண்ணுக்கு எட்டும் தொலைவில் இருந்தது. ஆனால் நாவுக்கரசரால் தமது பயணத்தைத் தொடர முடியவில்லை! ஏனெனில், தாகமும் பசியும் தோன்றின. சிவசிந்தனை யுடன் மெல்ல நடந்தார்.

அதைக் கண்ட ஈசன் அந்த இடத்தில் ஒரு சோலையையும் குளத்தையும் தோற்றுவித்தான். ஒரு வழிப்போக்கர் போல அப்பரடிகளின் முன்னால் தோன்றினான். திருநீறு அணிந்த அந்தணர் வடிவத்தில் வந்த வழிப் போக்கர் தமது கரத்தில் சோறும் நீரும் வைத்திருந்தார். திருநாவுக் கரசரிடம் அவர், 'அடியவரே! மிகவும் களைப்பாகத் தோன்றுகிறீர்கள்; என்னிடம் கட்டுச்சோறும் நீரும் உள்ளன. தாங்கள் உண்டு, சற்றே இளைப்பாறிச் செல்லலாமே!' என்று கூறினார். தம்மைப் போன்ற சிவனடியார் ஒருவரே தமக்கு உணவு அளிப்பதாகக் கருதிய அப்பரடிகள், அதை வாங்கி உண்டார் . நீரும் பருகினார்.

'அடியவரே! தாங்கள் செல்ல வேண்டிய இடம் எதுவோ?' என்று கேட்டார் அந்தணர். 'அடியேன் திருபைஞ்ஞீலி செல்ல வேண்டும்' என்றார் திருநாவுக்கரசர்.

‘அப்படியா? நானும் திருப்பைஞ்ஞீலிதான் செல்கிறேன். வாருங்கள்! செல்வோம்!’ என்று கூறிய அந்தணர் முன்னால் நடந்தார். அவரைப் பின்தொடர்ந்து சென்றார் திருநாவுக்கரசர்.

திருப்பைஞ்ஞீலி திருக்கோயில் வாயிலை அடைந்தவுடன், முன்னால் நடந்த அந்தணரைக் காணவில்லை! அவர் திருக்கோயிலுக்குள் மறைந்தார்! கட்டுச்சோற்றுடன் வந்து, பசிவேளைக்கு உணவளித்தவன் ஈசனே என அறிந்த அப்பரடிகள் அவனுடைய கருணையை எண்ணி வியந்தார். கோயிலுக்குள் சென்று வணங்கித் துதித்தார்.

இப்படியாக சோழ நாட்டுத் திருத்தலப் பயணத்தை நிறைவு செய்து, திருவண்ணாமலைக்குச் சென்றார் திருநாவுக்கரசர். அண்ணாமலையானைப் போற்றிப் பாடிய பிறகு, திருவோத்தூர், திருவேகம்பம், திருக்கச்சி மயானம், திருக்கச்சிமேற்றளி, திருமாற்பேறு, திருக்கழுக்குன்றம், திருவான்மியூர், திருமயிலை, திருவொற்றியூர், திருப்பாசூர், திருவாலங்காடு, திருக்காரிகரை முதலிய தலங்களைத் தரிசித்துப் போற்றிப் பாடினார்.

காளத்தியை அடைந்து ஞானப்பூங்கோதை நாயகி உடனுறை காளத்தியப்பரைப் பாடிப் கண்ணப்பரையும் வணங்கி மகிழ்ந்தார். தென்கயிலாயம் என்ற திருக்காளத்தியில் இருந்த திருநாவுக்கரசருக்கு வடகயிலையைக் காணும் ஆவல் ஏற்பட்டது.

கயிலைப் பயணம்

திருநாவுக்கரசர் மேற்கொண்ட கயிலைப் பயணத்தை இக்காலத்தோடு ஒப்பிட்டுப் பார்த்தால், அவருடைய கடும் முயற்சியும் மனவுறுதியும் எத்தகையது என்பது நமக்குத் தெளிவாக விளங்கும். ஏனெனில் பனிபடர்ந்த கயிலை யாத்திரை என்பது சாதாரணமானதல்ல மிகக் கடுமையான பயணம் அது.

இடையில், முழங்கால் வரை சுற்றிய சிறிய வேட்டி. அதன்மீது கட்டிய சிறிய துண்டு! கையில் உழவாரப்படை. கழுத்தில் உருத்திராட்ச மாலை. தோளில் பின்னால் தொங்கும் மாற்று உடை முடிப்பு. இடையில் தொங்கும் திருநீற்றுப்பை. இதுதான் அப்பரின் ஆடை அணிகலன்கள்! எண்பது வயதை நெருங்கிக் கொண்டிருந்த முதுமையில் கரடுமுரடான காட்டுப் பாதையில், மலைப் பாதையில் தனியே நடந்து சென்றார் அவர். திருக்காளத்தி வரை சென்ற மற்ற பெரியோர்கள் எல்லாம் திருக்கயிலையை நினைத்து, அங்கிருந்தபடியே பாடிருளினர்.

ஆனால், நாவுக்கரசர் மட்டும் கயிலையில் வீற்றிருந்த அரிய கோலத்தை நேரில் காணும் காதல் கொண்டார். வடதிசை நோக்கிப் பயணித்த திருநாவுக்கரசர் காடு, ஆறு ஆகியவற்றைக் கடந்து, திருப்பருப்பதத்தை (ஸ்ரீசைலம்) அடைந்தார். நந்திதேவரே மலையாக விளங்கும் இந்தத் தலம் ஜோதிர்லிங்கத் தலங்களுள் ஒன்று. சக்தி பீடங்களில் ஒன்று.

பருப்பதத்திலிருந்து புறப்பட்ட திருநாவுக்கரசர், இறைவன் உறையும் கயிலையைக் காணும் ஒரே நோக்கத்துடன் தனது பயணத்தைத் தொடர்ந்தார்.

ஸ்ரீசைலத்துக்கு அப்பால் உள்ள வடநாட்டுத் தலங்கள் எதனையும் அப்பர் தரிசிக்கவில்லை. கயிலையைக் காணும் ஒரே இலட்சியத்துடன் பயணித்ததால் இடையில் எங்கும் காலம் தாழ்த்தாமல் சென்றார்.

கங்கை வலங்கொளும் காசி விசுவநாதரைக் கயிலை நாதனாகவே கருதியதால் அவரை வணங்கினார் அப்பர். அத்துடன் கயிலையில் அம்பிகை மானசரோவர் என்ற பொய்கையின் வடிவிலும், சிவபெருமான் மலையின் வடிவிலும் திகழ்கின்றனர். ஆதலால் வழிபாட்டுக்குரிய திருமேனியுடன் வீற்றிருக்கும் காசியை வணங்கினார்.

திருநாவுக்கரசரைத் தொடர்ந்து வந்த அடியார்கள் அதற்கு அப்பால் செல்லாது நின்றனர். கங்கைக்கரைக்கு அப்பால் கற்சுரம் என்னும் மலையும் காடும் சூழ்ந்த ஆள் நடமாட்டம் இல்லாத நிலப்பகுதியாக இருந்தது.

விடாமுயற்சியுடன் அப்பர் அந்தத் தனிவழியில் சென்றார். புலிகள் போன்ற காட்டு விலங்குகள் அவருக்கு வழிவிட்டு விலகி அப்பால் சென்றன. இரவும் பகலும் தொடர்ந்து நடந்தார். இரவில் நாகப் பாம்புகள் படங்களில் உள்ள மணிகளைக் கக்கி அப்பரடிகளுக்கு ஒளிகாட்டி உதவின.

தாண்டக வேந்தரின் தாமரைப் பாதங்கள் தேய்ந்தன. வெள்ளிமலையைக் காணும் விருப்பம் சற்றும் குறைய வில்லை. தம்முடைய இரண்டு கைகளையும் ஊன்றித் தாவித் தாவிச் சென்றார். திருநாவுக்கரசரின் திருக்கரங்களும் தேய்ந்தன. அடிகள் தம் மார்பினால் உந்திச் சென்றார். மார்புத் தசைகளும் தேய்ந்தன. உடலால் உருண்டுத் தமது பயணத்தைத் தொடர்ந்தார்.

தன்னுடைய அடியவர் ஓர் உயர்ந்த இலட்சியத்திற்காக உடல் முழுவதும் தேய நின்ற காட்சி இறைவனுக்கும் தாங்க முடியாத துயரத்தைத் தந்தது! தனக்கே உரிய கருணையினால் இறைவன் முனிவர் போல் வந்து அப்பரின் எதிரே நின்றான். முனிவர் வடிவத்திலிருந்த ஈசனைக் கண்ட வுடனேயே அப்பருக்கு ஓரளவு சக்தி பிறந்தது!

‘அடியவரே! இவ்வாறு உடல் உறுப்புக்கள் தேய இந்தக் கொடிய காட்டு மலைப் பாதையில் எதற்காக வந்தீர்கள்?’ என்று அப்பரிடம் கேட்டார் முனிவர்.

‘முனிவரே! பார்வதி தேவியுடன் வடகயிலையில் பரமசிவன் அமர்ந்திருக்கும் அரிய காட்சியைக் கண்டு தரிசிக்கும் காதலுடன் வந்தேன்!’ என்று அப்பரடிகள் பதிலளித்தார்.

‘தேவர்களும் அடைய முடியாத கயிலைமலையை மனிதர்கள் அடைவது முடியாத காரியம். இனி, திரும்பிச் செல்வதே நல்லது!’ என்று முனிவர் வடிவத்திலிருந்த பெருமான் கூறினான்.

அகில புவனங்களையும் ஆளும் சிவபெருமானின் கயிலைக் காட்சியைக் காணாமல் அழியும் உடலுடன் அடியேன் திரும்ப மாட்டேன்!’என்று உறுதிபடக் கூறினார் நாவுக்கரசர்.

அப்பரடிகளின் மனவுறுதியைக் கண்டு முனிவராக வந்த இறைவன் மகிழ்ந்தான்; விண்ணில் மறைந்தருளினான். அங்கிருந்து, ‘ஓங்கு நாவுக்கரசனே! எழுந்திடுக!’ என்று கூறியருளினான். உடனே திருநாவுக் கரசர் தேய்ந்த உறுப்புகளை மீண்டும் பெற்று, உறுதியான உடலுடன் ஒளி முகத்துடன் எழுந்தார்!

‘அண்ணலே! திருக்கயிலையில் இருந்தருளும் தங்கள் திருக்கோலத்தை அடியேன் காணத் திருவருள் செய்தல் வேண்டும்!’ என்று இறைவனைப் பணிந்து வேண்டினார் திருநாவுக்கரசர்.

‘இதோ, இங்குள்ள பொய்கையில் மூழ்கினால் குறைவு படாத புகழுடைய திருத்தலமாகிய திருவையாற்றில் எமது கயிலைக் கோலத்தைக் காணலாம்!’ என்று விண்வெளியில் இருந்த சிவபெருமான் திருவாய் மலர்ந்தருளினான். புதிய ஆற்றலுடன் திகழ்ந்த திருநாவுக்கரசர் ஈசனின் திருவைந்தெழுத்தை ஓதி பொய்கையில் மூழ்கினார்!

திருவையாற்றில் திருக்கயிலை

வடவாறு, வெண்ணாறு, வெட்டாறு, குடமுருட்டி, காவிரி ஆகிய ஐந்து ஆறுகள் திருவையாற்றுக்கு அருகில் ஓடுகின்றன. தஞ்சாவூரிலிருந்து திருவையாறு செல்வோர் இந்த ஐந்து ஆறுகளையும் கடந்தே செல்ல வேண்டும்.

ஐந்து ஆறுகள் ஓடும் திருத்தலமே திருவையாறு ஆயிற்று என்பது தெளிவாக விளங்கும்.

முனிவர் உருவத்தில் வந்த இறைவன் காட்டிய பொய்கை நீரில் மூழ்கிய திருநாவுக்கரசர் திருவையாற்றில் உள்ள ஒரு குளத்தில் எழுந்தார்! திருவையாறு திருக்கோயிலுக்கு வடமேற்கே உள்ள சமுத்ர தீர்த்தம் என்ற குளத்தின் நீரிலிருந்து கரையேறிய திருநாவுக்கரசருக்கு, நிற்பன, நடப்பன, பறப்பன ஆகிய அனைத்து உயிர்களும் சிவசக்தி வடிவமாகத் தோன்றின.

குளத்திலிருந்து எழுந்து படிகளின் மேலேறிச் சென்று ஐயாறப்பன் திருக்கோயிலின் முன்னால் நின்றார் அப்பர்! அப்போது அந்தத் திருக்கோயில் திருக்கயிலை மலையாக விளங்கிற்று. திருமால், பிரமன், இந்திரன், தேவர்கள் ஆகியோர் சூழ்ந்து நின்று இறைவனைப் போற்றினர். நான்கு வேதங்களும் தனித்தனியே கோஷமிட்டன. இயக்கர் முதலானோர் இன்னிசை பாடினர். கங்கை முதலான நதியரசிகள் மங்கல நீர் தெளித்தனர். பூதவேதாளங்கள் போற்றிட சிவகணத்தோர் எங்கும் காட்சி அளித்தனர். திருநந்திதேவர் திருவடியின் கீழ் வீற்றிருந்தார்.

வெள்ளி மலையாகிய கயிலையில் மரகதம் போன்ற நிறமுடைய உமாதேவியுடன் ஒளிவீசும் பவளக் குன்றைப் போல் சிவபெருமான் வீற்றிருப்பதைக் கண்டார் அப்பர்!

திருவையாறு திருக்கோயிலில் திருநாவுக்கரசருக்கு ஈசன் தனது கயிலைக் காட்சியைக் காட்டியருளினான். அந்த அரிய காட்சி மறைந்தவுடன் அப்பரடிகள் சற்றே திகைத்து நின்றார். பிறகு தெளிந்து, தாம் கண்ட அருட்காட்சியை உலகத்தவர் அறியும் வகையில் அமுதத் தமிழ்ப் பதிகமாக்கி பாடினார்.

'கண்டறியாதன கண்டேன்!' என்ற தெய்வத் தமிழ் மகாவாக்கியத்தால் தாம் கண்ட கயிலைக் காட்சியைக் குறிப்பிட்டார். இந்தப் பதிகத்தின் பத்துப் பாடல்களிலும் சிவனும் சக்தியும் ஒன்றிய திருக்கோலத்தைக் குறிப்பிட்டதுடன், ஈசனின் பிறைக் கண்ணியையும் கூறினார். பிறையாகிய கொண்டை மாலை அணிந்தவன் ஈசன். மாதர் பிறை-அழகான பிறை.

முனிவராக வந்த சிவபெருமான் திருநாவுக்கசரைத் தன்னுடன் அழைத்துச் சென்று வடகயிலையில் தரிசனம் அளித்திருக்கலாம்! அல்லது தான் முனிவராக வந்த அந்த இடத்திலேயே கயிலைத் தரிசனத்தைக் காட்டியிருக்கலாம்! அவ்வாறு செய்யாமல் தென்னாட்டில், திருவை யாற்றில் தனது கயிலைக் காட்சியைக் காட்டியருளினான்.

இதன்மூலம் உள்ளூர்க் கோயில்களும் உயர்ந்தவை என்பதை ஈசன் திருநாவுக்கரசரின் வழியாக மக்களுக்கு உணர்த்தினான். அதை நன்கு

புரிந்து கொண்ட நாவுக்கரசர் தமது இறுதிக் காலம் வரை தென்தமிழகத்திலேயே வாழ்ந்தார். திருக்கோயில்களைப் பாதுகாக்கும் உழவாரத் திருப்பணியைத் தொடர்ந்து செய்து உலகுக்கு வழிகாட்டினார்.

திருவையாறு கோயிலின் கோபுர வாசலைக் கடந்து உள்ளே வந்தால் ஒரு பெரிய பிராகாரம் இருக்கும். அதன் தென் கிழக்கு மூலையில் சூரிய தீர்த்தம் உள்ளது. அதற்கு மேற்கில் அப்பர் மற்றும் அவர் கண்ட திருக்கயிலைக் காட்சியை நினைவுபடுத்தும் வகையில் ஒரு கோயில் அமைந்துள்ளது. அதுவே, 'தென்கயிலை' என்று பெயர் பெற்றுள்ளது. ராஜராஜ சோழனின் மனைவியார் பஞ்சவன் மாதேவி இந்தத் திருக் கோயிலைக் கட்டியுள்ளார்.

பலநாள்கள் திருவையாற்றில் தங்கியிருந்து, பதிகங்கள் பாடி மகிழ்ந்தார் அப்பரடிகள். தமது திருத்தாண்டகம் ஒன்றில் இறைவனை, 'திருவையாறு அகலாத செம்பொற் சோதி!' என்று போற்றினார்.

அப்பதிகத்தின் முதல் பாட்டில் 'ஓசை ஒலி எலாம் ஆனாய் நீயே!' என்று இறைவனைக் குறிப்பிட்டார். ஏனெனில் இறைவன் திருவையாற்றில் ஒலிவடிவமாகத் திகழ்கிறான். திருக்கோயில் பிராகாரத்தின் வடமேற்கு மூலையில் நாம் நின்று 'சிவா'அல்லது 'ஓம்' என்றால் அந்த ஒலி ஏழு முறை எதிரொலிப்பதை இன்றும் கேட்கலாம்.

'சிந்திப்பரியன' என்று தொடங்கும் திருவிருத்தம் முதலான பதிகங்களைப் பாடியருளிய திருநாவுக்கரசர் திருவையாற்றிலிருந்து திருநெய்த்தானம் அடைந்தார். இங்கு இறைவன் கொள்ளும் நெய்ய பிஷேகம் சிறப்புப் பெற்றது.

ஆதலால் இது திருநெய்த்தானம் என்று பெயர் பெற்றது. வாலாம்பிகை தேவியுடன் நெய்யாடியப்பர் இங்கு உறைகிறார். கலைமகள் ஈசனை வழிபட்ட தலமும் ஆகும். அங்கிருந்து அப்பரடிகள் திருமழபாடி சென்றார்.

திருப்பூந்துருத்தியில் திருமடம்

திருமழபாடியிலிருந்து அப்பரடிகள் திருப்பூந்துருத்திக்குச் சென்றார். அங்கு ஓர் திருமடத்தை நிறுவினார். அதன்வழியே சைவத்துக்கும் தமிழுக்கும் சமுதாயத்துக்கும் தொண்டுகள் செய்தார்.

திருப்பூந்துருத்தி திருமடத்தில் தங்கி, இறைவன் மீது பல வகைப் பதிகங்களையும் பாடியருளிய நாளில், பாண்டிய நாட்டிலிருந்து

திருஞானசம்பந்தர் சோழ நாடு திரும்பினார். அப்பரடிகள் திருப் பூந்துருத்தியில் இருப்பதை அறிந்த சம்பந்தர் அங்கு சென்றார். அவரை எதிர்கொண்டு வரவேற்க அப்பரடிகள் ஊரின் புறம்பணைக்குச் சென்றார். அவருடன் அடியார்கள் பலரும் சென்றிருந்தனர்.

திருப்பூந்துருத்தி ஊரெல்லையை அடைந்த சம்பந்தர், அடியார் கூட்டத்தில் அப்பரடிகளை ஆவலுடன் தேடினார். அவர் அங்குக் காணப் படவில்லை. 'அப்பர் எங்கே?' என்று கேட்டார் திருஞானசம்பந்தர்.

கூட்டத்தின் இடையே புகுந்து சம்பந்தரின் பல்லக்கைத் தாங்கி வந்தார் அப்பர். உள்ளம் உருகிய நிலையில், 'ஞான வள்ளலே! தங்கள் பல்லக்கைத் தாங்கும் பெரும்பேறு பெற்றேன்!' என்று கூறியபடி, பல்லக்கின் கீழே இருந்து தமது தலையை நீட்டினார் திருநாவுக்கரசர்.

துணுக்குற்ற சம்பந்தர், பரபரப்புடன் கீழே இறங்கி 'அப்பரே! என்ன செயல் செய்தீர்கள்! தாங்களா என் பல்லக்கைத் தாங்குவது?' என்றார்.

சம்பந்தர் அப்பரைக் கீழே விழுந்து வணங்க முற்படும்போது அப்பர் அவருக்கும் முன்னால் வணங்கினார்.

வரவேற்பு உபசரிப்புக்குப் பிறகு, அப்பரும் சம்பந்தரும் திருபூந்துருத்தி திருக்கோயில் சென்று இறைவனை வணங்கினர். திருநாவுக்கரசர் அமைத்த திருமடத்தில் சம்பந்தர் சில நாள்கள் தங்கினார். பாண்டிய நாட்டுப் பயணம் குறித்த செய்திகளையும், குலச்சிறையார் மற்றும் மங்கையர்க்கரசியாரின் மாண்புகளையும் ஞானசம்பந்தர் அப்பருக்குக் கூறினார். அவ்வாறே அப்பரும் தமது தொண்டை நாட்டுப் பயண விவரத்தையும், திருவையாறு அடைந்த செய்தியையும் கூறினார்.

தொண்டை நாடு சென்று தொழுது பதிகங்கள் பாடியருள, சம்பந்தரிடம் திருநாவுக்கரசர் விண்ணப்பித்தார். அதுபோல், திருநாவுக்கரசருக்குப் பாண்டிய நாட்டைக் காண வேண்டும் என்ற ஆவல் ஏற்பட்டது. சம்பந்தர் சீர்காழி சென்று, சில நாள்கள் கழித்து, தொண்டை நாடு செல்லப் பயணமானார். அப்பர் மதுரையை நோக்கிச் சென்றார்.

அங்கு திருவாலவாய் இறைவன் மீது, 'முளைத்தானை' என்று தொடங்கும் திருத்தாண்டகத்தைப் பாடினார். சைவ நெறியைச் சார்ந்து, கூன் நிமிர்ந்து, நின்றசீர் நெடுமாறனாக விளங்கிய பாண்டியனும், பாண்டிமாதேவியும், அமைச்சர் குலச்சிறையாரும் அப்பரடிகள் மதுரை எழுந்தருளிய செய்தியை அறிந்தனர்; அவரைக் காணச் சென்றனர்; வணங்கி வரவேற்றனர். சிவனைச் சிந்தித்து அவர்களுக்குத் திருநீறு அளித்து வாழ்த்திய அப்பரடிகள் அவர்களுடைய வேண்டுகோளை ஏற்றுச் சிலநாள்கள் மதுரையில் தங்கினார். 'வேதியா! வேத கீதா!' என்று தொடங்கும் திருநேரிசை போன்ற பதிகங்களையும் பாடினார்.

ஆலவாய் ஈசன், அரசன், அரசி, அமைச்சர் ஆகியோரிடம் விடைபெற்றுத் திருபூவணத்தை அடைந்தார் நாவுக்கரசர். வைகை ஆற்றின் தென்கரையில் உள்ள திருப்பூவணம் மூவர் திருப்பதிகங்களும் பெற்ற திருத்தலம். பூவண நாதரை மூவேந்தர்களும் வழிபட்டுள்ளனர். திருப் பூவணம் காசிக்குச் சமமான திருத்தலமாகக் கருதப்படுகிறது. அப்பர், 'வடிவேறு திரிசூலம் தோன்றும்! தோன்றும்!' என்று தொடங்கும் திருத்தாண்டகத்தை இந்தத் திருத்தலத்தில் பாடினார். இந்தத் தலத்தில் ஈசன் சோமஸ்கந்த வடிவில் அப்பருக்குக் காட்சியளித்தான். பிறகு, நாவுக்கரசர் ராமேசுவரம் சென்றார். ராமேசுவரத்து இறைவன் மீது பதிகம் பாடியருளிய பிறகு, அப்பரடிகள் திருநெல்வேலியை அடைந்தார்.

பாண்டிய நாட்டின் தெற்குப் பகுதியில் தாமிரபரணி ஆற்றின் கரையில் அமைந்துள்ள திருநெல்வேலி, ஈசனின் ஐந்து ஆடல் அரங்குகளில்(நடன சபை) ஒன்றாகும். காந்திமதியம்பிகை உடனுறை நெல்லையப்பர் கோயில் உள்ள பகுதி ஒரு காலத்தில் மூங்கில் காடாக இருந்துள்ளது. ராமக்கோன் என்பவர் அன்றாடம் தமது மாட்டுப் பட்டியிலிருந்து பால்குடத்துடன் தமது இல்லத்துக்குத் திரும்புவார். ஒரு நாள் ஓரிடத்தில் கால் தடுக்கியதால்அவர் எடுத்து வந்த குடத்திலிருந்த பால் அனைத்தும் கீழே சிந்தி, மூங்கில் காட்டை அடைந்தது. தொடர்ந்து சில நாள்கள் அதே இடத்தில் ராமக்கோனின் கால் தடுக்கி, பால் வழிந்து மூங்கில் காட்டுக்குள் ஓடியது!

அந்த இடம் குறித்து சந்தேகம் கொண்ட ராமக்கோன் கோடாரியால் மூங்கில்களை வெட்டி அப்புறப்படுத்திய போது, அங்கே சிவலிங்கம் ஒன்று இருக்கக் கண்டார். அந்த இறைவன், திருக்கோயிலில் வேணுவனநாதர் என்ற பெயருடன் சுயம்பு மூர்த்தியாக, வெட்டுப்பட்ட தலையோடு காட்சியளிக்கிறார்.

வேணுவனநாதரை வெளிக்கொணர்ந்த ராமக்கோனை, 'ராம பாண்டிய ராஜா' என்றும் அழைத்தனர். ராம பாண்டிய ராஜா வேண்டியபடி, வேணுவனநாதர் உருவத்தில் வளர்ச்சி அடைந்தார்! ஆதலால், 'வேண்ட வளர்ந்த நாதர்' என்றும் பெயர் பெற்றுள்ளார். கோயிலின் முதல் சுற்றில் பள்ளமான ஓரிடத்தில் மூலலிங்கர் எழுந்தருளியுள்ளார்.

வேத சர்மா என்ற அர்ச்சகர் அன்றாடம் நெல்லை உரலில் குத்தி, அரிசியாக்கி திருவமுதாகச் சமைத்து, ஈசனுக்குப் படைப்பார். ஒருநாள் அடுத்த நாள் நிவேதனத்துக்கு வேண்டிய அளவு நெல்லை, தமது வீட்டு முற்றத்தில் உலர்த்திவிட்டுத் திருக்கோயிலுக்குச் சென்றார். அப்போது பலத்த மழை பெய்தது! இறைவனின் அடுத்த நாள் நிவேதனம் தடைப்படுமே என்ற கவலையுடன் இல்லம் திரும்பினார் வேத சர்மா. ஆனால், முற்றத்தில் நெல் காய்ந்த இடத்தில் சிறிதும் மழைத் தண்ணீர் விழாமல் இறைவன் காத்தான்! நெல்லை வேலி போல் இருந்து இறைவன் காத்த திருத்தலம், 'திருநெல்வேலி' ஆயிற்று!

நெல்லையப்பரை வணங்கிப் போற்றிய நாவுக்கரசர், திருக்கானப்பேர் சென்று வணங்கினார். பிறகு சோழ நாட்டுக்குத் திரும்பி, அங்குள்ள தலங்களை மீண்டும் தரிசித்து திருப்புகலூரை அடைந்தார். உழவாரத் திருப்பணி புரிந்தார். தேவாரப் பதிகங்களும் இயற்றினார்.

ஆடைகள் நழுவ ஆடிய பெண்கள்

திருப்புகலூர் என்ற சோழ நாட்டுத் திருத்தலம், நன்னிலம்- நாகூர் வழித்தடத்தில், நன்னிலத்திலிருந்து ஏழு மைல் தொலைவில் உள்ளது.

திருநாவுக்கரசர் திருப்புகலூரில் தங்கிய நாள்களில் பல்வேறு பதிகங்களை இயற்றினார். நின்ற திருத்தாண்டகம், தனித் திருத்தாண்டகம், க்ஷேத்திரக் கோவைத் தாண்டகம், குறைந்த திருநேரிசை, தனித் திருநேரிசை, ஆருயிர்த் திருவிருத்தம், தசபுராணத்தடைவு, பாபநாசப் பதிகம், சரக்கறைத் திருவிருத்தம் போன்ற அனைத்து வகையான பதிகங்களையும் இயற்றினார். திருநாவுக்கரசர் ஆசாபாசங்கள் அற்ற பழுத்த துறவி என்பது இறைவனுக்குத் தெரியும். சைவர்களுக்கும் தெரியும். அவருடைய முதிர்ந்த துறவின் மேன்மையை உலகத்து மக்களுக்கு உணர்த்த விரும்பினான் சிவபெருமான்.

திருநாவுக்கரசர் உழவாரப் பணி செய்துகொண்டிருந்த திருக்கோயில் பிராகாரத்தில் ஆங்காங்கே பொன்னையும் நவரத்தினக் கற்களையும் தோன்றச் செய்தான் இறைவன். ஓடும் செம்பொன்னும் ஒன்றாகப் பார்க்கும் பக்குவம் பெற்ற நிலையில் இருந்த திருநாவுக்கரசர் அவற்றை ஏனைய குப்பைகளுடன் சேர்த்து விலக்கித் தள்ளினார். அவை அகழிக்குள் சென்று விழுந்தன.

ஆடல் பெண்களை அனுப்பினான் ஈசன். அவர்கள் தங்கள் ஆடைகள் நழுவ ஆடியும் பாடியும் அப்பரின் கவனத்தை ஈர்க்க முயன்றனர். அப்பரடிகள், 'பொய்மாயப் பெருங்கடலுள்' என்று தொடங்கும் பதிகத்தைப் பாடினார். சிவத்தின்மேல் நீங்காத சித்தத்தைக் கண்ட பெண்கள் அப்பரை வணங்கிச் சென்றனர்.

புகலூரில் புண்ணிய முக்தி

திருநாவுக்கரசர் தமது பூவுல வாழ்க்கை போதுமென்றும், இறைவன் திருவடியை அடையும் தருணம் வந்ததென்றும் உணர்ந்தார். அந்த விருப்பத்தையும் சிவபெருமானிடமே கூறினார்.

எண்ணுகேன் என்சொல்லி எண்ணுகேனோ
எம்பெருமான் திருவடியே எண்ணில் அல்லால்
கண்ணிலோன் மற்றோர் களைகண் இல்லேன்
கழலடியே கைதொழுது காணின் அல்லால்
ஒண்ணுளே ஒன்பது வாசல் வைத்தாய்
ஒக்க அடைக்கும் போது உணரமாட்டேன்
புண்ணிய உன்னடிக்கே போதுகின்றேன்
பூம்புகலூர் மேவிய புண்ணியனே!

என்ற பாடலுடன் தொடங்கும் பதிகத்தைப் பாடினார். பத்துப் பாடல்களிலும் பூம்புகலூர் மேவிய புண்ணியனை அழைத்து 'உன்னடிக்கே போதுகின்றேன்!' என்று கூறினார். தேவர்கள் மலர் மாரி பொழிய, தேவ துந்துபிகள் முழங்க சித்திரை மாதச் சதயத் திருநாளில் சிவானந்த ஞானவடிவாகி, அப்பர் ஈசன் திருவடிக்கீழ் அமர்ந்தார்.

திருப்புகலூரில் திருநாவுக்கரசர் திருமடம், திருநாவுக்கரசர் நந்தவனம் என்றெல்லாம் பெயரிட்டுள்ளனர். அப்பரடிகள் சந்நிதியில் மூலவர் மற்றும் உற்சவத் திருமேனிகள் உள்ளன. திருப்புகலூர் பெரிய திருவிழா சித்திரை மாதச்சதயத்தை ஒட்டியே நடைபெறுகிறது. நான்காவது தெப்பத் திருவிழா நாளில் அப்பரடிகள் அலங்கரிக்கப்பட்ட தெப்பத்தில் பவனி வருகிறார்.

நால்வர் சந்நிதிகள் உள்ள திருக்கோயில்களிலும் அப்பர் ஐக்கிய ஐதீகம் நடைபெற்று வருகிறது. இரவு அர்த்தஜாம பூஜைக்குப் பிறகு, அப்பர் திருமேனியை 'எண்ணுகேன் என்சொல்லி எண்ணுகேன்' என்ற பதிகத்தைப் பாடி, உட்பிராகாரத்தில் அழைத்து வந்து, சுவாமி சந்நிதி வாயில் நெடுகிலும் கற்பூரத்தை ஏற்றி, அதற்கிடையே அப்பர் திருவுருவத்தை எடுத்துச்சென்று ஈசன் திருவடியில் அமர்த்தித் திருக்கதவும் காப்பிடுவதே ஐக்கியமடையும் நிகழ்வாகும்.

நால்வர் பெருமக்களில் அதிக ஆண்டுகள் வாழ்ந்தவர் திருநாவுக்கரசர் தான். அவர் எண்பத்தொரு ஆண்டுகள் பூவுலகில் வாழ்ந்தார். அப்பர் இயற்றிய மூவாயிரத்து அறுபத்தாறு பாடல்களை உள்ளடக்கிய 312 பதிகங்கள் கிடைத்துள்ளன.

நான்கு, ஐந்து, ஆறு ஆகிய மூன்று திருமுறைகளாகத் தொகுக்கப் பட்டுள்ள திருநாவுக்கரசர் தேவாரத்தைப் படிப்போர், எல்லா நலமும் பெற்று சிறப்படைவார் என்பது நிச்சயம்.

திருநாவுக்கரசரின் விஷம் தீர்த்த பதிகம்

ஒன்று கொலாம் அவர் சிந்தை உயர்வரை
ஒன்று கொலாம் உயரும் மதி சூடுவர்
ஒன்று கொலாம் இடு வெண்டலை கையது
ஒன்று கொலாம் அவர் ஊர்வதுதானே 1

இரண்டு கொலாம் இமையோர் தொழுபாதம்
இரண்டு கொலாம் இலங்குங்குழை பெண்ணாண்
இரண்டு கொலாம் உருவம் சிறு மான்மழு
இரண்டு கொலாம் அவர் எய்தின தாமே 2

மூன்று கொலாம் அவர் கண்ணுத லாவன
மூன்று கொலாம் அவர் சூலத்தின் மொய்யிலை
மூன்று கொலாம் கணை கையதுவில் நாண்
மூன்று கொலாம் புரமெய்தன தாமே 3

நாலு கொலாம் அவர்தம் முகம் ஆவன
நாலு கொலாம் சனனம் முதற் தோற்றமும்
நாலு கொலாம் அவர் ஊர்தியின் பாதங்கள்
நாலு கொலாம் மறை பாடின தாமே 4

அஞ்சு கொலாம் அவர் ஆடரவின் படம்
அஞ்சு கொலாம் அவர் வெல் புலனாவன
அஞ்சு கொலாம் அவர் காயப்பட்டான்கணை
அஞ்சு கொலாம் அவர் ஆடின தாமே 5

ஆறு கொலாம் அவர் அங்கம் படைத்தன
ஆறு கொலாம் அவர்தம் மகனார் முகம்
ஆறு கொலாம் அவர் தார்மிசை வண்டின் கால்
ஆறு கொலாம் சுவை ஆக்கின தாமே 6

ஏழு கொலாம் அவர் ஊழி படைத்தன
ஏழு கொலாம் அவர் கண்ட இருங்கடல்
ஏழு கொலாம் அவர் ஆளும் உலகங்கள்
ஏழு கொலாம் இசை யாக்கின தாமே 7

எட்டு கொலாம் அவர் ஈறில் பெருங்குணம்
எட்டு கொலாம் அவர் சூடும் இனமலர்

எட்டு கொலாம் அவர் தோளிணை யாவன
எட்டு கொலாம் திசையாக்கின தாமே 8

ஒன்பது போலவர் வாசல் வகுத்தன
ஒன்பது போலவர் மார்பினில் நூலிழை
ஒன்பது போலவர் கோலக் குழற்சடை
ஒன்பது போலவர் பாரிடம் தானே 9

பத்து கொலாம் அவர் பாம்பின்கண் பாம்பின்பல்
பத்து கொலாம் எயிறுந்நெரிந் துக்கன
பத்து கொலாம் அவர் காயப்பட்டான் தலை
பத்து கொலாம் அடியார் செய்கை தானே 10

சிந்தைக்கு எட்டாத உயர்ந்த மலையாகிய திருக்கயிலாயம், அவர் விரும்பி உறையும் ஒரே ஒப்பற்ற மலையாகும். அவர் கருணையினால் விரும்பி தலையில் ஒரு மதியைச் சூடுபவர். அவர் பிரம்ம கபாலத்தை விரும்பிக் கையில் ஏந்துபவர். அவர் உகந்து ஏறும் ஒப்பற்ற ஊர்தி - ரிஷபம்.

தேவர்கள் ஏத்துதற்கு ஏற்ற இரண்டு திருவடிகளை உடையவர் சிவபெருமான். தெய்வங்களுக்கு கைகள், தலைகள் எண்ணிக்கையில் வேறுபடும். ஆனால், எல்லாத் தெய்வங்களுக்கும் திருவடிகள் இரண்டே என்பது சிந்தித்தற்குரியது. சக்தியும் சிவமும் ஆகிய இரண்டு வடிவங்களை உடையவர் ஈசன். மான், மழு என்ற இரண்டு ஆயுதங்களே அவர் தமது கரத்தில் ஏந்துபவை ஆகும்.

சிவபெருமான் அணியும் நாகாபரணத்தில் ஐந்து தலைகள் உள்ளன. ஈசன் வெல்லும் புலன்கள் ஐந்து. 'பொறிவாயில் ஐந்தவித்தான்' என்பது திருக்குறள். சிவபெருமானின் நெற்றிக்கண் நெருப்பால், தனது காயத்தை(உடலை) இழந்த மன்மதனின் அம்புகள் ஐந்தாகும். சிவபெருமானுக்கு ஆன் ஐந்து என்று போற்றப்படும் பஞ்சகவ்யம் மிகவும் உகந்தது. பசுவிலிருந்து கிட்டும் பால் முதலாகிய ஐந்து பொருள்கள் ஆன்ஐந்து எனப்படும்.

ஐந்து பொருட்களின் கலவையான பஞ்சாமிர்தத்தால் அபிஷேகம் கொள்பன் ஈசன்.

பொன்னம்பலம், வெள்ளியம்பலம், மணியம்பலம், தாமிர அம்பலம்,ஓவிய அம்பலம் ஆகிய ஐந்து சபைகளில் ஆடுபவன் சிவபெருமான்.

சிவபெருமான் அணியும் பாம்பின் தலைகள் ஐந்து என்பதால், அது பத்து கண்களைப் பெற்றுள்ளது. அவ்வாறே பாம்புக்கு பத்து பற்கள் உள்ளன.

சிவபெருமான் இராவணனை கயிலையின் கீழ் அழுத்தினான் அல்லவா? அப்போது இராவணனின் காயம் (உடல்) மலையின் கீழ்ப்பட்டது. அந்த இராவணனின் தலைகள் பத்து ஆகும். ஈசனுடைய அடியார்கள் செய்கையும் பத்து ஆகும். இதனை மாணிக்கவாசகர் தமது திருவெம் பாவையில், 'பத்துடையீர்! ஈசன் பழஅடியீர்!' என்று குறிப்பிட்டுள்ளார்.

1. நீராடி, அகப் புறத் தூய்மையுடன் சிவநாமத்தைச் சொல்லி திருநீறு அணிதல், அப்பத்தில் முதன்மையான செயலாகும்.

2. தகுந்த ஞானாசிரியரை அணுகி வழிபட்டு, அவர் காட்டும் சிவநெறியினில் தீட்சை முதலிய பெறுதல் ஒரு செய்கை.

3. இறைவனின் பொருள் சேர்ந்த புகழை போற்றிப் பாடுதல் அடியார் செய்கையில் ஒன்றாகும்.

4. ஈசனின் பஞ்சாட்சரம் என்னும் திருவைந்தெழுத்தை ஓதி நினைந்து ஜபித்தல், அடியாரின் செய்கைகளில் ஒன்றாகும்.

5. சிவபெருமானுக்கு, இயன்ற வகையில் தொண்டு செய்தல் மற்றொரு செயலாகும்.

6. ஈசனின் திருவிளையாடல்களை தக்க சான்றோர்களின் வழியாகக் கேட்டு மகிழ்தல் அடியார் செய்கையாகும்.

7. உழவாரம் போன்ற தொண்டுகள் செய்து, திருக்கோயில் களைப் பாதுகாப்பதும் அடியார் செய்கையாகும்.

8. தமக்கு இயன்ற வழியில் இறைவனை வழிபடுதல். அதாவது அர்ச்சனை, அபிஷேகம் முதலியன செய்து மகிழ்தல் அடியார் செய்கைகளில் ஒன்றாகும்.

9. மாகேஸ்வர பூஜை என்னும் அடியார்க்கு அமுது படைக்கும் தொண்டும், அடியார் செய்கைகளில் ஒன்றாகும்.

10. அவ்வாறே இறைவனின் திருவிழாக்களைக் கண்டு மகிழ்தல் ஒப்பற்ற செயலாகும். இதனை, ஓர் உண்மைப் பொருளாகவே சம்பந்தர் குறிப்பிட்டுள்ளார்.

தமிழ் அர்ச்சனைக்கு ஏற்ற திருவாரூர் போற்றித் தாண்டகம்

கற்றவர்கள் உண்ணும் கனியே போற்றி!
கழலடைந்தார் செல்லும் கதியே போற்றி!

அற்றவர்களுக்கு ஆரமுதம் ஆனாய் போற்றி!

அல்லல் அறுத்து அடியேனை ஆண்டாய் போற்றி!

மற்றொருவர் ஒப்பில்லா மைந்தா போற்றி!

வானவர்கள் போற்றும் மருந்தே போற்றி!

செற்றவர்தம் புரம் எரித்த சிவனே போற்றி!

திருமூலட்டானனே போற்றி போற்றி!

சங்கரனே நின்பாதம் போற்றி போற்றி!

சதாசிவனே நின்பாதம் போற்றி போற்றி!

பொங்கரவா நின்பாதம் போற்றி போற்றி!

புண்ணியனே நின்பாதம் போற்றி போற்றி!

அங்கமலத்து அயனோடு மாலும் காணா

அனலுருவா நின்பாதம் போற்றி போற்றி!

செங்கமலத் திருப்பாதம் போற்றி போற்றி!

திருமூலட்டானனே போற்றி போற்றி!

பிரமன்தன் சிரமரிந்த பெரியோய் போற்றி!

பெண்ணுருவோடு ஆணுருவாய் நின்றாய் போற்றி!

கரநான்கும் முக்கண்ணும் உடையாய் போற்றி!

காதலிப்பார்க்கு ஆற்ற எளியாய் போற்றி!

அருமந்த தேவர்க்கு அரசே போற்றி!

அன்றுஅரக்கன் ஐந்நான்கு தோளும் தாளும்

சிரநெரித்த சேவடியாய் போற்றி போற்றி!

திருமூலட்டானனே போற்றி போற்றி!

கயிலையில் கண்ட ஜோதி

உபமன்ய முனிவர் சிவபக்தியில் சிறந்தவர். வியாக்ரபாத முனிவர் வசிஷ்டரின் சகோதரியை மணந்திருந்தார். அவர்களின் மகன்தான் உபமன்ய முனிவர். உபமன்யர் குழந்தையாக இருந்தபோது, அவருடைய தாய்மாமன் வசிஷ்டரின் ஆசிரமத்தில் வளர்ந்தார். அதனால் உபமன்யர் காமதேனுவின் பாலைப் பருகி வளர்ந்தார்.

நடராஜ தரிசனத்துக்காக வியாக்ரபாதர் தில்லைக்கு வந்தார். அவருடன் குழந்தை உபமன்யரும் வந்திருந்தார். வியாக்ர பாதர் தரிசனம் செய்துகொண்டிருந்த போது, குழந்தை உபமன்யருக்குப் பசி எடுத்தது. அதனால் அவர் அழுதார். சிவதரிசனத்தில் மூழ்கியிருந்த வியாக்ரபாதர் காதில், குழந்தையின் அழுகை ஒலி கேட்கவில்லை.

ஆனால், பால் வேண்டி அழுத உபமன்யருக்காக ஈசன் பாற்கடலையே தில்லைக்குக் கொண்டுவந்து விட்டான்! குழந்தை, பாலைப் பருகி மகிழ்ந்தது.

சம்பந்தருக்கு அம்பிகை வழியே ஞானப்பாலை அருளியது போல, உபமன்யருக்கு - சிவபெருமான் ஞானமாகிய அமுதத்தை வழங்கினான்.

உபமன்ய முனிவர், ஒருநாள் திருக்கயிலையின் சாரலில் அமர்ந் திருந்தார்.வேறு சில முனிவர்களும் அவருடன் அமர்ந்திருந்தனர். அப்போது வான் வழியே வந்த ஒரு ஜோதி, கயிலைக்குள் நுழைந்தது!

உபமன்ய முனிவர் எழுந்து நின்று அந்த ஜோதியை வணங்கினார். உடனிருந்த மற்ற முனிவர்களும் அந்த ஜோதியை வணங்கினர். 'உபமன்யரே! தாங்கள் ஈசனைத் தவிர வேறு எவரையும் வணங்கமாட்டீர்கள்! பெருமான் அன்று திருவண்ணாமலையில் தோன்றியதுபோல் இப்போது ஜோதியாகத் தோன்றினானா?' என்றனர் மற்ற முனிவர்கள். 'இல்லை! இப்போது ஜோதியாக வந்தவன் நம்பியாரூரன்;நாம் வணங்கக் கூடியவன்!' என்றார் உபமன்ய முனிவர்.

'அப்படியா! தாங்கள் வணங்கும் பெருமை பெற்ற அந்த நம்பியாரூரர் யார்? எங்களுக்கு அவருடைய வரலாறைச் சொல்லுங்கள்!' என்று கயிலைச்சாரலில் இருந்த முனிவர்கள் உபமன்யரிடம் வேண்டினார்கள். அவர்களின் வேண்டுகோளை ஏற்று உபமன்யர், நம்பியாரூரர் வரலாறைக் கூறலானார்.

சுந்தரர்

நிழல் நிஜமானது!

சிவபெருமான் தன்னையே ஒருமுறை கண்ணாடியில் பார்த்தான். அவனின் அழகிய(சுந்தர) உருவம் கண்ணாடியில் பிரதிபலித்தது. அதைக் கண்ட பெருமான், அந்த பிம்பத்தைப் பார்த்து 'சுந்தரா! இங்கே வா!' என்று அழைத்தான். கண்ணாடியில் பிரதிபலித்த நிழல் உருவம் நிஜமாகிவிட்டது! கண்ணாடியிலிருந்து வெளிப்பட்ட ஈசனின் நிழலில் உருவான நிஜமே சுந்தரர்!

'சுந்தரா! இன்று முதல் கயிலையில் எனக்கு அருகில் இருந்து, எனது திருநீற்றுப் பேழையைத் தாங்கும் அணுக்கத்தொண்டராகப் பணியாற்றுக!' என்றான் ஈசன். அதன்படி, இறைவன் வேண்டும் பொழுதெல்லாம் திருநீற்றுப் பேழையை ஈசனிடம் கொண்டுசெல்லும் பணியை, செய்து வந்தார் சுந்தரர்.

ஆலாலசுந்தரர் ஆன கதை

துர்வாச முனிவரின் சாபத்தால், இந்திரனின் செல்வங்கள் எல்லாம் பாற்கடலில் சென்று மறைந்தன. அவற்றை மீண்டும் அடைய, பாற்கடலைக் கடைய முற்பட்டனர். மந்தர மலையை மத்தாக்கி, வாசுகி என்ற பாம்பை கயிறாக்கி, தேவர்கள் ஒரு பக்கமும் அசுரர்கள் ஒருபக்கமும் இழுத்து கடலைக் கடைந்தனர். அப்போது, கடலின் அடியிலிருந்து கொடிய விஷம் தோன்றியது.

அதே நேரத்தில், கடையும் கயிறாகப் பயன்பட்ட வாசுகியும் தன்னுடைய கொடிய விஷத்தைக் கக்கியது. 'ஹாலம்' என்றால் விஷம் என்று பொருள். ஹாலம்+ஹாலம்= ஹால ஹாலம் ஆயிற்று. அதையே தமிழில், 'ஆலாலம்' என்று குறிப்பிடுகிறோம்.

ஆலாலத்தைக் கண்டு அனைவரும் பயந்து ஓடினார்கள். சிவபெருமானிடம் தஞ்சம் அடைந்து, தங்களைக் காக்க வேண்டினார்கள். சிவபெருமான் கருணையுடன் தனது அருகில் இருந்த அணுக்கத் தொண்டர் சுந்தரரை அனுப்பி, ஆலாலத்தை எடுத்துவரச் செய்தார். சுந்தரர், பாற்கடல் அருகில் சென்றார். ஆலால விஷத்தைக் கையில் பிடித்து நாவல் பழம் போன்ற சிறிய உருண்டையாக உருட்டினார். அதைக் கொண்டுவந்து ஈசனிடம் கொடுத்தார்.

சிவபெருமான், அந்த ஆலால விஷத்தை உண்டார்.அம்பிகை அதை ஈசனின் கழுத்தில் நிறுத்தினாள். உலகம் காக்கப்பட்டது! சிவபெருமான் திருநீலகண்டன் ஆனான்.

அன்றாடம் திருநீற்றுப் பேழையைத் தாங்கும் கரங்களாதலால், ஆலால விஷமும் தாக்காமல் இருந்தது! ஆம்! கொடிய விஷத்தையும் தாங்கும் வலிமை திருநீற்றுக்கு உண்டு! சுந்தரன் என்ற காரணப் பெயருடன் திருக்கயிலையில் இருந்தவர், ஆலால விஷத்தைக் கொண்டுவந்த நாளிலிருந்து, 'ஆலால சுந்தரர்' என்ற சிறப்புப் பெயரும் பெற்றார்.

பூமிக்கு வந்த காதலன்!

அம்பிகையின் தோழிகளான அனந்திதை, கமலினி ஆகிய இருவரும் கயிலையிலிருந்த நந்தவனத்தில் பூக்கள் பறித்துச் செல்ல வந்தனர். அதே நேரத்தில் அங்கு வந்த ஆலால சுந்தரரின் பார்வை அப்பெண்களிடம் சென்றது! காமனைக் கண்ணால் எரித்த ஈசன் வாழும் கயிலையில், அத்தகைய பார்வை தோன்றலாமா? தோன்றியது! ஏன் தெரியுமா? தென் திசை, குறிப்பாகத் தமிழகம் புண்ணியம் செய்தது! மற்றும் திருத் தொண்டர்களைப் (சிவனடியார்கள்) பட்டியலிட்டுக் காட்டும் பதிகமாகிய 'திருத்தொண்டத் தொகை' நமக்குக் கிடைக்க வேண்டுமே! இவ்விரண்டு காரணங்களால்தான், ஆலாலசுந்தரரின் மனம் அந்தப் பெண்களின் மேல் சென்றதாக சேக்கிழார் கூறுகிறார்.

ஆலாலசுந்தரரின் மனத்தில் தோன்றிய விருப்பத்தை ஈசன் அறிந்தான். 'பெண்களின் மீது மனம் வைத்தாய்! ஆகையால், நீ பாரத பூமியின் தென்திசையில் பிறந்து, காதலின்பம் அனுபவித்து, மீண்டும் இங்கு வருக!' என்றான்.

சிவபெருமான் கூறிய சொற்களைக் கேட்ட ஆலாலசுந்தரர் கலங்கினார்: 'ஐயனே! தங்கள் திருவடியை விட்டு விலகிச் சென்று பூமியில் வாழப்போகும் சிறியவனை, தயவு செய்து, உரிய நேரத்தில் தடுத்து ஆட் கொள்ள வேண்டும்!' என்று வேண்டினார் ஆலாலசுந்தரர்.

உபமன்ய முனிவர் இவ்வாறு கூறத் தொடங்கியவுடன், 'முனிவரே! தென்திசை எதனால் சிறந்தது?' என்று கேட்டனர் முனிவர்கள். 'சிவகாமசுந்தரி அம்பிகை எப்போதும் காணும்படியும் வியாக்ரபாதர் போன்ற முனிவர்கள் கண்டு போற்றவும் ஈசன் நடனமாடும் தில்லைச் சிற்றம்பலம், தென்திசையில்தான் உள்ளது! பூமியின் இதயப் பகுதி போன்று விளங்குவதும், பிரணவத்தில் தோன்றும் ஈசன் புற்றிடங் கொண்ட பெருமானாக எழுந்தருளியிருப்பதும் ஆகிய திருவாரூர் தென்திசையில்தான் உள்ளது! அம்பிகை மணலால் செய்த சிவலிங்கத்தை வைத்து வழிபட்ட திருத்தலமாகிய காஞ்சியும் தென் திசையில்தான் உள்ளது! நந்தியெம் பெருமான் சுயம்பிரகாச அம்மையைத் திருமணம் செய்துகொண்ட திருவையாறும் தென் திசையில்தான் உள்ளது! பிரளய காலத்தில் தோணியாக மிதந்த தோணிபுரம் என்னும் சீர்காழியும் தென் திசையில்தான் உள்ளது!' என்று பலவாறு தென்திசையைப் புகழ்ந்து கூறிய உபமன்யர், சுந்தரர் வரலாறை தொடர்ந்து கூறத் தொடங்கினார்.

அரசரைக் கவர்ந்த அழகுக் குழந்தை

சோழர்கள் ஆண்ட நாட்டை சோழ நாடு என்கிறோம். அதுபோல், முனையரையர் என்றும் முனையர் என்றும் குறிப்பிடப்பட்ட ஒரு மரபினரால் ஆளப்பட்ட பகுதி - முனைப்பாடி நாடு என்று அழைக்கப் பட்டது. அப்பகுதி, தற்காலத்தில் கடலூர் மாவட்டத்தில் அடங்கியுள்ளது.

முனைப்பாடி நாட்டில், வளங்கள் நிறைந்த திருநாவலூர் என்ற ஊரில், சிவபெருமானுக்கு வழிவழியாகத் திருத்தொண்டு செய்துவந்த சிவவேதியர் மரபில், சடையனார்-இசைஞானியார் தம்பதியருக்குத் திருமகனாக ஆலாலசுந்தரர் பிறந்தார்.

திருவாரூர் இறைவனிடம் ஆழ்ந்த பக்தி கொண்டிருந்த சடையனார் தம்பதியர், தங்கள் மகனுக்கு நம்பியாரூரர் என்று திருப்பெயர் சூட்டினர். குழந்தைக்கு, ஐம்படை முதலான அணிகலன்களையும் பூட்டினர். மூன்று வயதில் குழந்தை நம்பியாரூரர் தெருவில் சிறுதேர் உருட்டி விளையாடிக்கொண்டு இருந்தார்.

நரசிங்க முனையரையர் என்ற சிற்றரசர், நம்பியாரூரரைக் கண்டார். கண்ட உடனேயே அவருக்கு அந்தக் குழந்தையை மிகவும் பிடித்துப்

போனது. நம்பியாரூரரை, தனது அரண்மனையில் வளர்க்க விரும்பினார். குழந்தையின் பெற்றோரை அணுகினார். அரசர் என்ற முறையில் கேட்காமல், நண்பர் என்ற முறையில் தமது விருப்பத்தைப் பெற்றோரிடம் தெரிவித்தார் அவர்.

சடையனார் தம்பதியர் நரசிங்க முனையரையரின் பாசத்தைப் புரிந்து கொண்டனர். நம்பியாரூரரை அழைத்துச்சென்று வளர்க்க அனுமதித்தனர்.

நரசிங்க முனையரையர், நம்பியாரூரரை அபிமான புத்திரன் என்ற முறையில் வளர்த்தார்.சுவீகார புத்திரனுக்கும் அபிமான புத்திரனுக்கும் வேறுபாடுகள் உள்ளன. ஒரு பெற்றோர் தங்கள் மகனை மற்றொரு வருக்குச் சுவீகாரம் கொடுத்துவிட்டால், அவர்களுக்கும் பெற்றோருக்கும் உள்ள தொடர்புகள் முற்றிலுமாக முடிந்து போய்விடும். வளர்க்கும் தம்பதியருக்கே, சுவீகாரப் புத்திரன் உரிமையாகிவிடுவான்.

ஆகவே, அவனைப் பெற்ற தாய்தந்தையருக்குச் செய்யவேண்டிய மத ரீதியான கடமைகளில், சுவீகாரம் சென்ற மகனுக்கு உரிமை கிடையாது. அவனை சுவீகாரம் எடுத்துக்கொண்ட தம்பதியருக்கு உரிய கடன்களை ஆற்றும் உரிமை மட்டுமே அவனுக்குக் கிடைக்கும். அதுபோலவே, சுவீகாரம் எடுத்துக்கொண்ட தம்பதியரின் சொத்துகளை அடையும் உரிமையும் அவனுக்குக் கிடைக்கும்.

அபிமான புத்திரனாகச் செல்லும் மகனுக்கு, அவனுடைய பெற்றோர் குடும்பத்துடன் உள்ள தொடர்பு நீடிக்கும். பெற்றோருக்கு உரிய கடன்களை ஆற்றும் உரிமையும், சொத்துகளில் பங்கு பெறும் உரிமையும் கிடைக்கும். ஆனால், வளர்க்கும் தம்பதியரிடத்தில் அத்தகைய உரிமை எதனையும் அடைய முடியாது.

நரசிங்க முனையரையர் அரண்மனைக்குச் சென்று வளர்ந்த நம்பியாரூரர், மன்னர்களின் மரபுக்கு ஏற்ற குதிரை ஏற்றம், யானை ஏற்றம், வில்பயிற்சி, வாள்பயிற்சி போன்ற கலைகளையும் கற்றுத் தேர்ந்தார். அதே நேரத்தில், நம்பியாரூரருக்கு உரிய பருவத்தில் வேதியர் மரபுக்கு ஏற்ப பூணூலும் அணிவித்தனர். வேதங்கள், சிவஆகமங்கள் முதலிய அனைத்தும் கற்பிக்கப்பட்டன.

சடையனார் தமது மகனுக்கு, தங்கள் மரபுக்கு ஏற்ப திருமணம் செய்துவைக்க விரும்பினார். புத்தூரில் சடங்கவி சிவாச்சாரியர் என்பவர் வாழ்ந்து வந்தார். அவருடைய பெண்ணை நம்பியாரூரருக்கு மணம் செய்விக்க, இரு வீட்டாரும் பேசி முடிவெடுத்தனர்.

திருமணத்தைத் தடுத்த பித்தர்!

புத்தூருக்குப் பெண் கேட்கச் சென்ற பெரியவர்கள், சடங்கவி சிவாச்சாரியர், நம்பியாரூரருக்குத் தமது பெண்ணைக் கொடுக்க சம்மதம் தெரிவித்த செய்தியைக் கூறினர். அதை அறிந்து மகிழ்ந்த நம்பிகளின் பெற்றோர் 'திருமண நாளோலை' அனுப்பினர். திருமண நாள் குறித்து மணமகள் வீட்டாருக்கு மணமகன் வீட்டார் அனுப்பும் செய்தி 'நாளோலை' எனப்படும். அதை, 'லக்ன பத்திரிகை' என்று கூறுவர். புத்தூருக்கு மணமகன் வீட்டார் சார்பில் நாளோலையை அளிக்க, பெண் களும் ஆண்களும் சென்றனர். சோலைகள் சூழ்ந்த பழைமை மிக்க ஊரான புத்தூரில், பெண்வீட்டாரும் தம்பதிகளாக வந்து எதிர்கொண்டு வரவேற்று அழைத்துச் சென்றனர்.

மணநாள் குறித்த செய்தி கிடைத்தவுடன் மணமகள் வீட்டார் மகிழ்ந்து, மங்கலச் செயல்களைச் செய்யத் தொடங்கினர். பாலிகைகளில் முளை சாத்தினர். தானிய விதைகளை, சுட்ட மண்ணாலான சிறிய கலங்களில் இட்டு முளைகட்டுதலே முளை சாத்துதல் ஆகும். கோயில் திருவிழா, குடமுழுக்கு, திருமணம் போன்ற மங்கல நிகழ்வுகளுக்கு முன்னால், முளைப் பாலிகை நிறுவுதல் மரபாகும். தானிய விதைகள் நன்கு முளைத்தல் நல்வாழ்வின் அறிகுறியாகக் கருதப்படும்.

இவ்வாறு பெண்வீட்டார் மங்கலங்களைச் செய்து வந்த நேரத்தில், மண மகனான நம்பியாரூரருக்கு, திருமணத்தின் முதல்நாள் காப்பு அணிவித்தனர்.

மறுநாள், மணமகனுக்குரிய அலங்காரங்களுடன் மாலைகளும் பூணூலும் மார்பில் புரள, நம்பிகள் இறைவனாகிய சிவபெருமானின் திருவடிகளை நினைத்து திருநீறு அணிந்தார். குதிரையின்மீது ஏறி அமர்ந்து திருமண மண்டபத்துக்குப் புறப்பட்டார்.

பல வகையான இசைக்கருவிகள் ஒலித்தன. எங்கும் வாழ்த்தொலிகள் எழுந்தன. மகளிர் பல்லாண்டிசை பாடினர். நான்மறைகள் முழங்கின. குதிரையில் சென்ற மணமகனுடன், சுற்றத்தார் பலரும் அவரவர் களுக்குரிய சிவிகை முதலான வாகனங்களில் சென்றனர்.

மங்கல வேத கீதங்களின் ஒலிகள் எங்கும் பரவின. மகளிரின் சங்கு வளையல்களும் சிவவேதியர்கள் அணிந்திருந்த மகரக் குழைகளும் ஒளியைப் பரப்பின. நம்பிகளின் மணக்கோலம் காண, கடலே வந்தது போலத் தோன்றியது!

நம்பியாரூரர் திருமணத்துக்காக, திருநாவலூரிலிருந்து புறப்பட்ட அனைவரும் புத்தூரை அடைந்தனர். புத்தூர் மக்களும் எதிர்கொள்ள வந்தனர். அன்றிலிருந்து புத்தூரை, 'மணம் வந்த புத்தூர்' என்று அழைக்கலாயினர். இன்று அது 'மணம் தவிர்ந்த புத்தூர்' என்று வழங்கி வருகிறது.

நம்பிகள், திருமணப் பந்தலுக்கு வந்தார். இடிபோல் சங்கநாதம் எழுந்தது. அப்போது ஈசன், 'உரிய நேரத்தில் உன்னைத் தடுத்து ஆண்டு கொள்வேன்!' என்று தான் கூறிய மொழியைத் திருவுள்ளத்தில் கொண்டு, கயிலையில் இருந்து பூவுலகத்துக்குப் புறப்பட்டான்!

சிவபெருமான், தனது நெற்றிக்கண்ணை மறைத்துக் கொண்டான். நெற்றியில் வெண்மையான திருநீற்றைப் பூசிக் கொண்டான். தளர்ந்த நடையுடன், கையில் கம்பு ஏந்திய முதிய வேதியராக வடிவம் எடுத்துக் கொண்டான்.

முதியவரின் காதில் மகர குண்டலம் தொங்கியது. மார்பில் முப்புரிநூல் புரண்டது. வெள்ளை மேலாடை, தோளை அலங்கரித்தது. சூரிய வெப்பத்தைத் தாங்கும் கைக்குடை திருக்கரத்தில் விளங்கியது.

முதுமையில் அழகு குறையும். ஆனால் இறைவன் கொண்ட வடிவம், அழகு குன்றாத முதுமை ஓர் வடிவு கொண்டது போல் விளங்கியது!

திருமண நிகழ்ச்சிகள் ஆரம்பிக்கும் முன்னால் திருமணப் பந்தலுக்குள் நுழைந்த முதியவர் நம்பியாரூரர் எதிரே நின்று, 'இங்குள்ளவர்கள் அனைவரும் என்னுடைய சொற்களைக் கேளுங்கள்!' என்றார்.

அங்கிருந்த மறையவர்களும் நம்பியும், 'முதியவரே! தங்கள் வரவு நல்வரவு ஆகுக! தாங்கள் கூற விரும்புவதைக் கூறுங்கள்!' என்றனர்.

'நம்பி! உனக்கும் எனக்கும் இடையில் ஒரு வழக்கு உள்ளது; அந்த வழக்கை முடித்தபிறகு, நீ உனது திருமண வேள்விகளைச் செய்!' என்றார் முதியவர்.

'பெரியவரே! தங்களுக்கும் எனக்கும் இடையில் ஒரு வழக்கு இருந்தால், அதை முடிக்காமல் எனது திருமண நிகழ்வுகளைத் தொடரமாட்டேன்; தாங்கள் சொல்ல வந்ததை முழுவதுமாகக் கூறுங்கள்!' என்றார் நம்பியாரூரர்.

'மறையவர்களே, கேளுங்கள்! இந்தத் திருநாவலூரன் என்னுடைய அடிமை ஆவான். இதுவே எனது வழக்கு!' என்றார் முதியவர்.

அதைக் கேட்டவர்கள் அனைவரும் சிரித்தனர். 'இந்த வேதியர் என்ன நினைத்தார்?' என்று கோபத்துடன் அவரை நெருங்கி வந்தனர். நம்பியாரூரரும் முதியவரை நேராக நோக்கி, சினத்துடன் சிரித்தார். முதிய

வரும் நடுக்கத்துடன் சிரித்தார். நழுவிய தனது மேலாடையை இழுத்து, மீண்டும் தோளின்மீது போட்டுக்கொண்டார்.

'நம்பியாரூரனே! முற்காலத்தில் உன்னுடைய தந்தையின் தந்தை எழுதிக் கொடுத்த அடிமை ஓலை இதோ உள்ளது! அப்படி இருக்க, நீ எதற்காகச் சிரிக்கிறாய்?' என்று சினத்துடன் கேட்டு, அடிமை ஓலையைக் காட்டினார் முதியவர். நம்பியாரூரர் சிரிப்பதை நிறுத்தினார்.

'முதியவரே! ஓர் அந்தணர் மற்றோர் அந்தணருக்கு அடிமையாகுதல் எங்காவது உண்டா? நீர் பித்தரா?' என்று கேட்டார் மணக்கோலத்தில் இருந்த நம்பிகள்.

'நம்பியாரூரா! நான் பித்தனாகவோ பேயனாகவோ இருந்துவிட்டுப் போகிறேன்! நீ என்னை எவ்வாறு இகழ்ந்தாலும் நான் அதற்கு நாணம் அடைய மாட்டேன்! நீ என்னை அறியாமல் இருக்கலாம். எனினும், எனக்கு அடிமையாகப் பணி செய்யவேண்டும்!' என்றார் முதியவர்.

'இந்த வேதியரின் கோலத்தைக் கண்டு எனது உள்ளத்தில் இவர் மேல் அன்புதான் தோன்றுகிறது! பித்தர் போல இவர் பேசும் வார்த்தை சினத்தையும் ஏற்படுத்துகிறது!' என்று தமது மனத்துக்குள் எண்ணினார் நம்பிகள்.

'முதியவரே! தாங்கள் கூறுவது உண்மையானால், ஓலையை என்னிடம் காட்டுங்கள்!' என்றார் நம்பியாரூரர்.

'நம்பி! ஓலையைக் காண உனக்கு என்ன தகுதி உள்ளது? இந்த அவையோர் தீர்ப்பு கூறியவுடன், எனக்கு அடிமைத் தொண்டு செய்யும் தகுதியே உனக்கு உள்ளது!' என்றார் முதியவர். அந்த வார்த்தையைக் கேட்ட நம்பிகள் கோபம் கொண்டு, முதியவரிடம் சென்று அவர் கையிலிருந்த ஓலையை வலியப் பறித்து கிழித்தும் எறிந்தார்.

அவையோர் அனைவரும் முதியவரை அணுகி, 'ஐயா! தாங்கள் எங்குள்ளீர்கள்? விவரம் கூறுங்கள்!' என்றனர்.

எனது இருப்பிடம் வெகு தொலைவில் இல்லை. வெண்ணெய் நல்லூர் தான்!' என்றவர், 'அது இருக்கட்டும்! நீதிக்குப் புறம்பாக நம்பியாரூரன், என் வழக்குக்கு ஆதார ஆவணமாக இருந்த ஓலையைக் கிழித்துவிட்டான். இதில் இருந்தே இவன் எனக்கு அடிமை என்பது தெரிகிறதல்லவா?' என்றார்.

நம்பியாரூரர் ஓலையைக் கிழித்த செயலை, தனக்கு சாதகமாக்கிக் கொண்டு முதியவர் பேசினார். அதைக் கேட்ட நம்பிகள், 'பழைய மன்றாடி போலும்!' என்றார். அடிக்கடி நீதிமன்றங்களில் வாதாடிய அனுபவம் உள்ளவர்கள், சிறு செயலையும் சொற்களையும் தங்கள்

வழக்குக்கு வலிமை சேர்க்க திறமையுடன் பயன்படுத்திக் கொள்வார்கள். முதியவர் அதுபோன்ற நீதிமன்ற அனுபவம் நிறைந்தவர் என்ற பொருளில், 'பழைய மன்றாடி போலும்!' என்றார்.

பழைய மன்றம் என்றால், தொன்மையான ஆடும் அரங்காகிய திருச்சிற்றம்பலம் என்று பொருள். எனவே, 'வந்திருப்பவர் முதியவர் அல்ல! மன்றத்தில் ஆடும் ஈசன்தான்! என்ற ஒரு பொருளும் ஒலிக்கிறது!

'முதியவரே! தங்கள் ஊர் திருவெண்ணெய் நல்லூர் என்றால், தப்பான தங்கள் வழக்கை அங்கேயே தீர்த்துக் கொள்ளலாம்!' என்று நம்பியாரூரர் கூறினார்.

அதைக் கேட்ட முதியவர், 'நீ என்னை வெண்ணெய் நல்லூருக்கு அழைப்பதும் நல்லதுதான்! அங்கே உள்ள நான்மறை கற்ற வேதியர்கள் கூடும் மன்றத்தில் சான்று காட்டி, நீ அடிமை என்பதை உறுதிசெய்வேன்!' என்றார்.

அதிசயமான அடிமை ஓலை!

நல்ல அந்தணர்கள் வாழும் திருவெண்ணைய் நல்லூரை நோக்கி நடந்தார் முதியவர். 'இவ்வழக்கு என்னாகுமோ?' என்று எண்ணிய உற்றார் உறவினர் அனைவரும் அங்கு சென்றனர். வழக்கு தொடுத்த முதியவரின் பின்னால், நம்பியாரூரரும் தொடர்ந்து சென்றார்.

திருவெண்ணெய்நல்லூர் அந்தணர் சபையில், வழக்கு விசாரணை தொடங்கியது. 'ஓர் அந்தணர் மற்றோர் அந்தணருக்கு அடிமையாகுதல் இவ்வுலக வழக்கத்தில் இல்லை!' என்றனர் சபையோர்.

'நம்பியாரூரன் ஆதார ஓலையைக் கிழித்ததே, அவன் அடிமை என்பதற்கு ஏற்ற சான்றாகும்!' என்றார் முதியவர். நம்பியாரூரரிடம் அதற்கான விளக்கத்தைக் கேட்டனர் அவையோர்.

'அனைத்தும் உணர்ந்த அவைச் சான்றோர்களே! நீங்கள் என்னை ஆதி சைவனாக அறிவீர்கள். நான் அடிமை என்று கூறி ஓலையும் காட்டிய இந்த முதியவரின் செய்கையை, என்னால் உணர முடியவில்லை! இது பெரிய மாயையாகஉள்ளது! என்னால் வேறு எதுவும் கூற முடியவில்லை!' என்றார் நம்பியாரூரர்.

மணப்பந்தலில் கோபம்கொண்டு ஓலையைக் கிழித்த நம்பியாரூரர், நீதிபதிகளின் முன்னால் ஒளிவுமறைவு இல்லாமல் பதிலளித்தார்.

அவருடைய உற்றார் உறவினர்களோ, ஊர்மக்களோ, அரசர் நரசிங்க முனையரையரோ - வழக்கில் எந்தவிதமான குறுக்கீடும் செய்யவில்லை!

'முதியவரே! இதுவரை இல்லாத விநோதமான வழக்கைத் தொடுத்திருக்கிறீர்கள்! அதற்குரிய ஆதாரங்களைக் காட்டி உறுதி செய்ய வேண்டியது உமது பொறுப்பாகும்!' என்று அவையோர் கூறினர். 'அவையோரே! முன்பு, நம்பியாரூரர் சினத்தினால் கிழித்தது ஆவணத்தின் நகலே ஆகும்! மூல ஓலை என்னிடம் பத்திரமாக உள்ளது!' என்றார் முதியவர்.

'மூல ஓலையைக் காட்ட முடியுமானால் காட்டுக!' என்றனர் அவையோர்.

'நம்பியாரூரன் முன்பு போல் ஆவணத்தைப் பறித்துக் கிழிக்காமல் உங்களால் பாதுகாப்பு அளிக்க முடியுமானால், நான் என்னிடமுள்ள மூல ஓலையைக் காட்டுகிறேன்!' என்றார் முதியவர்.

'உங்கள் ஆவணத்துக்கு, கேடு விளையாமல் நாங்கள் பார்த்துக் கொள்வோம்!' என்றனர் அவையோர்.

முதியவர் ஓலையை எடுத்து அவையோரிடம் அளிக்க முன்னே சென்றார்.

முதியவர் வைத்திருந்த ஓலையை, கரணத்தான் என்ற கிராமப் பணியாளர் சென்று வாங்கினார். சுருட்டியிருந்த ஓலையைப் பிரித்தார். அந்த ஓலை முற்காலத்தில் எழுதப்பட்டதா என்பதை உறுதி செய்து கொண்டார். எழுதப்பட்ட சகாப்தம், ஆண்டு முதலிய குறிப்புகளுடன் ஆவணங்கள் எழுதுவது அக்கால வழக்கம். எனவே, கரணத்தான் அதை நோக்கி உறுதி செய்த பிறகு, நீதிபதிகளும் அங்கிருந்த மற்றவர்களும் கேட்கும்படி ஓலையைப் படித்தார்.

பித்தருக்கு அடிமையான நம்பி

'சிறந்த மறையவர்கள் வாழும் திருநாவலூர் ஆதிசைவ மரபில் தோன்றிய ஆரூரன் ஆகிய நான் எழுதியது. பெரிய முனிவராகிய வெண்ணெய் நல்லூர் பித்தனுக்கு, நானும் எனது மரபில் வருவோரும் வழித்தொண்டு செய்ய எழுதியது இவ்வோலை. இதை மனமும் செய்கையும் உள்ளும் புறமும் ஒருமித்து, மனம் வேறு செய்கை வேறு இல்லாமல் மனப்பூர்வமாக எழுதியுள்ளேன்' என்று எழுதி, கையொப்பமும் இடப்பட்டிருந்தது!

ஆவணங்களைப் படியெடுத்து வைக்கும் முறை, ஆயிரம் ஆண்டுகளுக்கு முன்பே இருந்ததென்பதும் இதனால் தெரிகிறது. முதியவர் வைத்திருந்த மூல ஓலையில், வேறு சிலருடைய சாட்சிக் கையொப்பங்களும் இருந்தன. சாட்சிக் கையொப்பத்தை, அக்காலத்தில் 'மேலெழுத்து' என்றனர். அவையோர் நம்பியாரூரரை அழைத்து, அந்த ஆவணத்திலுள்ள மேலெழுத்துக்களை உறுதி செய்துகொள்ளக் கூறினர். அதாவது - பிரதி வாதிக்கும், உரிய வாய்ப்புகளும் உரிமைகளும் வழங்கப்பட்டன. முதியவர்காட்டிய ஓலையை, நம்பியாரூரரின் பாட்டனார் எழுதியிருந்தார். ஓலையை உறுதி செய்து கொள்ளும் வாய்ப்பு நம்பியாரூரருக்கு அளிக்கப்பட்டது.

'ஆனால் முதியவர், 'இதை உறுதி செய்துகொள்ளும் வல்லமை இவனுக்கு இல்லை. ஆகவே, இவனுடைய பாட்டனார் எழுதிய வேறு ஆவணம் கிடைக்குமானால், அதனுடன் ஒப்பிட்டுப் பார்த்து உறுதி செய்யலாம்!' என்று அவையோரிடம் கூறினார். வெண்ணெய் நல்லூர் அவையோர், நம்பிகளின் பாட்டனார் எழுதிய மற்றொரு ஆவணத்தைக் கொண்டுவரச் செய்தனர்.

அதன்பிறகு அவையோர் - நம்பியாரூரர் வழக்கில் தோற்றதாகவும், முதியவருக்கு அடிமை செய்தல் கடமை என்றும் தீர்ப்பு கூறினர். அனைவரும் அவையோரின் நீதிக்குக் கட்டுப்பட்டனர். அந்த நிலையில், அவையோர் முதியவரை விடுவதாக இல்லை. 'சுவாமி! தாங்கள் திருவெண்ணெய் நல்லூரைச் சேர்ந்தவர் என்று கூறினீர்கள்! இவ்வூரில் தங்கள் இருப்பிடம் எங்குள்ளது?' என்று கேட்டனர். 'இவ்வூரிலுள்ளோர் எவரும் என்னை அறியவில்லையா?' என்று குறிப்பாகக் கேட்ட முதியவர், முன்னால் நடந்தார். நம்பிகளும் பேசாமல் முதியவரைப் பின்தொடர்ந்தார். மற்றவர்களும் பின்தொடர்ந்தனர்.

பித்தா, பிறைசூடி பெருமானே...

திருவெண்ணெய்நல்லூரிலுள்ள திருவருட்துறை என்ற திருக்கோயிலுக்குள் புகுந்த முதியவர் மறைந்தார்! அனைவரும் வியந்து வெளியே நின்றனர். நம்பியாரூரர் அதிர்ந்தார். தனியே திருக்கோயிலுக்குள் சென்று இறைவனை அழைத்தார்! அப்போது சிவபெருமான், ஆகாயத்தில் உமாதேவியுடன் காளை வாகனத்தின்மீது அமர்ந்த கோலத்தில் காட்சியளித்தார்!

'சுந்தரா! நீ முன்னர் நமக்குத் தொண்டனாக இருந்தவன். ஓர் ஆசையின் காரணமாகப் பூவுலகில் பிறந்தாய்! உன்னை உரிய நேரத்தில் தடுத்து ஆண்டுகொண்டோம்!' என்று சிவபெருமான் கூறினார்.

அப்போது, தாய்ப் பசுவைப் பிரிந்த கன்று மீண்டும் தாயின் கனைப்பு கேட்டால் எப்படிக் கதறுமோ, அப்படிக் கதறினார் நம்பிகள்.

மறையவராய் வந்த ஈசனை, முன், 'பழைய மன்றாடி போலும்!' என்று சினந்து பேசினார். அருட்சக்தியாகிய உமாதேவியுடன் கண்டு வணங்கியவுடன், 'மன்றுளீர் செயலோ!' என்று வியப்பும் மகிழ்ச்சியும் தோன்ற போற்றினார்.

அற்புதங்கள் நிகழும் நேரங்களில், ஐந்து வகையான இசைக்கருவிகள் தாமே முழங்கும்! நம்பியாரூரர் தம்பிரான் தரிசனம் பெற்றவுடன் அவை முழங்கின! தேவர்கள் மலர்மாரி பொழிந்தனர்! மறைகள் முழங்கின! மண்ணுலக மக்களும் மகிழ்ச்சி கொண்டனர்! ஓலையைக் காட்டி ஆண்டு கொண்ட பெருமான் கருணையுடன் திருவாய் மலர்ந்தான் :

'நம்பி! என்னைப் பித்தன் என்று கூறியும் ஓலையைக் கிழித்தும், எம்முடன் வன்மை பேசி எமது அடியவன் ஆனாய்! ஆதலால் நீ, 'வன்தொண்டன்' என்று பெயர் பெற்றாய்!' என்றார்.

இங்கு, 'வன்மை' என்பது மனத்தின் கடினத்தன்மை அன்று. சற்றே வன்மை கலந்த வார்த்தைகளும் கடினமான வழிபாட்டு முறைகளும், 'வன்தொண்டு' எனப்படும்.

சந்தனக்கட்டைக்குப் பதிலாக, தமது கையை அரைத்தார் ஒரு பக்தர். சிறுத்தொண்டர் பிள்ளைக்கறி படைத்தார்! இவை அனைத்தும் இறைவன் மீது கொண்ட அளவற்ற அன்பின் வெளிப்பாடுகளே! அவற்றால் எவரும் எவ்வகைத் தீங்கும் அடையவில்லை. இறையருளையே பெற்றனர்.

எனவே, 'அன்பே சிவம்' என்று கருதும் சைவநெறியில், உயிர்களுக்குத் தீங்கு செய்யும் வன்மைக்கு இடம் இல்லை.

'உள்ளத்தில் அன்பு பெருக்கெடுத்த நிலையில் பாடும் பாடல்கள், எமக்கு உரிய அர்ச்சனையைப் போன்றது! எனவே, எம்மைச் சொற்றமிழ் பாடு!' என்று நம்பிகளைப் பணித்தான் இறைவன்.

அன்போடு பாடும் பாட்டின் உள்ளே அடங்கியதுதான் அர்ச்சனை! ஸ்ரீலலிதா சகஸ்ரநாமம், விஷ்ணு சகஸ்ரநாமம் போன்றவை பாட்டின் வடிவத்தில்(தோத்திரமாகவே) அமைந்துள்ளன. 'ஸ்ரீமாதா ஸ்ரீமகாராஞ்ஞீ..' என்று லலிதா சகஸ்ரநாம தோத்திரத்தைப் பிரித்து, 'ஸ்ரீமாத்ரே நம:' என்று அர்ச்சனை நாமாவளியாக மாற்றுகிறோம். 'விஸ்வம் விஷ்ணுர்' என்று தொடங்கும் விஷ்ணு சகஸ்ரநாம தோத்திரத்தைப் பிரித்து, 'விஸ்வஸ்மை நம: விஷ்ணவே நம:' என்று அர்ச்சனை மந்திரமாக ஆக்கிக் கொள்கிறோம்.

அவ்வாறே தமிழ்ப் பாடல்களையும் அர்ச்சனையாக (போற்றியாக) மாற்றிக்கொள்ள முடியும். 'தனம் தரும் கல்வி தரும்' என்ற அபிராமி அந்தாதிப் பாடலை, 'தனம் தருபவள் போற்றி! கல்வி தருபவள் போற்றி!' என்று அர்ச்சனை நாமாக்களாக மாற்றிக் கொள்ளலாம்.

ஆகவே, பூவுலகில் உள்ளோர் பயன் பெறும் வகையில் சுந்தரரைப் பாடப் பணித்தான் ஈசன். 'வழக்கில் வென்று என்னை அடிமை கொள்ள கருணையுடன் வந்த உன்னை, அறிய முடியாத அடியேன் எங்ஙனம் பாடுவேன்!' என்றார் நம்பிகள்.

'நம்பியாரூரனே! திருமணப் பந்தலில் எம்மை, 'பித்தன்' என்று கோபப்பட்டாய்! ஆகவே, பித்தன் என்ற சொல்லுடன் தொடங்கி எம்மைப் பாடுக!' என்றான் இறைவன். அத்துடன், தனது அருட்பார் வையை நம்பிகளின்மீது செலுத்தினான். அந்த அருட்பார்வையை, 'சிவ தீட்சை' என்று கூறுவர். கண்ணால் நோக்கியருளும் தீட்சையை, 'நயன தீட்சை' என்பர்.

> பித்தா பிறைசூடி பெருமானே அருளாளா
> எத்தால் மறவாமல் நினைக்கின்றேன் மனத்து உன்னை
> வைத்தாய் பெண்ணைத் தென்பால்
> வெண்ணெய் நல்லூர் அருட்துறையில்
> அத்தா உனக்கு ஆளாய் இனி அல்லேன் எனலாமே.

- எனத் தொடங்கி இறைவனை தேன் தமிழால் பாடினார் சுந்தரர்.

திருவெண்ணெய்நல்லூர், விழுப்புரம் - திருச்சி தொடர்வண்டித் தடத்தில் உள்ளது. உமாதேவியார் பசுவின் வெண்ணெய் கொண்டு கோட்டை அமைத்து அதன் உள்ளே நின்று தவம்செய்து அருள் பெற்றதால், இந்தப் பெயர் பெற்றது. இங்குள்ள திருக்கோயில், அருட்துறை என்ற புகழுடன் விளங்குகிறது. இறைவன் தடுத்தாண்டு கொண்ட நாதர் என்று பெயர் பெற்றுள்ளார். வேற்கண்மங்கை அம்மை என்ற பெயரில் அம்பிகை எழுந்தருளியுள்ளார்.

நம்பிகள், தமது பிறந்த ஊரான திருநாவலூரையும் திருவெண்ணெய் நல்லூருடன் இணைத்து ஒரு பதிகம் பாடினார். பிறகு, அங்கிருந்து புறப்பட்டு திருத்துறையூர் சென்றார். திருத்துறையூர், தற்காலத்தில் திருத்தலூர் என்றும் திருத்தளூர் என்றும் வழங்கி வருகிறது.

பூங்கோதை நாயகி உடனுறை திருத்துறையூர் நாதனிடம், தமக்குத் தவநெறியை அளிக்க வேண்டினார். ஈசனும், சுந்தரருக்கு தவநெறியை வழங்கி அருளினான்.

பரவையார், சங்கிலியார் ஆகிய இரண்டு பெண்களை மணந்து இல்லறத்தில் வாழ்ந்த சுந்தரர், எப்படித் தவநெறியில் நின்றார் என்ற

சந்தேகம் தோன்றும். தவநெறி என்பது காட்டுக்குச் சென்று கடுமையான நியமங்களை மேற்கொள்வது மட்டும் அன்று.

இல்லறத்தில் இருந்தபடியே எப்போதும் சிவசிந்தனை செய்து வாழ்ந்தால், அதுவும் உயர்ந்த தவநெறியே ஆகும்.

வந்தார் : மிதித்தார் : மறைந்தார்!

தில்லையை அடைந்து கூத்தப் பெருமானைத் தொழும் ஆவல் மேலிட்டவராக, சுந்தரர் தமது பயணத்தைத் தொடர்ந்தார். இடையிலிருந்த திருவதிகை வீரட்டான பெருமானை தரிசிக்க விரும்பினார். திருநாவுக்கரசர் உழவாரத் திருப்பணிகள் செய்து போற்றிய திருவதிகையை, தமது காலால் மிதித்து நடந்து செல்லுதல் தகாது என்று அஞ்சினார் சுந்தரர்.

எனவே, திருவதிகையின் ஊரெல்லையில் இருந்த சித்தவட மடம் என்ற மடத்தில் தங்கினார். திருவதிகைக்கு வடமேற்கில் உள்ளது சித்தவட மடம். அந்த இடம், தற்காலத்தில் கோட்டாலம்பாக்கம் என வழங்கி வருகிறது. அங்கு ஒரு சிவாலயமும் உள்ளது.

அன்றிரவு சித்தவட மடத்தில் தங்கிய சுந்தரருக்கு, திருவடி தீட்சை கொடுத்தருள ஈசன் திருவுள்ளம் கொண்டான். சுந்தரர், திருமடத்தில் படுத்து உறங்கிக் கொண்டிருந்தார். இறைவன் முதியவேதியராக வடிவம் கொண்டு அங்கு வந்தான். தானும் படுத்துக் கொண்டு, சுந்தரரின் தலையில் தனது திருவடி படும் வகையில் காலை நீட்டினான் ஈசன். 'ஐயா! பெரியவரே! தங்கள் கால்கள் எனது தலையின்மீது படுகிறதே!' என்றார் சுந்தரர். 'எனது மூப்பு, என்னைத் திசையறியாமல் செய்துவிட்டது!' என்றார் முதியவர்.

முதியவரின் பதிலைக் கேட்ட சுந்தரர், தமது தலையை வேறு திசையில் வைத்து உறங்கலானார்.

சிறிது நேரம் சென்றது. மீண்டும் முதியவர், தமது திருவடி சுந்தரர் தலையில் பதியுமாறு செய்தார். 'முதியவரே! நீர் யார்? என்னைப் பலமுறை மிதித்தீர்கள்!' என்றார் சுந்தரர். 'என்னை அறிந்திலையோ?' என்று வினவிய முதியவர் மறைந்துவிட்டார்.

அந்த நிலையில், வந்தவன் வீரட்டானப் பெருமானே என்று உணர்ந்த சுந்தரர், திருவதிகை வீரட்டானர் மீது, 'தம்மானை அறியாத சாதியார் உளரோ?' என்று தொடங்கும் பதிகத்தைப் பாடினார்.

தலைவனை அறியாத அறியாமை

ஒரு தலைவரை ஏற்றுக்கொண்ட வகையினர் அந்தத் தலைவரை எப்படியும் அறிவர்! 'அப்படி அறியாத வகையினரும் உண்டோ?' என்று கேட்டார் சுந்தரர். 'நான் என்னை ஆட்கொண்ட தலைவனை அறியாமல் இருந்துவிட்டேனே!' என்று வருந்தினார்.

விராதன் என்ற அரக்கன், ராமர் காலத்தில் வாழ்ந்தவன். ஆரண்யத்தில், அவன் சீதையைக் கவர்ந்து வானவெளியில் சென்றான். ராமர் விராதனின் தோள்களை வெட்டி வீழ்த்தி, சீதையை விடுவித்தார்.

விராதன், மாபெரும் வடிவத்துடன் இருந்தான். எனினும், அவனுடைய உடலை உரிய முறையில் அடக்கம் செய்யத் தீர்மானித்தார் ராமர். அவன் உடல் கிடந்த இடத்துக்குப் பக்கத்திலேயே குழி வெட்டச் செய்தார். அக்குழியை வெட்டியது யார் தெரியுமா? ராமனின் இளவலும் ராஜ குமாரனுமாகிய லட்சுமணன்தான்.

சக்ரவர்த்தியின் மகன் மண்வெட்டி பிடித்து, குழி வெட்டினான். அந்தக் குழியில், விராதனின் உடலை இராமர் தனது திருவடியால் எற்றித் தள்ளினார். அவருடைய திருவடி பட்டவுடன், விராதன் ஞானம் பெற்றான். தான் ஒரு கந்தர்வன் என்றும், ஒரு சாபத்தினால் அரக்கனாகி விட்டதாகவும் கூறினான்.

அப்போது விராதன் செய்த தோத்திரத்தில், 'பசுவை அறியாத கன்றும் உண்டோ?' என்று வினவினான். ஆயிரம் பசுக்கள் கூட்டமாக இருந்தாலும், குறிப்பிட்ட ஒரு பசுவின் கன்று தன்னுடைய தாயை அறிந்து கொள்ளும். அவ்வாறே, ஆயிரம் கன்றுகள் உள்ள கூட்டத்திலும் தாய்ப்பசு தன் கன்றை அறியும். 'ராமா! நீ உலகின் தாய்; நீ அனைவரையும் அறிகிறாய்! ஆனால், கன்றுகளாகிய உயிர்கள் உன்னை அறிவதில்லை! இது என்ன மாயை?' என்றான் விராதன்.

திருவிசைநல்லூர் ஸ்ரீதர அய்யாவாள் தினமும் திருவிசைநல்லூரிலிருந்து திருவிடைமருதூர் சென்று மகாலிங்க சுவாமியை தரிசித்து வருவது வழக்கம். ஒரு நாள் மாலையில் தரிசனம் முடித்துத் திரும்ப, காலதாமதமாகி விட்டது! மழைமேகங்கள் திரண்டு இருளைப் பரப்பியிருந்தன. எப்படியும் திருவிசைநல்லூர் திரும்பிவிட வேண்டும். ஏனெனில், அவர் திரும்பியவுடன் அவருக்கு உணவு அளித்த பிறகே, அவருடைய துணைவியார் சாப்பிடுவார். அப்போதுதான் ஒருவர் கையில் தீவட்டியுடன் அவர் முன்னால் நின்றார்.

'சாமி! திருவிசைநல்லூருக்குத்தானே போவணும்? வாங்க, நானும் அங்கதான் போறேன்!' என்ற அன்பர் முன்னால் நடந்தார். ஸ்ரீதரர், அவரைத் தொடர்ந்து சென்றார். தீவட்டி வெளிச்சத்தில், இருவரும் ஆற்றங்கரை வழியே நடந்தனர். தீவட்டியுடன் வந்த அன்பர் பேச்சின் இடையே, தான் திருவிடைமருதூரைச் சேர்ந்தவர் என்றும் தமது பெயர் மகாலிங்கம் என்றும் கூறினார். அத்துடன், தான் காலை முதல் எதுவும் உண்ணவில்லை என்றும் கூறினார். காலை முதல் அவர் உண்ணாமல் இருப்பதை அறிந்த ஸ்ரீதரர் பெரிதும் வருந்தினார்.

ஸ்ரீதரர் குடியிருந்த தெருவுக்கு வந்தவுடன், 'சாமி! நான் வரேன்!' என்று கூறினார் அந்த அன்பர். ஆனால் அவரைப் பசியுடன் அனுப்ப விரும்பாத ஸ்ரீதரர், வீட்டுக்கு விரைந்து சென்றார்.

வீட்டில் வற்றல் குழம்பு சாதமும் கீரை மசியலும் இருந்தன. அவற்றை ஓர் இலையில் வைத்து எடுத்துவந்து, தமக்கு வழிகாட்டிய அன்பரிடம் கொடுத்தார். அவரும் மகிழ்ச்சியுடன் அவற்றை வாங்கிச் சென்றார். அன்று இரவு ஸ்ரீதரரும் அவர் மனைவியும் தண்ணீரைக் குடித்துவிட்டு உறங்கினர். ஓர் ஏழைக்கு உணவளித்த திருப்தியில், தங்களுடைய வயிற்றுப்பசியை அவர்கள் பொருட்படுத்தவில்லை.

அடுத்தநாள் காலையில், மகாலிங்க சுவாமி சந்நிதியைத் திறந்த அர்ச்சகர் திடுக்கிட்டார்!

ஏனெனில், மகாலிங்க சுவாமியின் தலையில் வற்றல் குழம்பு சாதமும் கீரை மசியலும் இருந்தன!

அந்த அபசாரத்தைச் செய்தவர் யார் என்பதை அறிய, கோயில் நிர்வாகத்தினர் முற்பட்டனர்.

வற்றல் குழம்பு சாதமும் கீரை மசியலும் வெகு தொலைவுக்குச் சிந்தியிருந்ததைக் கண்டனர். அந்த வழியே சென்றனர். திருவிசை நல்லூரிலுள்ள ஸ்ரீதரர் வீட்டு வாயில் வரை அவை சிந்தியிருந்தன.

கோயில் நிர்வாகத்தினர் வந்திருப்பதை அறிந்த ஸ்ரீதரர் வெளியே வந்தார். அவர்கள், ஸ்ரீதரரிடம் நிகழ்ந்ததைக் கூறினர்.

கையில் தீவட்டியுடன் வந்து தமக்கு வழிகாட்டியவர் திருவிடைமருதூர் மகாலிங்க சுவாமியே என்பதை அறிந்து, ஸ்ரீதரர் வியந்தார்; வேதனையும் அடைந்தார்!

தமது ஊர் திருவிடைமருதூர் என்றும், தமது பெயர் மகாலிங்கம் என்று கூறியும் நான் பெருமானை அறிந்து கொள்ளவில்லையே! என்று கூறியபடி, பெருமானின் திருவடி பட்ட இடங்களில் புரண்டு புரண்டு அழுதார்!

தமக்குத் திருவடி தீட்சை கொடுக்கவந்த திருவதிகை வீரட்டானப் பெருமானை தன்னால் அறிய முடியாமல் போனதை எண்ணிய சுந்தரர், 'தம்மானை அறியாத சாதியார் உளரோ!' என்று குறிப்பிட்டுப் பாடினார்.

தென்திசைக் கங்கை என்று போற்றப்படும் கெடிலநதியில், திளைத்து மூழ்கி நீராடினார் சுந்தரர். பிறகு, திருமால் வழிபட்ட தலமாகிய திருமாணிக் குழியைத் தரிசித்தார். மாணிக்கவல்லியுடன் இங்கு மாணிக்க வரதர் உறைகிறார். அங்கிருந்து சுந்தரர் திருத்தினைநகர் சென்றார்.

சிவனடியார் ஒருவர், தமது தினைவயலில் உழுதுகொண்டிருந்தார். அப்போது சிவபெருமான் அந்த அடியார் வயலுக்கு வந்து, உண்ணச் சோறு கேட்டார். அடியவருக்குச் சோறு கொண்டுவர, தமது வீட்டுக்குச் சென்றார் சிவபக்தர். சோற்றுடன் திரும்பி வந்து பார்த்தபோது, அங்கு அடியார் காணப்படவில்லை! ஆனால் அவருடைய தினைவயல்கள் அனைத்திலும் கதிர்கள் முற்றி விளைந்து இருந்தன! அக்காரணத்தால் இந்தத் தலம் திருத்தினைநகர் என்று அழைக்கப்பட்டது.

திருத்தினைநகரிலிருந்து தில்லைக்குச் சென்றார். நம்பிகளின் வரவை அறிந்த தில்லை நகர அடியார்கள், அவரை எதிர்கொண்டு அழைத்து வந்தனர். பொன் மாளிகைகள் நிறைந்திருந்த தில்லைநகர வீதிகளில் சென்றார் சுந்தரர்.

ஈசனே தோழன் ஆனான்!

தில்லைத் திருக்கோயிலின் வடக்குக் கோபுரத்தின் வழியே உள்ளே சென்ற சுந்தரர், ஆனந்தத் தாண்டவத்தைக் கண்டு வணங்கினார். பெருமானிடம் மனம் ஒன்றி நின்ற நிலையில், 'ஐந்து பேரறிவும் கண்களே கொள்ள' என்று தொடங்கும் திருப்பதிகத்தைப் பாடினார்.

அந்தப் பதிகம் உயர்ந்த சைவசிந்தாந்தக் கருத்துகளை உள்ளடக்கிய ஒப்பற்ற பதிகம் ஆகும். செந்தூர் முருகனின் அருள் பெற்று அனைவரையும் வாதத்தில் வென்றுவந்த குமரகுருபரருக்கே, இந்தப் பதிகத்தின் பயனை கூற முடியவில்லை.

அத்தகைய சிறப்புமிக்க பதிகத்தைப் பாடிய சுந்தரர், தில்லையிலிருந்து சீர்காழி தோணியப்பரைத் தரிசிக்க விரும்பி அங்கு சென்றார். திருஞான சம்பந்தர் அவதரித்த புண்ணிய பூமியைக் காலால் மிதித்தல் தகாது என்று கருதிய சுந்தரர், ஊரின் எல்லையிலிருந்தே தோணியப்பரை வணங்கினார். தோணியப்பர் அங்கு, திருக்கயிலை மலையில் இருந்த கோலத்தை சுந்தரருக்குக் காட்டியருளினான்.

திருவாரூர் செல்லும் நோக்கத்துடன் சீர்காழியிலிருந்து புறப்பட்ட சுந்தரர், திருக்கோலக்கா ஈசனை வணங்கினார். திருப்புன்கூரை வணங்கி காவிரிக் கரையை அடைந்தார். காவிரியில் நீராடி மகிழ்ந்தார். மயிலாடுதுறை, திருஅம்பர் மாகாளம், திருப்புகலூர் ஆகிய தலங்களையும் வணங்கிப் பாடியபிறகு, திருவாரூரை அடைந்தார்.

திருவாரூர் அடியவர்கள் கனவில் தியாகேசப் பெருமான் தோன்றினார். 'எமது அன்பன் திருவாரூர் வருகிறான்; நீங்கள் அவனை ஊரெல்லையில் எதிர்கொண்டு வரவேற்று அழைத்து வாருங்கள்' என்று பணித்தான். அடியார்கள் அவ்வாறே சென்று நம்பிகளை வரவேற்று வந்தனர்.

சுந்தரர் திருவாரூர் திருக்கோயிலுக்குள் சென்று மூலட்டானரை வணங்கி, அன்பினால் அகங்குழைந்து பாடினார். அப்போது இறைவன், 'உனக்கு எம்மைத் தோழனாகத் தந்தோம்!' என்று கூறியருளினான். அத்துடன், 'யாம் உன்னைத் தடுத்து ஆண்டுகொண்ட போது நீ புனைந்திருந்த திருமணக்கோலத்திலேயே என்றும் இருந்து, வேட்கை தீர வாழ்வாயாக!' என்றும் பணித்தான். அன்றுமுதல் சுந்தரர் எப்போதும் திருமணக் கோலத்திலேயே இருந்தார்.

சுந்தரப் பெயர்கள்

சிவபெருமானின் நிழலில் இருந்து தோன்றிய அழகன் என்பதால், இறைவன் - 'சுந்தரன்' என்று பெயரிட்டான்.

பாற்கடலைக் கடைந்தபோது ஆலாலத்தை எடுத்து வந்ததால், 'ஆலால சுந்தரர்' என்று பெயர்.

சடையனார்-இசைஞானியார் மகனாகத் தோன்றிய போது, 'நம்பியாரூரர்' என்று பெயர்சூட்டினர். திருவெண்ணெய் நல்லூரில் இறைவனுடன் வன்மை பேசியதால், 'வன்தொண்டர்' என்று இறைவனே பெயர் சூட்டினான்.

திருவாரூரில் சுந்தரருக்குத் தன்னை தோழராகத் தந்தருளியதால், 'தம்பிரான் தோழர்' என்னும் திருப்பெயர் தோன்றியது.

அன்று முதல் சுந்தரர், சகமார்க்கம் என்ற தோழமை நெறியில் இறைவனை அணுகினார். எப்போதும் ஈசன் நினைப்புடனேயே இருந்து, யோக நெறியில் வாழ்ந்தார்.

காதலியைக் கண்ட காதலன்

திருக்கயிலையில், அம்பிகையின் தோழியரான கமலினி - அனிந்திதை ஆகியோர்மீது சுந்தரரின் பார்வை சென்றது அல்லவா? அதனால்தான் சுந்தரர் மண்ணில் அவதரித்தார். சுந்தரர் திருவாரூரை அடைவதற்குச் சில ஆண்டுகள் முன்பே, அந்த இரு தோழிகளுள் ஒருவராகிய கமலினி, திருவாரூரில் பரவையார் என்ற பெயருடன் தோன்றியிருந்தார். சிவாலயத் தொண்டுகள் புரியும் மரபில் தோன்றிய பரவையார், இனிதே வளர்ந்து திருமணப் பருவத்தை அடைந்தார்.

பரவையார் தினமும் தமது தோழியர்களுடன் திருவாரூர் கோயிலுக்குச் சென்று, புற்றிடங்கொண்ட பெருமானை வணங்குவது வழக்கம். ஒருநாள் அவ்வாறு தரிசனம் செய்து செல்லும்போது, அங்குதான் பரவையாரை நம்பிகள் கண்டார்.

முதலில், நம்பிகளின் கண்களில் பரவையாரின் முறுவல் தோன்றியது. அந்த முறுவலைத் தாங்கிய சிவந்த வாயும், வில்லைப் போல் வளைந்த நெற்றியும், வேலைப் போன்ற கண்களும் சுந்தரரின் கண்களில் தென்பட்டன.

வில், இருந்த இடத்திலிருந்து தாக்கும் கருவி. வேல், எய்தவுடன் சென்று தாக்கும் கருவி. இவ்விரு கருவிகளின் தாக்குதலுக்கு உள்ளானார் நம்பிகள். பரவையார் நெற்றியின் அழகும், மற்றும் கண்ணின் அழகும், அவரிடம் காதலைத் தோன்றச் செய்தன!

> கற்பகத்தின் பூங்கொம்போ! காமன் தன் பெருவாழ்வோ!
> பொற்புடைய புண்ணியத்தின் புண்ணியமோ! புயல்சுமந்து
> விற்குவளைப் பவளமலர் மதிபூத்த விரைக்கொடியோ!
> அற்புதமோ! சிவனருளோ!

அறியேன் என்று அதிசயித்தார். நம்பிகள்! நிறைவாக, 'சிவன் அருளோ!' என்று வியந்தார். ஏனெனில், சிவனின் அருளால்தான் கமலினி பரவையாராகத் தோன்றியிருந்தார். அதே நேரத்தில், பரவையாரும் தமக்கு எதிரில் நின்ற சுந்தரரைக் கண்டார்.

> முன்னே வந்து எதிர்தோன்றும் முருகனோ! பெருகுஒளியால்
> தன்நேர்இல் மாரனோ! தார்மார்பில் விஞ்சையனோ!
> மின்நேர் செஞ்சடை அண்ணல் மெய்யருள் பெற்றுடையவனோ!
> என்னே! என்மனம் திரித்த இவன் யாரோ!

என நினைந்தார். 'எனக்கு எதிரே தோன்றியவன் முருகனோ! அல்லது மன்மதனோ! அல்லது வித்யாதரனோ! அல்லது சிவபெருமான் திருவருள்

பெற்ற அடியவனோ! என் மனத்தைத் திரியச் செய்த இவன் யாராக இருப்பான்!' என்று பரவையாரும் பலவாறு எண்ணினார். காதல் வயப்பட்டாலும், அந்த இடத்தில் நில்லாது நீங்குவது பெண்மையின் இயல்பு. அவ்வாறே பரவையாரும் கணநேரத்தில் அங்கிருந்து அகன்றார்.

அந்த இடத்திலிருந்து நீங்கி, பரவையார் பூங்கோயிலுக்குள் சென்றார். நம்பிகள், 'இந்தப் பெண் யார்?' என்று அருகில் நின்ற அடியவர்களிடம் கேட்டார்.

'பரவையார் என்பது இவருடைய பெயராகும்; தேவர்களும் நெருங்க முடியாத மன உறுதியில் இருப்பவர்!' என்று அந்த அடியவர்கள் கூறினர்.

அதைக் கேட்ட சுந்தரர், 'இவளுடைய பெயர் பரவை! இவள் தேவமகளிரும் தொழும் சிறப்புடையவர்; முல்லை அரும்பைப் போன்ற முறுவலை உடையவர்; திருமகளும் விரும்பும் அழகை உடையவர்; இவரைக் கண்ட எனது ஆசையும் ஏழு கடல்களைப் போல் பொங்கி வளர்கிறது!' என்று தனக்குள் நினைத்தார்.

அப்போது, பரவையார் வேறு வழியாக வெளியே சென்றார். நம்பிகள், 'என்னை ஆட்கொண்டு அருளிய பெருமானின் திருவருளையே நாடுவேன்!' என்று எண்ணினார். புற்றிடங் கொண்ட பெருமானை வணங்கிய பிறகு வெளியே சென்ற நம்பிகள், 'என்னுயிரைப் போன்றவள் எந்தவழியில் சென்றாள்?' என்று எண்ணி, கொடி போன்ற பரவையைத் தேடத் தொடங்கினார்.

தமது இல்லத்துக்குச் சென்ற பரவையாரும், திருமடத்துக்கு திரும்பிய நம்பிகளும் ஒருவரையொருவர் நினைந்து உருகினர். என்றாலும், இறைவன் திருவருளே உரிய தீர்வை அளிக்கும் என்ற உறுதியுடன் இருந்தனர்.

பரவையாரின் தோழி ஒருத்தி, சுந்தரரைப் பற்றி நன்கு அறிந்து வைத்திருந்தாள். அவள், ஆதிசைவ மரபில் தோன்றிய நம்பிகள் இறைவனால் தடுத்து ஆட்கொள்ளப்பட்டவர் என்பதையும், ஆரூர் பெருமான் அவருக்கு தம்மையே தோழனாக அறிவித்ததையும், அவரை எப்போதும் திருமணக் கோலத்தில் இருக்கப் பணித்ததையும் விரிவாக எடுத்துக் கூறினாள்.

'புகழ்மிக்க ஆரூரப் பெருமானே! உன்னைத் தவிர வேறு யார் எனது துயரத்தை அறிந்து தீர்க்க முடியும்!' என்று பரவையார் திருவாரூர் தியாகேசனிடம் முறையிட்டாள்.

பரவையை மணம் செய்வதற்காகவே, நம்பியாரூரரின் திருமணத்தைத் தடுத்து நிறுத்திய பெருமான் சும்மாயிருப்பானா? சிவபெருமான் ஆரூர் அடியவர்களின் கனவில் தோன்றி 'எமது அருளின்படி சுந்தரனுக்காகவே

பரவை தோன்றி வாழ்கிறாள். அவர்கள் திருமணத்தை அடியவர்களாகிய நீங்கள் முன்னின்று நடத்தி வையுங்கள்!' என்று ஆணையிட்டான்.

திருவாரூரில் நடந்த திருமணம்

அடியார்கள், இறைவன் தமக்கு அளித்த ஆணையை எண்ணி மகிழ்ந்தனர். நம்பிகளிடமும் பரவையிடமும் இறைவன் விருப்பத்தை எடுத்துக் கூறினர். இருவர் விருப்பமும் அதுவாக இருந்ததால், சுந்தரரும் பரவையும் திருமணத்துக்கு உடன்பட்டனர்.

ஆரூர் அடியவர்களும், பரவையார் குடும்பத்தினரும், ஊர் மக்களும் திரண்டு கூடினர். பரவையார் - சுந்தரர் திருமணத்தை, அவர்கள் தகுந்த முறையில் சிறப்பாகச் செய்து வைத்தனர்.

சுந்தரர், அமரர்களும் போற்றும் அழகிய ஆடைகளை அணிந்தார்; குங்குமப்பூ கலந்த சந்தனக் குழம்பைப் பூசினார்; ரத்தினங்கள் பதிக்கப்பட்ட அணிகலன்கள் சூடி, தேவர் தலைவனைவிட உயர்ந்த செல்வச் செழிப்புடன் விளங்கினார்.

திருக்கரத்தில் பொற்கோல் தாங்கினார்; காதினில் தோடு அணிந்தார்; மார்பினில் பூணூல் புரண்டது; நெற்றியில் திருநீறு ஒளிவீசியது.

நாவலூர் வந்த நற்றவக் களிறே! யென்றும்
மேவலர் புரங்கள் செற்ற விடையவர்க்கு அன்ப! என்றும்
தாவில்சீர்ப் பெருமை ஆரூர் மறையவர் தலைவ! என்றும்
மேவினர் இரண்டு பாலும் வேறுவேறு ஆயம் போற்ற!

இவ்வாறு, ஆரூர் அடியார்களும் பரவையாரின் உற்றார் உறவினர்களும் நம்பிகளைப் பலவாறு போற்றினர்.

இறைவனின் திருவுள்ளப்படி, நம்பிகள் திருமணக் கோலத்தில் திருக்கோயிலுக்குச் சென்றார். அவருடன் முனிவர்கள் முதல் புரவி ஆட்டக் கலைஞர்கள் வரை அனைத்துத் தரப்பினரும் சென்றனர்.

சுந்தரர் திருக்கோயிலுக்குள் சென்று தேவாசிரிய மண்டபத்தில் வீற்றிருந்த சிவனடியார்களைக் கண்டார்.

தேவர்களும், ஆரூர் இறைவனைக் காண அடியவர்களாகக் காத்திருந்த மண்டபம் தேவாசிரிய மண்டபம் என்று பெயர் பெற்றது. அங்கு வீற்றிருந்த அடியவர்கள் ஒவ்வொருவரும், ஒவ்வொரு வழியில்

சிவத்தொண்டு புரிந்த சான்றோர்கள் ஆவர். 'அவர்களுக்குத் தாம் ஆளாகும் நாள் எந்த நாள்' என்று எண்ணியபடி இறைவன் சந்நிதியை அடைந்தார் சுந்தரர்.

நம்பிகளின் உள்ளத்தில் தோன்றிய எண்ணத்தை அறிந்த ஆரூர் பெருமான், திருத்தொண்டர்களின் பெருமையை அவருக்கு உணர்த்த விரும்பினான். ஆதலால் நம்பிகளுக்கு, திருத்தொண்டர்களின் பெருமையை உள்ளவாறு உரைத்தான். 'திருத்தொண்டர்களின் பெருமையை நீ பாடுக!' என்று சுந்தரரைப் பணித்தான். அதன்படி, சுந்தரர் பாடி அருளிய திருப்பதிகமே நமக்கு அறுபத்துமூன்று அடியார்கள் மற்றும் ஒன்பது தொகை அடியார்களை அறிய உதவும் வரலாற்று ஆவணமாகக் கிடைத்துள்ளது.

சிவ கட்டளை

அடியவர்கள், தமக்குத் தாமே ஒப்பானவர்கள். அதாவது, அவர்கள் பெருமைக்கு வேறு எவரும் ஈடாக முடியாது. இடைவிடாத தியானத்தினால் இறைவனையே தமது உருவாகக் கொண்டவர்கள். பிறப்பு-இறப்பு, வேண்டியவர் - வேண்டாதவர், இன்பம்-துன்பம் போன்ற இருமையிலிருந்து முற்றிலும் விடுபட்டவர்கள். உயிர்களிடம் எப்போதும் அன்பு செலுத்துவதால், எப்போதும் இன்பமாக இருப்பவர்கள்.

மண் ஓடும் தங்கமும் அவர்களுக்குச் சமமாகவே தோன்றும். அன்போடு இறைவனையும் இறைவன் அடியார்களையும் வணங்கும் இன்பத்தை விடுத்து, வீடுபேறும் அடைய விரும்பாதவர்கள்.

அடியார் பெருமையை மேற்கண்டவாறு விளக்கினான் சிவபெருமான். 'இனிய தமிழால், இதை நீ பாடுக!' என்று கட்டளை இட்டான்.

'இவர்கள் பெருமையை யான் எப்படிப் பாடுவேன்? நீரே பணித்தருள் செய்க!' என்று இறைவனிடம் சுந்தரர் விண்ணப்பித்தார்.

பெருமானும், 'தில்லைவாழ் அந்தணர்தம் அடியார்க்கும் அடியேன்!' என்று அடியெடுத்துக் கொடுத்தான். நம்பிகள் உள்ளம் மகிழ்ந்தார். திருக்கூட்டத்தை முதலில் பொதுவாக வணங்கினார். பிறகு, அன்பு மேலிட்டவராக அவர்களைத் தனித்தனியே வணங்கி, 'அடியேன்' என்று கூறிப் பணிந்தார். 'பதிஞானம்' என்ற இறைப் பேரறிவு கொண்டு, திருத்தொண்டத் தொகையைப் பாடினார். கொல்லிக் கௌவாணம் என்ற 'நவரோஸ்' இராகத்தில் அமைந்துள்ள திருத்தொண்டத் தொகையில், பதினொரு திருப்பாடல்கள் உள்ளன.

திருத்தொண்டத் தொகையின் உள்ளடக்கம்

திருஞானசம்பந்தர் வாழ்ந்த காலத்துக்கு முற்பட்டோர் ஒன்பது பேர்; திருஞானசம்பந்தரின் காலத்தில் வாழ்ந்தவர் பன்னிருவர்; சுந்தரர் காலத்தில் வாழ்ந்தவர்கள் பதின்மூவர்; இன்ன காலம் என்று தெளிவாகக் கூறமுடியாத காலத்தில் வாழ்ந்தவர்கள் இருபத்தொன்பது பேர். ஆக, அறுபத்து மூவரையும் திருத்தொண்டத் தொகையில் பட்டியலிட்டுக் கூறியுள்ளார் சுந்தரர். மற்றும் ஒன்பது வகையான அடியார் கூட்டங்களையும் திருத் தொண்டத் தொகையில் சுந்தரர் குறிப்பிட்டுள்ளார். எதனையும் எதிர் பார்க்காத தன்னலமற்ற தொண்டு புரிந்த அடியார்களை உலகுக்கு அறிமுகப்படுத்தி, அவர்களை நிலைத்து வாழச் செய்ய இறைவன் திருவுள்ளம் கொண்டு, அதை சுந்தரர் வழியே செயல்படுத்தினான்.

திருத்தொண்டத் தொகை

தொகுப்பு என்பதே முற்காலத்தில் 'தொகை' என வழங்கியது. கலித்தொகை, குறுந்தொகை என்பன அவ்வாறு பெயர் பெற்றன. பல்வேறு காலங்களில், பல்வேறு இடங்களில், பல்வேறு தொண்டுகள் புரிந்து வாழ்ந்திருந்த சிவனடியார்களைப் பற்றிய செய்தித் தொகுப்பே, திருத் தொண்டத் தொகை. சில சொற்கள் அல்லது சொற்றொடர்களிலேயே அடியார்களின் பெருமைகள் இதனுள் சுருக்கமாகக் கூறப்பட்டுள்ளன.

சுந்தரர் இயற்றியருளிய திருத்தொண்டத் தொகையும், நம்பியாண்டார் நம்பி இயற்றிய திருத்தொண்டர் திருவந்தாதியுமே - சேக்கிழாரின் பெரிய புராணத்தில் விரிவாகக் கூறப்பட்டுள்ளன.

அடியார்களை அறிமுகப்படுத்த, இறைவனே சுந்தரருக்கு அடியெடுத்துக் கொடுத்தான். சுந்தரர் தன்னைப் பாட, 'பித்தா' என்ற ஒரு சொல்லை மட்டுமே இறைவன் அளித்தான். அதுவும் சுந்தரர் கூறிய சொல்லே. ஆனால், தனது அருள் பெற்ற அடியார்களைப் பாட, 'தில்லைவாழ் அந்தணர்தம் அடியார்க்கும் அடியேன்!' என்று நீண்ட சொற்றொடரையே முதலாக எடுத்துக் கொடுத்தான்.

தம்பிரான் ஆகிய இறைவன், 'தில்லைவாழ் அந்தணர்தம் அடியார்க்கும் அடியேன்!' என்றார். தம்பிரான் தோழர் சுந்தரர், 'திருநீலகண்டத்துக் குயவனார்க்கும் அடியேன்!' என்று தொடர்ந்தார்.

திருவாரூர், மண்தலம்(பிருதிவித் தலம்) ஆகும். மண்தலம் தொடங்கி விண்தலம் வரை விரிந்து பரவியுள்ளது அடியவர் பெருமை. அது மண்தலமாகிய திருவாரூரில் அடியெடுத்துக் கொடுக்கப்பட்டு, விண்தலம்(ஆகாயத் தலம்) தில்லையில் திருத்தொண்டர் புராணம் என்ற பெரிய புராணமாக விரிந்தது. அங்குதான் 'உலகெலாம்' என்று தில்லை அம்பலவாணன், சேக்கிழார் பெருமானுக்கு அடியெடுத்துக் கொடுத்தான்.

திருத்தொண்டத் தொகையில் உள்ள ஒவ்வொரு பாடலின் ஈற்றடியும், 'ஆரூரன் ஆரூரில் அம்மானுக்கு ஆளே' என்று நிறைவு பெறுகிறது. 'திருவாரூர் தியாகேசப் பெருமானுக்கு ஆளாகிய யான், தில்லைவாழ் அந்தணர்தம் அடியார்க்கும் அடியேன்!' என்பது போல் ஒவ்வொரு அடியாருடனும் இணைத்து, பொருள் கொள்ள வேண்டும்.

இறைவனே - தில்லைவாழ் அந்தணன் என்று பொருள் கொள்வதும் உண்டு.

அக்காலத்தில், தில்லையில் மூவாயிரம் அந்தணர்கள் சிவத்தொண்டில் ஈடுபட்டிருந்தனர். ஒருமுறை, தில்லை திருக்கோயில் திருவிழா குறித்த ஆலோசனைக் கூட்டம் நடந்தது. தில்லை ஆயிரம்கால் மண்டபத்தில் அந்தணர்கள் அனைவரும் வந்துவிட்டனரா என்று எண்ணி உறுதி செய்தபின், கூட்டத்தைத் தொடங்குவது மரபு. அவ்வாறு எண்ணிக் கணக் கெடுத்தனர். அப்போது, இரண்டாயிரத்துத் தொள்ளாயிரத்து தொண்ணூற்று ஒன்பது பேர் வந்துவிட்டனர். ஒருவர் குறைந்தார்! மீண்டும் எண்ணிக்கையைச் சரிபார்த்தனர். அப்போதும் ஒருவர் குறைந்தார்.

ஒருவர் மட்டும் கூட்டத்துக்கு வராத காரணத்தை எண்ணித் திகைத்தனர்! அப்போது நடராஜப் பெருமான், 'எம்மைச் சேர்க்காமல் எண்ணினால் எப்படி எண்ணிக்கை நேர்ப்படும்?' என்று சன்னதியிலிருந்து அசரீரியாக ஒலி எழுப்பினான். அதாவது, தில்லை மூவாயிரவருள் கூத்தப் பெருமானே முதன்மையானவன் என்பது கருத்து.

'ஈசனுக்கு அன்பில்லார் அடியவர்க்கு அன்பில்லார்' என்பர். அதன்படி இறைவனிடம் அன்பு பூண்டு, பின்னர் அடியவர்க்கு அடிமையாதல் மரபு. சுந்தரர், 'ஆரூரில் அம்மானுக்கு ஆள்' என முதலில் உரைத்து, பின், 'ஆரூரன் அடியார்க்கும் அடியேன்!' என்று கூறினார்.

ஆலாலசுந்தரர் இந்தப் பூமியில் அவதரித்ததன் சிறப்புப் பயனே, திருத்தொண்டத் தொகையை அளித்ததாகும்.

மூன்று சொற்களில் தொடங்கி, இரண்டு அடிகளுக்கு உள்ளாக ஒவ்வொரு திருத்தொண்டரின் சிறப்பையும் சுருக்கமாக உரைத்துள்ளார் சுந்தரர். ஆனால், அந்தச் சிறு பகுதிக்குள்தான் எத்தனை பொதிபொருள்!

சிவனடியார்களுக்கு எதனையும் இல்லையென்று சொல்லாமல் வழங்கியதே, இயற்பகை நாயனாரின் வாழ்க்கைக் குறிக்கோளாகவும் தொண்டாகவும் அமைந்தன. அதை, 'இல்லையே என்னாத இயற்பகை' என்ற மூன்று சொற்களில் அடக்கியுள்ளார்.

'மெய்த்தவ வேடமே மெய்ப்பொருள்' என்று கருதி வாழ்ந்து, பகைவனுக்கும் அருளி, அவனைத் தொழுது வென்றவர் மெய்ப்பொருள் நாயனார். அவர் வழியே உண்மையான வெற்றிவழி! (வெல்லும் ஆறு) 'வெல்லுமா மிகவல்ல மெய்ப்பொருள்' என்ற மூன்றே சொற்களில், அவர்தம் வரலாறும் தொண்டும் அடங்கிவிடுகின்றன!

அகவிதழ், புறவிதழ் என்ற இரண்டு அடுக்குகள் இல்லாது, ஒரே அடுக்காக இதழ்கள் பெற்றது முல்லைமலர். முல்லை மாலை வணிகருக்கு உரியது. அமர்நீதி நாயனார் அகமும் புறமும் ஒன்றானவர் என்பதையும், அவர் வணிகர் குலத்தவர் என்பதையும், அவர் துலாக்கோலில் அமர்ந்து நீதியை உலகத்துக்கு உணர்த்தியவர் என்பதையும், 'அல்லி மென் முல்லையந்தார் அமர்நீதி' என்ற மூன்று சொற்களில் பொதித்து வைத்துள்ளார் சுந்தரர்.

அந்த அறுபத்து மூன்று பேர்

கண்ணப்பர் கல்லாதவர். வேட்டைத் தொழிலுக்கும் புதியவர். அன்றுதான் கன்னி வேட்டைக்குச் சென்றார். எனினும், அவர் தாம் கண்ட குடுமித் தேவரிடம் ஈடில்லா பக்தி மேலிட்டு, ஆறே நாள்களில் தம் கண்களையே இறைவனுக்கு அர்ப்பணிக்கும் முதிர்ந்த ஞானநிலையை எய்தி விட்டார்!

சுந்தரரின் திருத்தொண்டத் தொகை, 'கலைமலிந்த சீர் நம்பி கண்ணப்பர்' என்று அவரைப் போற்றுகிறது.

திருக்கடவூர் பெருமானுக்குக் குங்கலியத் தூபமிட எப்போதும் கையில் கலயம் தாங்கி நின்ற தொண்டரை, 'கடவூரில் கலயர்' என்றார்.

சிவவழிபாட்டுக்கு இடைஞ்சல் செய்தவர் தமது தந்தையே என்றாலும், அவர் காலை மழுவால் வெட்டியவர் சண்டேசர்.

அதனால், சிவநிர்மால்யத்துக்கு உரியவர் என்ற பேறும் 'சண்டேசர்' என்ற ஈசுவரப் பட்டமும் பெற்றுத் திகழ்பவர்.

விழாக்காலங்களில், பஞ்சமூர்த்திகளில் ஒருவராக ரிஷப வாகனத்தில் உலா வரும் மேன்மையும் பெற்றவர் சண்டேச நாயனார். எனவே, அவர்தம் புகழை திருத்தொண்டத் தொகையில் சுந்தரர்,

மெய்ம்மையே திருமேனி வழிபடா நிற்க,
வெகுண்டெழுந்த தாதைதாள் மழுவினால் எறிந்த
அம்மையான் அடிசண்டிப் பெருமானுக்கு அடியேன்!'

என்ற நீண்ட தொடரால் குறிப்பிட்டு உள்ளார். திருமூலர், ஆகமங்களைத் தமிழில் அளித்திட ஈசனால் வருவிக்கப்பட்டவர். திருமூலரைச் சுந்தரர், 'தம்பிரான்' என்னும் சிறப்பு அடைமொழியுடன் அழைத்தார். திருத்தொண்டத் தொகை இயற்றப்பட்ட காலத்துக்குப் பிறகு அவதரித்த - தாயுமானவர், குமரகுருபரர், சிவப்பிரகாசர் போன்றவர்களை அறுபத்து நான்கு, அறுபத்தைந்து, அறுபத்தாறு என்ற முறையில் நாயன்மார் பட்டியலில் சேர்க்க வேண்டுமென்று கூறுவார்கள்.

இறைவன் சுந்தரரைப் பாடச் செய்த அறுபத்து மூவரைத் தவிர மற்றவர்கள் - தனியடியார் என்றாலும் தொகையடியார் என்றாலும், அவர்கள் 'அப்பாலும் அடிசார்ந்தார்' என்ற வகையினுள் அடங்குவர். அக்காலத் தமிழகத்துக்கு அப்பால் இருந்தவர்களும், திருத்தொண்டத் தொகையின் காலத்துக்குப் பின்பு தோன்றியவர்களும், 'அப்பாலும் அடிசார்ந்தார்' என்ற தொகுப்பில் அடங்குவர். எனவே, தனியான பிற் சேர்க்கை தேவையில்லை என்பது சான்றோர் கருத்து. சுந்தரர், அறுபத்திரண்டு தனியடியார்களைக் கூறினார். அவர்கள் அனைவருக்கும், 'அடியேன்' என்ற சுந்தரர், அறுபத்தி மூன்றாவது அடியவர் ஆவார்.

குபேரன் குவித்த நெல்மலை

திருத்தொண்டர்களைப் போற்றிப் பாடிய சுந்தரர், பரவையாருடன் இனிதான இல்லறம் நடத்தி வந்தார். இருவருமாக இணைந்து, அடியார்களுக்கு அமுதளித்தல் முதலிய சிவத்தொண்டுகளைப் புரிந்தனர்.

அக்காலத்தில் ஆரூருக்கு அருகிலுள்ள குண்டையூர் என்ற சிற்றூரில், ஒரு நிலக்கிழார் வாழ்ந்து வந்தார். அவரை, 'குண்டையூர்க் கிழார்' என்றே அழைத்தனர். குண்டையூர்க் கிழார் அன்றாட உணவுக்காக நெல், பருப்பு முதலிய பொருள்களை சுந்தரருக்கு மகிழ்வுடன் அளித்து வந்தார்.

பஞ்சம் ஏற்பட்டு விளைச்சல் குன்றியதால், குண்டையூர் கிழார் செய்து வந்த சிவதருமம் தடைப்பட்டது. நம்பிகளுக்கு நெல் முதலியன அளிக்க முடியாததால் பெரிதும் மனம் வருந்தினார் அவர். தானும் உணவு உண்ணாமல், ஈசனிடம் முறையிட்டபடி உறங்கினார். அவருடைய

கனவில் தோன்றிய சிவபெருமான், 'ஆரூரருக்கு அளித்திட உமக்கு நெல் தந்தோம்!' என்று உரைத்தருளினான்.

சிவபெருமான் குபேரனை அழைத்து, 'குண்டையூரில் நெல் மலையைக் குவித்திடுக!' என்று பணித்தான். காலையில் குண்டையூர் முழுவதும் நெல்மலை குவிந்துவிட்டது! 'இந்த நெல்மலையை எடுத்துச் செல்ல நம்பிகளே வல்லவர்!' என்று எண்ணிய குண்டையூர்க் கிழார், உடனே ஆரூர் சென்றார். சுந்தரரிடம், செய்தியைக் கூறினார். இறைவன் கருணையை எண்ணி வியந்து மகிழ்ந்த சுந்தரர் குண்டையூர் சென்றார். நெல்மலையைக் கண்டு மேலும் வியந்தார்! 'அந்த நெல்மலையை திருவாரூர் கொண்டுசெல்ல இறைவனிடமே விண்ணப்பிக்க விரும்பினார்.

சேவை செய்த சிவபூதங்கள்!

குண்டையூருக்கு அருகில் இருந்த கோளிலிப் பெருங்கோயில் என்னும் திருக்குவளைத் திருக்கோயில் ஈசனிடம் - நெல்லை திருவாரூரில் சேர்ப்பிக்கத் தகுந்த ஆட்களை அனுப்பியருள வேண்டி, ஒரு பதிகம் பாடினார்.

'கோளிலிப் பெருமானே! அடியேன் எப்போதும் உன்னையே நினைத்து வணங்குபவன். அடியார்க்கு அமுதளிக்கும் திருப்பணி தடைப்பட்டால் பரவையார் மிகவும் வாடி வருந்துவாள். அதைத் தவிர்க்கும் விதமாக குண்டையூரில், 'சில நெற்களைப்' பெற்றேன். அதை எடுத்துச் செல்ல ஆட்கள் அடியேனிடம் இல்லை. எம்பெருமான்னாகிய நீயே, அவற்றை ஆரூரில் சேர்த்தருள வேண்டும்!' என்று வேண்டினார் சுந்தரர்.

குண்டையூரில், நெல் மலையாகக் குவிந்திருந்தது! ஆனால் சுந்தரர் அதை, 'சில நெல்லு' என்று குறிப்பிட்டார். பன்னெடுங்காலமாகப் பலகோடி அண்டங்களுக்கு அன்றாடம் உணவளித்துக் காப்பவன் இறைவன். அவனுடைய திருவருளுக்கு முன்னால், நெல்மலையும் மிகச் சிறியதே ஆகும்!

மேலும், சுந்தரர் உதவிக்கு ஆட்களை அனுப்பவேண்டிய நிலையில் பாடினார். பணியாட்களுக்கு வேலைப்பளு தோன்றாமல் கூறுவது ஓர் அணுகுமுறை. 'இதோ, பக்கத்துத் தெருவில் உள்ள மூன்றாவது மாடிதான்!' என்று, நாம் பளுதூக்கும் தொழிலாளர்களிடம் உளவியல் அணுகு முறையுடன் பேசுவோம். சிவபூதங்களுக்கு நெல்மலை

சிறியதே! அதை எடுத்துச் செல்லுதல் அரிய செயலன்று! இவ்வாறு பல நயங்கள் தோன்ற, 'சில நெல்லு' என்றார்.

'இன்றிரவு நெல் முழுவதையும் சிவபூதங்கள் திருவாரூரில் சேர்க்கும்!' என்று ஓர் அசரீரி ஒலி எழுந்தது. நம்பிகள் இறைவனைத் தொழுது திருவாரூர் சென்றார். அன்றிரவே சிவபெருமான் பணித்தபடி, நெற்குவியல் அனைத்தையும் சிவபூதங்கள் திருவாரூர் கொண்டுசென்று நிரப்பின! திருவாரூர் வீதியெங்கும் நெற்குவியலால் அடைக்கப்பட்டது! மக்கள் சென்றுவர வகை செய்தன பூதங்கள். அதாவது, வீதியெங்கும் நெற்குவியல் நிரம்பியதால் மக்கள் நடமாட முடியவில்லை!

இறைவன் குண்டையூர்க் கிழார் வழியே நெல்மலையை அளித்த செய்தியை அறிந்த பரவையார், நம்பிகளையும் கிழாரையும் இறை வனையும் போற்றினார். முரசறையும் பணியாளர்களை அழைத்தார் பரவையார்.

'திருவாரூர் மக்கள் அனைவரும், அவரவர் வீட்டின் முன்பாகக் கொட்டப்பட்ட நெற்குவியலை அவரவர் வீட்டினுள் எடுத்துச்சென்று பயன்படுத்தலாம்!' என்று முரசை முழக்கி அறிவிக்கச் செய்தார். ஆரூர் மக்கள் அனைவரும், சுந்தரர் மற்றும் பரவையார் தம்பதியரின் அருட் திறத்தையும் கொடைக்குணத்தையும் எண்ணி மகிழ்ந்தனர். சுந்தரர் ஆரூர் ஈசனை வணங்கச் சென்றார்.

பரவையாரின் அறிவிப்பின்படி, ஆரூர் மக்கள் அனைவரும் அவரவர் வீட்டு வாசலில் இருந்த நெற்குவியலை வீட்டினுள் எடுத்துச் சென்றனர். நம்பிகளைக் காண, திருநாட்டியத்தான்குடி என்ற தலத்திலிருந்து கோட்புலி நாயனார் திருவாரூர் வந்தார். அவர் நம்பிகளை, தமது ஊருக்கு எழுந்தருள வேண்டினார். நம்பிகளும் அவருடன் நாட்டியத்தான்குடிக்குச் சென்றார்.

கோட்புலியார் தமது திருமாளிகையில் நம்பிகளை வரவேற்று, சந்தனம் முதலியன கொடுத்து உபசரித்து வணங்கினார். பின்னர் தமது மகள்களான சிங்கடியார், வனப்பகையார் ஆகிய இருவரையும் வணங்கச் செய்தார். 'அடியேனது பெண்களான இவ்விருவரையும் தாங்கள் ஏற்றருள வேண் டும்!' என்று சுந்தரரிடம் வேண்டினார்.

சுந்தரர், 'என் மக்களாக ஏற்றுக்கொள்கிறேன்!' என்றுகூறி, தமது மடியில் அமர்த்தி உச்சி முகர்ந்து வாழ்த்தினார். இறைவன் விதித்த இருவரைத் தவிர, மற்ற பெண்களை மகளாகக் கருதினார் சுந்தரர். தமது திருப்பதி கங்களில் சிங்கடியப்பன், வனப்பகையப்பன் என்று தன்னைக் குறிப்பிட்டு, அவர்களுக்குப் பெருமை சேர்த்தார் சுந்தரர்.

தங்கமாக மாறிய செங்கற்கள்

கோட்புலி நாயனாரின் பெண்களை, தமது மகள்களாக ஏற்று வாழ்த்தியருளிய பிறகு, திருவாரூர் திரும்பிய சுந்தரர் திருவாரூர் தியாகேசனை வணங்கி, பரவையார் மாளிகை சென்றார். ஒவ்வொரு முறையும் குறிப்பிட்ட ஊருக்குத் திரும்பியவுடன், அந்தத் தலத்து இறைவனைத் தரிசித்த பின்னரே இல்லத்துக்கோ அல்லது திருமடத்துக்கோ செல்வது நாயன்மார்களின் வழக்கமாக இருந்தது.

திருவாரூர் திருக்கோயிலில், பங்குனி உத்திரப் பெருவிழா நடைபெற இருந்தது. விநாயகர் தொடங்கி சண்டேசுவரர் வரை எல்லா மூர்த்தங் களுக்கும் சிறப்பான விழாக்கள் நடைபெறும். நாற்பத்தெட்டு நாள்கள் நடைபெறும் திருவாரூர் பங்குனி உத்திரப் பெருவிழாவில், உத்திர நாளன்று தியாகேசன் ஆழித்தேரில் பவனி வருவான். ஆயிரக்கணக்கான அடியார்கள் திருவாரூர் வருவார்கள்.

விழாவைக் காண வருவோர்க்கு அமுதளித்து உபசரித்தல் பரவையாரின் திருத்தொண்டாக இருந்தது! சுந்தரர் பெருமானும் அந்தத் திருத்தொண்டிற் காக, ஈசனிடம் அவ்வப்போது பொன் கேட்டுப் பெற்றதும் உண்டு.

சுந்தரர் திருப்புகலூர் பெருமானிடம் விண்ணப்பித்து, பொன்னைப் பெற விரும்பினார். திருப்புகலூர் இறைவனிடம் தமது விருப்பத்தை உணர்த்தி, வணங்கி வெளியே வந்தார் சுந்தரர்.

அப்போது சுந்தரருக்கு உறக்கம் வந்தது. கோயில் திருப்பணிகளுக்காக, அங்கு செங்கற்கள் அடுக்கப்பட்டிருந்தன. அவற்றுள் சிலவற்றை எடுத்து, தலையணை ஆக்கி தமது தோள் துண்டை விரித்து கீழே படுத்து உறங்கலானார்.

உறக்கத்திலிருந்து விழித்துப் பார்த்தபோது, தலைக்கு அணையாக வைத்திருந்த செங்கற்கள் தங்கக்கட்டிகளாக மாறியிருந்தன! அவற்றை எடுத்து துண்டில் சுற்றி வைத்துக்கொண்ட சுந்தரர், ‘தம்மையே புகழ்ந்து இச்சை பேசினும்’ என்று தொடங்கும் பதிகத்தைப் பாடினார்.

அப்பதிகத்தில் புலவர்களை அழைத்து, புகலூர் ஈசனைப் பாடி இவ்வுல கத்தில் உணவும் உடையும் பெற்று துன்பம் இல்லாமல் வாழலாம் என்று அறிவுறுத்துகிறார். அவ்வாறு வாழ்ந்த பிறகு, மறுமையில் சிவலோகம் சென்று அங்கும் இனிதே வாழலாகும் என்றும் கூறியுள்ளார் சுந்தரர்.

திருவாரூர் திரும்பி, பொற்கட்டிகளை பரவையாரின் பங்குனி உத்திரக் கொடைகளுக்காகக் கொடுத்தார். சில நாள்கள் திருவாரூரில் தங்கியிருந்த

பிறகு, பல்வேறு திருத்தலங்களையும் தரிசித்துப் பாட விரும்பி பயணமானார்.

நன்னிலத்துப் பெருங்கோயில், காவிரித் தென்கரை மாடக் கோயில்களுள் ஒன்றாகும். இந்தத் தலத்துக்கு மதுவனம் என்ற பெயரும் உண்டு. தேன்கூடு ஒன்று விளக்குச் சுடர் போல் திருக்கோயிலில் உள்ளது. மதுவனநாயகி உடனுறை மதுவனநாதர் இங்கு எழுந்தருளியுள்ளார். கீழ்த்தளத்தில் அம்பிகை மற்றும் அகத்தியர் சந்நிதிகள் உள்ளன. சுந்தரர் அருளிய ஒரே பதிகம் பெற்ற திருத்தலம் இது. கோச் செங்கணான் செய்கோயில் நாடிய நன்னிலத்துப் பெருங் கோயில்' என்று சுந்தரர் குறிப் பிட்டுள்ளார்.

நன்னிலத்திலிருந்து திருவீழிமிழலை, திருவாஞ்சியம், திருநறையூர், அரிசிற்கரைப்புத்தூர், திருவாவடுதுறை, திருவிடைமருதூர், திருநாகேசு வரம், சிவபுரம், திருக் கலயநல்லூர், திருக்குடந்தை, திருவலஞ்சுழி, திருநல்லூர், சோற்றுத்துறை, திருக்கண்டியூர், திருவையாறு, திருப் பூந்துருத்தி முதலிய திருத்தலங்களுக்குச் சென்று தரிசித்து பதிகம் பாடினார். திருஆலம்பொழிலில் ஓரிரவு தங்கினார். அப்போது இறைவன் சுந்தரர் கனவில் தோன்றி, 'மழப்பாடியை மறந்தாயோ?' என்று வினவினான்.

விழித்தெழுந்த சுந்தரர், திருமழப்பாடிக்கு விரைந்து சென்றார். 'பொன்னார் மேனியனே!' என்று தொடங்கும் புகழ்பெற்ற பாடலை உள்ளடக்கிய பதிகத்தை, சுந்தரர் பாடினார்.

மழப்பாடியில் சில நாள்கள் தங்கிய பிறகு, திருவானைக்கா சென்றார். 'மறைகளாயின நான்கும்...' என்று தொடங்கும் பதிகத்தைப் பாடினார். அப்பதிகத்தில் சோழ மன்னனுக்குச் சிவபெருமான் அருள்செய்த செய்தியை, கூறிப் புகழ்ந்தார். அங்கிருந்து திருப்பாச்சில் ஆசிரமம் சென்றார். அங்கு காலந்தாழ்த்திப் பொன்னளித்தான் ஈசன். திருப்பைஞ்ஞீலி, திருஈங்கோய்மலை முதலிய பதிகளைத் தொழுது, கொங்கு நாட்டினுள் நுழைந்தார் நம்பிகள்.

திருப்பாண்டிக்கொடுமுடிக்குச் சென்ற சுந்தரர், 'மற்றுப் பற்று எனக்கின்றி நின் திருப்பாதமே மனம் பாவித்தேன்!' என்ற திருவைந்தெழுத்தின் பெருமை கூறும், 'பஞ்சாட்ரப் பதிகம்' பாடினார்.

திருப்பேரூரில் சிவபெருமான் நம்பிகளுக்கு, தான் தில்லையில் ஆடும் திருக்கூத்தைக் காட்டியருளினான். அக்காட்சியைக் கண்டு ஆனந்தப் பரவசம் எய்திய சுந்தரர் மனத்தில் உடனே தில்லைக்குச் செல்ல வேண்டும் என்ற ஆவல் மேலிட்டது. அதனால் அங்கிருந்து புறப்பட்டு, வெஞ்சமாக்கூடல், திருக்கற்கு, திருவாறை மேற்றளி, திருஇன்னம்பர்,

திருப்புறம்பயம் முதலிய திருத்தலங்களைத் தொழுது பாடினார். திருக் கூடலையாற்றூர் அருகில் சென்றார்.

நம்பிகள், திருமுதுகுன்றத்தை அடையும் நோக்கத்தில் இருந்தார். கூடலையாற்றூர் செல்லும் எண்ணம் அவரிடம் அப்போது இல்லை. எனினும், இறைவன் அவரை விடுவதாக இல்லை. ஒரு முதியவர் வடிவத்தில் வந்தான். நம்பிகள் அந்த முதியவரிடம், 'திருமுதுகுன்றம் செல்லும் வழி எது?' என்று கேட்டார். 'இது கூடலையாற்றூர் செல்லும் வழி!' என்று கூறிய முதியவர், மறைந்தார். 'அடிகள் இவ்வழி போந்த அதிசயம் அறியேனே!' என்று பாடினார். கூடலையாற்றூரை வணங்கிய பிறகு, திருமுதுகுன்றத்தை அடைந்தார்.

ஆற்றில் போட்டு குளத்தில் தேடினார்

திருமுதுகுன்றத்துப் பெருமானைத் தொழுது பதிகம் பாடினார். திருவாரூரில் அந்த ஆண்டு நடைபெறவிருந்த பங்குனி உத்திரப் பெருவிழா நம்பிகளின் நினைவுக்கு வந்தது. முதுகுன்றப் பெருமானிடம் முறையிட்டார். ஈசன், சுந்தரருக்குப் பன்னிரண்டாயிரம் பொற்காசு களைக் கொடுத்தருளினான்.

'பெருமானே! ஒரு சிறிய வேண்டுகோள்!' என்றார் சுந்தரர். 'வேறு என்ன வேண்டும்?' என்றான் இறைவன். 'சுவாமி! வேறு எதுவும் இப்போது வேண்டாம்! தில்லை முதலான இடங்களுக்குச் செல்லவிருக்கும் அடியேன், பொற்காசு மூட்டைகளை எவ்வாறு சுமந்து செல்வேன்? ஆகவே, பொற்காசு மூட்டைகளை திருமுதுகுன்றத்தில் ஓடும் மணி முத்தா நதியில் போட்டுவிடுகிறேன்! பிறகு, திருவாரூர் கமலாலயக் குளத்தில் எடுத்துக் கொள்கிறேன்!' என்றார் சுந்தரர். 'தோழரே! அப்படியே செய்க!' என்றான் ஈசன்.

'எம்பெருமானே, மற்றும் ஒரு வேண்டுகோள்!' என்றார் சுந்தரர். 'என்ன வேண்டுகோள்?' என்றான் இறைவன். 'ஐயனே! நீர் மாயையில் வல்லவர்! உம்மை எப்படி நம்புவது? இங்கு கொடுத்த இதே உயர்ந்த மாற்றுள்ள பொன்னை, நீர் திருவாரூரிலும் கொடுப்பீர்கள் என்பதற்கு என்ன உத்தரவாதம் உள்ளது? ஆகவே, பொற்காசுகளில் சிலவற்றை நான் எனது வேட்டித் தலைப்பில் முடிந்து வைத்துக்கொள்கிறேன். திருவாரூரில் ஏனைய காசுகள் கிடைத்தவுடன், இதனுடன் ஒப்பிட்டுப் பார்த்து உறுதி செய்து கொள்கிறேன்!' என்று தமது வேண்டுகோளைக் கூறினார் சுந்தரர். தம்பிரான் தோழரின் வேண்டுகோளுக்கு மறுப்பும் உண்டோ? 'அப்படியே செய்க!' என்றான் முதுகுன்றத்து முதல்வன்.

பொற்காசு மூட்டைகளை மணிமுத்தாநதியில் போட்டு விட்டுப் புறப்பட்டார். திருக்கடம்பூர், திருக்கருப்பறியலூர், திருமண்ணிப் படிக்கரை, திருவாழ்கொளிப்புத்தூர், திருக் கானாட்டுமுள்ளூர், திருஎதிர் கொள்பாடி, திருவேள்விக்குடி முதலிய திருப்பதிகளைதரிசித்துப் பாடிய பிறகு திருவாரூரை அடைந்தார். பரவையாரிடம், திருமுதுகுன்ற நிகழ்ச்சிகள் அனைத்தையும் விவரித்துக் கூறினார். 'இது என்ன அதிசயம்!' என்று பரவையார் புன்னகை பூத்தார்.

'புற்றிடங்கொண்டாரை வணங்கிவிட்டு, பொற்காசுகளை எடுத்து வருவோம் வா!' என்று கூறி, பரவையையும் அழைத்துச் சென்றார். ஆரூர் பெருமானை இருவரும் வணங்கினர். பிறகு, பரவையாரை மேலே குளக்கரையில் நிற்கச் செய்துவிட்டு குளத்தினுள் இறங்கி பொற்காசு மூட்டைகளைத் தேடினார். அவை எளிதில் கிடைக்கவில்லை! ஆற்றில் போட்டு, குளத்தில் தேடும் அதிசய மனிதரைக் கண்டு மக்கள் வியந்தனர்.

'பொன் செய்த மேனியீர்!' என்று தொடங்கும் பதிகத்தைப் பாடினார் சுந்தரர். 'பரவையார் முன்னிலையில் நீர் என்னை நகைப்புக்கு உள்ளாக்கலாமா?' என்ற பொருளில், 'பரவை இவள் தன்முகப்பே என்செய்தவாறு அடிகேள்!' என்று பாடினார். பதிகம் நிறைவு பெற்றவுடன், சுந்தரர் கையில் பொற்காசு மூட்டைகள் கிடைத்தன. அவற்றை எடுத்து, கரையில் அடுக்கினார். தன்னிடம் வைத்திருந்த காசு களுடன் ஒப்பிட்டு உரைத்துப் பார்த்ததில், குளத்தில் கிடைத்த பொற் காசுகள் மாற்றில் குறைந்திருந்தது தெரிய வந்தது.

மாற்றுக் குறைந்ததை எண்ணி வருந்திப் பாடினார் சுந்தரர். பிறகு, அனைத்துக் காசுகளும் உயர்ந்த மாற்றுப் பெற்றுத் திகழ்ந்தன. அவற்றை, பரவையார் இல்லத்துக்கு அனுப்பி வைத்தனர். பரவையாரையும் அழைத்துக்கொண்டு ஆரூர் தியாகேசன் கோயிலுக்குள் சென்று வணங்கினார்.

பொற்கோல்லராக வந்த விநாயகர்

பொற்காசு மூட்டைகள் கிடைத்தவுடன் அவற்றை ஒப்பீடு செய்து உரைத்துப் பார்க்க, உரிய தொழில்நுட்பம் உடையவர் வேண்டுமே! அத்தகைய தொழில்நுட்ப வல்லுநராக பொற்கொல்லராக வந்தவர், சிவபெருமானின் மூத்த குமாரரான விநாயகர்தான்!

சிவபெருமான் கட்டளைப்படி, கையில் உரைகல்லுடன் கமலாலயக் குளக்கரைக்கு வந்த விநாயகர், ஒப்பீடு செய்து உறுதியளித்தார். அவருக்கு

உரிய கூலியைக் கொடுக்க சுந்தரர் முற்பட்டபோது, அங்கு அவரைக் காணவில்லை! வானவெளியில் விநாயகப் பெருமான் காட்சியளித்தார். பரவையாரும் சுந்தரரும் அவரை வணங்கிப் போற்றினர்.

திருவாரூர் கமலாலயக் குளத்தின் கிழக்குக் கரையின் வட கோடியில், 'மாற்று உரைத்த விநாயகர்' திருக்கோயில் உள்ளது. கையில் உரைகல்லுடன் காட்சியருளும் மாற்று உரைத்த விநாயகரை இன்றும் தரிசிக்கலாம். நம்பிகள் மேலும் பல திருத்தலங்களைத் தரிசிக்க விரும்பினார். திருநள்ளாறு, திருக்கடவூர் வீரட்டம், திருக்கடவூர் மயானம், திருவலம்புரம், திருச்சாய்க்காடு, திருவெண்காடு, திருநனிபள்ளி, திருசெம்பொன்பள்ளி, திருநின்றியூர், திருநீடூர், திருப்புன்கூர் முதலிய தலங்களில் எழுந்தருளிய மூர்த்தங்களை வணங்கிப் பதிகம் பாடினார்.

திருக்கோலக்கா சென்ற சுந்தரர், இறைவன் நாளும் இன்னிசையால் தமிழ் பரப்பும் ஞானசம்பந்தனுக்கு உலகத்தவர்முன் தாளம் ஈந்த செய்தியைக் குறிப்பிட்டுப் பாடினார். சீர்காழி ஊரை வலமாக வந்து, சம்பந்தரை வணங்கி, திருக்குருகாவூர் சென்றார்.

பொதிசோறு அளித்த பரமன்

திருக்குருகாவூரை அடைவதற்கு முன்னால், நம்பிகளும் உடன்சென்ற அடியார்களும் மிகவும் பசித்திருந்தனர். சிவபெருமான் அவர்களுக்காகப் பொதிசோறு எடுத்து வந்தான். அவர்கள் செல்லும் வழியில் ஒரு பந்தலைத் தோற்றுவித்தான். அதன்கீழ் தமது தோழர் மற்றும் அவருடன் வந்த அடியவர்களுக்காகக் காத்திருந்தான் ஈசன்.

சுந்தரர், அடியார்களுடன் வந்தவுடன், சிவபெருமான் அவர்கள் முன்னால் முதிய வேதியர் வடிவத்தில் சென்றான். 'நீங்கள் பசித்திருக்கிறீர்கள் போலிருக்கிறதே! வாருங்கள்! என்னிடம் பொதிசோறு உள்ளது; உணவு உண்ணலாம்!' என்று உபசரித்தான். அவர்களும் பந்தலுக்குள் அமர்ந்தனர்.

முதியவர் மூட்டையைப் பிரித்து அனைவருக்கும் பொதி சோற்றை அளித்தார். சிறிய முடிப்பாக இருந்த அப்பொதி சோறு அள்ளஅள்ளக் குறையாது அத்தனை பேரும் சாப்பிடப் போதுமானதாக வளர்ந்தது! முதியவர் நீரும் அளித்தார். 'சற்று ஓய்வெடுத்துச் செல்லலாம்!' என்று கூறிய முதியவர் பந்தலில் படுத்தார். சுந்தரர் குழுவினரும் சற்றுக் கண்ணயர்ந்தனர். விழித்துப் பார்த்தபோது பந்தல் மறைந்திருந்தது ! வேதியரும் காணப்படவில்லை!

சுந்தரர் திருக்குருகாவூர் வெள்ளடை என்ற திருக்கோயிலுக்குச் சென்று, இறைவனை வணங்கிப் பாடினார். தமக்குப் பசிநேரத்தில் உணவளித்த செய்தியை, 'பாடுவார் பசி தீர்ப்பாய்! பரவுவார் பிணி களைவாய்!' என்று குறிப்பிட்டுப் பாடியுள்ளார்.

திருக்கழிப்பாலை, தில்லை, திருத்தினைநகர் முதலிய திருத்தலங்களை வணங்கிய பிறகு, தமது பிறந்த ஊரான திருநாவலூரை அடைந்தார். நாவலூர் மக்கள், 'இன்று பெருவாழ்வு வரும் நாள்!' என்று கொண்டாடினர். நம்பிகளை, பலவகை மங்கல ஒலிகளுடன் எதிர்கொண்டு வரவேற்றனர். நாவலூர் இறைவனைப் பாடி மகிழ்ந்து, சில நாள்கள் அங்கு தங்கியிருந்தார் நம்பிகள்.

பின்னர் தொண்டைநாடு செல்லும் விருப்பம் கொண்டு, விடைபெற்றுப் புறப்பட்டார். திருக்கழுக்குன்றத்தைக் கண்டு தொழுது பாடினார். திருக்கச்சூர் ஆலக்கோயில் சென்று வணங்கினார். ஆலயக்கோயிலிலிருந்து வெளியே வந்த நம்பிகள் மிகவும் பசித்திருந்தார். பாடுவார் பசி தீர்க்கும் பரமன் பொறுப்பானா?

நம்பிகள், திருக்கோயிலின் மதிலருகே அமர்ந்திருந்தார். இறைவன் மறையவர் வடிவத்துடன் சுந்தரர் முன் தோன்றினார்.

'நீர் பசித்திருக்கிறீர்கள் போலும்! சற்றுப் பொறுங்கள்! யான் யாசித்து வந்து உமக்கு உணவளிக்கிறேன்!' என்று கூறிய மறையவர், அருகில் இருந்த இல்லங்களிலிருந்து உணவு பெற்று வந்து அளித்தார்.

நம்பிகளும் அடியவர்களும் அந்த உணவை உண்டு பசியாறினர். உடனே, மறையவர் மறைந்தார். வந்தவர் ஈசனே என உணர்ந்து நெகிழ்ந்த சுந்தரர், 'முதுவாய் ஓரி கதற' என்று தொடங்கும் திருப்பதிகத்தைப் பாடினார்.

பின் திருக்கச்சூரிலிருந்து காஞ்சியை அடைந்தார். திருஏகம்பம், காமக்கோட்டம் ஆகிய திருத்தலங்களை வணங்கினார். மேற்றளி, திருஓணகாந்தந்தளி, திருஅநேகதங்காவதம், திருப்பனங்காட்டூர், திருமாற்பேறு, திருவல்லம் முதலிய தலங்களை வழிபட்டு, திருக்காளத்தியை அடைந்தார்.

காளத்தியப்பரையும் கண்ணப்பரையும் வணங்கினார். காளத்தி இறைவனை, 'கண்டார்கள் காதலிக்கும் கணநாதன்!' என்று போற்றிப் பாடினார்.

காளத்தியில் இருந்தவாறே திருப்பருப்பதம், திருக்கேதாரம் முதலிய வடநாட்டுத் தலங்கள் சிலவற்றைப் பாடினார்.

காளத்தியிலிருந்து திரும்பி திருவொற்றியூர் வந்தார் நம்பிகள். திருவொற்றியூர் பெருமானை போற்றிப் பாடினார். அங்கு சில நாள்கள் தங்கினார்.

சங்கிலியாரின் சபதம்

உமாதேவியாரின் தோழிகளுள் ஒருவரான அனிந்திதை, தொண்டை நாட்டு ஞாயிறு கிராமத்தில் பிறந்திருந்தார். ஞாயிறு என்ற ஊரில் வேளாளர் மரபில் தோன்றிய நிலக்கிழார் ஒருவர் இருந்தார். அவரை, 'ஞாயிறு கிழார்' என்று அழைத்தனர். அனிந்திதை ஞாயிறு கிழாரின் மகளாகப் பிறந்து, சங்கிலியார் என்ற பெயருடன் சிறப்பாக வளர்ந்தார். சங்கிலியார் குழந்தையாக இருந்த காலத்திலிருந்தே உமாதேவியாரிடம் மிகுந்த பக்தி கொண்டிருந்தார்.

சங்கிலியார் திருமணப் பருவத்தை அடைந்தபோது, பெற்றோர் அவளுடைய திருமணம் குறித்துப் பேசத் தொடங்கினர். சிறந்த சிவனடியார் ஒருவரையே மணப்பது என்ற உறுதியான முடிவில் இருந்தார் சங்கிலியார். தமது பெற்றோர் திருமணம் குறித்துப் பேசிய சொற்களைக் கேட்டு சங்கிலியார் மயக்கமடைந்து விழுந்தார்.

முகத்தில் நீர் தெளித்து மகளின் மயக்கத்தைத் தெளிவித்த பெற்றோர், அவளுக்கு என்ன நேர்ந்தது என்று விசாரித்தனர். சங்கிலியார், தாம் சிவனடியாரையே மணக்கும் உறுதியுடன் இருப்பதைக் கூறினார். பெற்றோர் வியப்பும் அச்சமும் கொண்டனர். தெளிவான முடிவு எடுக்க முடியாமல் இருந்தனர். சங்கிலியார் இறைவனின் கருணையை நம்பியிருந்தார்.

ஞாயிறு கிழாரின் மரபைச் சேர்ந்த இளைஞன் ஒருவன் சங்கிலியாரை மணக்க விரும்பினான். அவன் ஞாயிறு கிழாரிடம் பெண்கேட்க சிலரை அனுப்பி வைத்தான். அவர்களும் முறைப்படி ஞாயிறு கிழாரை அணுகி பெண் கேட்டனர். சங்கிலியாரின் உண்மை நிலையைக் கூறாமல், அவர்களிடம் இனிமையாகப் பேசினார் ஞாயிறு கிழார்.

ஞாயிறு கிழார், தமது பெண்ணை திருமணம் செய்து கொடுக்க முடியாததை நயமாக தெரிவித்து அனுப்பி விட்டார். பெண் கேட்கச் சென்ற பெரியவர்கள், அந்தச் செய்தியை இளைஞனிடம் கூற திரும்பி வந்தனர். அதற்குள் அவன் எதிர்பாராதவிதமாக இறந்துவிட்டான்.

அதற்குப் பிறகும் சங்கிலியாரின் உண்மை விருப்பத்தை உலகறியச் செய்யாமல் இருத்தல் தகாது என்று கருதினார் ஞாயிறு கிழார். சுற்றத்தார் மற்றும் நண்பர்களிடம் உண்மை நிலையைக் கூறி விளக்கினார். சங்கிலியாரை சுற்றத்தார் சூழ திருவொற்றியூர் அழைத்துச் சென்றார்.

இறைவனை வணங்கிய பிறகு, திருக்கோயிலின் அருகில் கன்னிமாடம் அமைத்து, அதில் உரிய பாதுகாவலுடன் சங்கிலியாரைத் தங்கச் செய்தார்.

அனிந்திதையாகக் கயிலையில் செய்த மலர்த்தொண்டை திருவொற்றியூரில் செய்து வந்தார் சங்கிலியார். அன்றாடம் புதிய மலர்களைக் கொண்டுவந்து மாலைகள் கட்டி திருக்கோயிலில் சேர்ப்பித்து, சிவசிந்தனையுடன் இருந்து வந்தார் அவர்.

திரைக்குப் பின்னால் தென்பட்டவள்!

திருக்கோயில்களுக்கு முக்கியமான பெரியவர்கள் வரும்போது, கோயில் நிர்வாகத்தினர் அங்கு நடைபெறும் தொண்டுகள் குறித்த செய்திகளைக் கூறுவர். திருவொற்றியூர் ஈசனை வழிபட்டுத் திரும்பிய நம்பிகளிடம், அடியவர்கள் அவ்வாறு பல்வேறு திருத்தொண்டுகளையும் விளக்கினர்.

அப்போது, மலர்மண்டபத்தில் இறைவனுக்காக மாலைகள் கட்டும் பணி நடந்து கொண்டிருந்தது. திரைக்குப் பின்னால் இருந்து மாலை தொடுத்த சங்கிலியார், சற்றேதிரையை விலக்கி கையிலிருந்த மாலையை தோழியிடம் கொடுத்தார்!

உடனே திரையை இழுத்துவிட்டதால், அவரை ஒரு கணநேரமே சுந்தரரால் காண முடிந்தது! எனினும், ஈசன் தனக்கென விதித்த பெண் அவர்தான் என்று உறுதியாக உணர்ந்தார். அங்கிருந்து வந்த பிறகு, திரையை விலக்கி மாலையை அளித்த 'மின்னல்கொடி' யாரென கேட்டார்.

அவர் ஞாயிறு கிழார் மகளான சங்கிலியார் என்றும், சிவனடியார் ஒருவரே தமக்குக் கணவராக அமைய வேண்டித் தவமிருப்பவர் என்றும் அங்கிருந்த அடியவர்கள் தெரிவித்தனர். என் மனத்தைத் திரியச் செய்த சங்கிலியாரை, அடியேன் இறைவனை வேண்டிப் பெறுவேன்!' என்று கூறினார் சுந்தரர். திருக்கோயிலுக்குள் சென்றார்.

ஒருபக்கத்தில் நின்று, சங்கிலியாரைத் தமக்குக் கொடுத்தருள வேண்டினார். 'அருந்தவத்துச் சங்கிலியை உனக்கு அளிப்போம்; கவலை விடுக!' என்று ஒற்றியூர் ஈசன் உரைத்தருளினான்.

சங்கிலியார் கனவில் சங்கரன்

இறைவன், சங்கிலியார் கனவில் காட்சி தந்தான். அவனை அன்போடு வணங்கினார் சங்கிலியார். 'சுந்தரன் மேருமலையினும் உயர்ந்த தவத்தை

உடையவன்; நம்மால் தடுத்து ஆட்கொள்ளப்பட்டவன்;எமக்குத் தோழராக விளங்குபவன்; உன்னைத் தரும்படி எம்மிடம் வேண்டி முறையிட்டான்; நீ அவனை மணந்து இனிதே வாழலாம்!' என்று ஈசன் விளக்கி உரைத்தான்.

ஈசன் கூறியதைக் கேட்ட சங்கிலியார் பெரிதும் மகிழ்ந்தார். நம்பிகளை மணந்துகொள்ள தமது சம்மதத்தைத் தெரிவித்த சங்கிலியார், 'ஆரூரர் என்னைப் பிரியாமல் இருப்பாரா?' என்ற தமது சந்தேகத்தையும் வெளிப் படுத்தினார். 'சுந்தரன், உன்னை விட்டு விலகிச் செல்லாத வகையில் ஒரு சபதம் செய்துகொடுத்தே உன்னை மணந்து கொள்வான்!' என்று இறைவன் கூறி மறைந்தான். அவ்வாறே நம்பிகளிடம் சென்ற இறைவன், அன்றிரவே சங்கிலியாருக்குச் சபதம் செய்து கொடுத்து திருமணம் செய்துகொள்ளும்படி கூறினான்.

மகிழமரத்தின் கீழ் சபதம்

சங்கிலியாரிடம் சபதம் செய்தால், இறைவன் உறையும் பல்வேறு கோயில்களுக்கும் சென்று பாடும் தமது தொண்டுக்கு இடையூறாக அமையும் என்று கருதினார் நம்பிகள். எனவே சுந்தரர், 'ஒற்றியூர் பெருமானே! உனது திருவருளின்படி, அடியேன் சபதம் செய்கிறேன் ஆனால், அடியேன் சபதம் செய்யும் போது தேவரீர் திருக்கோயில் விட்டு, மகிழமரத்தின் கீழ் எழுந்தருளி இருந்திடல் வேண்டும்!' என்று வேண்டினார். இறைவனும் அவ்வாறே செய்வதாகச் சொல்லி, மீண்டும் சங்கிலியாரிடம் சென்றான்.

'சங்கிலி நங்கையே! நம்பி சபதம் செய்து கொடுக்க உடன்பட்டான்! எனவே, நீ உடனே அவனிடம் அதைப் பெறுக! மேலும், நம்பியை மகிழமரத்தின் கீழ் தனது சபதத்தினைச் செய்துகொடுத்திட வலியுறுத்துக!' என்று கூறி மறைந்தான் ஈசன்.

திருப்பள்ளியெழுச்சிக்கு மாலை தொடுக்கும் வேளை நெருங்கியது. சங்கிலியார் தன் தோழிகளுடன் திருக்கோயில் சென்றார். தோழிகள் நம்பிகளை நெருங்கினர்.

'சுந்தரர் பெருமானே! இறைவன் திருமுன்னால் சபதம் பெறுவதை, எங்கள் தலைவியான சங்கிலியார் விரும்பவில்லை! மகிழமரத்தின் கீழ் தாங்கள் வாருங்கள்! சங்கிலியாரும் அங்கு வந்துவிடுவார்கள்!' என்றனர்.

வேறு வழியறியாமல் திகைத்த நம்பிகள், மகிழமரம் இருந்த இடத்துக்கு விரைந்தார். சங்கிலியாரும் அங்கு வந்து சேர்ந்தார்.

மகிழமரத்தை மும்முறை வலம் வந்த சுந்தரர், 'இங்கு இல்லாது நான் அகலமாட்டேன்!' என்று சபதம் செய்தார்.

'ஈசனே! நீர் செய்தருளிய இந்தத் திருவிளையாடல் நன்று!' என்று உரைத்த நம்பிகள், தமது இருப்பிடம் சென்றார்.

சங்கிலியார் திருமணம்

சுந்தரரின் சபதத்தைப் பெற்ற மகிழ்ச்சியில், சங்கிலியார் கன்னி மாடத்துக்குத்திரும்பினார். அந்த விடியற்காலை நேரத்தில் திருவொற்றியூரில் உறையும் அடியவர்களின் கனவில் ஈசன் தோன்றினான்.

'எமது தொண்டரான நம்பிகளுக்கும் ஞாயிறு கிழார் மகள் சங்கிலி யாருக்கும், நீங்கள் அனைவரும் முன்னின்று திருமணத்தை நடத்தி வைக்கவும்!' என்று பணித்தருளினான்.

விழித்தெழுந்த அடியவர்கள் அனைவரும், ஒற்றியூர் பெருமான் தங்களுக்கு அளித்த அரிய பணியை நிறைவேற்ற முற்பட்டனர். திருமணத்துக்குரிய ஏற்பாடுகள் அனைத்தும் விரைவாக நிறைவேறின. ஞாயிறு கிழார் சுற்றத்தாருடன் திருவொற்றியூர் வந்தார்.

சுபயோக சுபமுகூர்த்தத்தில் இறைவன் திருவருளால், இறைவனால் நிச்சயிக்கப்பட்ட சுந்தரர்-சங்கிலியார் திருமணம் இனிதே நிறை வேறியது! தேவர்கள் மலர்மாரி பொழிந்தனர்.

தம்பதிகள் இறைவனை வணங்கிச் சென்று இனிதே வாழ்ந்திருந்தனர். அப்போது வசந்த காலம் வந்தது. சுந்தரரின் நினைவில், திருவாரூர் வசந்த விழா சிறப்பு நிகழ்வுகள் தோன்றின. பரவையாரின் நாட்டி யாஞ்சலியும், மற்ற நற்பணிகளும் நம்பிகளின் நினைவில் வந்தன. இன்னும், 'எத்தனை நாள் பிரிந்திருப்பேன் என் ஆரூர் இறை வனையே?' என்ற ஏக்கத்தை வெளிப்படுத்தி பதிகமொன்று பாடினார். விளைவுகள் எதுவாயினும் இறைவன் திருவருளால் எதிர்கொள்ளலாம் என்ற துணிவுடன் திருவொற்றியூரை விட்டுப் புறப்பட்டார்.

சுந்தரர், தாம் செய்த சபதத்தைப் பொருட்படுத்தாது அங்கிருந்து அகன்றார். இறைவன் நீதி, அனைவருக்கும் பொதுவானது! அடிய வருக்கும் அதிலிருந்து விதிவிலக்கு கிட்டாது! திருவொற்றியூர் எல்லையைத் தாண்டியவுடன் சுந்தரரின் கண்பார்வை போய்விட்டது! தமது குற்றம் பொறுத்தருள வேண்டி, 'அழுக்குமெய்கொடு' என்று

தொடங்கும் திருப்பதிகத்தைப் பாடினார். அடியார்கள் வழிகாட்ட நடந்து வடதிருமுல்லைவாயிலை அடைந்தார்.

சென்னை அம்பத்தூருக்கு அருகில் உள்ள திருத்தலம் வடதிரு முல்லைவாயில். சோழ நாட்டில் சீர்காழிக்கு அருகே ஒரு திரு முல்லைவாயில் உள்ளது. அதிலிருந்து வேறுபடுத்தி அறிய இதை, 'வடதிருமுல்லைவாயில்' என்றனர். முல்லைக்கொடியை தலமரமாகப் பெற்றதால் இந்தப் பெயர் தோன்றியது. மேலும், தொண்டைமான் என்ற அரசன் யானை மீது வந்தபோது முல்லைக்கொடி வழியில் இருந்ததாகவும், அவன் அக்கொடியை வாளால் வெட்டி அகற்றிட அங்கு சிவலிங்கம் இருப்பதைக் கண்டதாகவும் கூறுவர். சிவலிங்கத் திரு மேனியில் வாள் பட்ட வடு இருப்பதை இன்றும் காணலாம்.

முருகப்பெருமானும் திருமாலும் வழிபட்ட சிறப்புடைய திருத்தலம்.இரண்டு பெரிய எருக்குத் தூண்கள் இந்தத் திருக்கோயிலில் உள்ளன. கொடியிடை நாயகி என்ற அம்பிகையுடன் பாசுபதேசுவரர் இங்கு உறைகிறார்.

திருவும் மெய்ப்பொருளும் செல்வமும் எனக்கு உன்
சீருடைக் கழல்கள் என்று எண்ணி
ஒருவரை மதியாது உறாமைகள் செய்தும்
ஊடியும் உறைப்பனாய்த் திரிவேன்
முருகமர் சோலைசூழ் திருமுல்லை
வாயிலாய் வாயினால் உன்னைப்
பரவிடும் அடியேன் படுதுயர் களையாய்
பாசுப தாபரஞ் சுடரே!

என்று முறையிட்டார் சுந்தரர்.

மேலும், 'சங்கிலிக்கா என்கண் கொண்ட பண்ப! நின்னடியேன் படுதுயர் களையாய்!' என்று வேண்டினார். சங்கிலியாருக்காக ஈசன் தன்னைத் தண்டித்ததை பண்புடைய செயல் என்று பாராட்டுகிறார்! அடியவனாகிய தன்னைக் காக்க வேண்டியது கடமையும் ஆகும் என்பதைச் சுட்டிக் காட்டுகிறார். துன்பத்தில் துவண்டபோதும், தூய தமிழ்ப் பாமாலை சூட்டும் பணியை சுந்தரர் மறக்கவில்லை!

கண் பறித்தவன், கோல் கொடுத்தவன்

திருமுல்லைவாயில் இறைவனிடம் படுதுயர் களைய விண்ணப்பித்துப் பதிகம் பாடிய சுந்தரர், திருவெண்பாக்கம் நோக்கி நடந்தார். சுந்தரர் யோகநெறியில் நின்றவர்.

யோகிகளுக்கு, அம்பிகையின் தரிசனம் மின்னல்கொடி போல் கணநேரம் தோன்றி மறையும். அயராத பயிற்சியினால் சகஸ்ராரத்தில் ஒளிவெள்ளமாய் தரிசனம் பெறலாம். அந்த வகையில் திருவெண்பாக்கத்து அம்பிகை, சுந்தரரின் அகக்கண்ணில் மின்னல்கொடி போல் வழிநெடுகத் தோன்றி, திருவெண்பாக்கம் வரை நடந்திட உதவினாள்.

பிழையுள பொறுத்திடுவர் என்று அடியேன் பிழைத்தக்கால்
பழியதனைப் பாராதே படலம் என்கண் மறைப்பித்தாய்!
குழைவிரவு வடிகாதா! கோயிலுளாயே? என்ன
உழையுடையான் உள்ளிருந்து உளோம் போகீர்! என்றானே.

'நான் கண்ணிழந்து தடுமாறுகின்றேன் என்று கூறி ஈசனை அழைத்தால், நான் இருக்கிறேன்; நீர் செல்வீர்! என்று கூறிவிட்டானே!' என வருந்தினார் சுந்தரர்.

திருவெண்பாக்கத்து இறைவனை, 'கோயில் உளாயோ?' என்று கேட்டார். இறைவன், 'உளோம் போகீர்!' என்று சினத்துடன் கூறிவிட்டார். நட்புரிமையில், 'சுந்தரா! வன்றொண்டா!' என்றெல்லாம் அழைத்தவர், 'போகீர்!' என்று மரியாதை கொடுத்துப் பேசினான்.

சத்தியம் தவறிய சுந்தரரை, அயலார் போன்று அழைத்தான். இந்தப் பதிகத்தின் ஒன்பதாவது பாடலில், 'ஒன்னலாரைக் கண்டாரைப் போல் உளோம் போகீர்! என்றானே!' என வருந்தி கூறினார் சுந்தரர்.

எனினும், திருவெண்பாக்கத்து இறைவன் சுந்தரருக்கு ஒரு ஊன்று கோலைக் கொடுத்தருளினான். அக்கோலை, திருக் கோயிலின் உள்ளே இருந்தபடி வீசி எறிந்தான் ஈசன். அவன் அவ்வாறு கோலை வேகமாக எறிந்ததால், வெண்பாக்கம் ஈசன் சன்னதிக்கு எதிரில் அமர்ந்திருந்த நந்தியம் பெருமான் கொம்பு ஒன்று ஒடிந்துவிட்டது என்பது தல வரலாறு. ஆகவே, அந்தத் திருக்கோயில் நந்தி உடைந்த கொம்புடன் விளங்குகிறார் என்பர்.

'ஊன்றுவதோர் கோலருளி உளோம் போகீர் என்றானே!' என்று பத்தாவது பாடலில் அந்தச் செய்தியைக் கூறினார் சுந்தரர். நால்வர் வரலாற்றில் குறிப்பிடப்படும் பெரும்பாலான செய்திகளுக்கு அகச்சான்றுகள் உள்ளன.

அடியார் வாக்கு ஆண்டவன் வாக்கேயாகும். எனவே, அவர்கள் கூறும் சொற்கள் மந்திரம் போல் பயன் அளிக்கும்! வாழ்த்திப் பாடினால், வாழ்த்தப்பட்டவர் வாழ்வாங்கு வாழ்வார். 'தலமோங்கு கந்தவேளே!' என்று வள்ளலார் கந்தகோட்டத்து முருகனை அழைத்தார். அதிலிருந்து, சென்னை கந்தகோட்டம் மகத்தான வளர்ச்சி பெற்றுள்ளது. 'கோயில் உளாயோ?' என்று சுந்தரர் கேட்டார். அக்கோயில் 'உள்ளதா?' என்று சந்தேகப்படும் வகையில், இன்றும் பூண்டி நீர்த்தேக்கத்தில் அழுந்திக்

கிடக்கிறது! பின் திருவாலங்காடு சென்ற சுந்தரர், காரைக்கால் அம்மையார் தலையால் நடந்த அந்தத் தலத்தை மிதித்திட அஞ்சி, ஊரின் எல்லைப்புறம் இருந்த பழையனூரில் இருந்தபடி ஆலங்காட்டு அடிகளைப் போற்றிப் பாடினார்.

திருவூறல் என்னும் தக்கோலத்தை வணங்கி, காஞ்சி மாநகரத்தை அடைந்தார் நம்பிகள். காமக்கோட்டம் என்னும் காமாட்சியம்பிகை திருக்கோயிலை வணங்கி கச்சி ஏகம்பனைக் காணச் சென்றார்.

தனது அடியவர் என்றாலும் தவறுகள் செய்யும்போது, அவர்களுக்கும் உரிய தண்டனையை அளிப்பதே இறைவனின் நீதி. அந்த வகையில் வாக்குறுதியை மீறிய சுந்தரருக்கு உரிய தண்டனையாக கண்ணொளியை மறைத்தான். ஆனால், தண்டனையைச் சிலகாலம் அனுபவித்து தமது பிழையை உணர்ந்த நிலையில், தண்டனையிலிருந்து படிப்படியாக விடுதலை அளிக்க முன்வந்தான் இறைவன்.

இடக்கண் பெற்ற திருத்தலம்

அந்த வகையில், காஞ்சியில் ஒரு பாதி துயரத்தைத்துடைக்க முற்பட்டான் இறைவன். காஞ்சி - சக்திபீடங்களில் ஒன்று. அம்பிகையின் ஆட்சி நடைபெறும் திருத்தலம். ஈசனின் இடப்பாகம் அம்பிகைக்கு உரியது.

ஆகவே, அம்பிகை ஆட்சி புரியும் திருத்தலத்தில் சுந்தரர் தமது இடக்கண்ணைப் பெற்றார்!

காமாட்சியின் அருளைப் பெற்று, கச்சி ஏகம்பனை கண்டு வணங்கிய போது, சுந்தரர் இடக்கண் பார்வையை மீண்டும் பெற்றுப் பாடிய பதிகமே, கண்ணொளி வழங்கும் மந்திர சக்தி வாய்ந்த பதிகமாகத் திகழ்கிறது.

ஆலம் தான் உகந்து அமுது செய்தானை
ஆதியை அமரர் தொழுது ஏத்தும்
சீலம் தான் பெரிதும் உடையானைச்
சிந்திப்பார் அவர் சிந்தை உளானை
ஏலவார் குழலாள் உமைநங்கை
என்றும் ஏத்தி வழிபடப் பெற்ற
கால காலனைக் கம்பன் எம்மானைக்
காணக் கண் அடியேன் பெற்றவாறே.

‘எள்கலின்றி ஈசனை..’ என்று தொடங்கும் பாடலில், காஞ்சியில் உமையவள் மணலால் சிவலிங்கம் செய்து வழிபட்டபோது, இறைவன்

அங்கு வெள்ளம் காட்டி, வெளிப்பட்ட வரலாறை குறிப்பிட்டுப் பாடினார் சுந்தரர். இந்தப் பதிகத்தை கண்ணொளி பெற்றிட விரும்புவோர் பாராயணம் செய்யலாம்.

காஞ்சியிலிருந்து புறப்பட்ட நம்பிகள் திருவாமாத்தூர், திருநெல்வாயில் அரத்துறை, திருவாவடுதுறை ஆகிய தலங்களுக்கு சென்று பாடினார். திருத்துருத்திக்கு நம்பிகள் வந்தபோது, அவருக்கு ஒரு புதிய நோய் ஏற்பட்டது.

திருத்துருத்தி இறைவன், சுந்தரரை அங்குள்ள ஒரு பொய்கையில் நீராடப் பணித்தான். அப்பொய்கையில் நீராடிய நம்பிகள் நோய் நீங்கப் பெற்றார். திருத்துருத்தி மற்றும் திருவேள்விக்குடி ஆகிய இரண்டு தலங்களையும் இணைத்து ஒரு பதிகம் பாடிய நம்பிகள், திருவாரூர் நோக்கிப் பயணமானார்.

ஒற்றைக்கண் பார்வையுடன் நம்பிகள் மாலையில் திருவாரூரை அடைந்தார். 'பரவையுண் மண்டளி' என்ற திருக்கோயிலுக்குச் சென்று வணங்கினார். அர்த்த ஜாமத்தில் மூலட்டானர் திருக்கோயில் சென்றார். அடியவர்களைக் கண்டார். 'குருகுபாய' என்னும் திருப்பதிகத்தைப் பாடினார். வலக்கண் அளிக்க ஈசனிடம் விண்ணப்பித்து,

மீளா அடிமை உமக்கே ஆளாய் பிறரை வேண்டாதே
மூளா தீப்போல் உள்ளே கனன்று முகத்தால் மிக வாடி
ஆளாய் இருக்கும் அடியார் தங்கள் அல்லல் சொன்னக்கால்
வாளாங் கிருப்பீர் திருவாரூரீர் வாழ்ந்து போதீரே.

விற்றுக் கொள்வீர் ஒற்றி அல்லேன் விரும்பி ஆட்பட்டேன்
குற்றம் ஒன்றும் செய்ததில்லை கொத்தை ஆக்கினீர்
எற்றுக்கு அடிகேள் என்கண் கொண்டீர் நீரே பழிபட்டீர்
மற்றைக் கண்தான் தாராது ஒழிந்தால் வாழ்ந்து போதீரே.

இந்தப் பதிகத்தின் பதினொரு பாடல்களிலும் இறைவனை, 'வாழ்ந்து போதீரே!' என்று குறிப்பிட்டுப் பாடினார். பதிகம் முழுவதிலும், நம்பிகளின் நட்புரிமையும் அதனால் தோன்றிய பொய்க்கோபமும் இழைந்தோடும். மிகவும் வேண்டிய நண்பர் ஒருவர் நமக்குப் பிடிக்காத செயலைச் செய்யும் போது, 'அவன் வாழ்ந்து போகட்டும்!' என்று சினம் கலந்த வாழ்த்தைத் கூறுவது உண்டு. அந்த வகையில், 'ஓய்! திருவாரூரீர்! நீர் நல்லா இருமய்யா!' என்ற தஞ்சைத் தரணிக்கே உரிய குறிப்புப் பொருளுடன் கூறினார் சுந்தரர்.

வந்தது வலக்கண்

'உமக்கு விருப்பத்துடன் அடிமையானேன். எனக்கென எந்த விதிவிலக்கும் வேண்டாம்! என்னை விற்றுக்கொள்ளும் உரிமையும்

உமக்கு உள்ளது. அதற்கு மாறாக, என்னைப் பார்வையற்றவன் ஆக்கினீர்! அதனால், ஒரு சிவனடியார் கண்ணிழந்தார் என்ற பழி உமக்கே உரியது. மற்றொரு கண்ணையும் தராவிட்டால், நீர் வாழ்ந்து போதீர்!' என்றார் சுந்தரர். திருவாரூர் தியாகேசன் வாளாவிருப்பானா? வன்தொண்டர் சுந்தரரின் வலக்கண் பார்வையையும் கொடுத்தருளினான். முகம் மலர்ந்து புற்றிடங்கொண்ட சிவக்கொழுந்தை பலமுறை போற்றிப் பணிந்தார். அடியவர்கள் அனைவரும், நம்பிகள் வலக்கண் பெற்றதை அறிந்து அளவற்ற மகிழ்ச்சி அடைந்தனர். ஆரூர் பெருமானின் அருலை எண்ணி வியந்தனர்.

தோழனுக்காக தூது போன பரமன்

நம்பிகள் புறப்பட்டுச் சென்றதிலிருந்தே, பரவையார் பிரி வாற்றாமையால் பெரிதும் மனம் வருந்தினார். திருவொற்றியூரில் சுந்தரர் சங்கிலியாரை மணந்த செய்தி தெரிந்தவுடன் பெரிதும் கோபம் அடைந்தார். நம்பிகள் திருவாரூர் திரும்பியதால், அடியவர்கள் சிலர் பரவையார் மாளிகைக்கு உரிமையுடன் சென்றனர். அவர்களை, பரவையார் தமது மாளிகைக்குள் நுழையவிடாது வெளியே தள்ளினார். அவர்கள் அந்தச் செய்தியை நம்பிகளிடம் கூறினர்.

உலகியல் அனுபவம் பெற்ற பெரியவர்கள் சிலரை, பரவை மனைக்கு, அவருடைய ஊடலுக்குத் தீர்வு காண அனுப்பி வைத்தார் நம்பிகள். அவர்கள் பலவாறு சமாதானம் செய்ய முயன்றனர். தம்மை வற்புறுத் தினால் தமது உயிர் நீங்கும் என்றார் பரவையார். அதைக் கேட்டு அஞ்சிய பெரியவர்கள், நம்பிகளிடம் திரும்பி விவரம் கூறினர்.

தேவாசிரிய மண்டபத்தில் தங்கியிருந்த நம்பிகள், வேறு துணை அறியாது ஆரூர் பெருமானை அழைத்தார். அவனும் வெளிப்பட்டு வந்தான்! பரவையார் ஊடலை தீர்த்துவைத்து உதவவேண்டும் என்று நட்புரிமை யுடன் கேட்டார். சுந்தரருக்குத் தன்னைத் தோழனாகத் தந்தருளிய பெருமான், தயக்கம் ஏதும் இல்லாமல் பரவையாரிடம் தூது செல்லப் புறப்பட்டான். திருக்கோயில் அர்ச்சகர் வேடம் தாங்கி பரவையார் திருமாளிகைக்குச் சென்ற பரமன், நள்ளிரவில் வாயிற்கதவைத் தட்டினான். பரவையார் கதவு திறந்தார்.

அர்ச்சகர் வடிவத்திலிருந்த ஈசன், சினம் விடுத்து சுந்தரரை ஏற்க வேண்டினார்! பரவையார், 'இதைச் சொல்லவா இங்கு தேவரீர் வரவேண்டும்! தயவு செய்து இங்கிருந்து சென்று விடுங்கள்!' என்று சினம் கலந்த மரியாதையுடன் கூறி அனுப்பிவிட்டார்.

மிகுந்த எதிர்பார்ப்புடன் காத்திருந்த நம்பிகளுக்கு ஏமாற்றம் அளிக்கும் பதிலைக் கூறினார் பரமன். 'ஐயனே! என்னே உமது ஆற்றல்? அடிமையாக ஏற்ற தோழனுக்காக, சிறிய உதவியைக் கூடவா செய்ய முடியவில்லை? நான் வேறு யாரை நாடுவேன்? இன்று நீர் பரவையார் சினம் தீர்த்து அருளாவிட்டால், அடியேன் உயிர் விடுவேன்!' என்று பலவாறு புலம்பினார் நம்பிகள்.

ஊடல் தீர்ந்தது; கூடல் நடந்தது

'தோழரே! உமக்காக யாம் இன்னும் ஒருமுறை பரவை மனைக்குச் சென்று அவள் ஊடலைத் தீர்த்து வைப்போம்! கவலையை விடுக!' என்றான் ஈசன். நள்ளிரவில் திருவாரூர் வீதிகளில் கால்தேய நடந்து, பரவை மனையை அடைந்தான் பரமன். தனது உண்மை வடிவத்துடன் பரவையார் மாளிகைக்குள் நுழைந்தான். அர்ச்சகராக வந்தவர் ஆரூர் இறைவனாகத்தான் இருக்க வேண்டுமென்று தமக்குள் எண்ணிக் கொண்டிருந்த பரவையின் முன்னால் பரமன் நின்றவுடன் அவர் திகைத்தார்! விரைந்து சென்று பரமனின் திருவடிகளில் விழுந்து வணங்கினார்.

'முன்பு போல் மறுப்புக் கூறாமல் நம்பிகள் உன்னிடம் வந்திட அனுமதித்தல் வேண்டும்!' என்று நண்பருக்காக வேண்டினான் ஈசன். பரவையாரும், 'நம்பிகளைக் கணவனாகக் கொடுத்தருளிய தாங்களே நேரில் வந்து பரிந்து பேசும்போது, அடியேனால் மறுக்கவும் இயலுமோ!' என்றார். அவரை வாழ்த்தியருளிய பெருமான், சுந்தரரிடம் விரைந்தார். விவரம் கூறினார்.

ஆரூர் பெருமான், தோழரின் துயரம் தீர்த்தார்! சுந்தரர், பெருமானின் பெருங்கருணையை வியந்து போற்றி வணங்கி, பரவை மாளிகைக்கு விரைந்தார். பரவையாரும் தீபங்கள் ஏற்றி, மங்கல ஒலிகளுக்கு இடையே நம்பிகளை வரவேற்க தமது மாளிகை வாயிலில் காத்திருந்தார்.

நம்பிகளை அன்போடு வரவேற்று உள்ளே அழைத்துச் சென்று உபசரித்தார். நம்பிகள் அதுவரை நடந்த சிவபெருமானின் திருவிளையாடல்கள் அனைத்தையும் பரவையாரிடம் கூறி விளக்கினார். இறையருளுடன் கலந்த இல்லற இன்பத்தில் இருவரும் மகிழ்ந்தனர்.

பகை கொண்ட கலிக்காமர்

நந்தனாருக்காக நந்தி விலகிய திருத்தலம் திருப்புன்கூர். அந்தத் திருத்தலத்துக்கு வடக்கே திருப்பெருமங்கலம் என்னும் சிற்றூர் உள்ளது. அங்கு வேளாளர் குலத்தின் உட்பிரிவாகிய ஏயர் குடியில் தோன்றியவர், கலிக்காமர் என்னும் நாயன்மார். 'ஏயர் கோன் கலிக்காமர்' என்று அவரை அழைப்பர். மற்றொரு நாயன்மாராகிய மானக்கஞ்சாரரின் மகளை மணந்து, கலிக்காமர் இனிதே இல்லறம் நடத்தி வந்தார்.

இறைவனை, சுந்தரர் பரவையாரிடம் தூதாக அனுப்பிய நிகழ்ச்சியைப் பற்றி அறிந்த கலிக்காம நாயனாரின் மனம் வருந்தியது.அத்துடன், சுந்தரரிடம் கலிக்காம நாயனாருக்கு இனந்தெரியாத தீவிரமான பகையுணர்வு தோன்றிவிட்டது. 'மனைவியின் ஊடலைத் தீர்க்க இறைவனை, இரவு வேளையில் கால்தேய நடக்கவிட்ட சுந்தரனும் ஓர் அடியவனா? அவனை நினைப்பதும் காண்பதும்கூட பாவமாகும்' என்று எண்ணினார். தன்னிடம் கலிக்காமர் பகையுணர்வு கொண்டிருக்கிறார் என்பதை அறிந்த சுந்தரரோ, பெரிதும் மனம் வருந்தினார்.

'ஓர் அடியவர்(கலிக்காமர்) உள்ளம் நோகும்படி நான் நடந்துவிட்டேனே! இறைவா! அவர் எண்ணத்தை நீதான் மாற்றவேண்டும்!' என முறையிட்டார். சுந்தரருக்குத் தன்னைத் தோழனாகத் தந்த ஈசன் சும்மாயிருப்பானா?

கலிக்காமர் துடிதுடிக்கும்படியான சூலை நோயை ஏற்படுத்தினான் இறைவன். அந்தச் சூலை நோய், மருந்துக்குக் கட்டுப்படவில்லை. கலிக்காமரின் கனவில் தோன்றிய இறைவன், 'ஆரூரிலிருந்து வரும் எம் அடியவன் சுந்தரமூர்த்தியினால் உமது நோய் தீர்ந்துவிடும்!' என்றான்.

'வழிவழியாக சிவத்தொண்டு புரிபவன் நான். எனது சூலை நோய் உனது அருளால் நீங்காது, உன்னைத் தூதனாய் அனுப்பியவன்தொண்டனால் தீரவேண்டுமா? அதைவிட நான் சூலையின் வேதனையை அனுபவிப்பதே மேல்!' என்றார் கலிக்காமர். இறைவன் சுந்தரருக்கும் காட்சி தந்து, 'நீ உடனே சென்று எமது அன்பன் கலிக்காமரின் சூலையைத் தீர்த்து வைக்கவும்!' என்று பணித்தான். அதன்படி சுந்தரர் திருப்பெருமங்கலத்தை அடைந்தார். தமது வருகையை, கலிக்காமருக்குத் தெரிவித்தார். அந்தச் செய்தியை, கலிக்காம நாயனாரால் பொறுக்க முடியவில்லை.

'அரிய தவமியற்றும் ஞானியர்களுக்கும் எட்டாத இறைவனை, வேலையாள் போல தூது அனுப்பியவனை நான் பார்க்கவும் விரும்ப

வில்லை. அவ்வாறு பார்க்க நேர்ந்தால், அவனைக் கொல்லாமல் விட மாட்டேன். அதனால் ஒரு சிவனடியாரைக் கொன்ற பாவமும் வந்து சேரும். ஆகவே, சுந்தரர் வருவதற்கு முன்னால் இறந்துவிடுவது நல்லது' என முடிவுசெய்தார் கலிக்காமர். தமது உடைவாளை உருவி, வயிற்றைக் கிழித்துக்கொண்டு உயிரை விட்டார். அவர் மனைவியும் அவரோடு உயிரை மாய்த்துக்கொள்ள எண்ணினார். ஆனால் சுந்தரர் அருகில் வந்துவிட்டதை அறிந்து, அவரை வரவேற்று உபசரிக்கலானார். அதற்குமுன், கணவரது உடலை தனியறையில் மஞ்சத்தில் கிடத்தி போர்த்தி வைத்தார்.

உள்ளே நுழைந்த சுந்தரர், 'கலிக்காமரை நான் உடனே காண வேண்டும்!' என்றார். 'சுவாமி! அவரது நோய் முற்றிலும் குணமாகிவிட்டது. அவர் அயர்ந்து தூங்கிக் கொண்டிருக்கிறார். அவரால் இப்போது எழுந்துவர முடியாது!' என்றார் கலிக்காமரின் மனைவி.

'அம்மணி! நான் எனது கண்ணால் இப்போதே அவரைப் பார்த்தாக வேண்டும்!' என்று வற்புறுத்திய சுந்தரரிடம், மேலும் மறைக்க முடியவில்லை. கலிக்காமரின் உடலிருந்த தனியறைக்கு சுந்தரரை அழைத்துச் சென்றார்.

வாளால் கிழித்துக்கொண்டு இறந்து கிடந்த கலிக்காம நாயனாரைக் கண்ட சுந்தரர், மனம் பதைபதைத்துவிட்டார். 'இறைவனே! இந்தக் காட்சியைக் காணவா என்னை இங்கு அனுப்பினாய்? எனது செயலால் மனம் வருந்தி, என்னைக் காணவும் பிடிக்காமல் உயிரை விட்ட உண்மை அடியார் போனபின், நான் மட்டும் உயிர்வாழ விரும்பேன்!' என்றபடி, தமது உடைவாளை உருவினார் சுந்தரர். அதே கணத்தில், சிவனருளால் கலிக்காமர் உயிர்பெற்று எழுந்துவிட்டார். 'ஐயனே! என்ன காரியம் செய்தீர்கள்? தங்களின் பெருந்தன்மை புரியாது நான் அல்லவா தங்களைத் தவறாக எண்ணி, பகைமை பாராட்டிவிட்டேன்! என்னை மன்னித்து அருளுங்கள்' என்றார் கலிக்காமர்.

சுந்தரர், கலிக்காமரை கட்டித் தழுவி மகிழ்ந்தார். பிறகு, இருவரும் திருப்புன்கூர் சென்று இறைவனைப் போற்றினர். சில நாள்கள் திருப்பெருமங்கலத்தில் தங்கிய பிறகு புறப்பட்ட நம்பிகளுடன், கலிக்காம நாயனாரும் திருவாரூருக்கு உடன்வர விரும்பினார்.

நம்பிகள், கலிக்காமரை தன்னுடன் அழைத்துக்கொண்டு ஆரூர் திரும்பினார். இருவரும் ஆரூர் இறைவனை வணங்கிய பிறகு பரவையார் மாளிகைக்கு வந்தனர். பரவையார் கலிக்காம நாயனாரை இனிய முகத்துடன் வரவேற்று, திருவமுது படைத்து உபசரித்தார். பரவையார், நம்பிகளுக்கு சற்றும் குறையாத சிவபக்தி உடையவர் என்பதை கலிக்காம நாயனார் உணர்ந்தார். பரவையார் மற்றும் நம்பிகளின் உபசரிப்பிலும் ஆரூர் பெருமானின் திருவருளிலும் சில நாள்கள் திளைத்திருந்த பிறகு, கலிக்காமர் விடைபெற்றுத் தமது ஊருக்குத் திரும்பினார்.

ஒவ்வொருவர் பக்தியும் ஒவ்வொரு விதமாய் அமைகிறது. பிறருடைய பக்தியைக் குறைவாக எண்ணி பகைமை பாராட்டுதல் தவறான செயலாகும்.இறைவனின் உதவியை மட்டுமே நாடும் நம்பிகள், தமது மனைவியின் ஊடல் தீர்க்கவும் அவனுடைய உதவியையே நாடினார்.

அதைத் தவறாகக் கருதிவிட்டார் கலிக்காமர். அவ்வாறு பக்தியை மதிப்பீடு செய்தல் அடியார்களுக்கு உகந்ததல்ல என்பதை உணர்த்தவே, ஈசன் இந்தத் திருவிளையாடலை நடத்தினான்.

நட்பை நாடிய நாயனார்

சுந்தரரின் செயலில் குற்றங்கண்டு, அவரிடம் பகைமை பாராட்டி, பின்னர் அது தவறென்று உணர்ந்து, அவரிடம் நட்பு கொண்டார் ஏயர்கோன் கலிக்காம நாயனார். அதற்கு மாறாக, நம்பிகள் பெற்ற ஈசனருளைக் கேட்டறிந்து, அவரிடம் நட்பு கொள்ள நாடி வந்தவர் சேரமான் பெருமாள் நாயனார் ஆவார்.

திருஅஞ்சைக்களம் என்பது ஒரு மலைநாட்டுத் திருத்தலம். இது கேரள மாநிலத்தில் திருச்சூரிலிருந்து மூன்று கி.மீ. தொலைவில் உள்ளது. பரசுராமர் தமது தாயைக் கொன்ற பாவம் நீங்க ஈசனை வழிபட்ட தலம் திருஅஞ்சைக்களம். அஞ்சைக்களத்துக்கு வடக்கே கொடுங்கோளூர் உள்ளது. கொடுங்கோளூர் பகவதி அம்மன் மிகவும் பிரபலமானவள். இவளே கண்ணகி என்றும் கூறுவர். கொடுங்கோளூரை, அக்காலத்தில் மாகோதை என்றனர்.

மாகோதையில் இருந்த சிவாலயம் அஞ்சைக்களம் ஆகும். இந்தத் திருக்கோயில் கேரளத்துக் கட்டுமானக் கலையில் எழுந்ததாகும். அப்பகுதியை பழம்பெருமை வாய்ந்த சேர அரசர்கள் ஆண்டு வந்தனர். அந்தச் சேரர் மரபில் பிறந்தவர் பெருமாக் என்னும் சேரமான் நாயனார்.

சேரமான் வளர்ந்து வாலிபராய் விளங்கிய பருவத்தில் அரசியல் நாட்டம் இல்லாமல் சிவநெறியில் பற்று கொண்டார். திருவஞ்சைக்களத்து ஈசனுக்கு, தொண்டுகள் செய்வதிலேயே காலத்தைக் கழித்தார். கோயில் அருகில் மாளிகை அமைத்துத் தங்கியிருந்தார் சேரமான். ஒவ்வொரு நாளும் காலையில் நீராடி, திருநீறு அணிந்து பெருமானின் திருமஞ் சனத்துக்கு தண்ணீர் கொண்டு வருவார். பூக்கள் எடுத்து வந்து ஈசனுக்கு மாலைகள் கட்டுவார். திருக்கோயிலில் திருவலகிட்டு திருமெழுக்கு மிடுவார். உடலால் திருத்தொண்டுகள் செய்ததுடன், இறைவனுக்குத் தமிழ்ப் பாமாலைகளும் சூட்டுவார் சேரமான்.

சேரமானாருக்கு முன்னால் அரசாண்டிருந்த செங்கோற் பொறையன் என்ற அரசர், அரசியல் பொறுப்புகளைத் துறந்து தவவாழ்க்கை மேற்கொள்ள விரும்பினார். அமைச்சர்கள் அக்கால மரபுகளுக்கு ஏற்ப, சேரமானை அரசுக் கட்டிலில் அமர்த்த தீர்மானித்தனர். திருவஞ்சைக் களத்துக்குச் சென்ற அமைச்சர்கள் நாயனாரிடம் தங்கள் விருப்பத்தைக் கூறினர்.

இன்பம் தரும் இறைத்தொண்டுகளை விடுத்து துன்பத்துக்குக் காரணமான அரசப் பதவியை ஏற்கத் தயங்கினார் நாயனார். ஆனாலும், இறைவனது திருவுள்ளக் குறிப்பை அறிய, திருக்கோயிலுக்குச் சென்றார். இறைவன், அரசுப் பொறுப்பை ஏற்று மேலும் சிறப்புடன் தமது திருத் தொண்டுகளைத் தொடரும்படி உத்தரவு அளித்தான். அமைச்சர்களும் நாட்டு மக்களும் பெரிதும் மகிழ்ந்தனர். நல்ல நாளில் முடிசூட்டு விழா சிறப்பாக நடந்தது. சேரமானை யானை மீது அமர்த்தி, குடை பிடித்து, நகர்வலமாய் அழைத்து வந்தனர்.

சேரமான் யானை மீது நகர்வலம் வந்து கொண்டிருந்த நேரத்தில், ஒரு சலவைத் தொழிலாளி முதுகில் உவர்மண் மூட்டையுடன் எதிரே வந்து கொண்டிருந்தார். மழைநீர் பட்டு கரைந்து ஒழுகிய உவர்மண், அந்தச் சலவைத் தொழிலாளரின் உடலெங்கும் பரவியிருந்தது. அது அவர் மேனியெங்கும் திருநீறு அணிந்து சிவவேடம் தரித்தது போல் தோன்றியது.

அந்த வேடத்தில் அந்தத் தொழிலாளியைக் கண்ட சேரமான், அவர் ஒரு சிவனடியார் என்று கருதினார். விரைந்து யானை மீதிருந்து கீழே இறங்கினார். அந்தத் தொழிலாளியின் காலில் விழுந்து வணங்கினார் அரசர்.

அந்தத் தொழிலாளி திகைத்து நின்றார்! சேரமான், 'அடியவரே! தாங்கள் யார்?' என்றார். அந்தத் தொழிலாளி, 'அடிவண்ணான்' என்றார். சேரமான் பதிலுக்கு, 'அடிச்சேரன்' என்று பணிவுடன் கூறினார்.

சுந்தரர் பெருமானுக்கு இறைவன், 'தில்லைவாழ் அந்தணர்தம் அடியார்க்கும் அடியேன்!' என்று திருத் தொண்டத் தொகைக்கு அடியெடுத்துக் கொடுத்தார். சுந்தரர் 'திருநீலகண்டத்துக் குயவனார்க்கும் அடியேன்!' என்றார். நம்பிகளின் நட்பை நாடிய சேரமான் பெருமாள் நாயனாருக்கும் அதே சமத்துவ நோக்கம் இருந்தது!

ஆதலால், தன்னைச் சலவைத் தொழிலாளியுடன் சமமாகக் கருதி, 'அடிச்சேரன்' என்று கூறினார்.

சேரமான், 'சிவனடியார் வேடத்தை உரிய நேரத்தில் நினைவு படுத்தினீர்கள். தங்களுக்கு நன்றி இனிதே சென்று வருக!' என்று கூறி, மீண்டும் யானை மீது ஏறி உலா வந்தார்.

செவியில் கேட்ட சிவனின் சிலம்பொலி

சேரமான் பெருமாள் நாயனார் அரசுக்கட்டிலில் அமர்ந்து அன்பு நெறியாகிய சைவநெறியில் செங்கோல் செலுத்தி அரசாண்டார். நீதி தவறாத மன்னர் அரசு ஆண்டதால் மக்கள் அமைதியுடன் வளமாக வாழ்ந்தனர்.

சேரமான் பெருமாள் காலத்தில் சேர-சோழ-பாண்டியர் நல்லுறவு நிலவியது. அதனால் நாட்டில் போர்கள் நிகழ வாய்ப்பில்லாமல் போய்விட்டது.

நாட்டில் நல்லாட்சி நடைபெறுவதும் மக்கள் மகிழ்ச்சி அடைந்து வாழ்வதும் ஆகிய அனைத்தும், தில்லை நடராஜப்பெருமானின் எடுத்த திருவடியின் திருவருளே என நம்பிய சேரமான் பெருமாள், தமது அன்றாட ஆத்மார்த்த பூஜைகளைத் தவறாது செய்து வந்தார்.

அன்றாடம் சிவபெருமானுக்குத் திருமஞ்சனம் செய்து, மலர்மாலைகள் சாத்தி, திருவமுது படைத்து, தூபதீபங்கள் காட்டி வழிபாடுகள் செய்து வந்தார்.

தில்லைக் கூத்தனின் தூக்கிய திருவடியை எப்போதும் வைத்து வழிபாடுகள் செய்து வந்த சேரமான் பெருமாளுக்கு, ஒவ்வொரு நாளும் பூஜை நிறைவு பெற்றவுடன் தில்லை நடராஜன் தனது திருவடிச் சிலம் பின் ஒலியை கேட்கச் செய்தான்.

அதாவது, நாயனார் செவியில் ஒவ்வொரு நாள் பூஜை நிறைவிலும் ஈசனின் சிலம்பொலி செவியில் கேட்கும்.

கூத்தப் பெருமான் கருணையை எண்ணி மகிழ்ந்தார் நாயனார்.

கடவுள் எழுதிய கடிதம்

மதுரையில் வாழ்ந்து வந்த பாணபத்திரர், சிவபெருமானை தமது இன்னிசைப் பாடல்களினால் போற்றிப் பாடும் தொண்டை மேற்கொண்டிருந்தார். மதுரை சொக்கநாதனாகிய ஈசன், பாணபத்திரர் பெரும்பொருள் பெறவும் சேரமான் திருவருள் பெறவும் விரும்பினான். தானே தன் கைப்பட, சேரமான் பெருமாள் நாயனாருக்கு ஒரு கடிதம் எழுதினான். அக்கடிதத்தைப் பாணபத்திரரிடம் கொடுத்து, சேர நாடு சென்று சேரமான் பெருமாள் நாயனாரைக் காணச் சொன்னான்.

இறைவன் எழுதிய அக்கடிதத்தை, 'திருமுகப் பாசுரம்' என்பர். அந்தத் திருமுகப் பாசுரம் பதினோராம் திருமுறையில் முதல் பாடலாக இடம் பெற்றுள்ளது. அவ்வாறே, இறைவன் தருமிக்காக எழுதிக் கொடுத்த, 'கொங்குதேர் வாழ்க்கை' என்று தொடங்கும் பாடல் குறுந்தொகையில் இடம்பெற்றுள்ளது. இறைவன் எழுதிய மூன்றாவது பாடலும் உள்ளது! ஆம்! அது திருவள்ளுவ மாலையில் இடம் பெற்றுள்ளது!

'உயர்ந்த மதில்கள் உடைய மதுரையில் பொருந்தி வாழும் சிவனாகிய யான், பருவமேகம் போன்று பாவலர்களுக்குப் பரிசுகளை அள்ளிக் கொடுக்கும் சேரன் காண எழுதியது. யாழிசைத்துப் பாடும் பாணபத்திரன் உன்னைப் போல் என்னிடம் அன்பு கொண்டவன்; உன்னைக் காண அங்கு வந்துள்ளான்; அவனுக்குப் பெரும்பொருள் கொடுத்து அனுப்புக!' என்று திருவாலவாய் ஈசன் அந்தக் கடிதத்தில் எழுதியிருந்தான். கடிதத்தைக் கண்ணில் ஒற்றிக்கொண்டு மகிழ்ந்த சேரமான் பெருமாள், பாணபத்திரரை உபசரித்து ஏராளமான பொன்னையும் பொருள்களையும், யானை, குதிரை முதலிய அரச செல்வங்களையும் அள்ளிக்கொடுத்தார்.

ஆனால், கொடுத்ததை எல்லாம் வாங்கிக் கொள்ளலாம் என்ற எண்ணம் பாணபத்திரரிடம் இல்லை! அன்றாட வாழ்வுக்கு ஏற்ற பொருள்கள் மட்டும் போதும் என்று கருதி, தமக்குத் தேவையான பொருள்களை மட்டும் பெற்றுக்கொண்டு மற்ற அனைத்தையும் சேரமான் பெருமாளிடமே திருப்பிக் கொடுத்துவிட்டார்!

அத்தகைய நல்ல உள்ளம் பெற்றிருந்த காரணத்தால்தான், அவருக்கு ஆலவாய் ஈசன் திருமுகப் பாசுரம் எழுதிக் கொடுத்தான்! சேரமான் பெருமாள், சிவபெருமான் புரியும் திருவிளையாடல்களை எண்ணி மகிழ்ந்தார். பாணபத்திரருக்கு விடைகொடுத்து ஆலவாய்க்கு அனுப்பி வைத்தார்.

சோழ நாட்டுக்குப் புறப்பட்ட சேரன்

சேரமான் பெருமாள் அன்றாடம் தமது வழிபாட்டு முடிவில் தில்லை அம்பலவாணனின் பாதச் சிலம்பின் ஒலியைக் கேட்பார் அல்லவா? ஒருநாள் பூஜை நிறைவு பெற்று வெகுநேரம் ஆகியும் அந்த ஒலி கேட்கவில்லை! சேரமான் தமது பூஜையில் என்ன குறை நேர்ந்ததோ என்று அஞ்சினார். 'எளியேன் செய்த பூஜையில் என்ன குறை இருந்தாலும் அதைப் பொருட்படுத்தாமல் தங்கள் திருவடிச் சிலம்பொலியை அடியேன் கேட்கச் செய்தருள வேண்டும்!' என்றார்.

அப்போது சேரமான் செவிகளில் தில்லைக் கூத்தனின் பாதச் சிலம்பொலி நன்கு கேட்டது! மகிழ்ச்சி அடைந்த சேரமான், 'ஐயனே! இன்று சிலம்பு ஒலி காட்ட, தாங்கள் தாமதித்தது ஏனோ?' என்று கேட்டார்.

'சேரர் கோனே! எமது அடியவன் வன்தொண்டன் ஆரூரன், எமது பொன்னம்பலத்தின் முன்னால் ஒன்றிய சிந்தையுடன் நின்று தொழுது தேன்தமிழ்ப் பாடல்களைப் பாடிக்கொண்டு இருந்தான்! அதை நாம் மகிழ்ந்து கேட்டுக்கொண்டிருந்ததால், உனக்கு அருள் செய்ய சற்றுக் காலந் தாழ்ந்தது!' என்று கூறினான் தில்லைக் கூத்தன்.

சேரனுக்கு, நம்பிகளைக் காண வேண்டும் என்ற ஆவல் மேலிட்டது. திருவாரூர் செல்ல நல்ல நாளில் புறப்பட்டார். அஞ்சைசயப்பரிடம் விடைபெற்று அடியவர் சிலருடன் சென்றார். மலைநாட்டைக் கடந்து சென்று, கொங்கு நாட்டை அடைந்தார். ஆங்காங்குள்ள திருத் தலங்களைத் தரிசித்தார். சோழ நாட்டில் நுழைந்தார். வழியெங்கும், அடியார்களும் அரசர்களும் வரவேற்று உபசரித்தனர்.

தில்லைக்குச் சென்ற சேரமானை நகரமக்கள் வரவேற்றனர். தில்லைக் கோயிலுக்குள் நுழைந்து, அன்றாடம் சிந்தையால் தொழும் கூத்தப் பெருமானை நேரில் கண்டு தரிசித்து மகிழ்ந்தார். தூக்கிய திருவடியில் மனம் பதித்தவராக வெகுநேரம் ஒன்றிய மனத்துடன் வணங்கினார்.

திருக்கோயில் நடையில் அமர்ந்து, பொன்னம்பலத்தைப் போற்றிப் பாடினார். 'பொன்வண்ணத்து அந்தாதி' என்ற நூலை சேரமான் தில்லைக் கோயிலிலிருந்து இயற்றினார். அதை அவனுடைய திருவடியிலேயே சமர்ப்பித்தார்.

சேரமான் பெருமாள் இயற்றியருளிய பொன்வண்ணத்து அந்தாதிக்கு, பொன்னம்பலவாணன் உரிய பரிசினை அளித்தான்!

அத்தனை காலம், அன்றாடம் தொலைவில் இருந்து கேட்ட நடராஜ மூர்த்தியின் பாதச் சிலம்பொலியை அப்போது சேரமான் அருகில் இருந்து நேரில் கேட்டார்! மகிழ்ந்து போனார்.

சில நாள்கள் தில்லையில் தங்கிய பிறகு, சேரமான் அம்பலவாணரிடம் விடை பெற்று ஆரூருக்குப் பயணமானார். இடையில் உள்ள சீர்காழி முதலிய தலங்களை வணங்கினார். நம்பிகள் நாகைக் காரோணம் முதலிய தலங்களைத் தரிசித்து அதற்குள் ஆரூர் வந்து சேர்ந்திருந்தார்.

சேரமான் பெருமாள் நாயனாரின் வருகையை அறிந்த நம்பிகள், அடியவர் களுடன் எதிர்கொண்டு வரவேற்று அழைத்துச் சென்றார். சுந்தரரைக் கண்டவுடன், சேரமான் அவர் பாதங்களில் விழுந்து வணங்கினார். நம்பிகள் சேரர் பெருமானைச் சேர்த்து அணைத்து நட்பு பாராட்டி

மகிழ்ந்தார். அன்று முதல் சேரமான், ஆரூரரின் ஆருயிர்த் தோழர் ஆனார். சுந்தரருக்குத் தம்பிரான் தோழர் என்ற பெயருடன், 'சேரமான் தோழர்' என்ற மற்றொரு பெயரும் ஏற்பட்டது. சேரமான், திருவாரூரில் சில நாள்கள் தங்கினார்.

நம்பிகளுடன் அன்றாடம், புற்றிடங்கொண்ட பெருமான் தரிசனத்துக்குச் சென்றுவந்தார். சேரமான், திருவாரூர் மும்மணிக்கோவை என்ற நூலையும் இயற்றினார். அதை நம்பிகளின் வழியே ஆரூர் பெருமானின் திருவடியில் சமர்ப்பித்தார். தியாகேசர், சேரமானின் திருமும்மணிக் கோவையை ஏற்று அருளினான். அந்த நூல் பதினோராம் திருமுறையில் சேர்க்கப்பட்டுள்ளது.

பாண்டிய நாட்டுக்குப் பயணம்

நம்பிகள், பாண்டிய நாட்டுத் திருத்தலங்களைத் தரிசிக்க விரும்பினார். சேரமான், நம்பிகளை உடனே பிரிந்து செல்ல விரும்பாததாலும், ஆலவாய் இறைவன் தமக்குத் திருமுகம் எழுதிய கருணை நினைவுக்கு வந்ததாலும், சேரமான் தாமும் பாண்டிய நாடு செல்லத் தீர்மானித்தார். திருவாரூர் ஈசனை இருவரும் வணங்கி விடைபெற்றனர்.

பரவையாரும் விடைகொடுத்து அனுப்பி வைத்தார். பயணத்துக்கு வேண்டிய பொருள்களுடன் அடியவர்கள் சிலரும் உடன் சென்றனர். கீழ்வேளூர், நாகைக் காரோணம் ஆகியவற்றைத் தரிசித்து வேதாரணியம் சென்றனர். கதவு திறக்கவும் அடைக்கவும் பாடிய அப்பர், சம்பந்தர் ஆகிய இருவரையும் நினைந்து, 'யாழைப் பழித்தன்ன மொழி' என்று தொடங்கும் பதிகத்தைப் பாடினார் சுந்தரர். பிறகு கோடியக்கரை சென்று வணங்கினர். பாண்டிய நாட்டுத் திருப்புத்தூரைத் தொழுது மதுரை மாநகரை அடைந்தனர். பாண்டியர் மகளை மணந்த சோழ மன்னர் அப்போது மதுரையில் தங்கியிருந்தார். சேரமான் மற்றும் நம்பிகளின் வருகையை அறிந்த பாண்டிய - சோழ மன்னர்கள் அரசாங்க மரியாதை களுடன் சுந்தரரையும், சேரமானையும் எதிர்கொண்டு வரவேற்றனர்.

மூவேந்தர்களும் நம்பிகளும், ஆலவாய்ச் சொக்கனைக் கண்டு வணங்கினர். தமக்குத் திருமுகம் எழுதிய ஆலவாய் ஈசன் முன்னால் சேரமான் மொழி தடுமாறி, போற்றும் வகை அறியாது திகைத்தார்! கண்ணீர் மல்க நின்று வணங்கினார். சுந்தரர் பதிகம் பாடினார்.

தம்பிரான் தோழர் சுந்தரரையும், சேரமான் பெருமாளையும் பாண்டியனார் மாளிகையில் தங்கச் செய்து உபசரித்தனர். மூவேந்தர்களும்

உடன்வர, நம்பிகள் திருப்பூவணம் சென்று வணங்கிப் பாடினார். திருவாப்பனூர், திருவேடகம், திருப்பரங்குன்றம் ஆகிய தலங்களையும் வணங்கினர்.

நம்பிகளும் சேரமானும் பாண்டிய நாட்டில் உள்ள பிற கோயில்களைத் தரிசிக்க விரும்பினர். சோழ-பாண்டியர்கள், இருவர் பயணத்துக்கு வேண்டிய ஏற்பாடுகளைச் செய்து கொடுத்தனர். சேரமான் பெருமாளுடன் திருக்குற்றாலம், திருநெல்வேலி, திரு. ராமேசுவரம் ஆகிய தலங்களுக்குச் சென்று வணங்கினர். சுந்தரர் ஈழநாட்டுத் தலமாகிய திருக்கேதீச்சரத்தினை அங்கு இருந்தபடியே வணங்கி பதிகமும் பாடினார்.

பிறகு, திருச்சுழியல் வந்து தங்கினர். அங்கு இறைவன் காளைப் பருவத்தினராக கையில் பூச்செண்டு தாங்கிய கோலத்தில், திருமுடியில் சுழியுடன் காட்சி கொடுத்தார். அத்துடன், 'நாம் இருப்பது கானப்பேர்!' என்று இறைவன் கூறினான். நம்பிகள், கானப்பேர் கண்டு தொழுவது என்று கொலோ?' என்ற கருத்தமைந்த பதிகத்தைப் பாடினார். கானப்பேர் சென்று இருவரும் இறைவனை வணங்கினர்.

திருப்புனவாயில் சென்று, 'சித்த நீ நினை' என்ற பதிகம் பாடி, பாம்பணி மாநகரம் சேர்ந்தனர். அங்கிருந்து பாதளீச்சரத்து இறைவனைப் பாடிய பிறகு, இருவரும் திருவாரூர் திரும்பினர். பரவையார், அரசருக்கு ஏற்ற வகையில் சேரமானுக்கு விருந்து அளித்தார்.

தோழர்கள் ஒவ்வொரு வேளையும் தவறாது திருவாரூர் இறைவனைத் தொழுது வந்தனர். நிலைச் செண்டு, பரிச் செண்டு என்ற விளை யாட்டுகள் விளையாடினர். பூச்செண்டுகளை இருந்த இடத்திலிருந்து வீசியெறிந்து விளையாடுதல் நிலச் செண்டு விளையாட்டாகும். அது பந்தாடுதல் போன்றது. பரிச் செண்டு என்பது பரியின்(குதிரையின்) மீது ஏறிச் சுழன்று ஆடும் செண்டு விளையாட்டாகும்.

ஆட்டுக் கடாக்களை மோதவிடுதல், 'தகர்ப் பாய்ச்சல்' எனப்படும். கோழிச் சண்டையை அக்காலத்தில், 'வாரணப் போர்' என்றனர். இவை தமிழகத்தின் மண்வாசனை உடைய விளையாட்டுகளாக இன்றும் விளங்குகின்றன. அந்த விளையாடல்களை, நம்பிகளும் சேரமானும் கண்டுகளித்தனர்.

வழிவிட்ட காவிரி

நம்பிகளை சேரமான் தமது மலைநாட்டுக்கு எழுந்தருள வேண்டினார். நம்பிகளும் பரவையாரின் சம்மதம் பெற்று, அங்கு செல்ல

உடன்பட்டார். ஆரூர் ஈசனிடம் விடை பெற்று, தோழர்கள் புறப்பட்டனர்.

காவிரித் தென்கரை வழியாகப் பயணித்து திருக்கண்டியூர் சென்றனர். அந்தத் தலத்தை வணங்கிய பிறகு, காவிரியின் எதிர்க்கரையில் உள்ள திருவையாறுக்கு செல்ல விரும்பினர். அப்போது, காவிரியில் வெள்ளம் பெருக்கெடுத்து ஓடியது. ஓடக்காரர்களும் இல்லை. நம்பிகள் தென்கரையில் நின்று, 'ஐயாற்று அடிகளே!' என்று உரக்கக் கூவினார். ஐயாறப்பன், வடக்குக் கரையிலிருந்து எதிரொலி எழுப்பினான். அப்போது காவிரியின் நீர்ப்பெருக்கு இரு பகுதிகளாகப் பிரிந்தது! மேற்குப் பகுதியில் தண்ணீர் பளிங்குபோல் தேங்கி நின்றது! கிழக்குப் பக்கத்துத் தண்ணீர் தொடர்ந்து ஓடியது. இடையில் நடந்து செல்லும் அளவுக்கு மணல் தென்பட்டது. நம்பிகளும் சேரமானும் நடந்து சென்று காவிரியைக் கடந்தனர்!

ஓலமிட்ட விநாயகர்

சுந்தரர் தென்கரையிலிருந்து ஒலியெழுப்பிய போது, வடகரையிலிருந்து விநாயகப் பெருமான் ஓலமிட்டு எதிரொலி எழுப்பியதாகவும், அதனால் அந்த விநாயகர், 'ஓலமிட்ட விநாயகர்' என்று பெயர் பெற்றதாகவும் ஒரு செவிவழிச் செய்தி வழங்கி வருகிறது.

சுந்தரர், காவிரியின் தென்கரையிலிருந்த பொழுதே, 'பரவும் பரிசொன்று அறியேன்' என்று தொடங்கும் பதிகத்தைப் பாடினார். சேரமானும் நம்பிகளும் ஐயாறப்பனை வணங்கிய பிறகு பயணத்தைத் தொடர்ந்தனர். கொங்கு நாட்டைக் கடந்து சென்று மலைநாட்டை அடைந்தனர்.

கொடுங்கோளூர் நகரம் அலங்கரிக்கப்பட்டிருந்தது. அஞ்சைக்களம் கோயிலுக்குள் சென்று இறைவனை வழிபட்டனர். சுந்தரர், 'முடிப்பது கங்கை' என்ற பதிகத்தைப் பாடினார். சேரமான், நம்பிகளை யானையின் மீதேற்றி நகர்வலமாக தமது திருமாளிகைக்கு அழைத்துச் சென்றார். தாமே நம்பிகளுக்குக் கவரி வீசினார்.

நம்பிகளை, சிங்காதனத்தின் மீது அமரச் செய்தார் சேரமான். தமது தேவிமார்கள் நீர் வார்க்க, சுந்தரரின் திருவடிகளைக் கழுவி பாதபூஜைகள் செய்தார். விருந்தளித்தார்.

சந்தனம், மலர்கள், ஆடைகள், அணிகள் ஆகியவற்றை அளித்து - தமது பேரன்பை வெளிப்படுத்தினார். சேர நாட்டுக்குரிய ஆடல், பாடல்,

யானைப் போர், மற்போர் முதலிய கலைகளை அரங்கேற்றி ஆரூரருக்குக் காட்டினார் சேரமான்.

அவற்றைக் கண்டுகளித்து மகிழ்ந்த நம்பிகளுக்கு திருவாரூர் நினைவு மேலிட்டது.

பொன்னும் மெய்ப்பொருளும் தருவானைப்
போகமும் திருவும் புணர்ப்பானைப்
பின்னை என்பிழையைப் பொறுப்பானைப்
பிழையெலாம் தவிரப் பணிப்பானை
இன்ன தன்மையன் என்று அறிவொண்ணா
எம்மானை எளிவந்த பிரானை
அன்னம் வைகும் வயல் பழனத்து அணி
ஆரூரானை மறக்கலுமாமே.

என்ற திருப்பதிகத்தை நம்பிகள் திருவஞ்சைக்களத்தில் இருந்து பாடினார்.

ஆரூர் பெருமானை அதிக நாள் பிரிந்திருக்க முடியாத நம்பிகள், சேரமானை இனிதே அரசாட்சி புரிய அறிவுறுத்திய பிறகு அவரிடம் விடைபெற்றார். சேரமான் பெருமாள், நம்பிகளுக்கு ஏராளமான பொருள்களைப் பரிசாக வழங்கி விடை கொடுத்தார்.

நம்பிகள் திருவஞ்சைக்களத்து ஈசனை வணங்கிப் புறப்பட்டார். மலைநாட்டைக் கடந்துவந்து கொங்கு நாட்டில் நுழைந்தார்.

திருமுருகன் பூண்டியை நோக்கி சென்று கொண்டிருந்தார்.

வழிப்பறி செய்த வள்ளல்

கொங்கு நாட்டுத் தலங்களில் இரண்டாவதாக வைத்து எண்ணப்படும் திருமுருகன் பூண்டி, திருப்பூருக்கு வடமேற்கே அவிநாசி வழித்தடத்தில் உள்ளது. சூரனை சம்காரம் செய்யப் புறப்பட்ட முருகன் வழிபட்ட தலங்களில் ஒன்று திருமுருகன் பூண்டி. சித்தப் பிரமை பிடித்தோர் வழிபட்டுப் பயனடையும் தலங்களில் இதுவும் ஒன்று. முருகன் பூண்டி கோயிலுக்கு எதிரில் பாறையில் ஒரு குழி உள்ளது. அந்தக் குழியில் பன்னிரண்டு ஆண்டுகளுக்கு ஒருமுறை நீர் ஊற்றெடுக்கிறது. அக்குழியை, 'மாமாங்கக் குழி' என்று கூறுகின்றனர்.

சுந்தரர் முருகன் பூண்டியை அணுகிய போது, வேடர்கள் சிலர் வில்லம்புகளுடன் வந்தனர். நம்பிகள், சேர நாட்டிலிருந்து கொண்டு

வந்த பொருள்கள் அனைத்தையும் பறித்துச் சென்றுவிட்டனர். பொருள் களை இழந்த சுந்தரர், திருமுருகன் பூண்டி திருக்கோயிலுக்குச் சென்றார்.

'வேடர் வழிபறிக்கும் இக்காட்டில் எல்லை காப்பதில்லையாகில், நீர் முயங்கு பூண்முலை மங்கை தன்னொடும் எற்றுக்கு இங்கு இருந்தீர்?' என்று வினவி பதிகம் பாடினார். சிவபூதங்கள், நம்பிகளின் பொருள் அனைத்தையும் மீண்டும் கொண்டு வந்து அங்கு வைத்தன. அது ஈசன் திருவிளையாடல் என்று அப்போதுதான் உணர்ந்தார் நம்பிகள். சுந்தரர், இறைவனைத் தவிர வேறு எவரிடமும் பொருள்களைப் பெறுவதில்லை. குண்டையூர் கிழார் நெற்குவியலைக் கொடுத்தபோதும் அதை சிவபூதங் களின் வழியே திருவாரூர் கொணர்ந்தார் நம்பிகள். இறையடியார் சிலநேரங்களில் தமது கொள்கைகளிலிருந்து விலகினாலும், உடனே இறைவன் அடியவருக்கு அதை நினைவுபடுத்திவிடுவான். அத்துடன் அவ்வாறு விலகிய செயல்களையும் தனது திருவருளின் கீழ் கொண்டு வந்து விடுவான். சிவபூதங்கள் வேடர்கள் வடிவில் வந்து பொருள்களைக் கவர்ந்தன. அவற்றை மீண்டும் சுந்தரரிடம் சேர்ப்பித்துவிட்டன. சேரமானிடம் பெற்ற பொருள்கள், அப்போது ஈசன் அளித்த பொருள்களாகிவிட்டன!

வேடுபறி திருவிழா

இறைவன் சிவபூதங்களை வேடர்கள் வடிவத்தில் அனுப்பி, சுந்தரரின் பொருள்களைக் கவர்ந்த நிகழ்ச்சி திருமுருகன் பூண்டியில் ஆண்டுதோறும், 'வேடுபறி' என்னும் திருவிழாவாகக் கொண்டாடப்படுகிறது. நம்பிகள் பொருள்களைப் பறிகொடுத்த இடத்திலிருந்து ஈசன் இருக்குமிடத்தை, விநாயகர் 'கூ.... கூ' என்று கூவியபடி அழைத்துச்சென்றுகாட்டினாராம். ஆகவே, அந்த விநாயகர், 'கூப்பிடு விநாயகர்' என்று பெயர் பெற்று உள்ளார். சிவபூதங்கள் கொண்டுவந்து கொடுத்த பொருள்களை சுந்தரர் பெற்றுக்கொண்ட பிறகு, திருவாரூர் வந்து சேர்ந்தார்.

சுந்தரரை வெறுத்த விறண்மிண்டர் நாயனார்

கலிக்காம நாயனாரைப் போல் சுந்தரரை வெறுத்த மற்றொரு நாயனாரும் உண்டு. அவர்தான் விறன்மிண்ட நாயனார்.

மலைநாட்டில் ஆலப்புழைக்கு அருகில் உள்ளது செங்கண்ணூர். அங்கு வேளாளர் குலத்தில் தோன்றிய நாயன்மார் விறன்மிண்டர்.

விறன்மிண்டர், சிறுவயது முதலே சிவபக்தியில் சிறந்து விளங்கினார். சிவனடியார்களிடம் அளவில்லாத மரியாதை கொண்டு இருந்தார். அவர்களை, சிவபெருமானாகவே கருதி மகிழ்வார். அடியவர்களை வணங்கியபிறகே ஈசனைத் தொழும் இயல்புடையவர்.

திருத்தலங்கள் தோறும் சென்று இறைவனைத் தரிசித்தும் அடியார்களுடன் அன்பு கொண்டு பேசியும் வந்தார். திருநீறு பூசிய நெற்றியுடன், உருத்திராட்ச மாலை அணிந்து சிவப்பழமாக விளங்கிய விறன்மிண்டர், புற்றிடங்கொண்டபெருமானைக் காண திருவாரூர் வந்தார். இறைவனை வணங்கினார். அடியார்கள் கூடியிருந்த தேவாசிரிய மண்டபத்தைக் கண்டார். திருக்கயிலையில், சிவகணங்களைக் கண்டவர் போல பெரிதும் மகிழ்ந்தார். அந்த அடியார்களை வணங்கி, அவர்களின் நட்பைப் பெற்றார்.

ஒருநாள் மற்ற அடியார்களுடன் விறன்மிண்ட நாயனார் தேவாசிரிய மண்டபத்தில் அமர்ந்திருந்தார். நம்பிகள், பரவையார் மாளிகையிலிருந்து தரிசனத்துக்கு வந்தார். வழக்கம்போல் சுந்தரர், அடியார்களுக்கு தமது மனத்தால் வணக்கம் செய்துவிட்டு உள்ளே சென்றார். தம்பிரான் தோழராகிய சுந்தரரைக் கண்ட அடியார்கள் எழுந்து நின்று அவருக்கு வணக்கம் தெரிவித்தனர். அடியார்கள் போற்றிய ஆரூரரைக் கண்டு வியந்தார் விறன்மிண்டர்.

'யார் இவர்? அடியார்கள் அனைவரும் எழுந்து வணங்கு கிறீர்களே?' என்றார் விறன்மிண்டர்.

அருகில் இருந்த அடியார்கள், 'திருமணப் பந்தலில் ஈசன் ஓலை காட்டி ஆண்டுகொண்ட தம்பிரான் தோழர் இவர்தான்!' என்றனர்.

'அத்தனைபெருமைக்குஉரியவரா, அடியார்களைவணங்காமல்செல்கிறார்?' என்று எண்ணிய விறன்மிண்ட நாயனாருக்கு கோபம் தோன்றியது.

'திருத்தொண்டர் கூட்டத்தை மதிக்காமல் செல்லும் சுந்தரர் நமக்குத் தேவையில்லை!' என்று சுந்தரரின் காதுகள் கேட்கும்படி உரக்கக் கூறினார்.

விறன்மிண்டர் அத்துடன் நிற்கவில்லை! 'சுந்தரனைத் தடுத்து ஆட்கொண்ட சிவபெருமானும் நமக்குத் தேவையில்லை!' என்று சினத்துடன் கூறினார். மற்ற அடியார்கள் அனைவரும் திகைத்தனர்.

அடியவர் கால்களை வெட்டிய நாயனார்

அடியார்களை வணங்காதது, இறைவனை - மனைவியின் ஊடல் தீர்க்க தூதாக அனுப்பியது ஆகிய காரணங்களுக்காக விறன்மிண்டர் சுந்தரரை வெறுத்தார். அவருக்கு உதவிய தியாகேசரையும் அவர் உறையும் திருவாரூரையும் வெறுத்தார் விறன்மிண்டர்.

திருவாரூரில் இனி அடியெடுத்தும் வைப்பதில்லை என்று சூளுரைத்த விறன்மிண்டர், தமது மனைவியுடன் ஊரை விட்டு வெளியேறினார். வடக்கு திசையில் சென்றார்.

புத்தாற்றங்கரையில் ஒரு பந்தல் அமைத்து, தமது மனைவியுடன் தங்கினார். அங்கு அன்றாடம் அடியவர் பூசை நடத்தி வந்தார். அந்த இடம் தற்காலத்தில், 'ஆண்டிப் பந்தல்' என வழங்கி வருகிறது.

ஆண்டிப் பந்தல் - திருவாரூர் நன்னிலம் சாலையில் உள்ளது. ஆண்டிப் பந்தலுக்கு வருகை தரும் அடியவர் எவரேனும் 'திருவாரூர்' என்று கூறினால் போதும்! அவ்வளவுதான்! விறன்மிண்டர் அந்த அடியாரின் காலை மழுவினால் வெட்டிவிடுவார். அந்தச் செயலை ஒரு சபதமாகவே மேற்கொண்டு நிறைவேற்றினார் விறன்மிண்டர்.

ஒருநாள், திருவாரூர் இறைவனே அடியவர் வடிவம் எடுத்துக்கொண்டு ஆண்டிப் பந்தலுக்கு வந்தார். 'அடியவரே! எங்கிருந்து வருகிறீர்?' என்று கேட்டார் விறன்மிண்டர். 'நாம் இருப்பது செல்வத் திருவாரூர்!' என்று அடியவர் வடிவத்திலிருந்த தியாகேசன் கூறினான்.

மழுவை எடுத்து அடியவரின் காலை வெட்ட முற்பட்டார் விறன்மிண்டர். அவரிடம் அகப்படாமல் விலகிச் சென்றார் அடியவர். அடியவரை ஓடஓட விரட்டினார் விறன்மிண்டர்! அவரைத் தொடர்ந்து வேகமாக ஓடிய விறன்மிண்டர், தம்மை அறியாமலேயே திருவாரூர் எல்லைக்குள் புகுந்து விட்டார்! தமது சபதத்தின்படி, தமது கால்களை தாமே மழுவினால் வெட்டிக்கொண்டு வீழ்ந்தார்.

தியாகேசர், விறன்மிண்ட நாயனார் மற்றும் அவர்தம் துணைவியார் காண வானவெளியில் தோன்றினார். பிறகு, அவர்களுக்கு சிவப்பேறு அளித்தான் தியாகேசன். அந்த இடம், 'வந்தோம் இப்பால்' என்று அழைக்கப்பட்டு, தற்காலத்தில் 'வெண்டாம்பாலை' என வழங்கிவருகிறது.

சுந்தரர் வருத்தமும் முறையீடும்

விறன்மிண்ட நாயனார் தேவாசிரிய மண்டபத்தில் கூறிய சொற்களைக் கேட்ட சுந்தரர், நெஞ்சம் பதைத்தார். நடுங்கியவராக, பெருமான் சன்னதியை அடைந்தார்.

'தடுத்தாண்டு கொண்ட பெருமானே! அடியவர்களை அலட்சியம் செய்யும் மனோபாவம் அடியேனுக்கு இல்லை. அடியேன் புறவணக்கம் செய்யாததால் எனக்கு இந்தப் பழி நேர்ந்தது. அடியாருக்கு அடியவராய் இருப்பதே எனது விருப்பமாகும்' என்று ஈசனிடம் முறையிட்டார்.

சுந்தரர், ஒவ்வொரு நாளும் தேவாசிரிய மண்டபத்தில் இருந்த அடியவர் களை மனத்தால் வணங்கியதுடன் அவர்களுக்கு அடியவனாக ஆகும் நாள் எந்நாளோ என்று ஏங்கி இருந்தவர். இறைவன் அதை நன்கு அறிவான்.

'வன்தொண்டனே! வருந்த வேண்டாம்! எம்மைப் பாடுவது போலவே எமது அடியார்களையும் பாடு!' என்றான் இறைவன். 'அடியார்களைப் பற்றி அடியேன் ஏதும் அறியேன்!' என்று கூறினார் சுந்தரர்.

இறைவனே அடியார் பெருமைகளை விளக்கிக் கூறி அடியெடுத்துக் கொடுத்தான். சுந்தரர் திருத்தொண்டத் தொகையைப் பாடினார். விறன்மிண்டர் உள்ளிட்ட அடியார்கள் அனைவரும் மகிழ்ந்தனர்.

'விரிபொழில் குன்றையார் விறன்மிண்டர்க்கும் அடியேன்' என்று விறன்மிண்ட நாயனாரையும் சுந்தரர் குறிப்பிட்டுப் பாடினார்.

முதலை வாயிலிருந்து வெளிப்பட்ட சிறுவன்!

வீரத்துக்கும் காதலுக்கும் எடுத்துக்காட்டு வரலாறுகள், புராணங் களிலும், இலக்கியங்களிலும் ஏராளமாக உள்ளன. ஆனால் நட்புக்கு, கோப்பெருஞ்சோழன் - பிசிராந்தையார், இராமன் - குகன், கர்ணன் - துரி யோதனன் போன்ற மிகச் சிலரையே உதாரணமாகக் கூறுகின்றனர்.

அந்த வகையில், சுந்தரர் தனித்தன்மையுடன் விளங்குகிறார். ஒருபுறம் இறைவன், தன்னையே சுந்தரருக்கு தானே தோழனாகக் கொடுத்தருளினான். மற்றொரு பக்கத்தில் சேரமான், நம்பிகளின் நட்பை நாடி வந்தார்.

நாடாளும் மன்னர் ஒருவர்! உலகாளும் இறைவன் ஒருவர்! இப்படி இருபெரும் நண்பர்களைப் பெற்ற சுந்தரரைவிட பாக்கியசாலிகள் இருக்க முடியாது. திருவருள் மட்டுமே நல்ல நட்பை அளிக்க முடியும்!

நம்பிகள், சிவயோகிகளில் சிறந்தவராகக் கனிந்திருந்தார். அன்றாடம் ஈசனின் சிலம்பொலி கேட்கும் மற்றொரு சிவயோகியான சேரமானின் நினைவுகள் சுந்தரரின் உள்ளத்தில் ஆழப் பதிந்துவிட்டன!

மலைநாட்டிலிருந்து திருவாரூர் திரும்பிய சில நாள்களில், 'சேரமானை மீண்டும் எப்போது காண்போம்?' என்ற ஏக்கம் சுந்தரரிடம் மேலோங்கி நின்றது.

நாடாளும் நண்பர் சேரமான் பெருமாளை நினைத்தார்! உலகாளும் தெய்வப் பெருமாள் தியாகேசனின் கழலடியை வணங்கினார் சுந்தரர். உடனே மலைநாட்டுக்குச் செல்ல வேண்டும் என்ற விருப்பத்தை சுந்தரரால் தவிர்க்க முடியவில்லை!

காவிரி நாட்டில் உள்ள தலங்களைத் தரிசித்தபடி முல்லை நிலங்களை உடைய கொங்கு நாட்டின் மேற்குப் பகுதியின் வழியே சென்றார். அக்காலக் கொங்கு நாடு - கீழ்கொங்கு, வட கொங்கு, குடக்கொங்கு என்று மூன்று பகுதிகளாகப் பிரிக்கப்பட்டிருந்தது. சோழ நாட்டிலிருந்து மலை நாட்டுக்குச் செல்வோர், குடக்கொங்கின் வழியாகச் செல்லவேண்டும். சோழ நாட்டிலுள்ள திருஈங்கோய் மலைக்கு அருகில் காவிரி ஆற்றைக் கடந்து, பாண்டிக் கொடுமுடி சென்று, அங்கிருந்து திருமுருகன் பூண்டி மற்றும் திருப்புக்கொளியூர் வழியாக மலைநாட்டை அடையலாம். தம்பிரான் தோழர் சுந்தரர், அந்த வழியில் சென்றுகொண்டு இருந்தார்.

திருப்புக்கொளியூர் அவிநாசி அப்பர் திருக்கோயிலுக்குச் செல்லும் வழியில், மறையவர் வாழும் மாடவீதி ஒன்று இருந்தது. நம்பிகள் அந்த வீதியின் வழியே சென்றார். எதிரெதிரே இருந்த வீடுகளில் - ஒரு வீட்டிலிருந்து பல்வேறு வாத்தியங்களின் மங்கல ஒலிகள் கேட்டன; மற்றொரு வீட்டிலிருந்து அழுகைஒலி கேட்டது. இரண்டு வீடுகளுமே செல்வச் செழிப்புடன் காணப்பட்டன. ஆனால், ஒன்றில் அவலம்! ஒன்றில் மகிழ்ச்சி!

காரணம் அறிந்தார்

ஒரு மனையில் கேட்ட அவலக்குரல் நம்பிகளை மிகவும் வருந்தச் செய்தது! அருகில் இருந்தவர்களிடம் அது குறித்து கேட்டார் சுந்தரர்.

ஒரு வீட்டில் மறைச் சிறுவனுக்கு பூணூல் அணிவிக்கும் விழா நடைபெறுவதாகக் கூறினர். எதிர்வீட்டுச் சிறுவனும் அன்று பூணூல் அணியும் சிறுவனும் ஐந்து வயதாக இருந்தபோது குளத்துக்கு நீராடச் சென்றனர். எதிர்வீட்டுச் சிறுவனை முதலை விழுங்கிவிட்டது. அவன் உயிருடன் இருந்தால், அவனுக்கும் அன்று பூணூல் அணிவிக்கும் மங்கல விழா நடைபெற்றிருக்கும் அல்லவா? அந்த வாய்ப்பை இழந்த சோகத்தில் பெற்றோர் அழுவதாகக் கூறினர் ஊரார்.

மறையவர் ஒருவரும் அவருடைய மனைவியும் நம்பிகளின் வருகையை அறிந்து வீட்டின் உள்ளிருந்து வெளியே வந்து, தங்களுடைய மனத்திலிருந்த சோகத்தை மறந்தவர்களாக சுந்தரரின் திருவடிகளில் விழுந்து வணங்கினர்.

‘இன்ப மைந்தன்தனை இழந்தீர் நீரோ?’ என்று கேட்டார் சுந்தரர்.

மறையவர், ‘ஐயனே! அது முன்பு நடந்து முடிந்த கதை’ என்று கூறி, தங்கள் துயரத்தை மறைக்க முயன்றனர்.

அந்தத் தம்பதியர் சுந்தரர் பெருமானைக் கண்டு வணங்கிட வெகுநாள்களாக முயற்சித்து வந்துள்ளனர். அவர்களுடைய அன்புக்குப் பழுது ஏற்படாமல், சுந்தரர் அங்கு ஈசனின் திருவருளால் எழுந்தருளி விட்டார். ஆகவே, தங்கள் மகனைக் குறித்த சோக நினைவுகளை ஒருபுறமாகத் தள்ளிவைத்துவிட்டு தம்பிரான் தோழரை வணங்கினர்.

மறையவர் தம்பதியர், சுந்தரரிடம் தங்கள் மகனை மீட்டுத் தரும்படி விண்ணப்பம் எதுவும் செய்யவில்லை. ஆனாலும், சுந்தரர் தாமாகவே முதலையுண்ட சிறுவனை மீட்க முற்பட்டார்! அது அவருடைய கருணையின் முதிர்ச்சி!

அப்போது சுந்தரர் ஒரு சங்கல்பம் செய்தார். உங்கள் மகனை முதலையின் வாயிலிருந்து மீட்டுக்கொடுக்காமல் நான் அவிநாசி அப்பரின் திருவடியை வணங்கமாட்டேன்!’ என உறுதியாகக் கூறினார் சுந்தரர்.

அருகில் இருந்தவர்களிடம், மறைச்சிறுவனை விழுங்கிய முதலை யிருந்த மடுவை தமக்குக் காட்டச் சொன்னார். அவர்கள் நம்பிகளை அம்மடுவுக்கு அழைத்துச் சென்றனர்.

‘எற்றால் மறக்கேன்...’ என்று தொடங்கும் பதிகத்தைப் பாடத் தொடங்கினார் நம்பிகள். மூன்று பாடல்கள் நிறைவு பெற்றன. நான்காவது பாடலை இறைவனை வேண்டிப் பாடாமல் தமக்குள்ள நட்புரிமையில், பிள்ளையைத் தரச்சொல்லு காலனையே!’ என்று அன்புக்கட்டளை இட்டார் சுந்தரர்.

ஆரூர் நம்பிகளின் அன்புக்கட்டளைக்குக் கட்டுப்பட்ட அவிநாசி அப்பன் உடனே அருள் செய்தான்!

கரையில் முதலை தோன்றியது! முதலை வயிற்றில் சிறுவன் தோன்றினான்! அப்போது அவன், இடைப்பட்ட இரண்டு ஆண்டுக்கால வளர்ச்சியும் அடைந்திருந்தான்! முதலை, அவனைத் தனது வாயிலிருந்து கரையில் உமிழ்ந்தது! வானவர்கள் துந்துபி முழங்கினர். மலர்மாரி பொழிந்தனர். பிள்ளையின் தாய் அன்புருக மகனை அணைத்தாள்! உச்சி முகர்ந்தாள். தனது கணவனுடன் சேர்ந்து சுந்தரரின் திருவடிகளில் விழுந்து வணங்கினாள்.

அந்த அற்புத நிகழ்வைக் கண்டவர்கள் அதிசயித்து நின்றனர்! மறையவர்கள் தாங்கள் அணிந்திருந்த உத்தரியங்களை வானத்தில் பறக்கவிட்டு தங்கள் மகிழ்ச்சியைத் தெரிவித்தனர். எங்கும் மறையொலி முழங்கியது!

சுந்தரர் பாடிய பதிகத்தின் நான்காவது பாடல் நிறைவு பெற்றவுடன் மறைச்சிறுவன் உயிர் பெற்றுவிட்டான்! பதிகத்தின் எஞ்சிய ஆறு பாடல்களை, நம்பிகள் அவிநாசி அப்பர் சன்னதியில் பாடி நிறைவு செய்தார்.

சுந்தரர், முதலை வாயிலிருந்து மீட்ட புதல்வனையும் தன்னுடன் திருக்கோயிலுக்கு அழைத்துச்சென்று அவனையும் இறைவனை வணங்கச் செய்தார். சைவசமய ஞானாசிரியர்கள் இறைவனுக்கு நிகரான அருளாற்றல்கள் பெற்றிருந்தனர். எனினும், இறைவனே அனைவரிலும் உயர்ந்தவன் என்ற கருத்தில் உறுதியாக நின்றவர்கள். ஆகவே, மறைச்சிறுவனையும் அவிநாசி அப்பருக்கு நன்றியும் வணக்கமும் தெரிவிக்கச் செய்தார் சுந்தரர்.

எதிர்வீட்டுச் சிறுவனுக்குப் பூணூல் அணிவிக்கும் விழா நடந்தேறிய அதே நேரத்தில், உயிர் பெற்ற சிறுவனுக்கும் சுந்தரர் தாமே முன்னின்று உபநயனக் கல்யாணத்தை நிறைவேற்றி வைத்தருளினார்.

முதலை உண்ட குளம்

அவிநாசி அப்பர் திருக்கோயிலிலிருந்து சற்றேறக்குறைய ஒரு கிலோ மீட்டர் தொலைவில், தென்மேற்கு திசையில் ஓர் ஏரி உள்ளது. அதைத் தற்காலத்தில் தாமரைக்குளம் என்று அழைக்கின்றனர். அந்தக் குளக்கரையில் ஒரு சிறிய கோயில் உள்ளது.

அக்கோயிலுக்குள், சுந்தரர் மற்றும் முதலை வாயிலிருந்து உமிழப்படும் நிலையில் மறைச்சிறுவனும் சிலை வடிவத்தில் காட்சி தருகின்றனர்.

குளக்கரையில் இருந்த ஒரு பெரிய ஆலமரத்தின் கீழிருந்தே சுந்தரர் பதிகம் பாடியதாகக் கூறுகின்றனர்.

அவிநாசி பங்குனித் திருவிழாவின்போது, அவிநாசி அப்பர் அந்தக் குளக்கரைக்கு எழுந்தருளுகிறார். முதலைவாய்ப் பிள்ளையை அழைத்தருளிய திருவிளையாடல் நிகழ்ச்சி அன்று நடைபெறுகிறது.

மலைநாடு சென்றார்

அவிநாசியிலிருந்து விடைபெற்ற நம்பிகள், காடு மலைகளைக் கடந்து சென்று மலைநாட்டை அடைந்தார். வழியில் இருந்த மற்ற தலங்களையும் தரிசித்தார்.

கொங்கு நாட்டுத் திருப்புக்கொளியூரில் வன்தொண்டர், முன்னர் முதலை விழுங்கிய சிறுவனை முதலையின் வாயிலிருந்து மீட்டருளிய செய்தி சேரமானுக்கு எட்டியது. அத்துடன் நம்பிகள் மலைநாட்டை நோக்கி வந்துகொண்டிருந்த செய்தியையும் சேரமானிடம் கூறினர். அந்தச் செய்தியைக் கூறியவர்களுக்கு சேரமான் பெருமாள் பொற்கிழியும் அணிகலன்களும் அளித்து மகிழ்ந்தார்.

நம்பிகளின் வருகையை, நாட்டு மக்களுக்கும் முரசு அறைந்து அறிவித்தார். அமைச்சர்களை அழைத்து நகரத்தை அலங்காரம் செய்யப் பணித்தார்.

நம்பிகளை வரவேற்று அழைத்து வருவதற்காக யானைமீது ஏறி, குடைகள் ஏந்தி, பெரிய வீதிகளின் வழியே சென்றார் சேரமான் பெருமாள்.

மலைநாட்டு எல்லையில் நம்பிகளை வரவேற்க சேரமான் காத்திருந்தார். நம்பிகளைக் கண்டவுடன் எதிரே சென்று அவருடைய திருவடிகளில் வணங்கி வரவேற்றார் சேரமான். சேரனாரும் திருவாரூரரும் ஒருவரையொருவர் அன்போடு கட்டித் தழுவினர்.

வரவேற்பு நிகழ்ச்சிகளுக்குப் பிறகு, சேரமான் திருவாரூர் செல்வத் தியாகேசரின் திருக்கோயில் குறித்த செய்திகளைக் கேட்டறிந்து மகிழ்ந்தார்.

நிழல் தர தாமே குடை பிடித்து நம்பிகளை அழைத்துச் சென்றார் சேரமான். சிவநேயச் செல்வர்களும் அமைச்சரும் சேனாதிபதிகளும் ஏனையோரும் சூழ்ந்து சென்றனர். திருவஞ்சைக்களத்துத் தோரணவாயிலை அடைந்தனர்.

அரண்மனையின் பெரிய வாயிலில், இருவரும் யானையின் மீதிருந்து இறங்கினர். மகளிர் மலர்கள் தூவி வரவேற்க, நண்பர்கள் இருவரும் சேரமான் மாளிகையின் நடுமண்டபத்துக்குள் சென்றனர்.

மலைநாட்டுத் திருத்தலங்கள்

நம்பிகளை சேரமான் பெருமாள் தமது மாளிகையில் மலர் தூவிய அரியணையில் அமர்த்திப் போற்றினார். தமது மகிழ்ச்சியை வெளிப் படுத்தும்விதமாக சேரமான் அங்கு வந்திருந்தோர் அனைவருக்கும் பரிசுகள் வழங்கினார். சேரமானும் சுந்தரரும் மலைநாட்டுத் திருத்தலங் களுக்குச் சென்று தரிசித்து வந்தனர். திருச்சிவப்பேரூர், விடைக் குன்று, நாதேச்சரம், கரன் வணங்கிய வைக்கம், விறன்மிண்டரின் பிறந்த ஊரான திருச்செங்குன்றூர்ஆகிய தலங்களை அவர்கள் இருவரும் வணங்கினர். பிறகு, நண்பர்கள் மாகோதை நகருக்குத் திரும்பி இனிதே தங்கியிருந்தனர்.

தலைக்குத் தலைமாலை

சுந்தரர், ஒருநாள் தனியே அஞ்சையப்பரைத் தரிசிக்க வந்தார். 'தலைக்குத் தலைமாலை அணிந்த தென்னே!' என்று தொடங்கும் பதிகத்தைப் பாடினார். அஞ்சைக்களம் சிவலிங்கத் திருமேனியின் பின்புறத்தில் சற்றே புடைத்த பகுதி உள்ளது என்பர். அப்புடைப்பே தலைமாலை என்று கருதுகின்றனர். திருஅஞ்சைக்களத்து அப்பர் மீது, 'முடிப்பது கங்கை' என்று தொடங்கும் பதிகத்தை முன்னரே நம்பிகள் பாடியுள்ளார்.

வெறுத்தேன் மனைவாழ்க்கை

அப்பதிகத்தில் சுந்தரர், 'வெறுத்தேன், மனைவாழ்க்கையை விட்டொழிந்தேன்!' என்று, தமக்குப் பூவுலகில் வாழ்ந்த மனைவாழ்க்கை வெறுத்துவிட்டதாகக் கூறினார். நம்பிகள், தமது அவதாரத்தின் நோக்கம் நிறைவேறியதாக உணர்ந்தார்.

அக்குறிப்பை இறைவனுக்குத் தெரியப்படுத்தும் விதமாக, 'வெறுத்தேன் மனைவாழ்க்கையை!' என்றார்.

கயிலை ஈசனின் கட்டளை

பூவுலகில் தமது பணி நிறைவேறியதால் சுந்தரர், தாம் மனை வாழ்க்கையை வெறுத்ததாகத் தமது பதிகத்தின் வழியே தெரிவித்தார்.

அதை மலைவல்லி என்ற பார்வதி தேவியாருடன் கயிலையில் வீற்றிருந்த சிவபெருமான் திருச்செவி சாய்த்து கேட்டு அருளினான்.

'ஒன்று சிந்தை நம்மூரனை உம்பர் வெள்ளானையின் ஊடேற்றி சென்று கொண்டிங்கு வாரும்!' - சிவனைத் தவிர வேறுசிந்தை இல்லாத நிலையில் இருந்தார் சுந்தரர்.

அவர் கயிலையைச் சேர்ந்தவர் அல்லவா? ஆதலால் ஈசன் அவரை, 'நம் ஊரன்' என்று கூறினார். 'நீங்கள் வெள்ளை யானையை அழைத்துச் சென்று சுந்தரனை அதன்மீது ஏற்றி இங்கு கொண்டு வாருங்கள்!' என்று சிவபெருமான் பிரம்மன் முதலான தேவர்களுக்குக் கட்டளையிட்டான்.

வெள்ளையானை வந்தது

வானவர்களான திருமால், பிரம்மா முதலானோர் ஈசனை வணங்கி விடைபெற்று பூவுலகம் புறப்பட்டனர். வன்தொண்டரை ஏற்றிச்செல்ல, ஒளியுடன் திகழும் வெள்ளை யானையை அழைத்துக்கொண்டு தேன் சிந்தும் சோலைகள் சூழ்ந்த மாகோதை நகருக்கு வந்தனர். அஞ்சைக்களம் திருக்கோயிலை அவர்கள் வலமாக வந்து, திருமதிலில் புறத்தில் இருந்த வாசலில் சுந்தரரின் வரவுக்காகக் காத்திருந்தனர்.

பதிகம் பாடித் திருக்கோயிலிலிருந்து வெளியே வந்த சுந்தரர், வெள்ளை யானையுடன் வந்த வானவர்களைக் கண்டார். கயிலைநாதனின் ஆணையின்படி தமக்கு அழைப்பு வந்ததை அறிந்து மகிழ்ந்த சுந்தரர், 'இனி வேறு செயல் யாதுளது?' என்று எண்ணி வானவர்களைப் பணிந்தார். தேவ துந்துபிகள் முழங்க, தேவர்கள் பூமழை பொழிய, பெருந்துணைவ ராகிய சேரமானைச் சிந்தையில் நினைத்து வலங்கொண்டு வெள்ளை யானை மீது ஏறினார்.

முந்திச் சென்ற குதிரை

அஞ்சையப்பரை வணங்கச் சென்ற நம்பிகள், வெள்ளை யானை மீது செல்வதை அறிந்தார் சேரமான் பெருமாள். விரைவாக அஞ்சையப்பரை வணங்கினார். தமது குதிரையின் செவியில் சிவபஞ்சாட்சரம் என்னும் திருவைந்தெழுத்தை ஓதினார். சேரமானுக்கு, விலங்குகளின் மொழிகளும் தெரியும் ஆகவே, தமது குதிரையை வெள்ளை யானையை விட விரைவாகச் செல்லப் பணித்தார்.

அக்குதிரை, யானையை முந்திக்கொண்டு சென்று வலமாக வந்து தம்பிரான் தோழருக்கு முன்னால் நின்றது.

சேரமானுடன் சென்ற சேனாதிபதிகளும் மற்ற வீரர்களும், தங்கள் தலைவர் தமது உயிர்த் தோழருடன் வானத்தில் செல்வதைக் கண்டனர். தங்கள் தலைவனைப் பிரிய விரும்பாத வீரர்கள் கண்ணுக்கெட்டிய தொலைவு வரை யானையும் குதிரையும் செல்வதைக் கண்டனர். அவை தங்கள் கண்ணிலிருந்து மறைந்தவுடன் அக்கடமை வீரர்கள் அனைவரும் தங்களை வாளால் வெட்டிக்கொண்டு வீரமரணம் எய்தி, நுண்ணுடல் பெற்று சேரமான் அருகில் சென்றனர். அவருக்குச் சேவகம் செய்ய தொடர்ந்தனர்.

தம்பிரான் தோழர் வெள்ளை யானையின் மீதிருந்தவாறு பதிகமொன்றை அருளினார்.

> தானெனை முன்படைத்தான் அதறிந்து தன் பொன்னடிக்கே
> நானெப் பாடல் அந்தோ! நாயினேனைப் பொருட்படுத்து
> வான்எனை வந்து எதிர்கொள்ளமத்தயானை அருள்புரிந்து
> ஊனுயிர் வேறு செய்தான் நொடித்தான் மலை உத்தமனே.

திருக்கயிலை உத்தமனான சிவபெருமான் என்னை உலகினில் படைத்தான். நான் என்ன பெரிதாகப் பாடிப் பரவினேன்? எனது சிறுமைகளைப் பொருட்படுத்தாது அடியேனுக்கு வெள்ளை யானையை அனுப்பியதுடன், வானவர்களும் எதிர்கொள்ளச் செய்து, தன்னிடம் அழைத்து வரவும் திருவருள் செய்துள்ளான்! என்றார்.

தாயைச் சேர்ந்தது கன்று

திருக்கயிலையின் கடைவாயிலில் நம்பிகளும் சேரனாரும் தங்கள் ஊர்திகளிலிருந்து கீழே இறங்கி, இடையிலிருந்த வாயில்களையும் கடந்து சென்று ஈசன் திருமாளிகை வாயிலில் நின்றனர்.

நந்தியம்பெருமான் சேரமானைத் தடுத்து நிறுத்திவிட்டு, தம்பிரான் தோழரை உள்ளே செல்ல அனுமதித்தார். சிவபெருமான் திருமுன் சென்றார் சுந்தரர்.

'சேணிடைவிட்ட கன்று கோவினைக் கண்டணைந்தது வென' பெருமான் அருகில் சென்ற சுந்தரர், பல முறை விழுந்து வணங்கினார். வெகு தொலைவில் தனித்து விடப் பட்டிருந்த கன்று, தாய்ப் பசுவைக் கண்டதுபோல் மகிழ்ந்தார் தம்பிரான் தோழர்.

உமாதேவியாருடன் அமர்ந்திருந்த சிவபெருமான் கருணை பொங்க, 'ஆரூரனே! உலகம் உய்யச் செய்து இங்கு வந்தனையோ?' என்று கேட்டார்.

'எம்பெருமானே! என்னைத் தடுத்தாண்டு கொண்டு, எனது சிறுமைகளைப் பொறுத்தருளிய தங்கள் கருணை மிகப் பெரியது!' என்று கூறிய சுந்தரர், பேரின்ப வெள்ளத்தில் திளைத்தார்.

அத்துடன், 'சேரமான், வாயிலில் புறத்தில் காத்திருக்கிறார்!' என்பதையும் ஈசனிடம் தெரிவித்தார்.

அழையா விருந்தாளி

ஈசன் நந்திதேவரை அனுப்பி, சேரமானை அழைத்துவரப் பணித்தான். இறைவன் திருமுன் வந்து வணங்கி நின்றார் சேரமான்.

'நாம் அழைக்காமலேயே நீ கயிலை வந்தது எப்படி?' என்று முறுவலுடன் வினவினான் ஈசன். 'ஆரூரர் திருவடியைப் போற்றிய தாலும், தேவரீர் கருணை வெள்ளத்தினாலும் அடியேன் இங்கு வந்தேன்!' என்று கூறிய சேரமான் வேறு ஒரு விண்ணப்பமும் உள்ளது என்றார்.

'வேதங்களும் முனிவர்களும் துதிக்க முடியாத உனது பெருமையை அடியேன் அன்பினால், 'திருவுலாப்புறம்' என்ற பாட்டினால் பாடியுள்ளேன்! தேவரீர் அதைக் கேட்டருள வேண்டும்!' என்று வேண்டினார் சேரமான்.

'உலாப்புறம்' என்பது புறப்பாட்டு வகையுள் ஒன்று. உலா என்றும் கூறுவர். அதை ஈசன் முன்னால் சேரமான் விண்ணப்பித்து அரங்கேற்றினார். அது, திருக்கயிலாய ஞானஉலா என்றும் ஆதியுலா என்றும் அழைக்கப் பட்டது.

ஆதிஉலாவைக் கேட்டு மகிழ்ந்த ஈசன், 'சுந்தரனும் நீயும், இனி சிவகணத் தலைவர்களாக விளங்குக!' என்று அருளினான். சுந்தரர் முன்புபோல் ஆலால சுந்தரர் ஆகி, தமது பணியைத் தொடர்ந்தார். சேரமான் கணத்தலைவர் பொறுப்பை ஏற்றார்.

முன்னரே திருக்கயிலைக்கு வந்துவிட்ட கமலினியும் அனிந்திதையும் மீண்டும் உமாதேவியாரின் சேடியராக தங்கள் பணிகளைத் தொடர்ந்தனர்.

சேரமான் கயிலையில் பாடியருளிய ஆதிஉலாவை அங்கு இருந்து கேட்ட ஐயனார், பூவுலகுக்குக் கொணர்ந்தார். திருச்சிக்கு அருகிலுள்ள பிடவூர் ஐயனார் கையில், இன்றும் அந்தத் திருவுலாச் சுவடியைக் காணலாம்.

நிறைவுரை

இறைவனை தோழமை நெறியில் அணுகி, பூவுலகில் பதினெட்டு ஆண்டுகளே வாழ்ந்த சுந்தரர் - 1026 பாடல்களை உள்ளடக்கிய நூறு திருப்பதிகங்களைப் பாடியுள்ளார். அவை, 'ஏழாந் திருமுறை' யாகத் தொகுக்கப்பட்டுள்ளன. ஆடிமாத சுவாதி நட்சத்திரத்தில், சுந்தரரும் சேரமான் பெருமாள் நாயனாரும் திருக்கயிலை எழுந்தருளினர். சிவாலயங்களில், ஆடிச் சுவாதியில் சுந்தரர் - சேரமான் ஐக்கியமடைந்த ஐதீகம் விழாவாக நடைபெறுகிறது.

மாணிக்கவாசகர்

1. நோய் தீர்த்த புராணம்

சைவ சமயாச்சாரியர்கள் நால்வருள் ஒருவராகத் திகழ்பவர் மாணிக்க வாசகர். ஞானமார்க்கம் என்ற மிக உயர்ந்த நெறியில் நின்று இறைவனுடன் இரண்டறக் கலந்தவர்.

நால்வருள் ஒருவராகிய மாணிக்கவாசகர், அறுபத்துமூன்று நாயன்மார் களில் இடம் பெறாதவர்! அவர் ஏன் இடம்பெறவில்லை?

சேக்கிழார் தமது பெரிய புராணத்தில் எதற்காக மாணிக்கவாசகரைக் குறிப்பிடவில்லை? இது போன்ற கேள்விகளுக்கெல்லாம், சைவச் சான்றோர்களும் தமிழ் அறிஞர்களும் விரிவான ஆய்வுகளை மேற் கொண்டுள்ளனர்.

மாணிக்கவாசகர், மூன்றாம் நூற்றாண்டைச் சேர்ந்தவர் என்றும், அதனால் மூவருக்கும் முற்பட்ட காலத்தவர் என்றும், மறைமலையடிகள் போன்ற சைவச் சான்றோர்கள் தங்கள் விரிவான ஆராய்ச்சிகளின் வழியே தெரிவித்துள்ளனர்.

மாணிக்கவாசகர், நந்தியெம்பெருமானின் ஓர் அவதாரம் என்று கருதப்படுபவர். சுந்தரர், சிவபெருமானின் அணுக்கத் தொண்டராகிய ஆலாலசுந்தரரின் ஓர் அவதாரம். மண்ணில் மனிதர்களாகப் பிறந்து தங்கள் பெருமைக்குரிய செயல்களால் உயர்ந்த அடியார்களை, சுந்தரர் பட்டியலிட்டுப் பாடினார். அவர், அறுபத்திரண்டு தனிஅடியார்களைக் குறிப்பிட்டார். சுந்தரரையும் சேர்த்து, ‘அறுபத்துமூவர்’ என்று கூறுகிறோம்.

சுந்தரர், தன்னைப் போன்ற மற்றொரு அணுக்கத் தொண்டரான நந்திதேவரின் பெருமையைப் பாடுவதைவிட, வேறு ஒருவர் பாடுவதே சிறந்தது எனக் கருதி, மணிவாசகரைக் கூறாமல் விட்டிருக்கலாம்.

பெரிய புராணம் - மொழிபெயர்ப்பு அல்லது வழிநூலாக இல்லாமல், முற்றிலும் தமிழிலேயே எழுதப்பட்ட புராணம் ஆகும். மற்ற புராணங்கள் வடமொழியில் எழுதப்பட்டு பின்னர் தமிழுக்கு வந்தவை.

மாணிக்கவாசகரின் வரலாறு - ஆலாஸ்ய மகாத்மியம் முதலான வடமொழி நூல்களிலும் பிற தல வரலாற்று நூல்களிலும் இடம் பெற்றிருந்ததால், சேக்கிழார் அதனைக் கூறாமல் விட்டிருக்க வேண்டும்.

மேலும், சுந்தரரும் சேக்கிழாரும் மாணிக்கவாசகர் வரலாறு தனியே ஒரு நூலாக இயற்றப்படத் தகுந்தது என்ற கருத்தினாலும் அதனைக் குறிப்பிடாமல் விட்டிருக்கலாம்.

தீர்மானிப்பவன் இறைவனே

ஞானநூல்கள் இறைவன் திருவருளால் இயற்றப்படுபவை. குறிப்பிட்ட அருளாளர்களின் வழியே குறிப்பிட்ட நூல்கள் இயற்றப்பட வேண்டுமென்பதை இறைவன் தீர்மானித்து விடுகிறான். ஆதிசங்கரர், அம்பிகையின் ஆயிரம் நாமங்களைக் கூறும் ஸ்ரீலலிதா சகஸ்ரநாமத்துக்கு உரை எழுத விரும்பினார். தமது சீடர் ஒருவரை அழைத்தார். சகஸ்ரநாம சுவடியை எடுத்துவரச் சொன்னார். சீடர் எடுத்து வந்த சுவடியைப் பிரித்தார் சங்கரர். அது லலிதா சகஸ்ரநாம சுவடி அல்ல. விஷ்ணு சகஸ்ரநாம சுவடியாக இருந்தது!

'இந்த சகஸ்ரநாமம் அல்ல; அம்பிகை பற்றிய சகஸ்ரநாமத்தை எடுத்து வா!' என்று சீடனிடம் கூறினார் சங்கரர். சீடன் இரண்டாவது முறை எடுத்து வந்த சுவடியும், விஷ்ணு சகஸ்ரநாமத்தின் மற்றொரு பிரதியாகவே இருந்தது!

ஆதிசங்கரர், சற்றே கண்மூடித் தியானித்தார். 'சங்கரரே! நீங்கள் எனது சகோதரன் பெருமையைக் கூறும் விஷ்ணு சகஸ்ரநாமத்துக்கே உரை எழுதுங்கள். எனது சகஸ்ரநாமத்துக்கு உரையெழுத, மற்றொருவர் பூமியில் தோன்றப் போகிறார்!' என அம்பிகை அசரீரியாகக் கூறியருளினாள்.

அம்பிகை குறிப்பிட்ட அந்த அருளாளர்தான், மகான் பாஸ்கரராயர். மராட்டிய மாநிலத்தில் தோன்றி, தமிழ்நாட்டில் குடியேறி, லலிதா சகஸ்ரநாமத்துக்குப் பேருரை எழுதி பெரும்புகழ் பெற்றார்.

ஸ்ரீமத் பாகவத புராணத்தில் வியாச முனிவர் வருணித்த திருவிளையாடல்கள் அனைத்தையும் குருவாயூரப்பன் நிகழ்த்தியதாகக் கூறி, தமது நாராயணீயத்தை இயற்றினார் நாராயண பட்டத்திரி. அதில் ஒரு வரலாறு, எப்படியோ விடுபட்டுப் போனது. ஆம்! **பாகவதத்தில் உள்ள மிக முக்கியமான வரலாறுகளில் ஒன்றான ஜடபரதர் சரித்திரம், நாராயணீயத்தில் இடம்பெறவில்லை.**

அண்மைக்காலத்தில், நாராயணீயத்தைத் தமிழகத்தில் அறிமுகப்படுத்தி அதனைப் பிரபலமாக்கிய சேங்காலிபுரம் ஸ்ரீஅனந்தராம தீட்சிதர் அவர்கள், பட்டத்திரி எழுதாமல் விடுத்த ஜடபரதர் சரித்திரத்தை இயற்றி நாராயணீயத்துடன் இணைத்துள்ளார்கள்! தீட்சிதர் அவர்களின் திருவுருவப் படம் குருவாயூர் திருக்கோயிலில் இடம்பெற்றுள்ளது. அதனால் தமிழகம் பெருமை பெற்றது!

இவ்விரு நிகழ்ச்சிகளும், ஞானநூல்கள் கடவுள் திருவருளால் தீர்மானிக் கப்படுபவை என்பதை உணர்த்துகின்றன. அதைப் போலவே மாணிக்க வாசகருடைய வரலாற்றை, 'கடவுள் மாமுனிவர்' இயற்றவேண்டு மென்று சிவபெருமான் திருவுள்ளம் கொண்டதால், அது சுந்தரர் மற்றும் சேக்கிழாரின் நூல்களில் இடம் பெறவில்லை போலும்!

கடவுள் மாமுனிவர்

கடவுள் மாமுனிவரைப் பற்றிய செய்திகள் நம்மிடம் அதிகமில்லை. பதினெட்டாம் நூற்றாண்டில் வாழ்ந்த அருளாளர்களில் ஒருவர், கச்சியப்ப முனிவர். இவர் தணிகைப் புராணத்தை இயற்றியவர். பதினாறாம் நூற்றாண்டு முதல் பதினெட்டாம் நூற்றாண்டு வரையிலான காலத்தில் வாழ்ந்த சைவத்துறவிகள், 'முனிவர்' என்ற சிறப்புப் பெயரால் அழைக்கப்பட்டனர். பரஞ்சோதி முனிவர், சிவஞான முனிவர், கச்சியப்ப முனிவர் போன்றவர்கள் அவர்களில் குறிப்பிடத் தக்கவர்கள்.

கச்சியப்ப முனிவரின் காலத்தில், அதாவது - பதினெட்டாம் நூற்றாண்டில் வாழ்ந்த கடவுள் மாமுனிவர், மாணிக்கவாசகர் வரலாற்றை 'திருவா தவூரடிகள் புராணம்' என்ற தலைப்பில் இயற்றியுள்ளார். மாணிக்க வாசகர், வாதவூர் என்னும் இடத்தில் பிறந்தவர். அதனால் அவரை, வாதவூரடிகள் என்று சிறப்பித்தனர்.

கடவுள் மாமுனிவர், ஒருமுறை நோயின் தாக்குதலுக்கு உள்ளானார். வாதவூரடிகள் புராணத்தைத் தமிழில் இயற்றினால், கடவுள் மாமுனிவரின் நோய் நீங்குமென்று கச்சியப்ப முனிவர் கூறினார். அதன்படி கடவுள் மாமுனிவர், 'வாதவூரடிகள் புராணம்' இயற்றினார். அது நிறைவு பெற்றவுடன், கடவுள் மாமுனிவரின் நோய் நீங்கியது! எனவே, மாணிக்கவாசகர் வரலாற்றைப் படிப்பவர்களும் கேட்பவர் களும் தீராத நோய்களிலிருந்து விடுபடுவர் என்பது நிச்சயம்.

பதினெட்டு புராணங்களில் ஒன்றாகிய, 'ஸ்காந்தமகா புராணம்' ஆறு ஸம்ஹிதைகளை உடையது. அவற்றுள் சங்கர ஸம்ஹிதை மிகச் சிறந்தது. அதனை, சிவபெருமான் உமாதேவிக்கு உபதேசித்தார். முருகப்பெருமான், தனது தாயின் மடியில் அமர்ந்து அதனைக் கேட்டார். அகத்தியர், முருகனிடம் அதனைக் கேட்டறிந்தார். அகத்தியர், முருகனிடமிருந்து

கேட்டறிந்த புராண வரலாறுகளில், அறுபத்துநான்கு திருவிளையாடல்களும் அடங்கும். அத்திருவிளையாடல்களின் ஒரு பகுதியாகவே, வாதவூரடிகள் என்கிற மாணிக்கவாசகரின் வரலாறும் அமைந்துள்ளது.

அந்த வரலாற்றையே தாம் பாடப் போவதாகச் சொல்லி, கடவுள் மாமுனிவர் வாதவூரடிகள் புராணத்தைத் தொடங்குகிறார்.

1. மந்திரி சருக்கம்
2. திருப்பெருந்துறை சருக்கம்
3. குதிரையிட்ட சருக்கம்
4. மண்சுமந்த சருக்கம்
5. திருவம்பல சருக்கம்
6. பௌத்தரை, வாதில் வென்ற சருக்கம்
7. திருவடிபெற்ற சருக்கம்

ஆகிய ஏழு சருக்கங்களை உடையது திருவாதவூரடிகள் புராணம். படலம் என்ற உட்பிரிவையே, சருக்கம் என்று கூறுவார்கள்.

ஐந்நூற்று நாற்பத்துநான்கு பாடல்களால் அமைந்த கடவுள் மாமுனிவரின் திருவாதவூரடிகள் புராணம், எளிய தமிழ் நடையில் இயற்றப்பட்டுள்ளது.

2. திருவாதவூர் வந்த திருமால்

பொதுவாக, 'எல்லா ஆறுகளும் கடலில் சென்று கலக்கின்றன' என்று கூறுவார்கள்.

ஆனால், வைகை ஆறு மட்டும் கடலில் கலக்கவில்லை. சமவெளியிலேயே தனது பயணத்தை முடித்துக் கொள்கிறது.

பாண்டிய நாட்டுக்கு வளம்சேர்க்கும் வைகை நதியை, சிவபெருமானே தோற்றுவித்தார்.

மதுரையில், மீனாட்சி அம்பிகையின் திருமணம் நடந்தது. அந்தத் திருமணத்தைக் காண பல்லாயிரம் பேர் வந்திருந்தனர்.

மதுரை அரசியாகிய மீனாட்சி, தமது செல்வச் செழிப்பைக் காட்டும் வகையில் திருமண விருந்துகளை ஏற்பாடு செய்திருந்தார்.

சிவபெருமானுடன், சிவகணங்களைச் சேர்ந்த சிலரே வந்திருந்தனர். விருந்துகள் முடிவுற்ற நிலையில், மீனாட்சி சிவபெருமானிடம் வந்தார். 'சுவாமி! தங்களுடன் முப்பத்து முக்கோடி தேவர்களும் வருவார்கள் என்று கருதி, அத்தனை பேருக்குமான உணவுகளை சமைக்கச் செய்து விட்டேன். ஆனால், ஆயிரத்தில் ஒரு பங்குகூட பயன் படுத்தப்படாமல் வீணாகும் நிலை ஏற்பட்டுள்ளது!' என்று கூறினாள். அவள் சொற்களில் செல்வச் செருக்கு ஒலித்தது.

தனக்குள் சிரித்துக்கொண்ட ஈசன், குண்டோதரன் என்ற பூதத்தை அனுப்பினார். அந்த பூதத்தின் வயிற்றில், அகோரப் பசியையும் தோற்று வித்தார். குண்டோதரன், அங்கிருந்த அனைத்து உணவு வகைகளையும் சாப்பிட்டுவிட்டான்! பசி அடங்காமல் இன்னும் கிடைத்ததை எல்லாம் வாரிவாரி உண்ணத் தொடங்கினான்.

பிறகு, குண்டோதரனுக்கு தணியாத தாகம் ஏற்பட்டது. மதுரையிலிருந்த நீர்நிலைகள் அனைத்தின் நீரையும் அள்ளிக் குடித்தும் அவனுடைய தாகம் சிறிதும் அடங்கவில்லை. குண்டோதரன், சிவபெருமானிடம் வந்து நின்றான். பருகுவதற்கு நீர் கேட்டான். அப்போது ஈசன், ஓர் ஆற்றைத் தோற்றுவித்தார். அதுவே, வைகை நதியாகப் பெருக்கெடுத்து ஓடி மதுரையை அடைந்தது. அப்போது குண்டோதரன், ஆற்றின் தண்ணீரில் கையை வைத்து அள்ளிப் பருகி, தாகம் தணிந்தான்.

இத்தகைய பெருமை பெற்ற வைகை ஆறு, கடலில் கலக்காத காரணத்தை, சுவைபடக் கூறுகிறார் கடவுள் மாமுனிவர்.

முக்கண் ஒரு நான்கு புயம் ஐந்து முக முன்னோன்
சொக்கன் அருள் நன்மைபெறு தொன்மை திகழ் நன்னாள்
அக்கடுவிடத்தை அரனுக்கு அருள்வதென்றே
மைக்கடலில் வைகல்ஒழி வைகை வளநாடு.

'மூன்று கண்களும் நான்கு கரங்களும் ஐந்து முகங்களும் உடைய சிவபெருமானுக்கு, முற்காலத்தில் ஆலகால நஞ்சைக் கொடுத்த கடலரசனோடு நான் சேரமாட்டேன்!' என்று உறுதியாகக் கூறிய வைகை, கடலில் கலப்பதைத் தவிர்த்தது என்கிறார்.

இதை எதற்காகச் சொல்கிறார் என்றால், மாணிக்கவாசகர் சிவபக்தியில் சிறந்தவர். வைராக்கியமான உள்ளத்தைப் பெற்றவர். அவரைப் பெற்றடுத்த புண்ணிய பூமியாகிய பாண்டிய நாட்டில் ஓடும் ஆற்றுக்குக் கூட வைராக்கியம் உள்ளதாம்! கன்னியாகிய மீனாட்சி அரசாண்ட பாண்டிய நாட்டை, 'கன்னிநாடு' என்று கூறுவர். அங்கு ஓடும் நதியும் கடலரசனைச் சேராது 'கன்னிநதியாக'வே திகழ்கிறது!' என்கிறார்.

நலங்கள் எல்லாம் பெற்றது பாண்டிய நாடு. பகைவர்களை அடக்கி உலகத்தை ஒரு குடைக்கீழ் ஆண்டதும், பாண்டிய நன்னாடே. உயர்ந்த கயிலைமலைக்கு இறைவனாகிய சிவபெருமானின் ஆணையின்படி, அகத்திய முனிவரால் மெய்யான தமிழ்மொழி வளர்ந்த நாடும் பாண்டிய நாடே ஆகும். மெய்ப்பொருளான கடவுளைப் போல என்றும் உள்ள தமிழ், தெய்வத்தமிழ் என்ற சிறப்பும் பெற்றதால், 'மெய்த்தமிழ்' என்று போற்றினார். அத்தகைய பாண்டிய நாட்டில்,

மேவும் ஊர் வளம்பலவும் மிகுந்துள நாடதனில்நலம்
பாவும் ஊர் பழமறைதேர் அந்தணர்கள் பயின்றுளவூர்
தாவும் ஊர் விடையேறி தங்கிய ஊர் அங்கு உறையும்
தேவர் ஊரினும் மேன்மை சிறந்த திருவாதவூர்.

திருவாதவூர் சிறந்து விளங்கியதாகக் கூறுகிறார். அதாவது, வளங்கள் நிறைந்த திருவாதவூரில், தொன்மையான வேதங்களைப் பயின்ற அந்தணர்கள் வாழ்ந்தார்கள். ரிஷப வாகனத்தில் ஏறும் சிவபெருமான் நிலைத்துக் கோயில் கொண்டருளியதால், தேவர்களின் ஊராகிய அமராவதியைவிடச் சிறந்த ஊர் திருவாதவூர் ஆகும்.

வாதவூர் வரலாறு

திருவாதவூர், மதுரைக்கு வடகிழக்கே பதினான்கு கல் தொலைவில் உள்ளது. ஊரினுள் நுழைந்தவுடன் ஒரு பெரிய குளத்தைக் காணலாம். வேதங்களைக் காத்துவந்த திருமால், ஒருமுறை அவற்றை இழந்து விட்டார். தான் இழந்த வேதங்களை மீண்டும் பெற இத்தலத்துக்கு வந்த திருமால், தீர்த்த வடிவமாக வேதநாயகர் என்ற ஈசனை வழிபட்டார். அந்தத் தீர்த்தமே, ஊரில் நுழைந்ததும் நம் கண்ணில் காட்சியளிக்கிறது. அதனை, விஷ்ணு தீர்த்தம் என்று குறிப்பிடுகின்றனர்.

விஷ்ணு தீர்த்தக் குளத்தினுள், புருஷா மிருகத்தின் கற்சிலை உள்ளது. விலங்கின் உடலும் முனிவர் போன்ற முகமும் பெற்ற வடிவமே 'புருஷாமிருகம்' எனப்படும்.

தருமபுத்திரர் ராஜசூய யாகம் செய்தார். அந்த வேள்வி செய்ய இருந்த யாகபூமியை, நன்கு தூய்மைப்படுத்த விரும்பினார்.

தற்காலத்தில் பாதுகாப்புக்கு உட்பட்ட பகுதிகளில் உள்ள வேண்டத்தகாத வெடிகுண்டு முதலிய பொருட்களைக் கண்டுபிடிக்க, மோப்ப நாய்கள் உதவுகின்றன. 'மெட்டல் டிடெக்டர்' போன்ற கருவிகளும் உள்ளன. அதுபோன்று, யாகபூமியில் உள்ள தீயசக்திகளை அகற்றித் தூய்மைப் படுத்தும் பணியை புருஷா மிருகம் செய்தது.

தருமரால் அனுப்பப்பட்டு தமிழகம் வந்த அந்த புருஷா மிருகம், திருவாதவூரில் உள்ள விஷ்ணு தீர்த்தத்தின் தூய்மையைப் பாதுகாத்து வருகிறது. குளத்தின் நடுவில் இரண்டு கருங்கல் கம்பங்களும், அவற்றின்மீது கருங்கல் விட்டமும் அமைந்துள்ளன. விட்டத்தின் மீது புருஷா மிருகம் வீற்றிருக்கிறது.

திருவாதவூர் மற்றும் சுற்றுவட்டாரங்களில் பருவமழை பொய்க்கும் காலங்களில், இந்தப் புருஷா மிருகத்துக்குச் சிறப்பு வழிபாடுகள் நடைபெறும். நூறு தேங்காய்களைக் கருக்கி, வேறு சில பொருள்களுடன் சேர்த்து களிம்பு போல் தயாரித்து, புருஷா மிருகத்தின் மீது பூசுவார்கள்.

தேங்காய்க் களிம்பு பூசிய பிறகு, இரண்டு அல்லது மூன்று நாட்களுக்குள் இந்தப் பகுதியில் நல்ல மழை பெய்யும் என்பது மக்களின் நம்பிக்கை. விஷ்ணு தீர்த்தம் மற்றும் புருஷா மிருகத்தை வணங்கிய பிறகே, கோயிலுக்குள் செல்ல வேண்டும். திருக்கோயிலின் வாயிலில் மற்றொரு குளம் உள்ளது. அது அக்கினி தீர்த்தம்.

ஐந்து நிலைகள் கொண்ட ராஜகோபுரத்தைக் கடந்து சென்று வெளிப் பிராகாரத்தை அடையலாம். அங்கு, பைரவ தீர்த்தம் என்ற குளமும் தலவிருட்சமான மகிழ மரமும் உள்ளது.

இங்கு, ஆவுடையார் கோயிலில் உள்ளது போன்ற அழகான கொடுங்கை களுடன் கட்டப்பட்ட ஒரு நூற்றுக்கால் மண்டபம் இருந்தது. அதன் சிதைவுகள் இன்றும் உள்ளன. இந்த மண்டபத்தை மாணிக்கவாசகர் கட்டினார் என்பது செவிவழிச் செய்தி.

மேலும், இந்த மண்டபத்தில் மாணிக்கவாசகருக்கு தனது பாதச் சிலம்பொலி கேட்கும்படி, ஈசன் நடனமாடி அருளியிருக்கிறான். இந்தச் செய்தி, அவரது திருவாசகத்திலும் அகச்சான்றாக அமைந்துள்ளது.

வாதவூர்-வேதவூர்

அடுத்த பிராகாரத்தில் நுழைந்து நேரே வேதநாயகர் சந்நதியைத் தரிசிக்கலாம். வாயுபகவான் வழிபட்ட தலம் என்பதால் 'வாதவூர்' என்று அழைக்கப்பட்டது என்றும் கூறுகின்றனர்.

எனினும், இறைவனும் இறைவியும் முறையே வேதநாயகர் என்றும் வேதநாயகி என்றும் அழைக்கப் படுவதால், 'வேதவூர்' என்பதே வாதவூர் ஆகியிருக்க வேண்டும் என்பது சான்றோர்களின் கருத்து.

வேதநாயகரை, கபில முனிவரும் வழிபட்டு திருவருள் பெற்றார். திருக்கோயிலில், 'கபில தீர்த்தம்' என்றொரு கிணறு உள்ளது.

மேற்குப் பிராகாரத்தில் மாணிக்கவாசகருக்குத் தனி சந்நதி உள்ளது. மூலவர் மாணிக்கவாசகர், கையில் ஏடேந்திய கோலத்தில் காட்சி

தருகிறார். இரண்டு உற்சவ மூர்த்தங்கள் உள்ளன. அவற்றுள் பழைய மாணிக்கவாசகர் மூர்த்தம், மிகவும் அழகு வாய்ந்தது. மாணிக்கவாசகர் முழங்கால்வரை தொங்கும் ஆடையுடன் காட்சியளிக்கிறார். அண்மைக் காலத்து மூர்த்தத்தில், மாணிக்கவாசகர் கோவணம் தரித்த கோலத்தில் உள்ளார்.

இந்தப் பிராகாரத்தின் தெற்கு வாயில் வழியே அம்பிகை சந்நதியை அடையலாம். மதுரை மற்றும் அவிநாசியைப் போல் வாதவூரிலும், அம்பிகை இறைவனின் வலப்புறத்தில் எழுந்தருளியிருக்கிறாள்.

வேதநாயகர் திருக்கோயிலின் தெற்குத் திசையில் சுமார் ஒரு கி.மீ.தொலைவில், மாணிக்கவாசகர் வாழ்ந்த வீடு இருந்த இடத்தில் ஒரு சிறிய திருக்கோயில் உள்ளது.

3. பிறந்தார்... வளர்ந்தார்... சிறந்தார்...

அத்தகைய சிறப்புடைய திருவாதவூரில், ஆமாத்திய வேதியர் குலத்தில், சிவநெறியில் சிறந்த மறையவர் ஒருவரின் மனைவியார் மணிவயிற்றில், திருவாதவூரர் திருஅவதாரம் செய்தார்.

கடவுள் மாமுனிவர், வாதவூரரின் பெற்றோர் பெயர்களைக் கூறவில்லை. சம்புபாதாச்சாரியர் என்பது மணிவாசகரின் தந்தையின் பெயர் என்றும், சிவஞானவதியார் என்பது தாயார் பெயர் என்றும், திருப்பெருந்துறை தலவரலாறு போன்ற நூல்கள் எடுத்துரைக்கின்றன.

அறியாமையாகிய காரிருளில் மினுமினுத்த பிற சமயங்கள் என்ற நட்சத்திரங்கள் மறையவும், சிவனடியார்களின் இதயங்களாகிய தாமரை மலர்கள் மலரவும் உதித்த சூரியனைப்போல, மாணிக்கவாசகர் தோன்றினார். 'ஞான தினகரர் உதயஞ் செய்தார்!' என்கிறார் கடவுள் மாமுனிவர்.

பெயர் சூட்டினர்

உரிய நாளில் குழந்தைக்கு, 'திருவாதவூரர்' என்ற திருப்பெயரைச் சூட்டினார்கள்.

ஆரூரர், பழனி, மதுரை, சிதம்பரம், திருப்பதி என்று பெயர் சூட்டுவது இன்றும்கூட வழக்கத்தில் உள்ளது. திருவாதவூர் என்ற சிற்றூரை, உலகளாவிய புகழ்பெற்ற ஊராக உயர்த்திய மணிவாசகருக்கு, 'திருவாதவூரர்' என்ற பெயரைச் சூட்டியது பொருத்தமாகவே அமைந்தது.

சிவஞானப் பயிர் வளர்ந்தது

திருவாதவூரர் இனிதே வளர்ந்தார். அவரது பெற்றோர்கள், குழந்தைக்குச் செய்யவேண்டிய கடமைகளை ஒவ்வொன்றாகச் செய்தனர். தாய்ப் பாலும் பின்னர் பசுவின் பாலும் பருகி வந்த குழந்தைக்கு, திடமான உணவுகளை ஊட்டத்தொடங்கும் நிகழ்ச்சியை, தெய்வங்களின் சந்நதிகளில் தொடங்குவது அக்கால மரபு. இன்றும் பலர் தங்கள் குலதெய்வங்களின் திருக்கோயில்களில், குழந்தைகளுக்கு அன்னப் ராசனம் செய்கின்றனர். குறிப்பாக, கேரளத்திலுள்ள குருவாயூர் திருக் கோயிலில் பலர் தங்கள் குழந்தைகளுக்கு அமுதூட்டத் தொடங்கு கின்றனர்.

பிறவியாகிய பசி தீர, ஞானமென்னும் அமுதுண்ட வாதவூரருக்குத் திருவமுது ஊட்டினர். தேன், கருப்பஞ்சாறு, பாகு, முக்கனிகள், பசும்பால் ஆகிய அனைத்தும் கலந்த திருவமுதை அளித்து உண்ணச் செய்தனர்.

வேதியர்கள், குழந்தைகளின் முன்தலையில் சற்றே முடியை மழித்துக் குடுமியாக வளர்க்கும் சடங்கை, சவுளம் என்பார்கள். இந்தச் சடங்கைத் தனியே செய்யமுடியாத நிலையில் உள்ளவர்கள், உபநயனம் என்னும் நூலணியும் விழா நாளிலேயே செய்துவிடுவதும் உண்டு. ஆமாத்திய வேதியராகிய திருவாதவூரருக்கு சவுளம் செய்து முடியமைத்தனர் பெற்றோர்.

குழந்தைகளுக்கு, உரிய பருவத்தில் கல்வி கற்பிக்கத் தொடங்குவதையும் ஒரு மங்கலக் கடமையாகவே கருதினர். விஜயதசமி நாளில், குழந்தை களுக்குக் கல்வி கற்பிக்கத் தொடங்குவது தற்காலத்திலும் உள்ளது.

குழந்தைகளுக்குக் கல்வி கற்பிக்கத் தொடங்கும் நாளில், அவர்களுக்குப் புத்தாடை அணிவித்து ஓர் ஆசிரியரைக் கொண்டு கல்வி கற்பிக்கச் செய்வார்கள். திருவாதவூரருக்குக் கல்வி கற்பிக்கத் தொடங்கிய நாளில், பூமியில் பொன்னையும் நவமணிகளையும் பரப்பி அதன்மீது எழுதச் செய்தனர்.

பல நூல்களையும் கற்றறிந்தவர் வாதவூரர். சிவாகம நூல்களே சிறந்ததென நிரூபித்தவர். ஈடில்லாத திருவாசகம் என்னும் நூலை அளித்தவர். அத்தகைய நூலறிவாளருக்கு, வேதியர்குல மரபுக்கு ஏற்ப பூணூல் அணிவிக்கும் உபநயன விழாவையும் பெற்றோர்கள் சிறப்பாகச் செய்தனர்.

நான்கு வேதங்கள், ஆறு அங்கங்கள், ஆகமங்கள், சாத்திர புராணங்கள், இலக்கிய இலக்கணங்கள், அரசநீதி முதலான அனைத்துக் கலைகளையும் வாதவூரடிகள் பதினாறு வயதுக்குள் கற்றுத் தேர்ந்தார். 'எக்கலையும் கற்று

உணர்ந்தார் ஈரெட்டு ஆண்டு எல்லையில்' என்றார் கடவுள் மாமுனிவர். பதினாறு வயதுக்குள் அவை அனைத்தையும் வாதவூரர் எப்படிக் கற்றார்? அலைகளை உடைய கங்கையையும் பிறைமதியையும் சூடிய பெருமான் அருளால் கற்றார்.

முற்பிறவி வரலாறு

கடவுள் மாமுனிவர் இயற்றிய திருவாதவூரடிகள் புராணம் மற்றும் திருவிளையாடல் புராணம் ஆகிய நூல்களில், மாணிக்கவாசகரின் முற்பிறவி குறித்த செய்திகள் எதுவும் கூறப்படவில்லை.

திருஉத்தரகோசமங்கை மற்றும் திருப்பெருந்துறை தல வரலாறுகளில், மாணிக்கவாசகரின் முற்பிறவி குறித்த சில செய்திகள் உள்ளன.

சிவபெருமான், திருக்கயிலையிலிருந்து தென்னாட்டுக்கு வந்தார். ஓர் ஆசிரியராக வடிவெடுத்த சிவபெருமான், தன்னுடன் ஆயிரம் மாணவர் களையும் அழைத்துக்கொண்டு வந்தார். அவர்களுக்கு, ஆங்காங்கே உயர்ந்த நூல்களை உபதேசித்து அருளினார். இறுதியாக, ஈசனும் அந்த ஓராயிரம் மாணவர்களும் உத்தரகோசமங்கையை அடைந்தனர்.

இலங்கை சென்ற ஈசன்

அப்போது, இலங்கையை ராவணன் அரசாண்டு வந்தான். ராவணனைப் போலவே அவனுடைய மனைவி மண்டோதரியும் சிவபக்தியில் சிறந்தவளாக விளங்கினாள். உத்தரகோசமங்கையில் ஆசிரியர் வடிவில் இருந்த ஈசன், இலங்கைக்குச் சென்று மண்டோதரிக்கும் அருள் செய்து திரும்பத் தீர்மானித்தார்.

மாணவர்கள் ஆயிரம் பேரும் ஒரு பொய்கையின் கரையில் அமர்ந் திருந்தனர். அவர்களில் ஒருவர், ஈசன் தன்னுடன் கொண்டுவந்த மறை நூல்களைச் சுமந்து வந்தார். தனது பயணம் முழுதும் அவற்றைப் பாதுகாக்கும் பொறுப்பை, ஈசன் அந்த மாணவரிடம் அளித்திருந்தார்.

சிவபெருமான், தான் இலங்கை சென்று திரும்பும்வரை ஆயிரம் மாணவர் களையும் திருஉத்தரகோசமங்கையிலுள்ள பொய்கைக் கரையிலேயே இருக்குமாறு கூறினார். தான் இலங்கையை அடைந்தவுடன் அந்தப் பொய்கையில் ஒரு சுடர் தோன்றுமென்றும், அந்தச் சுடர் தோன்றும் பொழுது அப்பொய்கையில் மூழ்குவோர், நேராக வீடுபேறு அடையலாம் என்றும் கூறினார். பின்னர், சிவபெருமான் இலங்கைக்குப் புறப்பட்டுச் சென்றார். மாணவர்கள் பொய்கையை நோக்கியபடி அமர்ந்திருந்தனர். சிவபெருமான் இலங்கையை அடைந்தவுடன், அவர் கூறியபடியே பொய்கையில் ஒரு சுடர் தெரிந்தது. அப்போது, தொள்ளாயிரத்துத் தொண்ணூற்று ஒன்பது மாணவர்களும் அந்தப் பொய்கையில் மூழ்கி நீராடி வீடுபேற்றை அடைந்தனர்.

இறைவன் கொடுத்த திருமறைச்சுவடிகளைப் பாதுகாத்து வந்த அந்த ஒரு மாணவர் மட்டும், தமது இறைவனும் ஆசானும் ஆகிய சிவபெருமான் தமக்கு அளித்த பொறுப்பை நிறைவேற்றும் கடமையில் கவனமாகவும் உறுதியாகவும் இருந்தார். வீடுபேறு எளிதில் கிடைத்தும், அதனை அடைய அவர் விரும்பவில்லை.

திருத்தொண்டர்களின் பெருமையை சுந்தரருக்குக் கூறிய சிவபெருமான், அவர் *'வீடும் வேண்டா விறலின் நின்றார்!'* என்று குறிப்பிட்டார். இறைவன் அருளிய அந்தச் சொற்றொடருக்கு ஓர் உன்னத எடுத்துக்காட்டாக, அந்த மாணவர் திகழ்ந்தார்.

இலங்கையில் சிவபெருமான், மண்டோதரிக்கு உரிய திருவருளைச் செய்துவிட்டு தமிழகம் திரும்பினார். வீடு பேறு விரும்பாத உத்தம மாணவனைக் கண்டு மகிழ்ந்தார். அந்த மாணவர் அடுத்த பிறவியில் தன்னிடமே உபதேசம் பெற்று, உலகம் போற்றும் உன்னத நிலையை அடைவார் என்று கூறியருளினார். அந்த மாணவரே திருவாதவூரராக அவதரித்து, திருப்பெருந்துறையில் ஈசனிடம் உபதேசம் பெற்று, திருவாசகம் இயற்றி, தில்லையில் திருவடிப்பேறு அடைந்தார் என்கிறது திருஉத்தரகோசமங்கை தல வரலாறு.

குடமுழா நந்தீசன்

மாணிக்கவாசகர், நந்தியெம்பெருமானின் ஓர் அவதாரம் என்றே கருதப்படுகிறார். அப்பர் பெருமான், *'குடமுழா நந்தீசனை வாசகனாகக் கொண்டனை!'* என்று பாடுகிறார்.

மத்தளம் அல்லது மிருதங்கம் என்று தற்காலத்தில் குறிப்பிடப்படும் தோற்கருவி, முற்காலத்தில், *'குடமுழா'* என்று அழைக்கப்பட்டது. ஐந்து முகங்கள் உள்ள குடமுழா, திருவாரூரில் இப்போதும் இசைக்கப்பட்டு வருகிறது.

முழவு அல்லது மத்தளம் வாசிப்பதில் நந்தியெம்பெருமான் வல்லவர். சிவபெருமானின் ஆட்டத்துக்கு ஏற்ப குடமுழா வாசிப்பதில் சிறந்தவர் நந்தியெம்பெருமான்தான்.

நந்தியே மணிவாசகராக அவதரித்ததால், திருப்பெருந்துறை ஆலயத்தில் நந்தியெம்பெருமானைக் காண இயலாது. அத்துடன், இறைவன் நந்திக்கு (வாதவூரர்) உபதேசித்த திருப்பெருந்துறையில் தட்சிணாமூர்த்தி சந்நதியும் இடம்பெறவில்லை; கொடிமரம் முதலியனவும் இல்லை.

4. நட்பை நாடிய பாண்டியன்

பதினாறே வயதில் சகல கலைகளையும் கற்றறிந்த வாதவூரர் பெருமையை, அரிமர்த்தன பாண்டியன் கேட்டு அறிந்தான். அவரைத் தனது அரசவைக்கு அழைத்துவரச் செய்து, அவருக்கு அனைத்து உரிமைகளையும் அளித்து உயிர்நண்பராக ஆக்கிக்கொண்டான்.

திருவாதவூரர் பதவிகளை எதிர்பார்த்து அரசவைக்குச் செல்லவில்லை.

ஆமாத்தியவேதியர் குலத்திலிருந்து அமைச்சர்களைத் தேர்ந்தெடுப்பது அக்கால மரபு. வாதவூரரோ அனைத்துத் தகுதிகளும் உடையவராகத் திகழ்ந்தார். ஆகவே, பாண்டியன் அரிமர்த்தனன் தனது நாட்டில் செங்கோன்மை சிறக்க, நன்கு வழிகாட்டும் தலைமை அமைச்சர் பொறுப்பை, திருவாதவூரரிடம் அளித்தான்.

தென்னவன் பிரம்மராயர்

அத்துடன் மற்ற நாட்டு மன்னர்களும் திருவாதவூரரை மதிக்கும் வகையில் அவருக்கு, 'தென்னவன் பிரம்மராயர்' என்ற சிறப்புப் பட்டத்தையும் அளித்துக் கௌரவித்தான் மன்னன் அரிமர்த்தன பாண்டியன்.

'தென்னவன்' என்றால் பாண்டியன் என்பது பொருள். பாண்டிய நாட்டைச் சேர்ந்த அந்தணர்களின் அரசர் என்று பொருள்படும் பட்டத்தை அளித்தான் அரசன். 'தென்னவன்' என்ற சொல், பாண்டிய நாட்டை ஆண்ட சிவபெருமானையும் குறிக்கும். 'தென்னா என்னா முன் தீசேர் மெழுகு ஒப்பாய்!' என்ற திருவெம்பாவைப் பாடலில் ஈசனைத் தென்னன் என்று குறிப்பிடுகிறார் மணிவாசகர். ஆகவே, 'சிவநெறியிற் சிறந்த வேதியர்களின் அரசர்' என்றும் அந்தப் பட்டத்துக்குப் பொருள் கொள்ளலாம்.

அரிமர்த்தன பாண்டியன், திருவாதவூரருக்கு ஒளி வீசும் நவரத்தின ஆபரணங்கள், பொன்னாடை, வெண்கொற்றக் குடை, சிவிகை, அழகான சாமரம், யானை ஆகியவற்றை அளித்துக் கௌரவித்தான்.

இந்திரனுக்கு நிகரான செல்வச் செழிப்புடன் விளங்கிய திருவாதவூரர், மற்ற அமைச்சர் பெருமக்களுடன் இனிதே புகழுடன் அமர்ந்திருந்தார். அவர், 'மண்மேல் அலர்ந்த வெண்மதியம் ஒத்தார்!' அதாவது, பூமியில் உதித்த மதியைப் போன்று திகழ்ந்தார். மற்ற அமைச்சர்கள் நட்சத்திரங்களாக ஒளி வீசினர். வாதவூரர், சந்திரனைப் போல் விளங்கினார்.

திருஞானசம்பந்தரை சேக்கிழார், 'மண்ணில் வளர் மதிக் கொழுந்து!' என்று குறிப்பிட்டார். ஏனெனில், சம்பந்தர் மூன்று வயதில்

அருள்பெற்றார். பதினாறு வயதில் முதலமைச்சர் பதவியேற்ற வாதவூரர், முழுமதியைப் போல் விளங்கினார்.

திருவாதவூரர் முதலமைச்சர் பொறுப்பை ஏற்றவுடன், பாண்டிய நாட்டு மக்கள் நலமாகவும் வளமாகவும் வாழத் தொடங்கினர். அரிமர்த்தன பாண்டியனின் அரசியல் பொறுப்புகளை வாதவூரர் ஏற்றார்.

நாட்டின் பாதுகாப்பே முதன்மையான பணியாகும். நாட்டு மக்களின் நலன் காப்பாற்றுதலே அடுத்த பணியாகும். இவை இரண்டும் இனிதே நடந்தால் அதுவே நல்லாட்சி ஆகும்; மக்களாட்சியும் ஆகும்! திருவாதவூரரின் வழிகாட்டுதலில் இவை சிறப்பாக இயங்கின.

திருவாதவூரர், அறங்களைப் புரியும் சான்றோர்களுக்கு அரணாகவும் கண்போலவும் விளங்கினார். பகைவர்களுக்குத் துன்பமாகவும் வழிபடு வோர்க்கு இன்பமாகவும் ஏழை எளிய மக்களுக்குத் தாய் போலவும் விளங்கினார். சிவபெருமானிடம் மிகுந்த அன்பு கொண்டிருந்த வாதவூரர், பக்திநெறி மாறாமல் அரசரின் ஆணைகளை இனிதே நிறைவேற்றி வந்தார்.

அதே நேரத்தில், திருவாதவூரடிகள் சைவநெறியின் முப்பொருள் உண்மைகளை அறிந்தார். பதி-பசு-பாசம் என்பதே முப்பொருள் ஆகும். இறைவன் பதியாவான். உயிர்கள் பசுக்கள் ஆகும். அவற்றின் குற்றங் களாகிய ஆணவம், கன்மம், மாயை ஆகிய மூன்றும் பாசம் ஆகும். பசுக்களாகிய உயிர்கள் மும்மலங்களையும் விடுத்து, பதியாகிய இறைவனை அடைதலே மெய்ப்பொருள் ஆகும். அதனை நன்கு விளக்கி உபதேசிக்க வல்லவரான ஞானாசிரியர் ஒருவரை அடைய விரும்பினார் வாதவூரார்.

5. குதிரைகள் வாங்க சிவிகைப் பயணம்

அரிமர்த்தன பாண்டியன், வாதவூரடிகளின் வழிகாட்டுதலில் நன்றே அரசாண்டு வந்தான். ஒரு நாள் அரசவைக்கு தூதுவர்கள் வந்தனர். சோழ நாட்டின் கிழக்குக் கடற்கரைப் பகுதியில், குதிரை வணிகம் புரியும் ஆரியர்கள் வந்துள்ளனர் என்று தகவல் தெரிவித்தனர்.

அரபு நாட்டுக் குதிரைகள் புகழ் பெற்றவை. எனவே, அரபு நாட்டு வணிகர்களிடம் வாதவூரர் குதிரை வாங்கச் சென்றார் என்று ஒரு கருத்து உண்டு. அரேபியர்கள், அரபிக் கடலின் வழியே வந்து மேற்குக் கடற்கரையில் வணிகம் புரிய வாய்ப்புகள் இருந்தன.

அக்காலத்தில், அவர்கள் சுற்றுப்பாதையில் கிழக்குக் கடற்கரைக்கு வந்தனர் என்று கொள்ளுதல் பொருந்தாது. எனவே, ஆரிய வணிகர்கள் கிழக்குக் கடற்கரைக்கு வந்தனர் என்று கடவுள் மாமுனிவர் தெளிவாக உரைத்துள்ளார். எனினும், அவ்வணிகர்கள் அரபு நாட்டுக் குதிரைகளை வாங்கி, பிறநாடுகளில் விற்று வந்ததாகக் கொள்ளலாம்.

தூதர்களைப் பாராட்டிய அரிமர்த்தன பாண்டியன் மிகவும் மகிழ்ந்தான். சிவநேயச் செல்வரும் தனக்கு உயிர் நண்பருமாகிய முதலமைச்சர் திருவாதவூரரிடம், 'தாங்கள் பெரிய குதிரைகளை வாங்கி வாருங்கள்!' என்று வேண்டினான்.

நாற்பத்தேழு கோடி பொற்காசுகள்

வாதவூரர், தாமே கிழக்குக் கடற்கரைக்குச் சென்று குதிரைகளை வாங்கி வருவதாக சம்மதம் தெரிவித்தார். உடனே, அரிமர்த்தன பாண்டியன் தனது கருவூலத்திலிருந்து நாற்பத்தேழு கோடி பொற்காசுகளை வாதவூரரிடம் அள்ளிக் கொடுத்தான். அவை அனைத்தும் குற்றமில்லா வழியில் வந்த செல்வம் என்ற பொருளில், 'ஈனமிலா நெறி வந்த பொன் ஏழேழு கோடி வழங்கினான்!' என்றார் கடவுள் மாமுனிவர்.

திருவாதவூரடிகள் தமது பயணத்தைத் தொடங்கத் தகுந்த ஏற்பாடுகளைச் செய்தார். அக்கால பாண்டிய நாட்டில், பல்வேறு நாட்டினரும் தங்களுக்குள் வேறுபாடுகள் இல்லாமல் ஒன்றாகக் கலந்து பழகி ஆங்காங்கே உலவினர்.

> கொங்கணர் கலிங்கரொடு கொங்கர் துளுநாடர்
> சிங்களர்கள் ஒட்டியர் தெலுங்கரொடு சீனர்
> தங்கதிறன் மாளவர் மலாடர் தமில் ஒன்றாய்
> எங்கணும் மிடைந்தவர்கள் எண்ண முடிவில்லார்.

'தம்மில் ஒன்றாய்' என்பது, 'தமில் ஒன்றாய்' என்று வந்தது. மனிதநேயம் ஒன்றே தற்கால தர்மம் என்று முழக்கமிடும் இக்காலத்தில், ஆங்காங்கே வெடிக்கும் இனக்கலவரங்கள் நம்மை அச்சுறுத்துகின்றன. இத்தகைய சூழ்நிலையில் கடவுள் மாமுனிவர் காட்டும், நாடுகளைக் கடந்த, இனங் களைக் கடந்த, மொழிகளைக் கடந்த மனிதநேயம் சிந்தித்தற்குரியது.

பாண்டியனின் நம்பிக்கைக்கு உரியவராகிய வாதவூரர் ஒரு தமிழ்ப் புலவர் என்பதால், தமிழ்க் கவிஞர் பலரும் அவரைச் சூழ்ந்து கொண்டனர். வீணை, குழல் முதலான இசைக் கருவிகள் ஒலித்தன. பட்டாடை உடுத்திய பெண்கள் கவரி வீச, சிவிகையில் பாண்டியனின் மீன்கொடி பறக்க வாதவூரர் பயணத்துக்கு தயாரானார்.

ஒரு மங்கல நன்னாளில் தமது பெரிய மாளிகையிலிருந்து புறப்பட்டு, சொக்கநாதப் பெருமானை வணங்கி விடை பெற்றார். அங்கிருந்து

சந்திரகுல மன்னன் என்று புகழப்பட்ட பாண்டியனின் அரண்மனையை அடைந்தார்.

அரிமர்த்தன பாண்டியனிடமும், அமைச்சர்கள் மற்றும் படைத்தலைவர்களிடமும் விடைபெற்று, கோபுரங்கள் நிறைந்த மதுரையிலிருந்து புறப்பட்டார். உடன் வந்த பரிவாரங்கள் மேற்குத் திசையிலிருந்து அலையெழுப்பி வந்த கடல் போல் முழங்க, கீழ்த்திசை நோக்கிப் பயணித்து, பல காத தொலைவைக் கடந்து சென்றார்.

6. குருவின் காலடியில் பொற்குவியல்

பரஞ்சோதி முனிவர் இயற்றியருளிய திருவிளையாடல் புராணத்தில் திருவாதவூரடிகளுக்கு உபதேசித்த படலமானது சற்றே வேறுபட்ட செய்திகளைக் கூறுகிறது.

அரிமர்த்தன பாண்டியனின் அரசவைக்கு, குதிரைப் படையைப் பணியாளர்கள் வந்தனர்.

அவர்கள், பாண்டியனின் குதிரைப் படையிலிருந்த குதிரைகளில் ஒரு பகுதி நோய்வாய்ப்பட்டு இறந்துவிட்டன என்றும், மற்றொரு பகுதி குதிரைகள் முதுமை அடைந்துவிட்டன என்றும் கூறினார்கள்.

ஆகவே, புதிய குதிரைகளை வாங்கவேண்டியது அவசியம் என்றனர்.

வாதவூரர், தாமே கருவூலத்திலிருந்து பொற்குவியலை எடுத்துக் கொண்டார் என்றும் அப்பொற்சுமையை வாதவூரர் ஒட்டகங்களின் மீது ஏற்றி முன்னால் அனுப்பினார் என்றும் திருவிளையாடல் புராணம் கூறுகிறது. மேலும், தென்மதுரைச் சொக்கநாதனே அனைத்துத் திருவிளையாடல்களையும் புரிந்ததாகக் கூறுகிறது.

திருவாதவூரர் முதலில் பொற்றாமரைக் குளத்தில் நீராடி, சித்தி விநாயகரையும் மதுரை மீனாட்சி அம்பிகையையும் வணங்கினார்.

சொக்கநாதப் பெருமானிடம், 'குதிரை வாங்கக் கொடுத்த பொன் அனைத்தையும் தேவரீர் ஏற்றருளவேண்டும். இவற்றை அடியார்களுக்கு உரியதாக ஆக்கவேண்டும்!' என்று விண்ணப்பித்தார். அப்போது, ஆதிசைவர் ஒருவர் எதிரே வந்து திருநீறு அளித்தார். திருவாதவூரர் அதுவே நல்ல சகுனம் என்று கருதி, திருப்பெருந்துறைக்குப் புறப்பட்டதாகவும் திருவிளையாடல் புராணம் கூறுகிறது.

அது தல வரலாறு! இது வாழ்க்கை வரலாறு!

மதுரைத் தல வரலாற்றின் மறுவடிவமே, திருவிளையாடல் புராணம். ஆகவே, தல வரலாற்றில் அத்தலத்துக்கு உரிய ஈசனுக்கு முக்கியத்துவம் அளிப்பது இயல்பு.

கடவுள் மாமுனிவர், வாதவூரடிகள் என்ற சமயாச்சாரியரின் வாழ்க்கை வரலாற்று நூலை இயற்றினார். அதற்கேற்ற முறையில் பொருத்தமான செய்திகளை விரிவுபடுத்தியும், சில இடங்களில் சுருக்கியும் கூறியுள்ளார்.

மானுட வடிவம்

கயிலையில் அமர்ந்திருந்த சிவபெருமான், சிவஞானத் தமிழை உலகத்துக்கு வழங்கும் பொருட்டு, திருவாதவூரருக்குத் திருவருள் புரிய எண்ணம் கொண்டார். சிவகணங்களைச் சேர்ந்தவர்களை அழைத்தார். அவர்கள் அனைவரையும் மானுட வடிவத்தில் தன்னுடன் வரும்படி கட்டளையிட்டார். தட்சிணாமூர்த்தி வடிவத்தில் முன்பு சனகாதியருக்கு உபதேசித்து அருளிய சிவபெருமான், மீண்டும் மானுட வடிவம் பெற்ற குருநாதனாகத் திருக்கோலம் கொண்டார். தேவாதி தேவர்களும் தேடிக் காண இயலாத தனது திருவடிகள் பூமியில் தோய நடந்தார் பெருமான். உலகம் நன்மையடையும் பொருட்டு அன்றாடம் அழலோம்பும், 'நித்திய அக்கினிஹோத்ரிகள்' நிறைந்த ஒரு திருத்தலத்தை அடைந்தார். அந்தத் திருத்தலமே திருப்பெருந்துறை ஆகும்.

பெருந்துறை - பெயர்க் காரணம்

சுகுணபாண்டியன் என்ற அரசன், ஒரு திருத்தலத்தில் சிவாலய வழிபாடுகள் சிறப்பாக நடைபெற முன்னூறு வேதியர்களை, பணியில் அமர்த்தினான். அவர்களுக்குத் தேவையான நிலங்களையும் மானியமாக அளித்தான். அவ்வேதியர்களின் பிள்ளைகளுக்கு, சிவபெருமானே ஆசிரியராகவும் இருந்து வேதங்களைக் கற்பித்தருளினார்.

சுகுணபாண்டியனுக்குப் பிறகு வரதுங்க பாண்டியன் அரசாண்டான். அவனும் வேதியர்க்கு உரிய சலுகைகளை, தொடர்ந்து அளித்து வந்தான். அவனுடைய குமாரன் கௌமார பாண்டியன் ஆட்சிக்கு வந்த பிறகு, சிற்றரசர்கள் சிலரை நியமித்தான்.

உலுண்டாக்ஷன் என்ற சிற்றரசன், சுகுணபாண்டியன் வேதியர்களுக்கு வழங்கியிருந்த மானியங்களைப் பறித்துக் கொண்டான். தங்கள் நிலங்களை இழந்த வேதியர்கள், பேரரசன் கௌமார பாண்டியனிடம் முறையிட்டனர்.

கௌமார பாண்டியன், தானே நேரில் வந்து விசாரணை நடத்தினான். சிற்றரசன் உலுண்டாக்ஷன் உடன் இருந்தான். 'வேதியர்களே!

உலுண்டாக்ஷன் பறித்துக்கொண்டது உங்கள் நிலம் என்பதற்கு என்ன ஆதாரம் உள்ளது?' என்று கேட்டான் கௌமார பாண்டியன். வேதியர் களுக்கு ஆசானாகத் திகழ்ந்த பெரியவர் ஒருவர், 'அரசே! எங்களுக்கு சுகுணபாண்டியர் வழங்கியுள்ள நிலத்தில், எங்கே தோண்டினாலும் அங்கே நீரூற்று பெருக்கெடுத்து வரும்!' என்று கூறினார்.

கௌமார பாண்டியன், அவ்வாறே அப்பகுதியில் ஓரிடத்தில் மண்ணைத் தோண்டினான். சிறிது தோண்டியவுடன் அங்கு நீர் பெருக்கெடுத்து ஓடியது. கௌமார பாண்டியன், அப்பகுதி நிலங்களை முன்பு போல் வேதியர்களுக்கே வழங்கினான்.

அவ்வாறு நீர் பெருக்கெடுத்து வந்த அந்தத் திருத்தலமே, 'திருப்பெருந் துறை' என்று அழைக்கப்பட்டது.

திருப்பெருந்துறைக்கு அருகில் ஒரு வனம் இருந்தது. அங்கு, புன்னை மரங்களும் மணம் மிகுந்த சந்தன மரங்களும் வானளாவி வளர்ந்த செண்பக மரங்களும் நாரத்தை மரங்களும் நிறைந்திருந்தன. அத்துடன், கோங்க மரங்களும் பாதிரி மரங்களும் பலா மரங்களும் பாக்கு மரங்களும் தென்னை மரங்களும் குரா மரங்களும் முருக்க மரங்களும் மகிழ மரங்களும் நிறைந்திருந்தன.

சோலைகளில், மயில்களும் குயில்களும் அன்னங்களும் குரங்குகளும் வண்டுகளும் நிறைந்திருந்தன. அங்கிருந்த மரங்களும் சிவனடியார் களைப் போலவே திகழ்ந்தன என்று கடவுள் மாமுனிவர் கூறுகிறார். வண்டுகளின் ரீங்கார ஒலி, தோத்திரங்களைப் போல் ஒலித்ததாம்! மரங்களில் பழுத்த கனிகளிலிருந்து ஒழுகும் சாறு(தேன்), அடியார்கள் பக்திப் பரவசத்தில் உகுக்கும் கண்ணீரைப் போல் இருந்ததாம்!

அந்தச் சோலையின் நடுவில் ஒரு குருந்த மரம் இருந்தது. தவத்தை கிளைகளாகவும் தருமங்களை இலைகளாகவும் மெய்ஞ்ஞானத்தை மலர்களாகவும் கொண்டு விளங்கியது அக்குருந்த மரம்.

தனது அடியாரை தன்னிடம் ஈர்த்துச் சிக்கவைக்கத் திருவுள்ளம் கொண்ட சிவபெருமான், அந்தக் குருந்த மரத்தைத் தேர்ந்தெடுத்து அதன் நிழலில் அமர்ந்தார். தன்னுடன் வந்த தொண்டர் படையுடன் குருந்த மரத்தின் நிழலில் அமர்ந்து, திருவாதவூரடிகளின் பாசக்கட்டு நீங்கும் காலத்தை எதிர்நோக்கிக் காத்திருந்தார். திருவாதவூரரும் சிவபெருமானின் திருவருளுக்குப் பாத்திரமாகும் காலம் நெருங்கி வந்ததால், அந்தச் சோலையின் வழியே சென்றார்.

அப்போது தலைவனாகிய பெருமான் அமர்ந்திருந்த சோலையில், சிவாகமங்களை ஓதும் அழகிய ஒலி கேட்டது. 'இது என்ன ஒலி என்று அறிந்து வா!' என்று திருவாதவூரர் தமது பணியாளர்களிடம் கூறினார்.

அருகில் கேட்ட சிவாகம ஒலியை அறிந்துவரச் சென்ற வாதவூரரின் பணியாளர்கள் திரும்பி வந்தனர். 'கொன்றை மாலை சூடிய சிவபெருமானைப் போன்ற ஒருவர், சிவபக்தர்கள் சுற்றிலும் சூழ, குருந்த மரத்தின் நிழலில் அமர்ந்துள்ளார்!' என்று கூறினர். பிறவா நிலையை அடைந்துவிட்ட வாதவூரர் அதனைக் கேட்டு மகிழ்ந்தார். தமது சிவிகையி லிருந்து கீழே இறங்கினார். அருகில் சென்று, குருவடிவாக வந்த பரமனின் அவையைக் கண்டார்!

தொள்ளாயிரத்துத் தொண்ணூற்று ஒன்பது சீடர்களுடன் அமர்ந்திருந்த குருநாதர் வடிவம் தாங்கிய ஈசனைக் கண்டார். அவரது சிவந்த கரங்களில் ஒரு நூல் இருந்ததைக் கண்ட திருவாதவூரர், 'தங்கள் திருக்கரத்தில் உள்ள நூல் என்ன?' என்று கேட்டார்.

குருவடிவத்திலிருந்த பெருமான், 'இது பொய்யில்லாத சிவஞான போதம்!' என்றார். உடனே வாதவூரர், 'சிவம் எது? ஞானம் எது? போதம் எது?' என்று மேலும் கேட்டார். கூடவே 'இவற்றுக்கு உரிய விளக்கங் களைத் தாங்கள் கூறினால், தாங்களே ஆலமர்கடவுளாகிய ஐயன் தட்சிணாமூர்த்தி என்று கருதி, தங்களுக்கு என்றும் நான் அடிமை யாவேன்!' என்றார் வாதவூரடிகள். 'சிவமாவது ஏகப் பொருளாகிய பரப்பிரம்ம; அப்பொருளை உள்ளவாறு அறிதலே ஞானம்; அவ்வாறு அறிந்ததைத் தெளிதலே போதம் என்று தெளிவாகவும் சுருக்கமாகவும் ஈசன் விளக்கினார். அவரது உபதேசம் திருவாதவூரரை மனமுருகச் செய்தது.

ஆன்மநாதனுக்கே அடிமை

'என் ஆன்மநாதரே! மின்னலைப் போன்று விரைவாக அழிகின்ற பொருள்கள் எதனையும் யான் இனி வேண்டேன். தேவரீருடைய திருவடிகளையே புகலிடமாக அடைந்து இந்த எளியேன் அடைந்துள்ள பிறவியை நீக்குதல் வேண்டும். என்னை இப்பொழுதே அடிமையாகக் கொண்டருளும் என்று விண்ணப்பித்தார் வாதவூரடிகள். அப்போது அவரது விழிகளிலிருந்து கண்ணீர் முகமெல்லாம் வழிந்தோடியது.

வாதவூரர் இறைவனை, 'எம்முயிர்க்கு இறைவன்' என்றார். அதுவே இன்றளவும் ஆவுடையார்கோயில் (திருப்பெருந்துறை) இறைவனுக்கு உரிய பெயராக, 'ஆத்மநாதன்' என்று வழங்கி வருகிறது.

திருவடி தீட்சை

ஞானாசிரியர் வடிவத்திலிருந்த சிவபெருமான் புன்னகை புரிந்தார். 'நீ முன்னர் செய்த தவத்தின் பயனாக உன்னை அடிமை கொள்வதற்காகவே இத்தலத்துக்கு யாம் வந்தோம். இனி, நீ மனம் வருந்த வேண்டாம்!' என்றார்.

வறுமை அடைந்த ஒருவன் வள்ளலிடம் சென்று, 'நான் வறுமையால் வாடி தங்களிடம் வந்தேன்!' என்று கூறும் பொழுது, அந்த வள்ளல் நாள்-நட்சத்திரம் பாராமல் வறுமை உடையவனுக்கு வழங்குவது போல, பெருமான் திருவாதவூரருக்கு உடனே திருவருள் செய்ய முற்பட்டார்.

தான் கூடவே அழைத்து வந்த சிவகணத்தவர்களில் ஒருவரை அழைத்து, 'நீ உடனே திருவாதவூரருக்கு தீட்சை வழங்குதற்கான நடைமுறைகளை விரைவில் செய்க!' என்று அவரிடம் கூறியருளினார்.

அந்தத் தொண்டர், அச்சோலையில் பலவகையான மலர் மாலைகள், பொன், முத்து முதலியவற்றைப் பதித்துச் செய்த பட்டாடையால் ஒரு பூங்கோயிலை உருவாக்கினார். ஈசன் வாதவூரருக்குத் தீட்சை அளிக்க, அப்பூங்கோயில் உருவாக்கப்பட்டது. அதனை, 'தீட்சா மண்டலம்' என்பர்.

தீட்சா மண்டலம் அமைத்த அத்தொண்டர் ஈசனை, 'கைத்தவமுடையார் நெஞ்சில் கனவிலும் காண நில்லா மைதரு களத்தாய்!' என்று அழைத்தார். அதாவது வஞ்சகம் உடையவரின் நெஞ்சில், கனவிலும் இறைவன் நிற்க மாட்டான் என்பது அதன்பொருள். மைதருகளம் என்றால் விஷத்தால் கறுத்த கழுத்து என்று பொருள். தீட்சா மண்டலத்தில் ஞானாசிரியர் அமருவதற்கு ஏற்ற ஆசனம் ஒன்றையும் அமைத்த அத்தொண்டர், எல்லாம் ஆயத்தமாக இருப்பதைத் தெரிவித்தார்.

மேற்குத் திசையில் ஆதவன் மறைந்தான். இரவு வந்தது. பதினைந்து நாழிகை நேரம் கடந்த அர்த்தஜாம வேளையே நல்லுபதேசத்துக்கு ஏற்றது என்று ஞானாசிரியர் கருதினார். உபதேசிக்கும் ஆசான் தூய்மையுடன் இருத்தல் வேண்டும் என்பதை உலகுக்கு உணர்த்தும் வகையில், பேராசான் நீராட மஞ்சனசாலைக்குச் சென்றான். சந்தனம் முதலான பொருள்களைக் குழைத்து மேனியில் பூசிக்கொண்டான். கங்கை நீர் கலந்த நன்னீரில் நீராடினான்.

திருமேனியை மெல்லிய ஆடையால் துவட்டி உலரச் செய்து கொண்டு, உயர்ந்த பட்டாடை அணிந்து, நெற்றியில் திருநீறு ஒளிவீச தீட்சா மண்டலத்தில் அமைத்திருந்த பொற்பீடத்தில் தெற்கு நோக்கி அமர்ந்தருளினான் ஈசன்.

வாதவூரரும் நீராடி, இடையில் வெள்ளைப் பட்டாடை உடுத்தி, மேனியில் திருநீறு பூசி உள்ளத்தில் மகிழ்ச்சி பொங்க குருநாதர் இருந்த மண்டபத்தை அடைந்தார்.

பொற்பீடத்தில் அமர்ந்திருந்த ஞானாசிரியர் திருவடிகளை, வாதவூரர் தூய நீரால் கழுவி மலர்களால் அர்ச்சித்து பாதபூஜை செய்தார்.

பருப்பு, தேங்காய்த் துருவல், சர்க்கரை, பால், முக்கனிகள், நெய் ஆகியவை சேர்த்துச் சமைக்கப்பட்ட மகாநிவேதனம், ஞானாசிரி யருக்காக ஒரு முக்காலியின்மீது வைக்கப் பட்டது. முற்காலத்தில் பாற்கடலில் தோன்றிய ஆலத்தை அமுதாக உண்டு உலகத்தைக் காத்தருளிய கருணை வள்ளல், அந்த நிவேதனத்தைத் திருவமுது செய்தருளினான். நல்ல நீரில் தனது திருக்கரங்களைக் கழுவினான் பெருமான்.

ஞானாசிரியருக்கு வெற்றிலைப் பாக்கு அளித்தார். நறுமணப் புகை காட்டினார். ஒளிவிளக்குளைக் காட்டி, தீபாராதனை செய்தார். திருநீறு சார்த்தினார். கண்ணாடி காட்டினார். குடை கவிழ்த்தார். வெண்சாமரம் வீசினார். ஆலவட்டம் காட்டினார். பதினாறு உபசாரங்களையும் குறைவின்றிச் செய்த வாதவூரர், தீட்சை பெற்ற பிறகு அர்ச்சிக்க, மணமுள்ள மலர்களைக் கையில் வைத்தபடி நின்றார்.

திருவாதவூரடிகளுக்குப் பேராசான் தமது திருக்கண்களால் அருள் நோக்கம் செய்தருளினார். அக்கணமே வாதவூரர் பாச நீக்கம் பெற்றார். திருவைந்தெழுத்து, சிவஞானம் ஆகிய அனைத்தையும் முறைப்படி உபதேசித்தருளினான் ஈசன்.

தன் முன்பு விழுந்து வணங்கிய திருவாதவூரருக்கு, திருவடி தீட்சை கொடுத்தருளினார் மானுட வேடத்தில் இருந்த மகேசன்.

தீட்சை அளித்த திருவடிகளை, வாதவூரடிகள் தமது கண்களில் ஒற்றிக்கொண்டார். அத்திருவடிகளை, தமது இதயஸ்தானத்தில் சேர்த்து அணைத்துக்கொண்டார்!

தனியிடத்தில் உபதேசம்

திருவாதவூரடிகளின் பாச இருள் நீங்கியது போல இரவின் இருளும் நீங்கியது. அவருக்கு ஞானம் தோன்றியது போல் ஆதவனும் உதித் தெழுந்தான். ஞானாசிரியர் திருவாதவூரரை, தனியிடத்துக்கு அழைத்துச் சென்று அரிய ஆகமப் பொருள்களை உபதேசிக்க விரும்பினார்.

அவ்வாறே ஈசனுடன் தனியிடம் சென்ற வாதவூரருக்கு, சரியை, கிரியை, யோகம், ஞானம் ஆகிய நான்கு நெறிகளின் சிறப்பையும் உரைத் தருளினான் ஈசன்.

சிவார்ப்பணம் செய்தார்

அரிய ரகசிய உபதேசங்களைச் செய்த ஞானாசிரியரின் திருவடியில், தாம் கொண்டுவந்த செல்வங்கள், பொற்குவியல்கள் அனைத்தையும் அர்ப்பணித்தார் திருவாதவூரடிகள்.

திருப்பெருந்துறையில் வீற்றிருந்த பெருமான், தலைமைத் தொண்டரை அழைத்தான். வாதவூரர் தம்மிடம் அர்ப்பணம் செய்த குற்றமற்ற பொருள் அனைத்தையும், திருப்பணிக்கும் தவசீலர்களுக்கும் வறுமையால் வாடியவர்களுக்கும் வழங்கிடப் பணித்தான்.

இறைவன் கட்டளைப்படியே பொருட்கள் அனைத்தும், தெய்வீகத் திருப்பணிகளிலும் மக்கள் நலப்பணிகளிலும் செலவிடப்பட்டன. திருவாதவூரடிகள், ஈசன் அளித்தருளிய ஞானமாகிய மருந்தைப் பருகி அஞ்ஞான நோய் அகன்று ஜீவன்முக்தராகத் திகழ்ந்தார்.

அழகான குடையின்கீழ் இருந்தவர், சிறந்த சிவிகையின் மேல் ஊர்ந்தவர், அரசனைப் போல் திருப்பெருந்துறைக்கு வந்தவர், ஈசனின் உபதேசத்துக்குப் பின், உருவம் தெரியாமல் உடல் முழுதும் திருநீறு பூசி, விரித்த குடுமியுடன் இடையில் உடுத்திய ஓர் ஆடையுடன், எப்போதும் இறையின்பத்தில் திளைத்து, நீர் பொழியும் கண்கள் உடையவராக ஆனார்.

7. சென்றார் – சிறைபட்டார் – வாடினார்!

மதுரையிலிருந்து வாதவூரருடன் வந்த பணியாளர்கள் இச்சமயம் அவரை அணுகினர். பாண்டியன் கொடுத்த பணத்துக்கு, குதிரைகளை வாங்கிச் செல்லவேண்டியது கடமை என்று நினைவுபடுத்தினர். தம்மை மறந்த நிலையில் இருந்த வாதவூரர், ‘நீங்களெல்லாம் யார்? என்னிடம் மாயவார்த்தைகளைப் பேசவேண்டாம். என்னைவிட்டு அப்பால் செல் லுங்கள்!’ என்றார்.

அதனைக் கேட்ட பாண்டியனின் பணியாளர்கள் திகைத்தனர். ‘இனி நாம் மதுரைக்குத் திரும்பி, நிகழ்ந்தவை அனைத்தையும் அரசனிடம் சொல்வோம்!’ என்று பாண்டிய நாட்டுக்குப் புறப்பட்டனர்.

பாண்டியனின் கோபம்

அரசவைக்குச் சென்று, திருப்பெருந்துறையில் நிகழ்ந்த அனைத்தையும் பணியாளர்கள் அரசனிடம் விரிவாகக் கூறினர். வாதவூரர் கோவண ஆடையராக மாறியதையும் பொற்குவியல் அனைத்தையும் குதிரை வாங்காமல் செலவிட்டதையும் கேட்டு, பாண்டியன் வேதனை அடைந் தான். அவன் உடல் வியர்த்தது; உள்ளத்தில் சினம் பொங்கியது.

அவர்களிடம் ஓர் ஓலையை எழுதிக்கொடுத்த அரிமர்த்தன பாண்டியன், ‘நீங்கள் உடனே மீண்டும் திருப்பெருந்துறை சென்று வாதவூரரை அழைத்துக்கொண்டு ஒரே நாளில் திரும்பி வருக!’ என்று உத்தரவிட்டான்.

பணியாளர்கள், அரசனின் கட்டளைப்படியே ஓலையை வாதவூரரிடம் கொண்டு சேர்த்தனர்.

'பாண்டியன், தென்னவன் பிரம்மராயன் என்ற நல்ல அமைச்சருக்கு எழுதியது. அளவில்லாத செல்வத்தைக் கொண்டுசென்று குதிரைகள் வாங்காமல் கோவணத்தை வாங்கினீர்! அரசரவையில் பணியாற்றும் அமைச்சர் செய்த நற்செயல் கண்டு மகிழ்ந்தோம். மன்னரிடம் சேர்ந்து அவரிடம் பணிசெய்து வாழ்வது நஞ்சையுடைய பாம்புடன் கூடி வாழ் வதைப் போன்றது. அதனை அறிந்திருந்தால், இவ்வோலையைக் கண்டவுடன் நீர், எமது தூதுவருடன் உடனே மதுரை நகருக்கு வருக! இது மாறன் ஆணை!' என்று எழுதியிருந்த ஓலையைப் படித்தார் வாதவூரர்.

எவர்க்கும் அடிமை இல்லை

'உமாதேவியிடம் அன்புடைய சிவபெருமானுக்கு அடிமை ஆகிவிட்ட அடியார், வேறு எவருக்கும் அடிமையாகார்! அவனே தமக்கு அதிபதி!' என்று கூறினார் வாதவூரர்.

'சிவபெருமானுக்கு மீளா அடிமையாகிய எம்மிடம், எமனின் தூதுவர்களும் ஓலை கொண்டுவர அஞ்சுவார்கள்! எனவே, சிவனடியார் மன்னவன் ஓலைக்கு அஞ்சுவாரா?' என்றார் திருவாதவூரடிகள்.

ஞானாசிரியராக வந்த ஈசனை அணுகிப் போற்றிய பிறகு, அவரிடம் அரசன் அனுப்பிய ஓலையின் வாசகத்தைக் கூறி, தம்மைக் காத்தருள வேண்டினார் வாதவூரர்.

ஆவணி மூலத்தில் அவை வந்து சேரும்

வாதவூரர் கூறியதைக் கேட்ட ஈசன், 'நீர் கவலையை விடுக! யாமே குதிரைகளைக் கொண்டுபோய் பாண்டியனிடம் அளிப்போம்!' என்று கூறியருளினார்.

'ஆவணி மாதத்தில், மூலநாளில் குதிரைகள் அனைத்தும் மதுரைக்கு வந்து சேருமென்று நீரே மன்னனிடம் சென்று கூறுக!' என உரைத் தருளினார். தனது திருக்கரத்தால் வாதவூரருக்குத் திருநீறு அணிவித்து, அமைச்சருக்கு உரிய ஆடை அணிகலன்களையும் அளித்தருளினார் பெருமான்.

மன்னனுக்கு மாணிக்கப் பரிசு

ஞானாசிரியராகிய பெருமான் வாதவூரரிடம் ஒரு விலை மதிப்பற்ற மாணிக்க மணியை அளித்தான். அதனை, பாண்டியனுக்கு தனது பரிசாக அளிக்குமாறு கூறினான். ஞானாசிரியரைப் பிரிய மனம் இல்லாமல், வாதவூரர் தூதுவர்களுடன் மதுரைக்குச் சென்றார்.

அரிமர்த்தன பாண்டியனின் அவைக்குச் சென்று அவனை வணங்கு வதற்கு மனம் இல்லாமல் வணங்கினார். ஞானாசிரியர் அளித்த மாணிக்க மணியை அவனிடம் அளித்து, எதிரில் நின்றார். அதனால் மகிழ்ந்த பாண்டியன், அவரை உரிய ஆசனத்தில் அமர வேண்டினான்.

ஈசன் கொடுத்தனுப்பிய மாணிக்கத்தைப் பலமுறை உற்று நோக்கிய பாண்டியன், வியப்பும் மகிழ்ச்சியும் அடைந்தான். சிவபெருமான் திருவடிகளைத் தமது இதயத்தில் தாங்கிய வாதவூரடிகளிடம், 'குதிரை வாங்கச் சென்றபிறகு நடந்தது என்ன?' என்று வினவினான்.

'நிலத்தில் நின்று நிலவும் புகழை உடைய பாண்டியனே! நீங்கள் குறிப்பிட்டபடி கிழக்குக் கடற்கரையில் நல்ல பெரிய குதிரைகளை வாங்கினேன்! அவை அனைத்தும் திருப்பெருந்துறை என்ற இடத்தில் பத்திரமாக உள்ளன. திருப்பெருந்துறையில் இருந்த கற்றுணர்ந்த வேதியர்கள், ஆவணி மாதத்தில் மூல நட்சத்திரத்தில் குதிரைகளை மதுரைக்குக் கொண்டுவந்தால் மிகுந்த நலம் பெறலாம் எனக் கூறினர். அதன்படி, அவை ஆவணி மூல நாளில் வந்து சேரும். நீங்கள் கோபத்துடன் எழுதிய ஓலையைக் கண்டு உடனே இங்கு வந்தேன்!' என்றார் திருவாதவூரடிகள்.

இவ்வாறு வாதவூரடிகள் கூறிய விளக்கத்தைக் கேட்ட பாண்டியன், 'வாதவூரரே! நம்முடைய நட்புக்குக் கெடுதல் விளைவிக்க எண்ணிய சிலருடைய சொற்களைக் கேட்டு, நான் அன்பில்லாதவர் போல் சினந்து ஓலை எழுதினேன். நமது நட்பின் வலிமை தாங்கள் அறியாதது அல்ல!' என்று கூறி சமாதானம் செய்தான்.

வாதவூரடிகளை, தனது மாளிகையின் உள்ளே உரிமை பாராட்டி அழைத்துச் சென்றான் பாண்டியன். உயர்ந்த பட்டு ஆடைகளையும் நவரத்தின ஆபரணங்களையும் அவருக்குக் கொடுத்து, இல்லத்துக்கு வழியனுப்பி வைத்தான்.

கோள் மூட்டினார்

ஆவணி மூலத்துக்கு இரண்டு மூன்று நாட்கள் முன்பு, ஓர் அமைச்சர் பாண்டியனை அணுகினார். வாதவூரர் கூறிய அனைத்தும் பொய்யுரைகள் என்று உரைத்தார். வாதவூரர், திருப்பெருந்துறையில் இருந்த ஒரு சிவனடியாரிடம் பொருள் அனைத்தையும் கொடுத்துவிட்டதாகக் கூறினார். அதனைக் கேட்ட மன்னன், சில ஒற்றர்களை அழைத்தான். திருப்பெருந்துறைக்குச் சென்று அங்கு குதிரைகள் உள்ளனவா என்று அறிந்துவரும்படி அந்த ஒற்றர்களிடம் கூறினான். அவர்களும் விரைந்து சென்று தேடினர். மதுரை திரும்பினர். திருப்பெருந்துறையிலும் அதற்கு அருகிலுள்ள ஊர்களிலும் குதிரைகள் எங்கும் காணப்படவில்லை என்ற

செய்தியை பாண்டியனிடம் தெரிவித்தனர். அதனைக் கேட்ட பாண்டியன் மிகவும் கொந்தளித்தான். தண்டனைகளை நிறைவேற்றும் அரசாங்கப் பணியாளர்களை அழைத்தான்.

சிறைபட்டார் வாதவூரர்

தண்டனைப் பணியாளர்கள் வாதவூரரின் இல்லத்துக்குச் சென்றனர். 'அரசன் குதிரை வாங்கக் கொடுத்த பொன் அனைத்தையும் திரும்பப் பெற்று வருமாறு ஆணையிட்டு எங்களை அனுப்பியுள்ளான்!' என்று வாதவூரரிடம் கூறினர். அரசன் அனுப்பிய ஒற்றர்கள் அறிந்துவந்து உறுதிசெய்த செய்தியையும் கூறினர். வாதவூரரிடம் இருந்த நட்பை முறித்துக் கொண்ட பாண்டியன், இனி அவரை அரசாங்கப் பொறுப்பில் நீடிக்க விடமாட்டான் என்றனர்.

எனவே, குதிரை வாங்கக் கொடுத்த பொன்னை உடனே கொடுத்திடக் கூறினர். வாதவூரர் அமைதியாயிருந்தார். அதனால் மேலும் சினந்த தண்டலாளர்கள், வாதவூரரை வலிய இழுத்துச்சென்று தனியே சிறையில் அடைத்தனர்.

மறுநாள், ஆலவாய் சொக்கன் ஆலயத்தில் சங்குகள் முழங்கின. அரிமர்த்தன பாண்டியன் விழித்தெழுந்து, காலைக்கடன் முடித்து நீராடினான். வழக்கமான சிவபூஜையைச் செய்து, முத்துமாலை அணிந்து அத்தாணி மண்டபத்தின் முகப்பில் வந்தமர்ந்தான்.

வெயிலில் நின்ற வாதவூரர்

அரசனின் பணியாளர்கள், வாதவூரரை சிறையிலிருந்து வெளியே அழைத்து வந்தனர். 'பாண்டியனுக்கு நீர்தரவேண்டிய தொகையை இன்று மாலைக்குள் செலுத்திட வேண்டும். இல்லையேல், கடுந்தண்டனைக்கு உள்ளாக வேண்டிய நிலை ஏற்படும். அதுவரை இங்கு வெயிலில் நில்லும்!' என்று கூறினர்.

வெயிலில் நின்ற திருவாதவூரர் ஈசனை நினைந்து போற்றினார். சிவனடியார் ஒருவர் தண்டனை பெற்று வெயிலில் நின்று வருந்தினால், அது சிவபெருமானின் பெருமைக்கு உகந்தது ஆகாது என்று கூறினார்.

அச்சொற்கள் சிவபெருமனின் திருச்செவிகளில் விழுந்தன. தன்னுடைய அடியார் துயரத்தைத் துடைக்க திருவுள்ளம் கொண்ட பெருமான், குதிரைகளுடன் பாண்டியனிடம் செல்லப் புறப்பட்டார்.

8. குதிரைகள் அணிவகுப்பு

பிள்ளைகளின் துன்பங்களைத் துடைத்தல் தந்தையின் கடன் என்பதால், அண்டங்களின் தந்தையாகிய பெருமான், நரிகளை குதிரைகளாக்கினார். தேவர்களை குதிரை வீரர்களாக வடிவெடுத்து வருமாறு பணித்தார்.

வேதமாகிய குதிரையின்மீது ஏறுபவராகிய சிவபெருமான், தானே ஆரிய நாட்டு வணிகராக வடிவம் கொண்டார். ஈசன் தலைமைச் சேவகராக முன்னால் குதிரையில் செல்ல, தேவர்கள் அனைவரும் சேவகர்களாக பின்சென்றனர். குதிரையைச் செலுத்தும் சவுக்கைக் கையில் தாங்கி குதிரை மீது ஏறிச்சென்ற சிவபெருமான், மற்ற தேவர்கள் செலுத்தி வந்த பெரிய அழகிய குதிரைகளுடன் மதுரை நகரத்தின் கோபுர வாயிலையடுத்த மதிற்புரத்தை அடைந்தான்.

வேப்பமாலையை அணிந்த அரிமர்த்தன பாண்டியனின் காவல் வீரர்கள், அணிவகுத்து நின்ற குதிரைகளைக் கண்டு வியந்தனர். விரைந்து ஓடிச்சென்று அச்செய்தியை மன்னனிடம் கூறினர். மன்னன் மகிழ்ந்தான்.

மீண்டும் மரியாதை

குதிரைகள் அணிவகுத்து வந்த செய்தியால், பாண்டியனுக்கு வாதவூரரிடம் மீண்டும் மரியாதை தோன்றியது. அவரை அழைத்துவரச் செய்தான். பட்டாடைகளைப் பரிசாகக் கொடுத்தான். 'அமைச்சரே! வாருங்கள் குதிரைகளைப் பார்வையிடலாம்!' என்று கூறினான்.

பாண்டியன் முத்துச் சிவிகையில் ஏறி, குதிரைகளைக் காணச் சென்றான். முத்தமிழ்ப் புலவர்கள் சூழ, மறையவர்கள் வாழ்த்தொலிகள் எழுப்ப, அழகிய பெண்கள் சாமரம் வீச, அரிமர்த்தனன் முத்துப் பந்தலில் அமர்ந்தான்.

வாதவூரடிகள் கண்ணும் மனமும் களித்தன. எங்கும் தூசு பரவ, அலைகடல் போல் குதிரைகள் அணிவகுத்து வருவதைக் கண்டான் வைகை நாட்டு அரசன். சிவபெருமான், தான் கூறியபடி ஆவணி மூல நாளில் குதிரைகளைக் கொண்டு வந்துவிட்டார். குதிரை வணிகராகக் கோலம் கொண்ட ஈசன், நாகரத்தினம் பதிக்கப்பெற்ற கச்சையைக் கட்டி உடைவாளைச் செருகியிருந்தார். தோள்களில் மணிமாலைகள் புரண்டன. அரையில் பட்டாடையும் மேனியில் அழகிய சட்டையும் அணிந்திருந்தார். தலையில் தொப்பி அணிந்திருந்தார். முகத்தில் ஒளி வீசியது. ஒரு கையில் செண்டு (சிறிய கோல்) வைத்திருந்தார். தமிழ் வேந்தன் பாண்டியன், குதிரை வணிகராக வந்த பெருமானின் அழகைக்

கண்டு வியந்தான். திருமாலும் சிவபெருமானுமே அவன் அழகுக்கு ஒப்பாவார் என்று கூறினான்.

தாம் செய்த தவப்பயனால், ஈசன் அத்தகைய அழகுக் கோலம் பூண்டு வந்துள்ளான் என்று எண்ணி மகிழந்தார் திருவாதவூரடிகள்.

குதிரைப்படை வீரர்களாகக் கோலம் பூண்டு, வந்த தேவர்கள் குதிரையில் இருந்தபடி ஆரவாரம் செய்தும் வாளைச் சுழற்றியும் தம்மில் சண்டையிட்டும், தமது திறமைகளை வெளிப்படுத்தினர்.

அதனால் பெரிதும் மகிழ்ந்த பாண்டியன் திருவாதவூரரிடம், 'இவ்வணிகரை மதுரை வீதி ஒன்றில் குதிரையைச் செலுத்தி, அவற்றின் திறமைகளை நம் முன்னால் காட்டச் சொல்லுங்கள்!' என்று வேண்டினான்.

'எம்பெருமானை அரசன் இவ்வாறு ஏவல் கொள்ள விரும்புகிறானே!' என்று தமக்குள் வருந்திய வாதவூரர் குதிரை வணிகரை அணுகி, பணிந்து வணங்கி மன்னனின் விருப்பத்தைத் தெரிவித்தார்.

குதிரை ஏற்றங்கள் - நாகபந்தம், விருத்தம், தீர்க்கவீதி என்று மூவகைப்படும். பாம்புகள் இணைந்திருப்பதுபோல் குதிரைகள் இணைந்து செல்லுதல் - 'நாகபந்தம்' ஆகும். வட்டமிட்டு சுற்றிச்சுற்றி ஓடுதல் - 'விருத்தம்' எனப்படும். வீதி முழுவதும் நேரே ஓடுதல் - 'தீர்க்க வீதி' ஆகும்.

மூன்று வகையான குதிரையேற்றங்களையும் கண்டோர் அனைவரும் வியக்கும் வண்ணம் செய்துகாட்டிய வணிகரின் திறமையை, பாண்டியன் பாராட்டினான். ஓர் அழகிய பட்டாடையை வணிகருக்குப் பரிசாக அளித்தான் அரசன். அப்பட்டாடையை, வணிகர் வடிவத்திலிருந்த ஈசன் புன்முறுவல் செய்தபடி, கையில் வைத்திருந்த சவுக்கால் வாங்கினான்.

அது அவர்கள் மரபு

பாண்டியன் பரிசாக அளித்த வெண்பட்டை வாங்கிய வணிகர், அதனைப் போற்றிப் பத்திரப்படுத்தவும் இல்லை; தமது முடியில் அணியவும் இல்லை. தனது மறைப்பு ஆற்றலால் அப்பட்டாடையையும் மறைத்து விட்டான் ஈசன். அதனைக் கண்ட பாண்டியன் சினம் கொண்டான்.

'எட்டுத் திசைகளிலும் உள்ள மன்னர்கள் அளிக்கும் மதிப்பிற் குரிய பரிசுகளை, சவுக்கால் வாங்குவதே ஆரிய நாட்டு வழக்கம்!' என்று செந்தமிழ் வல்லவரான வாதவூரர், பாண்டியனின் சினம் தணியும் வகையில் விளக்கினார்.

வாதவூரடிகளின் விளக்கத்தைக் கேட்டு வேந்தன் கோபம் தணிந்தான். குதிரைகள் பற்றிய நூலறிவும் அனுபவ அறிவும் உடையவர்களை அழைத்தான். அணிவகுத்துநின்ற குதிரைகளின் உயர்வு தாழ்வுகளை, உள்ளபடி சொல்லச் சொன்னான்.

மேருமலையின் மீது தனது மீன் சின்னத்தை எழுதித் திரும்பிய வெற்றி வேந்தனுக்கு, அக்குதிரைகள் குறித்த செய்திகளை - 'அஸ்வ சாஸ்திரம்' என்ற குதிரை நூல் கற்ற வல்லுநர்கள் விளக்கினார்கள்.

சந்திரசுழி முதலான எட்டுச் சுழிகள் குதிரைகளின் மீது இருந்தால், அதனால் கேடு விளையும் என்பர். தலையில் இரண்டு சுழிகள் இருத்தல் வேண்டும் என்றும், அவ்வாறு குதிரைக்கு மொத்தம் பத்துச் சுழிகள் இருந்தால் நலம் பயக்கும் என்றும் அஸ்வ சாஸ்திர வல்லுநர்கள் கூறுவர்.

இறைவன் கொணர்ந்த குதிரைகள் அனைத்தும் தீய சுழிகள் இல்லாமல், நலந்தரும் சுழிகள் பெற்றவை என்று வல்லுநர்கள் அறிந்து கூறினர். முகம், மார்பு, உச்சி, வால், கால் ஆகிய ஐந்து அங்கங்களில் வெண்மை உடைய குதிரையே, 'பஞ்சகல்யாணி' என்று சிறப்புடன் அழைக்கப்படும். அத்தகைய பஞ்சகல்யாணி குதிரைகள் பலவற்றை இறைவன் கொண்டுவந்திருந்தான்.

வல்லுநர்கள் கூறிய விவரங்களைக் கேட்டு, அரிமர்த்தன பாண்டியன் மிகவும் மகிழ்ந்தான். அக்குதிரைகள், தான் வாதவூரடிகளிடம் கொடுத்த பொன்னைப் போல் எட்டு மடங்கு அதிகம் மதிப்புடையவை என்று அறிந்தான். அனைத்தையும் தனது படையில் சேர்க்க தீர்மானித்தான்.

கயிறு மாறித் தருக!

வணிகராக வந்த இறைவனிடம் பாண்டியன், குதிரைகளை 'கயிறு மாறித் தருக!' என்று வேண்டினான். விற்பவர் - வாங்குவோர் இருவருக்கும் உடன்பாடு ஏற்பட்டவுடன் விற்பவர் தமது குதிரையின் கயிறை வாங்குபவரிடம் அளித்தலே, 'கயிறு மாறுதல்' ஆகும். இன்றும் சந்தைகளில் கயிறு மாறும் காட்சியைக் காணலாம்.

பாண்டியன் தனது படைக்கு, ஆயிரக்கணக்கான குதிரைகளை வாங்கினான். அத்தகைய பெரிய அளவிலான வணிகம் நிகழும்பொழுது - ஒரு குதிரையை மட்டும் அலங்கரித்து, அதற்கு தூபதீபம் காட்டி பூஜைகள் செய்த பிறகு, விற்கும் வணிகர் வாங்குபவரிடம் கயிறை அளிப்பது மரபு. பாண்டியனின் குதிரைப் படையைச் சேர்ந்தோரிடம், ஆரிய வணிகர் கயிறு மாறி அளித்தார். குதிரைகள் அனைத்தையும், வீரர்கள் அவற்றுக்குரிய குதிரைலாயத்தில் அடைத்தனர்.

குதிரை வணிகராக வந்த பெருந்துறை ஈசன், வாதவூரரிடமும் பாண்டியனிடமும் விடைபெற்று, தான் வந்த திசையில் திரும்பிச் சென்று, தனக்குரிய திருக்கோயிலில் எழுந்தருளினான்.

பரிகள் நரிகளாயின

புதிய குதிரைகளை வாங்கிய அந்தநாள் பகல் கழிந்து இரவு வந்தது. அழியாத பரம்பொருளாகிய சிவபெருமானின் அருளால், குதிரைகள் அனைத்தும் பெரிய குரலை உடைய நரிகளாக மாறின.

மெய்த்தமிழ் வழங்கும் மதுரையில், அன்றிரவு எவரும் தூங்காத வகையில், அந்த நரிகள் தங்களுக்குள் கூடியும் சண்டையிட்டும் நின்றன.

ஆங்காங்கு குதிரைக் காவலர்களாகி நின்ற அனைவரையும் பயமுறுத்தி விரட்டின. குதிரைலாயத்தில் முன்னரே இருந்த குதிரைகள் அனைத்தையும் கொன்றுகுவித்து, பெரும் கூச்சலிட்டன.

வரைசெய் கோபுர மாடம் நெருங்கிய
அரச வீதியும் ஆவண வீதியும்
முரச ஓசை முழக்கு ஒழிந்தே மிகக்
குரைசெய் வாய்நரிக் கூக்குரல் ஆனதால்.

மலை போன்று உயர்ந்த கோபுரங்களும் மண்டபங்களும் நெருக்கமாக உள்ள அரச வீதிகளிலும், கடை வீதிகளிலும் வழக்கமான முரசுகளின் பேரொலி கேட்காதபடி, அந்த நரிகளின் கூக்குரலே ஓங்கி ஒலித்தன.

எவரும் அறியாமல் புதர்களில் பதுங்கி ஒளிந்து வாழும் இயல்புடையன நரிகள். ஆனால், அப்போது அவை சிறிதும் அஞ்சாமல், மதுரை வீதிகளில் உலாவின. அவற்றைக் கண்டு, மக்கள் அஞ்சியோடி ஒளிந்தனர். அவை கோடிக்கணக்கில் பெருகியும் விட்டன.

பாண்டியனின் படைவீரர்கள் போரில் பயன்படுத்தும் கொலைக் கருவிகளைத் தாங்கி, நரிகளுடன் போராடப் புறப்பட்டனர். சிலர் நரிகளுடன் போரிட்டனர். சிலர் அஞ்சி ஓடினர். சிலர் வாயில்களில் காவலாக நின்றனர். சிலர் கூக்குரலிட்டனர்.

தங்கள் உயிர்களைக் காத்தருளுமாறு மதுரை சோமசுந்தரக் கடவுளை வேண்டினர். வீரர்களில் சிலர் தங்களைக் காத்துக்கொள்ள, மேகம் தங்கும் மதில்களின்மீது ஏறி அமர்ந்தனர். சிலர் கதவுகளை அடைத்தனர்.

'நாட்டில், தவச்செயல்கள் அவச்செயல்கள் ஆனதோ! அரசனின் செங்கோல், கொடுங்கோல் ஆனதோ! எதனால் இது விளைந்தது?' என்று மக்கள் கலங்கினர்.

தப்பிப் பிழைத்து ஓடிச்சென்ற குதிரைக் காவலர்களில் சிலர், மன்னனின் மாளிகையை அடைந்தனர். புதிதாக வாங்கிய பரிகள் அனைத்தும் நரிகளாகி, நகரமக்களை அச்சுறுத்தும் அவலத்தை எடுத்துக் கூறினார்கள்.

மனிதர்களின் ஆரவாரம், நரிகளின் ஊளை, குதிரைகளின் கூக்குரல் என்று பல்வேறு ஓசைகள் பாண்டியனின் செவிகளில் புகுந்தன. அவை நெருப்பில் காய்ச்சிய வேலை, காதில் செலுத்தியது போல் துன்பம் தந்தன.

பாண்டியன் கோபம் கொண்டான்.

மீண்டும் தண்டனை

நரியினின் தொகுதி எல்லாம்
 நற்பரித் திரள்கள் ஆக்கும்
சரிதியைக் கொணர்திர் என்னத்
 தாள்தொழுது அவர்கள் ஓடி
இருபிறப்பு உடையராகி
 இனிப் பிறப்பு இல்லார் தம்மை
விரைவினில் குறுகி நும்மை
 அழைத்தனன் வேந்தன் என்றார்.

'நரிக் கூட்டத்தை எல்லாம் நல்ல குதிரைகள் ஆக்கிக்கொண்டு வந்த வஞ்சகராகிய வாதவூரரை விரைவாக அழைத்து வாருங்கள்!' என்று காவலர்களுக்குக் கட்டளையிட்டான்.

காவலர்கள் திருவாதவூரரின் இல்லத்துக்கு விரைந்து சென்றனர். 'இருபிறப்பாளர்' என அழைக்கப்படும் வேதியர் குலத்தில் தோன்றி, மீண்டும் பிறவாத நிலையை எய்தியவரான திருவாதவூரரிடம், 'அரசன் உங்களை அழைத்துவரப் பணித்தான்!' என்றனர்.

மதுரையில் சித்தராக எழுந்தருளி திருவிளையாடல் புரிந்த சிவபெருமானை, சித்தத்தில் வைத்த வாதவூரர் புன்முறுவல் செய்தார். திருநீறு பூசிய ஞானாசிரியருக்கு ஏவல் பணி செய்யும் பேறு பெற்ற திருவாதவூரர், இறைவன் திருவடியை தியானித்தபடி அரிமர்த்தனன் முன் சென்றார்.

நெருப்பு போல் கொடிய சினம் கொண்ட பாண்டியன், 'நான் நல்வழியில் ஈட்டிய பொருளை எல்லாம் ஒரு இரவலருக்குக் கொடுத்து, காட்டு நரிகளை குதிரைகளாக மாற்றிக்கொண்டு வந்த மாயத்தைக் கண்டீர்களா?' என்று சக அமைச்சர்களைப் பார்த்து கேட்டார். 'இரப்பவர் தமக்கு நல்கி' என்றார் கடவுள் மாமுனிவர். 'இரப்பவர்' என்பது பிட்சாடனராக வந்த ஈசனைக் குறிப்பிடுவதாகவும் அமைந்துள்ளது.

பின் காவலர்களிடம்,

'வாதவூரரை, என் கண் முன்னால் நில்லாது உடனே அழைத்துச் செல்லுங்கள். கோட்டையின் நடுவில் உள்ள வளைவில், கொதிக்கும் வெயிலில் நிறுத்துங்கள். அவரிடமிருந்து அரசாங்கப் பொருட்கள் அனைத்தையும் வாங்குங்கள்' என்று கட்டளையிட்டான். வாதவூரரை, கோட்டை வளைவில் வெயிலில் நிறுத்தினர். அவர், தன்னை ஆண்டருள் செய்து நரிகளைப் பரிகளாக்கி பாண்டியனிடம் அளித்த சித்தர் பெருமானைச் சிந்தித்தார்.

தொல்லை ஓர்இருவர் தேடும் சோதியே யாது செய்வேன்?
தில்லையோர் பரவநின்ற தெய்வமே! யாது செய்வேன்?
இல்லையோ கருணை நின்பால்? இன்றெனை அடிமை கொண்டாய்!
அல்லையோ தமியேன் இன்னல் அறிதியோ? அறிந்திலையோ?

'முன்னாளில் திருமாலும் பிரமனும் தேட முயன்றபோது, ஜோதி வடிவான பெருமானே! தில்லைவாழ் அந்தணர்கள் போற்றும் தெய்வமே! என்னை அடிமை கொண்டு ஆண்ட சிவபெருமானே! அடியேன் யாது செய்வேன்? என் நிலையை நீ அறிந்திலையோ?' என்று வாதவூரடிகள் முறையிட்டார்.

அனைத்தும் ஈசனே என்று கருதிய திருவாதவூரர், இறைவன் காட்டிய வழியிலேயே நடந்தார். எனினும் அவரை, ஈசன் வெயிலில் நிறுத்தியும் சிறையில் அடைத்தும் தண்டித்தல் நியாயமா என்ற கேள்வி இங்கு எழுகிறது அல்லவா? வாதவூரடிகள், அரசன் குதிரை வாங்கக் கொடுத்த பொருளை ஞானாசிரியரிடம் கொடுத்தார். அப்பொருள், திருப்பணி முதலான நல்ல வழியில்தான் செலவிடப்பட்டது.

ஒருவர், அரசாங்கப் பணத்தை ஆண்டவன் திருப்பணியில் செலவிட்டாலும் அது தவறான செயலே ஆகும். நற்பணியில் செலவிட்டதற்கு உரிய புண்ணியம் ஒருபுறம் சேர்ந்தாலும், அரசாங்கப் பணத்தை வேறு வழியில் செலவிட்டால் அதற்குரிய தண்டனை உண்டு. அடியவரே ஆனாலும் அதனை அனுபவித்தே தீர வேண்டும். அதற்கு வாதவூரர் வரலாறு ஓர் எடுத்துக்காட்டு.

சிறைப்பட்ட அருளாளர்கள்

பத்ராசலம் ராமதாசர், நவாப் ஆட்சியில் தாசில்தாராகப் பணியாற்றியவர். அன்றாடம், அடியார்களுக்குத் திருவமுது அளிக்கும் அறமும் செய்து வந்தார். தீவிர ராமபக்தரான ராமதாசர், தனக்குட்பட்ட தாலுகாவில் வசூலித்த வரிப் பணத்தை நவாபிற்குச் செலுத்தாமல், பத்ராசலம் ராமர் கோயில் திருப்பணிகளில் செலவிட்டார். ராமர் கோயில் மூர்த்தங்களுக்கு ஆபரணங்கள் செய்து கொடுத்தார். ஸ்ரீராமநவமி விழாவை மிகச் சிறப்பாகக் கொண்டாடினார். நெடுநாள் ஆகியும் வரியைச் செலுத்தாத ராமதாசரை, நவாப் சிறையில் அடைத்தார்.

சிறையில் அரிசி நொய்யை ராமதாசருக்கு உணவாக அளித்தனர். ராமநாமத்தைச் சொல்லி அந்த நொய்யை உண்டார். அது அவருக்கு இனித்தது! அப்போது, 'ஏமி ருசிரா ராமா, எந்த ருசிரா!' என்று ராமநாமத்தின் சுவையை அனுபவித்துப் பாடினார் ராமதாசர்.

ஒரு நாள் நள்ளிரவு நேரத்தில், ராமன் தனது இளவல் லட்சுமணனுடன் வடஇந்தியர்கள் வடிவத்தில் நவாப் அரண்மனைக்குச் சென்றார்.

ராமதாசர் செலுத்தவேண்டிய தொகையைச் செலுத்தினார். ராமதாசர் விடுதலை அடைந்தார்.

திருமங்கையாழ்வார், சோழனின் படைத்தலைவராக இருந்து திருவாலி என்ற நிலப்பகுதியின் சிற்றரசராக உயர்ந்தார். சோழன் அவருக்கு, 'பரகாலர்' என்ற பட்டத்தையும் வழங்கியிருந்தான். அன்றாடம் ஆயிரம் அடியார்களுக்கு அமுதளிக்கும் தொண்டை, தொடர்ந்து செய்து வந்தார் பரகாலர். அதனால் பரகாலரின் கருவூலம் காலியாகியது.

சோழனுக்குச் செலுத்தவேண்டிய, 'கப்பம்' செலுத்தப் படவில்லை. சோழன் தனது அமைச்சரைக் கொண்டு, திருமங்கை மன்னரை ஒரு கோயிலில் சிறை வைத்தான். அங்கு பரகாலர் மூன்று நாட்கள் பட்டினி கிடந்தார். அன்றாடம் ஆயிரம் பேருக்கு அமுதளித்த அருளாளர் மூன்றுநாள் பட்டினி கிடக்கலாமா?

காஞ்சி வரதராஜப் பெருமாள், கப்பத் தொகைக்கு உரிய நிதி இருக்கும் இடத்தை பரகாலரின் கனவில் கூறி, அவரைச் சிறையிலிருந்து மீட்டருளினார்.

அரசாங்கப் பணத்தை வேறு பணிகளில் செலவிடுபவர் அருளாளர்களே ஆனாலும், ஒரு நாளாவது சிறையில் இருக்கவேண்டும் என்பது தெய்வ நீதி. அதை இந்த வரலாறுகளால் உணரலாம். எனினும், அவர்களுக்குச் சில சலுகைகளை அளித்து, இறைவன் அவர்களை மீட்டருளிக் காப்பான்.

9. வைகையில் உடைப்பு

கருணையைப் பொழியும் ஈசன், வாதவூரரின் துன்பத்தைத் தீர்க்க மனம் கொண்டான். கங்கையை அழைத்தான். 'உடனே, நீ வைகையில் கலந்து பெருவெள்ளமாகப் பெருகி ஓடுக!' என்றான்.

ஈசனின் கட்டளைப்படி, கங்கை வைகையில் கலந்தாள். கரைபுரண்ட வெள்ளமாய் ஓடினாள். அப்போது, வைகை கடல் போல் தோன்றியது.

வைகை பெருக்கெடுத்து கரைபுரண்டு ஓடியது. அப்போது அது பொதுமகள் போன்று தோன்றியதாம்! முறுவல் காட்டுவதும், மெல்லிய ஆடை உடுத்தி, கைகளில் வண்ணம் தீட்டி, மார்பகங்களை எடுப்பாகக் காட்டி, காலடிகளின் அழகைக் கூட்டிக் கவர்ச்சியாகத் தோற்றம் அளிப்பது பொதுமகளிர் இயல்பு.

வைகை வெள்ளத்தில் முத்துக்கள் மிதந்து வந்தன. நுரை, மெல்லிய படலமாகப் பரவியிருந்தது. சிவந்த காந்தள் மலர்கள் நீரில் மிதந்து வந்தன. தென்னங் குரும்பைகள் வந்தன. மாந்தளிர்கள் வந்தன. அலைகள் ஒலி எழுப்பின. முத்துக்கள், பொதுமகளின் முறுவல் போல் தோன்றியது. நுரைப்படலம் மெல்லாடை போலவும், காந்தள் மலர்கள் சிவந்த கரங்கள் போலவும், குரும்பைகள் தனங்களைப் போலவும்! மாந்தளிர் பாதத்தைப் போலவும் அலைகளின் ஆரவாரம் சிலம்பொலி போலவும் தோன்றின.

கொடி பறந்த மதில்களை இடித்துத் தள்ளியது வைகை வெள்ளம். அழகிய மதுரை நகரத்தையே அழிப்பதுபோல் வந்தது. இறைவன் ஆணையால் தோன்றிய வெள்ளம், திருவாதவூரரின் பெருமையை உணர்த்தி அவரை விடுவிக்கவே வந்தது. மதுரையை அழிப்பது அதன் நோக்கம் அன்று. ஆகவே, 'மூதூர் அழிப்பது போன்று செல்ல..' என்று பாடினார் கடவுள் மாமுனிவர்.

வைகை அன்னை சினம் கொண்டதாகக் கருதினான் அரசன். அதனை, தணிக்க விரும்பினான். வைகைக் கரைக்கு சென்றான். பொன்னும் மலர்களும் முத்தும் ஆடைகளும் அணிகலன்களும் படைத்து வைகை அன்னையை வழிபட்டான். 'பாண்டிய நாட்டின் அன்னையாக இருந்து காப்பவளே! வைகை அன்னையே! உனது சினம் அடங்க வேண்டும்!' என்று பணிவாக வேண்டினான்.

ஆடிப்பெருக்கு நாளில் காவிரி அன்னைக்கு, அத்தகைய வழிபாடுகளை இன்றும் தொடர்ந்து நடத்துகின்றனர். குறிப்பாக, திருச்சி தஞ்சை மாவட்ட மக்கள் அனைவரும் காவிரி அன்னைக்குப் படையல் இட்டு, வெள்ளமும் வறட்சியும் தோன்றாமலிருக்க வேண்டுகின்றனர்.

பாண்டியன் வைகை அன்னைக்கு வழிபாடுகள் நடத்திய பிறகும், வெள்ளம் சிறிதும் தணியவில்லை. அலைகள் மலைபோல் எழும்பி எங்கும் வெள்ளம் புகுந்தது. அதுவரை இல்லாத அளவிலான மாபெரும் வெள்ளம் ஏற்பட்டதன் காரணம் குறித்து, சிந்திக்கத் தொடங்கினான் பாண்டியன். அமைச்சர்களை அழைத்து தகுந்த ஆலோசனை வழங்கிட வேண்டினான்.

வாதவூரர் விடுதலை

'அம்பிகைப் பாகனும் ஆதியான பரமனுமாகிய ஈசன் சிவபெருமானுக்கு உரிய பூஜைகளில் குறைவு ஏற்பட்டதா? தவத்தில் சிறந்த சான்றோர்கள் நெஞ்சம் புண்ணாகும் விதத்தில் ஏதேனும் நடந்ததா? எனது நீதிநெறி குறைவு பட்டதா? நீங்கள் கூறுதல் வேண்டும்!' என்று தனது அமைச்சர் களிடம் வேண்டினான் பாண்டியன்.

தெய்வங்களுக்கு உரிய வழிபாடுகளில் ஏதேனும் குறைவு ஏற்பட்டாலும் தவத்தில் சிறந்த மகான்களின் மனம் புண்பட்டாலும், அந்த நாட்டில் இயற்கைச் சீற்றங்கள் ஏற்படும் என்பது முன்னோர்கள் அனுபவத்தின் வழியே கண்ட உண்மையாகும். 'இளம்பிறையைச் சூடிய திருமுடியை உடைய சிவபெருமானின் அன்பரான திருவாதவூரடிகளை, கோட்டை வளைப்பில் நிறுத்திய கொடுமையிலிருந்து விடுவித்து அவர் மனம் மகிழ்ச்சியடையச் செய்தால், வெள்ளத்திலிருந்து மதுரையைக் காத்திடலாம்!' என்று அமைச்சர்கள் ஆலோசித்து, அறிந்து கூறினர்.

பாண்டியன், அமைச்சர்களின் ஆலோசனையைக் கேட்டு மகிழ்ந்தான். அவர்களை அருளோடு நோக்கினான். 'எனது மனம் நினைத்தபடியே நீங்களும் உரைத்தீர்கள். அச்சம் தரும் வளைவுக் கோட்டில் நிறுத்தியுள்ள நற்குண சீலரான திருவாதவூரடிகளை அழைத்துவாருங்கள்!' என்றான். பணியாளர்கள் விரைந்து சென்று, திருவாதவூரரை விடுவித்து அழைத்து வந்தனர்.

'வாதவூரடிகளே! முன்னரே தங்கள் பெருமையை உணராத என்னுடைய அறியாமையால் இத்தனை குற்றங்களும் நடந்துவிட்டன. தாங்கள் அவற்றை மனத்தில் கொள்ளாது மன்னித்திடல் வேண்டும். வைகை ஆறு, நமது நகரத்தை அழித்துவிடாமல் தாங்கள் ஆவன செய்தல் வேண்டும்!' என்று பணிவுடன் வேண்டினான் அரிமர்த்தன பாண்டியன்.

> அருட்பெரு வழுதி இவ்வாறு அன்புரை பகர்ந்த போதும்
> தரிப்புஅரிது என்ன முன்னம் தழலென வெகுண்ட போதும்
> விருப்பொடு வெறுப்பும் இலாத மெய்ம்மையார் தம்மை ஆண்ட
> திருப்பதம் நினைந்தார் வைகைச் செழுப்புனல் ஊர்கொளாமல்.

தனது குற்றத்தை உணர்ந்ததால், பாண்டியன் பெரியவனாக உயர்ந்து விட்டான். ஆதலால் அவனை, 'அருட்பெரு வழுதி' என்று போற்றினார். 'வழுதி' என்ற சொல் பாண்டியனைக் குறிக்கும். மதுரையை, 'வழுதிக் கூடல்' என்றும் கூறுவர். வழுதி அன்பாகப் பேசிய போதும், முன்னர் தாங்கமுடியாத வகையில் நெருப்புபோல் சினந்த போதும், வாதவூரர் விருப்பும் வெறுப்பும் இல்லாத சமநிலையில் இருந்தார். அதனை சைவசித்தாந்தம், 'இரு வினை ஒப்பு' என்று கூறும். அதாவது, இன்ப-துன்பம் முதலிய இருவேறு நிலைகளைச் சமமாகக் கருதும் பக்குவநிலை அது.

வடிந்தது வெள்ளம்

திருவாதவூரர், அழகிய குதிரையின்மீது வந்த பெருமானின் திருவுரு வத்தை மனத்தில் தியானித்தார். ஆகாயத்தை நோக்கி வணங்கினார். உடனே, வைகை வெள்ளம் உள்வாங்கிச் சென்று வடிந்தது!

வாதவூரடிகள் ஓர் அருளாளராக விரைவில் செயல்பட்டு, இயற்கைச் சீற்றத்தைத் தணித்தார். அதாவது, வைகை ஆற்று வெள்ளத்தை உள்வாங்கச் செய்தார். அதே நேரத்தில் ஒரு அமைச்சராக உடனடி நடவடிக்கையில் ஈடுபட்டார்.

பழுதுபட்ட ஆற்றின் கரைகளை உடனே உரியபடி அடைத்து, அவற்றை வலுப்படுத்தவேண்டும் அல்லவா? அருகில் இருந்த அரசாங்கப் பணியாளர்களை அழைத்தார். 'அறைதிரை நெடுநீர் வைகை அணை கடிது அடைத்தல் வேண்டும்!' என்று கூறினார். தற்காலத்தில், 'போர்க்கால நடவடிக்கை' என்று கூறுகிறோம். மிகவும் விரைவாக கரைகளை அடைக்க வேண்டும் என்ற பொருளில், 'கடிது அடைத்தல் வேண்டும்' என்றார். அதனை நிறைவேற்ற மதுரை நகர மக்கள் அனைவரும் விரைவாக வரவேண்டும் என்று பறையறிவித்துத் தெரிவிக்க ஏற்பாடுகள் செய்தார்.

முத்துக்களின் குவியல்

வாதவூரர் கூறியபடி, பணியாளர்கள் வீதிதோறும் சென்று பறையறைந்து அறிவிப்பதற்கு முன்னமே, மதுரை நகர மக்கள் வைகைக் கரையை அடைக்கப் புறப்பட்டுவிட்டனர். அவர்கள் மண்வெட்டியும் கூடையும் ஏந்தியவர்களாக வைகைக் கரைக்கு வந்தனர்.

அனைவரும் ஒரே இடத்தில் பணியாற்றுவதைத் தவிர்க்க, மேற்பார்வை யாளர்கள் ஒவ்வொருவரும் தங்கள் பங்குக்கு அடைக்கவேண்டிய பகுதியை, கோலால் அளந்து ஒதுக்கீடு செய்து கொடுத்தனர்.

வெள்ளம் தாக்கிய பகுதிகளில் பலவகையான முத்துக்கள் வந்து குவிந்திருந்தன. மூங்கில்களின் கணுக்களில் தோன்றிய முத்துக்கள், யானைத் தந்தங்களிலிருந்து தோன்றிய முத்துக்கள், சங்கிலிருந்து தோன்றிய முத்துக்கள், கரும்பிலிருந்து தோன்றிய முத்துக்கள் என்று ஏராளமான முத்துக்களின் குவியல் ஆங்காங்கே காணப்பட்டன. 'பாண்டிய நாடு முத் துடைத்து' என்பதற்கு ஏற்ப, அவை ஆங்காங்கே கிடந்தன.

கரையை அடைக்கும் பணியில் ஈடுபட்டவர்களில் சிலர், 'பரித்திரள் நிறுத்தும்!' என்றனர். மூங்கில் அல்லது மரங்களை குதிரைப் பாய்ச்சல் போன்று நிறுத்தி, அதற்கிடையே மண்ணைக் கொட்டினால் அது நீரின் போக்கை எதிர்த்து நிற்கும். ஆகவே, அவ்வகையில் நிறுத்தச் சொல்லினர். சிலர், 'பாம்புகள் உருட்டும்!' என்றனர். வைக்கோல் புரிகளை 'பாம்பு' என்பர். வைக்கோல் புரிகளை உருட்டிவைத்து, மண்ணைக் கொட்டுவது ஒரு முறை.

வெள்ளத்தை அடைக்கும் பல தொழில் நுட்பங்களை, தெளிவாக உரைக்கிறார் கடவுள் மாமுனிவர். வேறு சிலர், 'அலைகளுடன் நீர் பெருகி வருகிறது. நம்மைக் கடவுள்தான் காப்பாற்ற வேண்டும்!' என்றும்

கூறினர். வெள்ளத்தில் வந்த அகில் மற்றும் சந்தன மரங்களை ஒருபுறமாக ஒதுக்கி வைத்தனர்.

10. பிட்டுக்கு மண் சுமந்த பெருமான்

மதுரை நகரத்தில், செம்மனச் செல்வி என்ற மூதாட்டி வாழ்ந்து வந்தாள்.

சிவபெருமானிடம் பக்தி கொண்டிருந்த செம்மனச் செல்வி, முதுமையிலும் பிட்டு சமைத்து விற்று வாழ்க்கை நடத்தி வந்தாள். இவளை வந்தி என்று கூறுவர். 'வந்தி' என்றால் மக்கட்பேறு இல்லாதவள் என்று பொருள்.

குறையை உணர்த்தும் அப்பெயரைக் கூறாது கடவுள் மாமுனிவர், செம்மனச் செல்வி என்ற அழகான தமிழ்ப்பெயரை அம்மூதாட்டிக்குச் சூட்டியுள்ளார்.

செம்மனச் செல்வி அடைக்கவேண்டிய பகுதியும் அளந்து ஒதுக்கீடு செய்யப்பட்டது. அதனை அடைக்க எவரும் வரவில்லை. அரசாங்கப் பணியாளர்கள் அவளிடம் சென்று ஆளை அனுப்பக் கூறினர். அவளிடமும், பணியாளர்கள் கண்டிப்பாக நடந்து கொண்டனர்.

அவள் கொடுக்கும் பிட்டைக் கூலியாக ஏற்று, பணிசெய்ய எவரும் முன்வரவில்லை. செம்மனச் செல்வி, ஆலவாய் ஈசன் திருக்கோயிலுக்குச் சென்று முறையிட்டாள்.

> நெட்டரவக் கச்சுடையாய்! நீலநிறத் திருமாதின்
> வட்டமுலைத் தழும்புபட வந்தணையும் திருமார்பா!
> கட்டிய செஞ்சடையாய்! உன்கண்ணருள் கொண்டு எப்பொழுதும்
> பிட்டினை விற்று உண்பேற்கும் பேரிடும்பை உளதாமோ?

'பாம்புக் கச்சையை அணிந்தவனே! காமாட்சி அம்பிகை குழையத் தழுவியதால் ஏற்பட்ட முலைத்தழும்புகள் உடையவனே! கட்டிய சடையை உடையவனே! உனது திருவருளால் பிட்டு விற்று வயிறு பிழைக்கும் எனக்கு பெருந்துயரம் வந்ததே!' என்று ஆலவாய் சொக்கனிடம் முறையிட்டாள் செம்மனச் செல்வி.

'எனக்கு ஒதுக்கீடு செய்த வைகைக் கரையை அடைக்க நீ உதவாது போனால், வேறு எவர் உதவுவார்? அடியார்க்கு எளியவன் என்ற உனது புகழுக்கும் இழுக்கு உண்டாகும்!' என்று செம்மனச் செல்வி கூறினாள்.

‘ஆலவாய் சொக்கனே! எனக்குத் தாயும் இல்லை தந்தையும் இல்லை; உறவினர்களும் இல்லை; நான் பேயோடு நின்றால், என்னைப் பிரித்து அறியமுடியாது. அத்தனை மெலிந்து எலும்புக்கூடாக இளைத்தவள். வறுமையில் வாடும் என் சிந்தையில் நீயே உறைகிறாய்; உன்னை விட்டால் வேறு யார் எனக்கு உதவுவார்கள்?’ என்று முறையிட்டாள் செம்மனச் செல்வி.

நம்பும் அடியார்களைக் கைவிடாத ஆலவாய் சொக்கன், தானே செம்மனச் செல்விக்காக கூலியாளாகச் செல்வது என்று கருணை கொண்டான்.

கூடை மண்வெட்டி கொண்ட கோலம்

சிவபெருமான் அவதாரங்கள் எடுப்பதில்லை. வேண்டிய வடிவங்களை வேண்டியபொழுது எடுத்துக்கொள்வான். அத்தகைய பெருமான் செம்மனச் செல்விக்கு உதவிட, கூலியாளாக வடிவம் கொண்டான்.

கிழிந்த ஆடையை உடுத்திக்கொண்டான். தலையில் மண்சுமக்க, ஏற்ற கூடையை வைத்திருந்தான். தோளில் மண்வெட்டி வைத்திருந்தான். துன்பத்தால் துவண்டு நின்ற மூதாட்டி இருந்த ஆலவாய் திருக்கோயிலுக்கு அருகில் வந்தான். பெரும்பசி உடையவர் போலத் தோன்றினான்.

திருக்கோயிலின் வாயிலில் நின்று, ‘எனக்கு வேலை கொடுத்து கூலி அளிப்பவர் உண்டோ?’ என்று கூவினான். கோயிலிலிருந்து வெளியே வந்தாள் செம்மனச் செல்வி. கூலியாள் வடிவத்தில் இருந்த ஈசனின் அருகில் சென்றாள்.

ஈசனைச் சுற்றி தேவர்கள் இல்லை; புலித்தோல் ஆடையில்லை; உடையின் மேல் கட்டிய பாம்புக் கச்சையும் இல்லை; சடையின் மேல் மதியும் இல்லை; கையில் மழுவும் இல்லை மானும் இல்லை; விடையூர்தி இல்லை. கூலியாளாக வெளியில் நின்றான் ஈசன்!

பிட்டமுது உண்ட பெருமான்

செம்மனச் செல்வி, கோயில் வாயிலில் நின்ற பெருமானை, தனக்காக வைகை சென்று உடைப்பு அடைக்கும் பணியைச் செய்ய வேண்டினாள். முன்கூலி கொடுத்தால் உடனே செல்வதாகக் கூறினான் பெருமான். முன்கூலியாகப் பிட்டை அளிப்பதாகவும், மாலையில் பிட்டு விற்ற பணத்தில் கூலியைத் தருவதாகவும் கூறினாள் மூதாட்டி.

‘தாயே! நான் மிகவும் பசியாக இருக்கிறேன். நீ அளிக்கும் பிட்டை உண்டு பசியாறியவுடன் வைகைக் கரைக்குச் சென்று உனக்கு அளந்து வரையறை செய்யப்பட்ட பங்கை அடைப்பேன்!’ என்றான், அனைத்து உயிர்களின் பசிக்கும் உணவளிக்கும் பரமன்.

துணியால் மூடி வைத்திருந்த பிட்டை, செம்மனச் செல்வி திறந்து ஈசனுக்கு அளித்தாள். அதனைத் தனது கிழிந்த மேலாடையில் வாங்கிய பெருமான், கையால் எடுத்து வாயில் இட்டுச் சுவைத்து உண்டான். இன்றும் ஆவணி மூல நாளில், திருக்கோயில்களில் இறைவனுக்குப் பிட்டு நிவேதனம் செய்து, அதனைப் பிரசாதமாக வழங்குகின்றனர்.

'தாயே! நீ அளித்த பிட்டு மிகவும் நன்றாக, சுவையாக உள்ளது! மேலும் சிறிது அளித்தால், இடைவேளையில் சுவைத்து மகிழ்வேன்!' என்று வேண்டினான் பரமன். செம்மனச் செல்வியும் பிட்டைத் தாராளமாக அள்ளிக் கொடுத்தாள். அதனைப் பரமன் மேலாடையில் முடிந்து வைத்துக் கொண்டான். 'தாயே! என் பசியைப் போக்கிவிட்டாய்! இனி வைகைக் கரைக்குச் சென்று உன் பங்குக்கு அளந்து விடப்பட்ட பகுதியை அடைப்பேன்!' என்று கூறிச் சென்றான்.

தவசீலர்களின் தலைவி

பிட்டு விற்றுப் பிழைத்த செம்மனச் செல்வியை கடவுள் மாமுனிவர், 'மெய்த்தவம் புரிவார் தம்மில் விழுப்பம் மிக்குடைய அன்னை!' என்று போற்றுகிறார். இறைவன் திருவருளை மட்டுமே நாடிச் செய்யும் தவம், 'மெய்த்தவம்' ஆகும். உலகியல் இன்பங்களை அடைவதற்காகச் செய்யும் தவம் மெய்த்தவம் ஆகாது. அத்தகைய தவசீலர்களுக்கும் தலைவியாக விளங்கியவள் செம்மனச் செல்வி.

அக்காலத்தில், மதுரையில் முதியவர்களுக்கு உதவும் அறச் சாலைகள் இருந்தன. அவற்றை நாடாமல், முதுமையிலும் உழைத்துப் பிழைக்க வேண்டும் என்ற உயர்ந்த குறிக்கோள் கொண்டு வாழ்ந்தவள் செம்மனச் செல்வி. இடையறாத சிவசிந்தனையுடன் வாழ்ந்தவள். துன்பம் வந்த போதும், பிறரை வேண்டாது இறைவன் ஒருவனையே துணையாக நம்பி வாழ்ந்தாள். அத்தகைய தூய வாழ்க்கை, மெய்யான தவத்தைவிடச் சிறந்தது. ஆதலால், இறைவன் அவளுக்கு உதவிட தானே நேரில் வந்தான்.

மண்சுமந்தான் மகேசன்!

செம்மனச் செல்விக்கு ஒதுக்கீடு செய்த பகுதியை, கூலியாளாக வந்த பரமனிடம் காட்டினர். அப்பகுதியை அடைக்க, பரமன் மண்ணை வெட்டி எடுத்தான்! அதனைக் கூடையில் இட்டான்! தலையில், 'சும்மாடு' கோலி வைத்தான்! அதன்மீது மண்கூடையை வைத்தான்! அதனைச் சுமந்து சென்று கொட்டினான்! உடல் வருந்தி வியர்வை சிந்தினான்! முடித்து வைத்திருந்த பிட்டில் ஒரு பகுதியை எடுத்துச்சுவைத் தான்! பிட்டமுதைத் தந்த மூதாட்டியிடம் கருணை கொண்டான்! தலையில் மண்கூடையையும் தோளில் மண்வெட்டியையும் தாங்கி, வைகைக் கரையில் ஆனந்தக் கூத்தும் ஆடினான்!

செம்மனச் செல்வியும் வைகைக் கரையில் நின்று ஆனந்தக் கூத்தாடிய கூலியாளைக் கண்டாள்! மகிழ்ந்தாள்! எனினும், அரசனின் ஆட்கள் அதனைக் கண்டால் சினம் கொள்வார்களே என்று அஞ்சினாள். மூதாட்டியின் மன உளைச்சலை உணர்ந்த பரமன், அவள் காணும்படி விரைவாக மண்ணை வெட்டி எடுத்துச்சென்று கொட்டினான். 'அன்னையே! தாங்கள் கவலைப்பட வேண்டாம்; விரைவில் கரையை அடைத்து முடிப்பேன். தாங்கள் தங்கள் இல்லத்துக்குச் செல்லுங்கள்!' என்று பரிவாகக் கூறியருளினான்.

பணியிடை உறங்கிய பரமன்

கூலியாளாகிய பரமன் கூறிய சொற்களைக் கேட்ட மூதாட்டி, தனது இல்லத்துக்குத் திரும்பினாள். பரமனே கரையை அடைக்க வந்துள்ளான் என்பதை அறிந்த வைகை அன்னை, அவனை தனது அலைகளாகிய கரங்களால் தொழுது போற்றினாள். மண்வெட்டி மற்றும் கூடையைக் கீழே வைத்த பரமன், அருகிலிருந்த கொன்றை மரத்தின் நிழலில் மணலைக் குவித்துதலையணை ஆக்கிக்கொண்டு, படுத்து உறங்கத் தொடங்கினான்.

திருவாதவூரடிகளின் கட்டளைப்படி மேற்பார்வைப் பணியில் சிலர் ஈடுபட்டிருந்தனர். அவர்கள், கையில் பிரம்புடன் ஆங்காங்கே சென்று பணிகளைப் பார்வையிட்டனர். அவர்களில் ஒருவர், மூதாட்டிக்கு ஒதுக்கப்பட்டிருந்த பகுதிக்கு வந்தார்.

வைகையின் இருகரைகளும் அடைக்கப்பட்டு அவை உயர்ந்து தோன்றின. பரமன் படுத்துறங்கிய பகுதியில் கரை தாழ்வாக இருப்பதைக் கண்டார் மேற்பார்வையாளர். அது யாருடைய பங்கு என்று வினவினார். அருகில் இருந்தோர், அது பிட்டு விற்கும் மூதாட்டி செம்மனச் செல்விக்கு அளந்து ஒதுக்கப்பட்ட பகுதி என்று கூறினர். அப்பகுதியை அடைக்க ஒரு கூலியாள் வந்ததாகவும் கூறினர்.

மற்றும் சிலர் மேற்பார்வையாளரிடம், மூதாட்டியின் கூலியாள் செய்த செயல்களை எடுத்துக் கூறினர். மண்ணை அகழ்வதும், கொட்டுவதும் ஆடுவதும் பாடுவதும் பிட்டு உண்பதும் ஆகிய செயல்களைச் செய்து, கரையை அடைக்காமல் அவன் வீணாக விளையாடிக் கொண்டிருந்தான் என்று விளக்கினர். கூலியாளாக இருந்தாலும் அவன் ஓர் அரசிளங் குமரனைப் போல் இருந்தான் என்றும் கூறினர். கொன்றை மரத்தின் நிழலில் ஆழ்ந்து உறங்குவதை மேற்பார்வையாளரிடம் அவர்கள் சுட்டிக் காட்டினார்கள்.

பிரம்படி பட்டான்!

மேற்பார்வையாளர், மூதாட்டியின் கூலியாளை அழைத்து வரும்படி ஒரு பணியாளரைப் பணித்தார். அப்பணியாள் உறக்கத்தில் இருந்த பரமனை

எழுப்பினான். விழித்து எழுந்த பரமனை, அப்பணியாள் தன்னுடன் மேற்பார்வையாளர் இருந்த இடத்துக்கு வரப் பணித்தான். பரமன் அதனைப் பொருட்படுத்தாது நின்றான்.

அரசுப் பணியாள் பரமனை வலிய இழுத்துச்சென்று மேற்பார்வையாளர் முன்னால் நிறுத்தினான். மேற்பார்வை அதிகாரி, 'ரத்தம் சிந்தும்படி பரமனை அடித்திடச் சொன்னார். அதிகாரி மற்றும் பணியாள் ஆகிய இருவரையும், 'பாவி' என்கிற கடவுள் மாமுனிவர்.

கொடிய சொற்களைப் பேசும் அந்தப் பாவி, சினத்துடன் பிரம்பை எடுத்தான். அப்படி அடித்தபோது, அன்புடைய உமையம்மைக்கு இடம் தந்த இடப்பாகம் தவிர்த்தான் சிவபெருமான். 'அரிவை பாகங் கொடுத்திலர்!' என்றார். பெண்ணுக்குச் சமஉரிமை வழங்கிய ஈசன், தான் அடிபட்ட போது வலப்பாகத்தைக் காட்டினான். மென்மையான பெண்மை பேணப்படுதல் வேண்டும் என்பதை உலகம் அறிய, அவ்வாறு தன் செயலால் உணர்த்தினான் ஈசன்.

> தார்மேல் நின்று இலங்குபுய வழுதி மேலும்
> தன்மனை மங்கையர் மேலும் அமைச்சர் மேலும்
> ஆர்மேலும் சென்று பொருஞ் சேனை மேலும்
> அயன் மேலும் அரிமேலும் அறவோர் மேலும்
> தேர்மேல் வெம்பகல் மேலும் மதியின் மேலும்
> சிறந்துள இந்திரன் மேலும் தேவர் மேலும்
> பார்மேலும் கடல் மேலும் மரங்கள் மேலும்
> பட்டது அரன் மெய்யிலடி பட்டபோது.

சிவபெருமான் மீது பிரம்படி பட்டபோது, அந்த அடி மாலைகள் புரளும் தோள்களை உடைய பாண்டியனின் மேல் பட்டது! அவனுடைய பட்டத்தரசிகள் மீது பட்டது! அமைச்சர்கள் மீது பட்டது! படைகளின் மீது பட்டது! பிரம்மன் மீது பட்டது! திருமால் மீது பட்டது! முனிவர்கள் மீது பட்டது! சூரியன் மீது பட்டது! சந்திரன் மீது பட்டது! இந்திரன் மீது பட்டது! தேவர்கள் மீது பட்டது! பூமியின் மீது பட்டது! கடலின் மீது பட்டது! மரங்களின் மீது பட்டது.

பரமன் மீது விழுந்த அடி, அனைத்து உலகங்களிலுமுள்ள உயிர்கள் மீது பட்டது! ஆகவே, அது குறித்து அவ்வுலகங்களில் இருந்து எழுந்த வியப்பு ஒலியே, எங்கும் நிறைந்தது! அது குறித்தே அனைவரும் பேசினர். ஈசன் மீது பட்ட அடி, திருவாதவூரர் மீதும் பட்டது. அவர், முதலில் அதிர்ந்தார். எனினும், தன்னை ஆட்கொண்ட பெருமான் திருவிளையாடலே அதுவென்று உணர்ந்தார். ஒருவர் பொருட்டு ஈசன் கூலியாளாக எழுந்தருளி, திருவிளை யாடல் புரிந்ததை எண்ணி வியந்தார். அனைத்து நிகழ்வுகளுக்கும் தாமே மூல காரணமாக இருந்ததை எண்ணி வேதனையும் அடைந்தார்.

பாண்டியனே பரமனை அடித்தான்

கடவுள் மாமுனிவர் இயற்றிய திருவாதவூரடிகள் புராணம் - சிவபெருமானை, அரசுப் பணியாளர்களில் ஒருவன் அடித்ததாகக் கூறுகிறது. திருவிளையாடல் புராணத்திலோ பரஞ்சோதி முனிவர், ஈசனை, பாண்டியனே அடித்ததாகக் குறிப்பிட்டுள்ளார்.

இறைவன் மண்சுமந்த இடம்!

இறைவன் எல்லாம் அறிந்தவன். ஆனால், அவனுக்குத் தெரியாதது ஒன்று உள்ளது! தன்பெருமையை தான் அறியாதவன் இறைவன். திருவாதவூரடிகள் அத்தகைய பெருமானை எண்ணி கண்ணீர் மல்கி நின்ற நேரத்தில், அரசனின் ஆட்கள் வந்தனர். சிவபெருமான் செய்தருளிய செயல்களைக் கூறினர். வாதவூரர், உடனே வைகைக் கரைக்குச் சென்றார்.

சிவபெருமான் மண்சுமந்து திருவிளையாடல் புரிந்த இடத்தை, வாதவூரருக்குச் சுட்டிக்காட்டினர். வாதவூரர் அந்த இடத்தில் கீழே விழுந்து புரண்டு கண்ணீர் உகுத்தார்.

'பெருமானே! பிரம்மனும் திருமாலும் பிற அடியார்களும் அர்ச்சித்த மலர்களை, மண்சுமக்கும் சும்மாடாகச் செய்து கொண்டாயா? அல்லது அவர்கள் இட்ட வில்வம் முதலான பச்சிலைகளால் சும்மாடு செய்தாயா? உனது சடையே சும்மாடாயிற்றா? பிறைச் சந்திரன் உமது சும்மாடாக மாறினானா? பாம்பின் படம்தான் சும்மாடாக ஆனதா? கூறி அருள்வீர்!' என்று கண்ணீர் கசியப் புலம்பினார் வாதவூரர்.

'பொன்னுலகம் என்ற தேவருலகத்தில் உள்ளவர்களும், இந்திரனும் பிரம்மனும் உனக்கு வழியடிமை செய்யக் காத்திருக்கின்றனர். நீயோ பிட்டு விற்கும் மூதாட்டிக்கு, கூலியாளாய் வந்து பணிசெய்தாய்! உன் கருணையை என்னென்பது?' என்று கூறி, 'அடியேன், நீ மண்சுமந்த திருக்கோலத்தைக் காணும் பேறு பெறவில்லையே!' என்று ஏங்கினார் வாதவூரடிகள்.

'உன்னை வைகைக் கரையில் கண்டவர்களா? மதுரை நகர வாசிகளா? பாண்டியனா? பிட்டமுது அளித்த மூதாட்டியா? ஐயனே! இவர்களில் யார் மிகவும் பாக்கியசாலிகள்? அடியேனுக்குக் கூறியருளுக!' என்றார் வாதவூரடிகள்.

'இங்கு, பெருமான் பொன்முடி தாங்கும் திருமுடியில் மண்சுமந்தான்! கூலிக்குப் பணிசெய்தான்! குளிர்ந்த வைகையில் கங்கையும் கலந்தது! ஈசன் குதிரை மீது ஏறி உலா வந்தான். உருவத் திருமேனியுடன் பெருமான் உலாவிய மதுரை மூதூர் அல்லவா சிவலோகம்!' என்று கூறி வியந்தார் திருவாதவூரடிகள்.

எல்லாம் சிவன் செயலே என்று தெளிவாக உணர்ந்த பாண்டியன், வாதவூரடிகள் இருந்த இடத்துக்கு வந்து அவரைப் பணிந்து வணங்கினான்.

'ஆமாத்தியர் குலத்தில் அவதரித்து அமைச்சராகி, எனக்குச் சிவபெரு மானின் குதிரையேறல் சிறப்பைக் காட்டியருளிய தங்களால், யான் நன்னெறி அடைந்தேன்!' என்று போற்றிக் கூறினான். அத்துடன் வாதவூரடிகளே தொடர்ந்து பாண்டிய நாட்டை வழிநடத்தும் முதலமைச்சர் பணியிலிருக்கவும் அரிமர்த்தனன் வேண்டினான்.

11. அடியார் கோலம் கொண்ட அமைச்சர்!

'தென்திசையிலுள்ள பாண்டிய நாட்டில் நீதி நிலைக்க அரசாளும் அரிமர்த்தனனே! அடியேன் திருப்பெருந்துறை செல்லவே விரும்பு கிறேன். என்னை, அங்கு செல்ல விடுத்தலே உலகை அளிப்பது போன்றது!' என்றார் திருவாதவூரடிகள்.

திருவாதவூரர் விரும்பியபடி, அவரை, பாண்டியன் திருப்பெருந்துறை செல்ல விடுத்தான். வாதவூரரை விடுவிக்க பாண்டியனுக்கு விருப்ப மில்லை. அதனால் வருத்தத்துடன் விடைபெற்று, தனது மாளிகையை அடைந்தான். திருவாதவூரர் தவக்கோலத்துக்கு உரிய ஆடைகளை அணிந்து பெருந்துறைக்குப் புறப்பட்டார்.

முத்தியடைந்த மூதாட்டி

பிட்டு விற்ற மூதாட்டி முத்தி அடைந்த செய்தியை, கடவுள் மாமுனிவர் குறிப்பிடவில்லை. திருவிளையாடல் புராணத்தில் அச்செய்தி இடம்பெற்றுள்ளது.

கரையை அடைக்கச் சென்ற பணியாள், தன்னிடம் வந்து வேலைக்குரிய கூலியைப் பெறுவார் என எதிர்பார்த்துக் காத்திருந்தாள் செம்மனச் செல்வி. பரமன் ஆணையால், தேவர்கள் விமானத்துடன் அவளுடைய இல்லத்தின்முன் இறங்கினர். தேவதுந்துபிகள் முழங்கின! தேவர்கள் மலர்மாரி பொழிந்தனர். மூதாட்டி செம்மனச் செல்வியை விமானத்தில் ஏற்றிச்சென்று முத்திநிலையில் சேர்த்தனர்.

பெருந்துறை பயணம்

தவக்கோலம் கொண்ட திருவாதவூரடிகள், ஆலவாய் அண்ணலை வணங்கி விடைபெற்று மதுரையிலிருந்து புறப்பட்டார். ஞானா சிரியரைக் காணவேண்டும் என்ற ஆவலினால் வேகமாக நடந்தார்.

அடர்ந்த காடுகளையும் ஊர்களையும் கடந்து சென்று, எண்ணற்ற முனிவர்கள் வாழும் திருப்பெருந்துறையை அடைந்தார். தேவ தேவனாகிய சிவபெருமான் முன்புபோல் அடியார்கள் சூழ வீற்றிருந் தான். அவருடைய திருவடிகளில் விழுந்து வணங்கினார் வாதவூரடிகள்.

அண்டருக்கு அரியாய் போற்றி அடியவர்க்கு எளியாய் போற்றி
வண்டமிழ்ப் பாண்டிநாடு வாழ மண்சுமந்தாய் போற்றி
கண் தனக்கு இனியமேனி காட்டி என் சென்னிமீது
முண்டகத் திருத்தாள் வைத்த முத்தனே போற்றி போற்றி.

என்று பலவாறாகப் போற்றினார். பாண்டிய நாட்டை, ஈசன் வாழவைத்த பெருமையை உரைத்தார்.

போற்றிப் பணிந்த திருவாதவூரடிகளின் தலையின் மீது, சிவபெருமான் தன்னுடைய திருக்கரங்களை வைத்து எழுந்திடப் பணித்தான். எழுந்தபின் அவருக்குத் திருநீறு பூசி, ஞானத்தை முழுமையாக அருளும் 'சிவதருமினி தீட்சை' கொடுத்தருளினான்.

மாணிக்கவாசகர் ஆனார்

பூரணஞானம் பெற்று ரத்தினம் போன்ற பாடல்களை இயற்றிய திருவாதவூரடிகளை ஈசன், 'மாணிக்கவாசகர்' என்று அழைத்தான். அதன்பின்னர் மாணிக்கவாசகர் என்ற பெயரே நிலைத்துவிட்டது.

'அடியவர்களே! நாம் திருக்கயிலையிலிருந்து புறப்பட்டு வந்து நிறைவேற்ற எண்ணிய செயல்கள் அனைத்தும் இனிதே நடந்தன. திருக்கயிலை வாசிகள் எமது திருவுருவத்தைக் காண எண்ணித் தியானிக் கின்றனர். எனவே, இனி நாம் திருக்கயிலை செல்ல வேண்டும்' என்றான்.

அடியவர்கள், ஈசனின் பிரிவைத் தாங்க இயலாமல் வருந்தினர். 'நீங்கள் வருந்த வேண்டாம்; இந்தக் குருந்த மரத்தின் நிழலில் ஒரு பீடம் அமைத்து, அதன்மீது எமது திருவடிகளை வைத்து வழிபட்டு வருக! உரிய நேரத்தில் யாம் உங்களுக்கு உரிய பதங்களை அளிப்போம்!' என்று கூறினான் பரமன்.

ஏனைய அடியார்களின் பார்வையிலிருந்து மறைந்தருளிய சிவபெரு மானை, மாணிக்கவாசகர் தொடர்ந்து சென்றார். பெருமான், ஒரு கொன்றை மரத்தின் நிழலில் அமர்ந்தான். அவனுடைய திருவடிகளில் விழுந்து வணங்கி கண்ணீர் வடித்தார் மாணிக்கவாசகர். அவரை, பெருமான் தனது பக்கத்தில் அமரச் செய்தருளினான். 'யாம் வீற்றிருந்த குருந்த மரத்தின் நிழல் ஓர் ஒப்பரிய திருத்தலமாகும். நீயும் மற்ற அடியார்களுடன் இத்திருத்தலத்தில் இருந்து எம்மை வழிபட்டு வருக! இங்குள்ள பொய்கையில் ஒரு சுடர் தோன்றும்போது, மற்ற அடியவர்கள்

அனைவரும் இதனுள் மூழ்கி மீண்டும் சிவகணத்தில் சேருவார்கள். நீ மட்டும் இத்தலத்திலிருந்து திருஉத்தரகோசமங்கைக்குச் செல்க! அங்கு உனக்கு, சித்திகள் அனைத்தும் கிட்டும்!' என்றான்.

எங்கும் குருவடிவம்!

பின்னர், 'சிவாலயங்கள் பலவற்றையும் இனி நீ தரிசிக்கச் செல்லலாம். அங்கெல்லாம் உனக்கு நாம் குருவடிவாகவே காட்சியருளுவோம். கழுக்குன்றத்தில் கணக்கில்லாத கோலத்தைக் கண்டு வணங்கி, தில்லையை அடைக! அங்கு, புத்தர்களை வாதில் வெல்வாய்! பின்னர் எமது சிவபதம் எய்தலாம்!' என்று ஈசன் மாணிக்கவாசகருக்கு, எதிர்காலப் பணிகளை எடுத்துக் கூறியருளினான்.

ஆவுடையார் கோயில்

மாணிக்கவாசகரின் காலத்தில் திருப்பெருந்துறை என்று அழைக்கப்பட்ட திருத்தலமே, தற்காலத்தில் ஆவுடையார் கோயில் என்று வழங்கி வருகிறது. பிரிக்கப்படாத தஞ்சை மாவட்டத்தில், அறந்தாங்கி வட்டத்தில் அடங்கியிருந்த ஆவுடையார்கோயில், தற்போது புதிய புதுக்கோட்டை மாவட்டத்தில் சேர்க்கப்பட்டுள்ளது.

திருவாரூர்-காரைக்குடி தொடர்வண்டிப் பாதையில் அறந்தாங்கி நிலையத்தில் இறங்கி, ஒன்பது கல் தொலைவு சென்றால் ஆவுடையார் கோயிலை அடையலாம். தற்காலத்தில் காரைக்குடி, திருவாரூர், அறந்தாங்கி, தஞ்சாவூர், புதுக்கோட்டை போன்ற நகரங்களிலிருந்தும் பேருந்துகள் செல்கின்றன. இந்தத் திருத்தலத்துக் கோயில், திருவாவடு துறை ஆதீனத்தின் கட்டுப்பாட்டில் உள்ளது. மிகப் பெரிய கற்கோயிலாக விளங்குகிறது.

ஆவுடையார் மட்டும் உண்டு

சிவாலயங்களில், மூலஸ்தானத்தில் இறைவன் சிவலிங்கத் திருமேனியுடன் காட்சி தருவார். இக்கோயிலில் சிவலிங்கம் இல்லாமல் ஆவுடையார் என்ற பீடம் மட்டுமே உள்ளது. சிவலிங்கத்தின் அடிப்பீடத்தை 'ஆவுடையார்' என்றும், மேலே உள்ள பகுதியை 'பாணம்' என்றும் கூறுவார்கள். பாணம் இல்லாமல் ஆவுடையார் மட்டுமே உள்ள திருத்தலம், 'ஆவுடையார் கோயில்' என்று பெயர் பெற்றது.

அம்பாள் திருமேனியும் இல்லை

சிவாலயத்தில் அம்பாள் சந்நதியில் அம்பிகையின் அழகான திருவுரு வங்கள் சிலாரூபமாகக் காட்சி அளிப்பதைக் காணலாம். இத்தலத்தில் அம்பிகைக்கும் திருவுருவம் இல்லை. யோகாம்பிகை அன்னையின்

திருவடிகள் மட்டுமே பீடத்தில் உள்ளன. இறைவனும் இறைவியும் அரூபமாக இருப்பதால் இவ்வாறு அமைத்துள்ளனர்.

தட்சிணாமூர்த்தி இல்லாத தலம்

இத்தலத்தில் மாணிக்கவாசகருக்கு இறைவன் தானே ஞானாசிரியராக எழுந்தருளி, குருந்த மரத்தின் கீழ் உபதேசம் செய்தான் அல்லவா? ஆதலால், சனகாதி முனிவர்களுக்கு உபதேசம் செய்த தட்சிணா மூர்த்தியின் சந்நதியும் இல்லை.

நந்தி-சண்டேசர்-கொடிமரம்

நந்தியெம்பெருமானே மாணிக்கவாசகராக வந்ததாகக் கருதப் படுவதால், இத்தலத்தில் நந்தியும் இல்லை. அவ்வாறே, சண்டேசுவரர் மற்றும் கொடிமரமும் இல்லை.

இங்கு தியாகராஜ மண்டபத்தில், மாணிக்கவாசக சுவாமிகள் இரண்டு திருக்கோலங்களில் காட்சியளிக்கிறார். வாதவூரர், பாண்டியனின் அமைச்சர் என்ற நிலையில் இத்தலத்துக்கு வந்தார் அல்லவா? அதனை நினைவுபடுத்தும் வகையில், தலையில் கிரீடம் தரித்து குண்டலக் காதுகளுடன், மார்பில் மணியாரங்கள் புரள, சர்வ அலங்காரங்களுடன் ஒருபுறத்தில் காட்சி அளிக்கிறார். எதிர்ப்புறத்தில் மாணிக்கவாசகர், துறவுக் கோலத்தில் கூப்பிய கையுடன் காட்சி தருகிறார்.

தியாகராஜ மண்டபத்தின் வடமேற்கில், சிவபெருமான் ஞானாசிரியராக வீற்றிருந்து மாணிக்கவாசகருக்கு உபதேசம் செய்தருளிய குருந்த மரம் உள்ளது. இதுவே இத்தலத்தின் தலவிருட்சமும் ஆகும்.

குதிரைச்சாமி

இரண்டாவது பிராகாரத்தில், கனகசபை என்ற பஞ்சாட்சர மண்டபம் உள்ளது. இங்குள்ள ஒரு தூணில், சிவபெருமான் நாலுகால் பாய்ச்சலில் தோன்றும் குதிரை மீது அமர்ந்து குதிரை வணிகர் கோலத்தில் காட்சியளிக்கிறார்.

இவரை, 'குதிரைச் சாமி' என்று குறிப்பிடுகின்றனர். ஈசனின் அறுபத்து நான்கு வடிவங்களில், 'அஸ்வாரூட மூர்த்தி' (பரியேறும் பெருமான்) என்பதும் ஒன்றாகும். இந்த குதிரைச்சாமிக்கும் வழிபாடுகள் நடை பெறுகின்றன. ஆவுடையார்கோயிலில் வேறு பல குதிரை வீரர்களின் சிற்பங்களும் உள்ளன.

ஆவுடையார்கோயில் ஆத்மநாத சுவாமி சந்நதி தெற்கு நோக்கி அமைந்துள்ளது. மாணிக்கவாசகர் சந்நதிக்கு எதிரில் அம்பிகை சந்நதி உள்ளது. அம்பிகை சந்நதியைச் சுற்றி துளைகளுடன் விளங்கும் சுவர்கள்

உள்ளன. அத்துளைகளின் வழியாகத்தான் அம்பிகையைத் தரிசிக்க இயலும். அம்பிகைக்கும் மாணிக்கவாசகருக்கும் ஒரே நேரத்தில் தீபாராதனை நடைபெறும்.

மாணிக்கவாசகர் திருப்பணிகள் செய்த இத்திருக்கோயிலில், மாணிக்க வாசகர் விழாவே முக்கியத் திருவிழாவாக மார்கழியில் நடைபெற்று வருகிறது.

12. தில்லையின் சிறப்பு

தில்லைக்கு வந்த பிறகு முக்தி எய்தலாகும் என்று ஈசன் கூறியது குறித்த ஓர் சந்தேகம் மாணிக்கவாசகருக்குத் தோன்றியது. அதனை, தனது ஞானாசிரியரிடமே கேட்டார்.

திருப்பெருந்துறையில் அன்பு காரணமாக மணிவாசகருக்கு மெய்ஞ்ஞான உபதேசம் செய்ததாகவும், தில்லை பரமுத்தி அளிக்க வல்ல தலமாதலால் அங்கு அதனை அடையலாம் என்றும் கூறினான் ஈசன்.

மூன்று நாடிகள், ஆறு ஆதாரங்கள் முதலிய யோகநூல் தொடர்பான செய்திகளை மணிவாசகருக்கு உபதேசித்த பெருமான், தில்லை நடனம் - ஐந்தொழிலை உணர்த்தும் ஆனந்தத் திருநடனம் என்றும் விளக்கி யுரைத்தான். தில்லையம்பலக் கூத்தைக் காண, திருமாலும் பிரம்மனும் பதஞ்சலியும் வியாக்கிரபாதரும் மற்ற முனிவர்களும் வந்த சிறப்பையும் கூறினான் ஈசன். மீண்டும் மணிவாசகருக்குத் திருநீறு அணிவித்து, 'இனி என்னைத் தொடராது நில்!' என்று கூறியருளினான். எனினும், மாணிக்க வாசகர் சிறிது தொலைவு ஞானாசிரியருடன் சென்றார். சிவபெருமான், வானில் மறைந்து திருக்கயிலைக்கு எழுந்தருளினான்.

தீர்த்தத்தில் தோன்றிய சுடர்

மாணிக்கவாசகர் மற்ற அடியவர்களுடன் சேர்ந்தார். குருந்த மரத்தின் நிழலில் பீடம் அமைத்து, அதன்மேல் ஈசன் திருவடியை வைத்து அனைவரும் வழிபட்டு வந்தனர்.

அப்போது மாணிக்கவாசகர், 'நமச்சிவாய வாழ்க! நாதன் தாள் வாழ்க!' என்று தொடங்கும் சிவபுராணத்தைப் பாடி அருளினார். அற்புதப் பத்து, குழைத்த பத்து முதலிய பாடல்களையும் பாடியருளினார்.

பெருந்துறைப் பெருமானுக்குத் திருப்பள்ளியெழுச்சி பாடி மகிழ்ந்தார். ஆனந்த மாலை, பிரார்த்தனைப் பத்து, திருப்பாண்டிப் பதிகம் முதலிய பாடல்களையும் அங்கிருந்தபோது பாடியருளினார்.

இறைவன் தனது மாணவர்களிடம் முன்னர் கூறியிருந்தபடி, அக்கினி தீர்த்தத்தில் சுடர் தோன்றியது. மற்ற மாணவர்கள் பொய்கையில் மூழ்கினர். அப்போது, சிவகாமியம்மை உடனாகிய தில்லையம் பலவாணன் வானவெளியில் காட்சியளித்தான். மாணவர்கள் அனை வரும் திருக்கயிலை அடைந்து, சிவகணங்களாகித் தங்கள் தொண்டு களைத் தொடர்ந்து செய்தனர்.

மற்ற மாணவர்களும் ஞானாசிரியரும் இல்லாத தனிமையில், மாணிக்கவாசர் பெரிதும் வருந்தினார். குருந்த மரத்தின் நிழலில் இருந்த திருவடிகளைத் தொழுது, 'மெய்தான் அரும்பி..' என்று தொடங்கும் திருச்சதகத்தை அருளிச் செய்தார். திருப்பெருந்துறையில் சில நாட்கள் தங்கிய பிறகு, திருஉத்தரகோசமங்கைக்குச் சென்றார்.

முதியவர் கேட்ட வரம்

உத்தரகோசமங்கை என்ற திருத்தலம் ராமநாதபுரத்துக்கு மேற்கே ஆறு கல் தொலைவில் உள்ளது.

ஒருநாள், இறைவன் திருக்கயிலையில் உமாதேவியாருக்கு வேதங்களை உபதேசித்தான். சிறிது நேரம் கழித்து, தான் கற்பித்த பகுதியைக் கூறும்படி உமையிடம் கேட்டான். அம்பிகைக்கு அப்பகுதிகளைக் கூற இயல வில்லை. அதனைக் காரணமாக வைத்து, ஒரு வேதியருக்கு அருள் செய்ய திருவுள்ளம் கொண்டான் ஈசன்.

தமிழ்நாட்டில் ராஜமாணிக்க சதுர்வேதபுரம் என்ற ஊரில் ஓர் அந்தணர் வாழ்ந்து வந்தார். அவர் மக்கட்செல்வத்தை விரும்பி, சிவபெருமானை நோக்கித் தவம் புரிந்தார். தான் கற்பித்த வேதமந்திரங்களைக் கூற இயலாத அம்பிகையை, அவ்வேதியருக்கு மகளாகப் பிறக்கச் செய்தான் பரமன்.

அவ்வேதியரும் அவருடைய மனைவியும் இறைவன் அருளால் கிடைத்த அக்குழந்தைக்கு, 'பூண்முலையாள்' என்று பெயர்சூட்டி வளர்த்தனர். வேதியர் வீட்டில் வளர்ந்த அம்பிகை, வேதமந்திரங்களை நன்றாக மனப்பாடம் செய்தாள். வேதியருக்கு வரம் கொடுத்த பெருமானே, அவரிடம் ஒரு முதியவராக வந்து ஒரு வரம் கேட்டான். கேட்டதைத் தருவதாக உறுதியளித்தார் வேதியர். பூண்முலையாளைத் தனக்கு மணம் செய்து கொடுக்க வேண்டினார் முதியவர். வேறுவழியின்றி முதிய வருக்கே பெண்ணைத் திருமணம் செய்து கொடுத்தார் வேதியர்.

பதில் அளித்தாள் பார்வதி

மணமேடையில் இருந்த மணமக்கள் திடீரென மறைந்து விட்டனர். பார்வதி-பரமசிவனாக மறையவருக்குக் காட்சி அளித்தனர். வேதியர்

மிகவும் மகிழ்ந்தார். வேதியர்தம் மரபுப்படி - சப்தபதி, சேஷ ஹோமம் முதலிய சடங்குகளை நிறைவேற்ற வேண்டினார். ஈசன் அதற்கு உடன்பட்டான். எல்லாம் இனிதே நிறைவேறின. அப்போது இறைவன் தேவியை, வேதங்களைக் கூறுமாறு பணித்தான். மறையவர் வீட்டில் வளர்ந்ததால், அனைத்து வேதங்களும் அப்போது அவளுக்கு மனப்பாட மாக இருந்தன. வேகமாக வேதம் சொன்னாள் பார்வதி.

கோசம் என்றால் வேதங்கள் என்று பொருள். உத்தரம் என்றால், பதில் அல்லது விடை என்று பொருள். அம்பிகை என்ற மங்கை கோசங் களுக்குப் பதில் அளித்த தலம் என்ற பொருளில் அத்தலம், 'உத்தர கோசமங்கை' என்று பெயர் பெற்றது. முன்பு ராஜமாணிக்க சதுர்வேத புரம் என்று அழைக்கப்பட்ட தலம் ஜின் உத்தரகோசமங்கை ஆயிற்று.

மரகத நடராஜர்

உத்தரகோசமங்கை திருக்கோயிலிலுள்ள நடராஜ மூலவர் மரகதக் கல்லால் ஆனவர். கோடி சூரியப் பிரகாசம் உடைய அவரை, நாம் நமது ஊனக்கண்ணால் காண இயலாது. ஆதலால், அந்த நடராஜ மூர்த்தத்தை ஆண்டு முழுவதும் சந்தனக் காப்பிட்டு மூடி வைத்திருக்கிறார்கள். ஆருத்ரா நாளில் மட்டும் சந்தனக் காப்பை நீக்கி புதிய காப்பு செய்வார்கள். அப்போதும்கூட திருமேனி தீண்டும் பேறு பெற்ற சிவாச்சாரியார்களால் மரகத மேனியைக் காண இயலாது. ஏனெனில், சந்தனக் காப்பைக் களையும் போதும் புதிய காப்பு சாத்தும் போதும், அவர்கள் கண்களைக் கட்டிக்கொள்ள வேண்டும்!

நடராஜமூர்த்தம் பெரும்பாலும் பஞ்சலோகத் திருமேனி யாகத்தான் இருக்கும். உத்தரகோசமங்கை மூலவர் மரகதக்கல்லால் ஆனவர் என்பதால், உற்சவமூர்த்தம் ஒன்றும் செய்து வைத்துள்ளனர். அந்த மூர்த்தம் மிகவும் அழகு வாய்ந்தது.

மாணிக்கவாசகர் உத்தரகோசமங்கையில் உள்ள கோயிலை அடைந்தார். தம்மை அடிமை கொண்ட இறைவனின் வடிவத்தைக் காணாது வருத்தத்தில் விழுந்தார். 'என்னை விட்டிடுதி கண்டாய்!' என்று வேண்டி 'நீத்தல் விண்ணப்பம்' என்ற திருவாசகத்தைப் பாடினார். உடனே, இறைவன் குருமூர்த்தமாக எழுந்தருளி அவருக்குக் காட்சியளித்தான்.

உத்தரகோசமங்கையில் சில நாள்கள் தங்கிய பிறகு, மாணிக்கவாசகர் வழியிலுள்ள தலங்களைத் தரிசித்து சோழ நாட்டில் புகுந்தார். திருவிடைமருதூர் சென்று மகாலிங்கப் பெருமானைத் தொழுத பிறகு, திருவாரூர் சென்றார். அங்கு தியாகேசனைத் தரிசித்து, 'பூங்கமலத்து அயனொடு' என்று தொடங்கும் 'திருப்புலம்பல்' என்ற பெயர்பெற்ற திரு வாசகத்தைப் பாடியருளினார்.

சிக்கெனப் பிடித்த சீர்காழி

சீர்காழிக்குச் சென்ற மாணிக்கவாசகர், தோணியப்பர் கோயிலில் குன்றுபோல் நின்ற கோபுரத்தைக் கண்டு, அத்தலம் கயிலையே எனக் கருதி வணங்கினார். நடராஜர் திருவடியை மனத்தில் நிறுத்தினார். 'உம்பர்கட்கு அரசே!' என்று தொடங்கும் 'பிடித்த பத்து' என்னும் திருவாசகத்தைப் பாடியருளினார்.

சீர்காழியைத் தொழுபவர்கள் வினைப்பகையை வெல்வர் என்று எண்ணி அவ்வூரில் சில நாட்கள் தங்கினார். அங்கிருந்து திருக்கழுக்குன்றம் செல்லும் நோக்கத்துடன் புறப்பட்டு, தில்லை ஈசன் இருக்கும் திசையைத் தொழுதார். மணிமுத்தாநதி சூழ்ந்த திருமுதுகுன்றம், திருவெண்ணெய் நல்லூர், திருவருட்துறை ஆகிய தலங்களைத் தரிசித்தார்.

அண்ணாமலையான் அடிக்கமலம்

வெண்ணெய்நல்லூர் அருட்துறையைத் தொழுத பிறகு, மாணிக்கவாசகர் நாடும் காடும் கடந்து யானைகளும் சிங்கங்களும் வாழும் திருவண்ணா மலையின் அருகில் சென்றார். மண்டபங்களும் கோபுரங்களும் மிகப் பெரிய மதில்களும், இடையில் இருந்த சோலைகளின் ஊடே மணிவாச கருக்குத் தெரிந்தது. அங்கிருந்தபடியே, ஒருமுறை அண்ணாமலையைத் தொழுதார்.

அழல்வடிவாக எழுந்த அண்ணாமலை அண்ணலை நினைத்தபடி, அத்திருத்தலத்தில் இருந்த வீதிகளைக் கடந்து திருக்கோயிலை அடைந்தார். அங்கும் சிவபெருமான், மணிவாசகருக்கு ஞானாசிரியக் கோலத்தைக் காட்டினான்.

அண்ணாமலையில் அம்மானை!

திருவண்ணாமலையில் கன்னிப் பெண்கள் மார்கழி மாதத்தில் விடியற்காலையில் நீராடி, பாவை நோன்பு மேற்கொண்ட காட்சியைக் கண்டார். மார்கழியில் இல்லந்தோறும், திருக்கோயில்தோறும் ஓதத்தக்க திருவெம்பாவை என்ற ஞானப்பனுவலைப் பாடினார் மாணிக்கவாசகர்.

அண்ணாமலையில் பெண்கள் ஆடும் அம்மானை விளையாட்டைக் கண்ட மணிவாசகர், 'திருவம்மானை' என்ற திருவாசகத்தையும் பாடியருளினார்.

அண்ணாமலையிலிருந்து காஞ்சிக்குச் சென்று, கச்சி ஏகம்பத்தையும் காமகோட்டத்தையும் கண்டு தொழுதார் மாணிக்கவாசகர். அங்கிருந்து திருக்கழுக்குன்றத்துக்குச் சென்றார். கழுக்குன்றத்து இறைவன் கணக்கிலா கோலம் காட்டிய சிறப்பைப் பாடியருளினார். பிற

பதிகளையும் தரிசித்த மாணிக்கவாசகர், இறைவன் குறிப்பட்டபடி தில்லைத் தலத்தை அடைந்தார்.

அம்பலத்தில் ஆனந்த நிலை

தில்லைத் திருக்கோயிலின் கிழக்குக் கோபுரத்தின் வழியே நுழைந்த மாணிக்கவாசகர், பொன்னம்பலவாணனைக் கண்டார். அம்பல வாணனையும், தனக்குத் திருவடி தீட்சை கொடுத்தருளிய குருநாதன் வடிவத்தில் கண்டார். 'முழுமுதலே! உயிர் போன்றவரே! அழகிய சபாநாயகரே! தேவரீருக்கு அடைக்கலம்!' என்று கூறினார்.

குன்றா அருள் மூலம்திகழ் குறியாகிய சுடரும்
மன்றாகிய வெளியூடு மகிழ்ந்தாடிய ஒளியும்
ஒன்றாகிய அநுபூதியில் உற்றார் செயல் அற்றார்
நின்றார் அசைவில்லா ஒரு நிலைஓவியம் ஆனார்.

குறையாத அருளை உடைய மூலஸ்தானத்தில் விளங்கும் சுடரையும், சிதாகாசம் என்ற வெளியில் மகிழ்ச்சியுடன் ஆடிய பெருமானையும் மணிவாசகர் ஒன்றாகக் கண்டார். மூலஸ்தானத்தில் விளங்கும் சிவலிங்கத் திருமேனியைச் சுடர் என்றும், சபாநாயகனை ஒளி என்றும் உணர்ந்தார். தானும் பெருமானுடன் ஒன்றிய அநுபூதி நிலையை அடைந்தார். அசை வில்லாது நிலையாக நிற்கும் ஓவியம்போல் நின்றார் மாணிக்கவாசகர்.

உமையொருபாகனாகிய பெருமானை, புறத்தில் வணங்கும் வழிபாடு களும் செய்யாமல் கைகால் அசைவின்றி நின்றார். போற்றிப் பாடுதல், கும்பிடுதல் போன்ற எச்செயலும் இல்லாமல் வெகுநேரம் நின்றார். கோயிலில் நடைபெற்ற பூஜைகள் தொடர்பான ஒலிகளும் அவர் காதில் விழவில்லை. பொன்னம்பலத்தின் திருக்கதவம் அடைத்து திருக்கோயில் நடைசாத்தும் நேரமும் வந்தது. அசையாது நின்ற மாணிக்கவாசகரை, 'ஐயா! பொன்னம்பலத்திலிருந்து வெளியே வாருங்கள்!' என்று மெய்க் காவலர் அழைத்தார். அந்த ஒலியும் மணிவாசகரின் காதில் விழவில்லை. துரியாதீதம் என்ற ஆனந்த நிலையில் மூழ்கியிருந்தார்.

மன்றத்திலிருந்து வெளியேவர அழைத்தும் வரவில்லை; பதில் எதுவும் கூறவுமில்லை. இவர் பித்தர் போலும்!' என்று மெய்க்காவலர் எண்ணினார். அப்போது மணிவாசகர், உயிரில்லாமல் கிடந்த உடலுக்கு மீண்டும் உயிர் வந்தது போல் கண்விழித்து, கரங்குவித்து வணங்கி, 'சிவசிவ போற்றி!' என்று கூறினார்.

புலீச்சரம்-அனந்தேச்சரம்

பொன்னம்பலத்தை மூன்று முறை வலம் வந்து, மூலஸ்தான மூர்த்தியையும் சிவகாமசுந்தரியையும் அன்போடு வணங்கிய பிறகு

அங்கிருந்து வெளியே வந்த மணிவாசகர், புலீச்சரம் என்ற திருக்கோயிலுக்குச் சென்றார்.

விடியற்காலை வேளையில் மலர்கள் கீழே விழுவதற்கு முன்னால் பறித்துவரச் செல்வார் ஒரு முனிவர். இருளில் மலர்கள் கண்ணுக்குப் புலப்படாது. இரவு நேரத்துப் பனி, மரத்தில் ஏற முடியாமல் வழுக்கி விடும். அதனால், அம்முனிவர் இறைவனிடம் முறையிட்டு, புலியின் கால்களையும் கண்பார்வையும் பெற்றார். வியாக்ரம் என்றால் புலி என்று பொருள். புலியின் காலைப் பெற்ற முனிவர், 'வியாக்ரபாதர்' என்று அழைக்கப்பட்டார். தமிழில் அவரை, புலிக்கால் முனிவர் என்று கூறுவர். அவர் வழிபட்ட தலம் என்ற பொருளில், தில்லையை 'புலியூர்' என்றும் கூறுவர். புலிக்கால் முனிவர் வழிபட்ட திருக்கோயிலாகிய புலீச்சரத்தையும், ஆதிசேஷனின் அவதாரமாகிய பதஞ்சலி வழிபட்ட அனந்தேச்சரத்தையும் மணிவாசகர் வணங்கினார். பிறகு, செந்தமிழ் அமுதமான திருவாசகப் பாடல்களைப் பாடியருளினார்.

<u>தில்லையில் பாடிய திருவாசகம்</u>

குலாப் பத்து, கீர்த்தித் திருவகவல், திருவண்டப் பகுதி, போற்றித் திருவகவல் ஆகிய திருவாசகப் பாடல்களைப் பாடியருளினார் மாணிக்கவாசகர்.

தில்லைப் பெண்கள் பாடல்களைப் பாடியவாறே சுண்ணப்பொடி இடிப்பதைக் கண்ட மாணிக்கவாசகர், 'திருச்சுண்ணம்' என்ற திருவாசகப் பாடலையும் இயற்றினார்.

இளம்பெண்கள் சோலைகளில் பாடல்களைப் பாடியவாறே பூக்களைப் பறித்தனர். அதனைக் கண்ட மணிவாசகர் - திருப்பூவல்லி, திருத்தெள் ளேனம், திருவுந்தியார், திருத்தோள் நோக்கம், திருப்பொன்னூசல் போன்ற பாடல்களையும் பாடினார்.

திருக்கோத்தும்பி, குயிற் பத்து, திருத்தசாங்கம், அச்சப் பத்து ஆகிய பதிகங்களையும், மாணிக்கவாசகர் தில்லையில் இருந்தபொழுது பாடியருளினார்.

மாணிக்கவாசகர் பாடிய திருவாசகப் பாடல்களைக் கேட்ட தில்லை நகரவாசிகள் பெரிதும் மகிழ்ந்தனர். அவர்கள் அவ்வப்பொழுது கூடும் சபைகள் தோறும், திருவாசகம் குறித்துப் பேசி மணிவாசகரையும் போற்றினர்.

தில்லையின் நகரெல்லையில் இருந்த வில்வாரண்யம் என்ற இடத்தில் மாணிக்கவாசகர் தங்கியிருந்தார். அந்த இடம் பிற்காலத்தில், 'பித்தர்புரம்' என்று பெயர் பெற்றது. அங்கிருந்தபடி, அன்றாடம் தில்லை தரிசனம் செய்து வந்தார் மணிவாசகப் பெருமான்.

13. சவால் விட்ட புத்த குரு

பொன்னம்பலம் வாழ்க!

மாணிக்கவாசகரின் காலத்தில் மாதவ முனிவர் ஒருவர் வாழ்ந்து வந்தார். சிறந்த சிவபக்தரான அம்முனிவர், ஈசன் நடனமாடும் பொன்னம் பலத்தில் பெரும் ஈடுபாடு கொண்டவர். ஆதலால், அவர் செல்லும் இடங்களில் எல்லாம் 'பொன்னம்பலம் வாழ்க!' என்று கூறுவார்.

அம்முனிவர் சோழநாட்டுத் தலங்களைத் தரிசித்து, தில்லைக்கு வந்தார். பிறகு ஈழநாட்டுக்குச் சென்றார். திருக்கோணமலை, திருக்கேதீச்சரம் ஆகிய தலங்களைத் தரிசித்தார். ஓரிடத்தில் அவர், 'பொன்னம்பலம் வாழ்க!' என்று கூறினார். அதனைக் கேட்ட மாற்றுச்சமய அன்பர், ஈழநாட்டு அரசனிடம் சென்று அதனைக் கூறினார். உருத்திராட்ச மாலை அணிந்து பிச்சை ஏற்று உண்ணும் முனிவன், தான் செல்லும் இடங்களில் 'பொன்னம்பலம் வாழ்க!' என்று கூறுவதாகச் சென்னார் அந்த அன்பர்.

அந்த முனிவரை உடனே அரசவைக்கு அழைத்துவரப் பணித்தான் ஈழநாட்டு அரசன். அந்த அன்பரும் முனிவர் இருந்த இடத்துக்கு வந்து, அவரை அரசனிடம் அழைத்துச் சென்றார். மன்னனும் மதகுருவும் அமர்ந்திருந்தனர். அரசன், முனிவர் பொன்னம்பலம் வாழ்கவென்று கூறுவதன் காரணத்தை வினவினான்.

முனிவர், சிவபெருமான் சிவகாமியம்பிகை காண நடனமிடும் பொன்னம்பலமே அகிலத்தின் மையம் என்றும், ஐயனின் ஆனந்தத் தாண்டவத்தால் ஐந்தொழிலும் நடைபெறுகிறது என்றும் கூறினார். பொன்னம்பலத்தை நினைத்தாலும் கூறினாலும் துன்பங்கள் நீங்கி இன்பங்கள் நிறைந்து வாழலாம் என்றும் கூறினார்.

திருநீறு, திருவைந்தெழுத்து, உருத்ராட்சம் போன்றவற்றின் மகிமைகளையும் விளக்கிக் கூறினார் முனிவர்.

புறப்பட்டார் புத்தகுரு

அரசனின் அருகில் அமர்ந்து முனிவரின் சொற்களைக் கேட்ட புத்தகுரு, தமது மதமே உயர்ந்தது என்றும் அதனை வாதத்தின் வழியாக மூன்றே நாட்களில் உறுதிப்படுத்த விரும்புவதாகவும் சவால் விட்டு, சீடர்கள் சூழ சிவிகையில் ஏறி தில்லைக்குப் புறப்பட்டார். கடலைக் கடந்து சோழநாட்டை அடைந்தார். தில்லைக்கும் வந்தார்.

ஈழநாட்டு அரசனுக்கு ஒரு மகள் இருந்தாள். அவள் பேசும் திறன் இல்லாமல் இருந்தாள். முனிவர் கூறியபடி பொன்னம்பலம் சென்றால் தனது துயர் தீரும் என்று மனதுக்குள் எண்ணினான் மன்னன். அதனைத் தனது குருநாதரிடம் கூறாமல், மகளையும் அழைத்துக்கொண்டு ஈழநாட்டு அரசன் தில்லைக்கு வந்தான். புத்தகுரு, தில்லையில் தமது சீடர் களுடன் திருப்புலீச்சரம் கோயிலை அடைந்தார். அங்குள்ள ரத்தின மண்டபத்தில் அமர்ந்து அங்கிருந்த அடியவர்களிடம், தான் வாதாடுவதற்காக வந்துள்ளதாகத் தெரிவித்தார்.

மன்னர்கள் முன் வாதப் போர்

புலீச்சரத்திலிருந்த அடியார்கள், தில்லைவாழ் அந்தணர்கள் முதலான நகரவாசிகள் அனைவரிடத்திலும், புத்தகுரு வாதாட வந்த செய்தியைத் தெரிவித்தனர். தில்லைவாழ் அந்தணர்கள், அச்செய்தியைச் சோழ மன்னனுக்கு ஓலை அனுப்பித் தெரிவித்தனர்.

தில்லைவாழ் அந்தணர்கள், அன்றிரவு மிகுந்த கவலையுடன் உறங்கச் சென்றனர். விடியற்காலை நேரத்தில் மூவாயிரவர் கனவிலும் தில்லையம்பலவாணன் தோன்றினான். ஊரின் எல்லையில் தங்கியிருந்த மாணிக்கவாசக சுவாமிகளை, புத்தகுருவுடன் வாதம் செய்ய அழைக்கு மாறு ஈசன் அவர்களுடைய கனவில் கூறினான். அதற்கிடையில் புலீச்சரத்தில் நடக்கவிருந்த வாதங்களைக் கேட்க, பல்லாயிரம் மக்கள் கூடிவிட்டனர். ஈழநாட்டு அரசனும் புலீச்சரத்திலிருந்த மண்டபத்தில் வந்து அமர்ந்திருந்தான். அவனுடன் அவன் மகளும் அமர்ந்திருந்தாள்.

தில்லைவாழ் அந்தணர்களின் கனவில் சிவபெருமான் கூறியபடி, மாணிக்கவாசகரை புத்தகுருவுடன் வாதிட வேண்டினர். ஈசன் திருவருளை எண்ணி மகிழ்ந்து, தில்லை நடராஜனை வணங்கி, திருப் புலீச்சரம் வந்தார் மணிவாசகர்.

சோழ மன்னன் பரிவாரங்களுடன் வந்து அமர்ந்தான். அவனைக் கண்டவுடன், ஈழநாட்டு அரசன் எழுந்து சென்று வணங்கினான். அவன், தான் கொண்டுவந்த திரை நிலுவைத் தொகையை சோழனிடம் செலுத்தினான் என்று கடவுள் மாமுனிவர் கூறுகிறார். ஆதலால், மணிவாசகரின் காலத்தில் ஈழநாடு சோழர்களின் ஆட்சிக்கு உட்பட்டு இருந்தது என்பதும், ஈழநாட்டு மன்னர்கள் சோழனுக்குக் கப்பம் கட்டி அரசாண்ட சிற்றரசர்களாக இருந்தனர் என்றும் தெரிகிறது. ஈழநாட்டு அரசன் வாதப்போரைக் கேட்க வந்த நேரத்தில், மரியாதையுடன் தான் செலுத்தவேண்டிய நிலுவையையும் செலுத்தினான். சோழன் அவனை அன்புடன் உபசரித்து, தனக்கு அருகில் அமரச் செய்தான்.

வென்றார் மாணிக்கவாசகர்

புத்தகுரு வாதத்தைத் தொடங்கினார். அவர் கேட்ட அத்தனை கேள்வி களுக்கும் மணிவாசகர் உரிய விளக்கத்தை அளித்தார். சைவ சமயத்தின் பெருமையை, சான்றுகளுடன் எடுத்துக்கூறி அனைவரும் வியக்கும் விதத்தில் சொற்போர் புரிந்தார். ஈழநாட்டு அரசன் உட்பட, அனைவரும் அவருடைய வாதங்களைக் கேட்டு வியந்தனர்.

பேசும் திறம் பெற்ற ஊமை மகள்

அவையோர் அனைவரும் மாணிக்கவாசகரே வென்றாகக் கூறினர். தமது தோல்வியை ஏற்க விரும்பாத புத்தகுரு, வீண் வாதங்கள் செய்தார். மாணிக்கவாசகர் கலைமகளைத் தியானித்தார். உடனே நாவுக்கரசி கலைமகள், புத்தகுருவின் நாவிலிருந்து அகன்றாள். புத்தகுரு, பேசும் திறன் இழந்தார்.

ஈழநாட்டு அரசன் மகளின் வாயில் திருநீறு இட்டு, அவளுக்குப் பேசும்திறனை அளித்தார் மாணிக்கவாசகர். புத்தகுரு அதுவரை கேட்ட அடுக்கடுக்கான கேள்விகள் அனைத்துக்கும் ஈழமன்னனின் மகள் பதிலளித்து, அனைவரையும் வியக்கச் செய்தாள்.

புத்தகுருவும் மணிவாசகரின் மகிமையை உணர்ந்தார். ஈழநாட்டு அரசன், மணிவாசகரிடம் திருநீறு வாங்கி அணிந்து மகிழ்ந்தான். அனைவரும், 'பொன்னம்பலம் வாழ்க!' என்று முழக்கமிட்டனர்.

14. சிவத்துடன் கலந்தவர்

சோழ, ஈழ அரசர்கள் மாணிக்கவாசகரை வணங்கி விடைபெற்றனர். மணிவாசகர் தமது திருமடத்துக்கு எழுந்தருளி - திருப்படையாட்சி, அச்சோ பதிகம், சிவலோக யாத்திரைப் பத்து ஆகிய திருப்பாடல்களைப் பாடினார்.

சிவபெருமான் தனக்கே உரிய தனிப்பெருங் கருணை கொண்டு, ஒரு வேதியர் உருவில் மாணிக்கவாசகர் இருந்த திருமடத்துக்குச் சென்றார். மணிவாசகர், வேதியரை மகிழ்ச்சியுடன் வரவேற்று அமரச் செய்தார்.

'சுவாமி! தாங்கள் எங்கிருந்து வருகிறீர்கள்?' என்று வேதியரிடம் கேட்டார் மணிவாசகர். வேதியர் - 'நான் வளங்கள் நிறைந்த பாண்டிய நாட்டைச் சேர்ந்தவன்!' என்று பதிலளித்தார்.

‘தாங்கள் இங்கு வந்ததன் காரணம் என்னவோ?’ மணிவாசகர் கேட்டார். ‘தங்களைக் காணும் நோக்கத்துடன் வந்தேன்!’ என்ற வேதியர், ‘மணிவாசகரே! தங்கள் பெருமையால், தேவர்களும் காண இயலாத சிவபெருமானை, குதிரை ஏற்றம் காட்டும் வணிகராகக் கண்டது பாண்டிய நாடு! திருப்பெருந்துறையில் ஞானாசிரியருக்குப் பணி செய்தது, திருக்கழுக்குன்றம் சென்றது, தில்லையில் புத்தரை வாதில் வென்றது ஆகிய தங்கள் பெருமைகளை அறிந்து, பாண்டிய நாட்டு மக்கள் அனைவரும் மகிழ்ந்தனர்!’ என்று பலவாறு புகழ்ந்தார் வேதியர்.

பின் ‘மாணிக்கவாசகரே! சிவபெருமான் மீது தாங்கள் நெஞ்சு உருகப் பாடியருளிய பாடல்கள் அனைத்தையும், பிறவித் துயரம் ஒழியும் வகையில் ஓதித் துதிக்க அடியேன் விரும்பி வந்தேன். அவற்றை எழுதிக்கொள்ளவும் ஆவலுடன் இருக்கிறேன்!’ என்றார் வேதியர்.

வேதியரின் வேண்டுகோள்

வேதியர் விரும்பியபடி, மாணிக்கவாசகர் தாம் பாடிய திருவாசகப் பாடல்கள் முழுவதையும் மனமுவந்து கூறினார்.

> அங்கவர் உரைத்ததெல்லாம் அம்பலத்து ஆடும் ஐயர்
> செங்கையில் ஏடு வாங்கித் தெளிவுற வரைந்த பின்னர்
> பொங்கிய அருளினாரும் புகன்றிட, அகலத் தையல்
> பங்கினர் தம்மைக் கோவை பாடுதல் வேண்டும் என்றார்.

மணிவாசகர் உரைத்த திருவாசகத்தை, பொன்னம்பலத்தில் நடனமாடும் பெருமான் வேதியர் வடிவில் இருந்து தனது சிவந்த திருக்கரத்தால் ஏட்டில் தெளிவாக எழுதி முடித்தான். சிவகாமியம்பிகை பாகராகிய சபாநாயகரைத் தலைவராகக் கொண்டு ஒரு கோவை நூலைப் பாடியருள வேண்டினான். ‘பாவை பாடிய வாயால் கோவை பாடுக!’ என்றான் பரமன்.

மாணிக்கவாசகரும் வேதியரின் வேண்டுகோளை ஏற்று திருக் கோவையார் என்ற நூலையும் இயற்றினார். வேதியர் அதனையும் எழுதிக் கொண்டார். திருவாசகம் மற்றும் திருக்கோவையார் எழுதிய சுவடிகளை வேதியர் பத்திரப் படுத்தித் தன்னிடம் வைத்துக்கொண்டார். அதே நேரத்தில் மின்னல் மறைவதைப் போல் மாணிக்கவாசகரின் பார்வையி லிருந்து மறைந்தருளினார் வேதியர்!

அதிசயச் சுவடி

செந்தமிழ் மொழியிடம் பேரன்பு கொண்ட சிவபெருமான், திருமாலையும் பிரம்மனையும் மற்ற தேவர்களையும் அழைத்தான். ‘நம்மிடம் அன்பு பூண்ட மணிவாசகர் பாடிய இந்த நற்றமிழ்ப்

பாடல்களைக் கேளுங்கள்!' என்று கூறினான். திருவாசகத்தையும் திருக்கோவையையும் தானே அவர்களுக்கு உரைத்தருளினான்.

'மெய்யாகிய தவத்தையுடைய திருவாதவூரர் கூற எழுதிய இந்தச் சுவடி, கனகசபையில் நடனஞ்செய்யும் திருச்சிற்றம்பலமுடையார் கையெழுத்தாம்!' என்று முத்தியைக் கொடுக்கவல்ல திருக்கோவையின் முடிவிலே எழுதி, சித்திரத் தாமரை மலர் போன்ற திருக்கரத்தால், திருத்தமாகக் கைக்காப்பும் (கையொப்பம்) செய்து அருளினான்.

மாணிக்கவாசகரின் பெருமையை உலகறியச் செய்ய விரும்பிய அம்பல வாணன், தான் கையெழுத்திட்ட சுவடியை பொன்னம்பலத்துப் படியில் வைத்தருளினான்.

பூஜைக்கு வந்த அந்தணர்கள், அந்தச் சுவடியைக் கண்டு வியந்தனர். இது ஒரு தெய்வீக விந்தை என்று கருதி அனைவருக்கும் அதனைத் தெரிவித்தனர். தில்லையில் இருந்தோர் அனைவரும் வந்து அந்த அதிசயச் சுவடியைக் கண்டனர். தேவரும் நுழைவதற்கு அரிய பொன்னம்பலப் படிகளில் அச்சுவடி வந்தது அனைவருக்கும் வியப்பை அளித்தது.

ஒருவர் மிகுந்த மரியாதையுடன் சென்று அச்சுவடியை வணங்கி அர்ச்சித்து, தூப தீபம் காட்டிய பிறகு கையில் எடுத்துப் படித்தார். அறுநூறு பாடல்களைக் கொண்ட திருவாசகத்தையும், அகப்பொருள் துறைகளை விரித்து உரைக்கும் திருக்கோவையின் நானூறு பாடல் களையும் படித்து முடித்தார். 'உயர்ந்த வாதவூரன் கவிகளை ஏற்று எழுதிய சிற்றம்பலமுடையானது கையெழுத்து!' என்பதையும் அவர் படித்தார். கண்ணீர் மல்க, உடல் சிலிர்க்க, உள்ளம் நெக்குருகத் திருவாசகத்தைக் கேட்டோர் அனைவரும், 'வீடளிக்கும் அருள் நூல் இதைவிட வேறு உண்டோ?' என்று கூறினர்.

மணிவாசகரை அழைத்து வந்தனர்

மணிவாசகர் இருந்த திருமடத்துக்குச் சென்று அம்பல வாணன் நிகழ்த்திய அற்புதச் செயலைக் கூறி அவரை அழைத்து வந்தனர். பொன்னம் பலவாணனின் கருணையை எண்ணி வியந்து மகிழ்ந்து தன்னை மறந்த நிலையில் நின்ற மணிவாசகரை, திருவாசகத்தின் பொருள் யாதென்று கூற வேண்டினர். பொன்னம்பலத்துக்கு எதிரே சென்று பொருள் கூறுவதாகக் கூறிய மணிவாசகர், அங்கு சென்றார். அவரைத் தொடர்ந்து அனைவரும் சென்றனர்.

பொருளாகி நிற்பவன்

பொன்னம்பலத்தில் ஏறி நின்று, 'திருவாசகத்தின் பொருள் இவனே!' என நடராஜப் பெருமானைச் சுட்டிக்காட்டினார் மாணிக்கவாசகர்! அதே நேரத்தில் அனைவரும் காண, அவர் பொன்னம்பலவாணனுடன்

இரண்டறக் கலந்தார். 'பாலுடனே மேவிய நீராகினார்!' என்று கடவுள் மாமுனிவர் கூறுகிறார். பாலோடு கலந்த நீர்போல, மணிவாசகரைத் தம்மோடு ஐக்கியமாக்கி பெருவாழ்வு கொடுத்தருளினான் சிவபெருமான்!

ஆனி மகத்தில் ஐக்கியம்

முப்பத்திரண்டு ஆண்டுகள் வாழ்ந்த மாணிக்கவாசகர், ஆனி மாத மக நட்சத்திரத்தில் அம்பலவாணனுடன் ஐக்கியம் அடைந்தார். திருக் கோயில்களில் - சம்பந்தர், அப்பர், சுந்தரர் ஆகிய மூவரையும் அவர்கள் திருநட்சத்திரங்களில் சுவாமி(சிவன்) சந்நிதியில் ஐக்கியப்படுத்து வார்கள். மாணிக்கவாசகரை மட்டும் நடராஜர் சந்நிதியில்யில் ஆனி மகத்தில் ஐக்கியப்படுத்துவார்கள்.

பூதல மாதும் வாழ்க! பொன்மழை பொழிந்து வாழ்க!
வேத ஆகமமும் வாழ்க! வேந்தர் செங்கோலும் வாழ்க!
தீதில் ஐந்தெழுத்தும் நீறும் சிவனடியாரும் வாழ்க!
வாதவூரிறை புராணம் படித்தவர் கேட்டோர் வாழ்க!

15. திருவாசகப் பெருமை

திருவாசகம் - அறுநூறு திருப்பாடல்களை உள்ளடக்கிய, ஐம்பத்தோரு பதிகங்களைக் கொண்ட நூலாகும். நானூறு பாடல்களை உள்ளடக்கிய திருக்கோவையார் ஒரு அகத்துறை நூல். இவை இரண்டும் பன்னிரு திருமுறைத் தொகுப்பில் எட்டாந்திருமுறையாக விளங்குகின்றன.

சிவப்பிரகாச சுவாமிகள், திருவாசகத்தை 'மதுரவாசகம்' என்று போற்றியுள்ளார். வாசகமாலை என்றும் அவர் திருவாசகத்தைக் குறிப்பிட்டுள்ளார். திருவாசகத் தேன் என்றும் கூறுவர். ஜி.யு.போப் அவர்கள், எலும்பை உருக்கும் பாடல் (போன் மெல்ட்டிங் ஸாங்) என திருவாசகத்தை, உள்ளத்தால் உணர்ந்து பாராட்டினார். அவர், திருவாசகத்தை வெளிநாடுகளில் புகழ்பெறச் செய்த சிறப்புக்குரியவர் ஆவார். ஐரோப்பியரும் மாற்றுச் சமயத்தவரும் ஆகிய ஜி.யு.போப் அவர்கள், திருவாசகத்தின் பெருமையை உலகறியச் செய்த பிறகு, தமிழ் மொழிக்கே உலக அரங்கில் தனிமதிப்பு கிடைத்தது எனலாம்.

மூலப் பதிப்புகள் - உரைநூல்கள்

1835-ஆம் ஆண்டு, கொட்டையூர் சிவக்கொழுந்து தேசிகரும் வேறு சில புலவர்களும் சேர்ந்து திருவாசக மூலத்தைப் பதிப்பித்தனர். முதலில், மூலப் பதிப்புகள் சந்தி பிரிக்காமல் வெளியிடப்பட்டன.

சைவ சித்தாந்தப் பெருமன்றம், 1941-ஆம் ஆண்டு பலவகை ஆராய்ச்சிக் குறிப்புரைகளுடன் திருவாசக மூலத்தை வெளியிட்டது. சைவ சித்தாந்த நூற்பதிப்புக் கழகமும், சில ஆதீனங்களும் மூலப்பாடல்களை வெளியிட்டன.

1897-ஆம் ஆண்டு பட்டாளம் வாசுதேவ முதலியார் அவர்கள் பதிப்பித்த திருவாசக உரையே முதல் உரைநூல் ஆகும். பி.இராமசாமி முதலியார், ஈ.சுந்தரமாணிக்க யோகீஸ்வரர், கா.சுப்பிரமணிய பிள்ளை, சீர்காழித் தாண்டவராயர், சா.தண்டபாணி தேசிகர், வீரபாகுப் பிள்ளை போன்ற பலரும் திருவாசகத்துக்கு உரை எழுதியுள்ளனர்.

க.சு.நவநீதகிருஷ்ண பாரதியார் போன்ற இலங்கைத் தமிழறிஞர்களும் திருவாசகத்துக்கு உரை எழுதியுள்ளனர்.

புலியூர்க் கேசிகன் அவர்கள் எழுதியுள்ள திருவாசகத் தெளிவுரை, சுருக்கமாகவும் எளிமையாவும் எழுதப்பட்ட உரைநூலாகும்.

சுவாமி சித்பவானந்தர் அவர்கள் எழுதியுள்ள திருவாசக விளக்கவுரை ஓர் ஆன்மிக விருந்தாக அமைந்துள்ளது. முதலில் மூலப் பாடல்களும், அதன் கீழ் சந்தி பிரித்த பாடல்களும் கொடுக்கப்பட்டுள்ளன. வேத, உபநிஷத நூல்களிலிருந்தும் மேற்கோள்களுடன் சித்பவானந்தர் அவர்கள் விரிவாக விளக்கியுள்ளார்.

சிவபுராணம்

கலிவெண்பாவாக இயற்றப்பட்ட தொண்ணூற்று ஐந்து அடிகளைக் கொண்டது சிவபுராணம். ஈசனின் அநாதியான இயல்புகளைக் கூறுவதால் புராணம் எனப்பட்டது. புராணம் என்பதை, புரா+நவம் என்று பிரித்துப் பொருள் கொண்டால், தொன்மையானதாகவும் புதுமையான தாகவும் இருக்கும் தன்மையைக் கூறும் பகுதி என்று பொருள் தரும். மணி வாசகரே, இறைவன் முன்னைப் பழம்பொருளாகவும் பின்னைப் புதுமையாகவும் விளங்கும் சிறப்பை, தமது திருவெம்பாவையில் கூறுகிறார்.

'*நமச்சிவாய வாழ்க! நாதன் தாள்வாழ்க!*' என்று தொடங்குகிறது சிவபுராணம். இறைவனின் திருநாமமாகவும் மந்திரமாகவும் விளங்கும் நமச்சிவாயத்துக்கு, முதலில் வாழ்த்துகூறித் தொடங்குகிறார். சிவம் என்றாலே மங்கலம் என்றுதான் பொருள். ஆதலால், சிவபுராணம் ஓதும் இடங்களில் மங்கலம் நிறைந்திருக்கும்.

மண்ணில் மங்கலமாக வாழ்ந்து, இறைவன் திருவடியை அடைதலே வாழ்க்கையின் பயன். ஆகவே, '*நாதன் தாள் வாழ்க!*' என்று ஈசனின் திருவடிக்கு வாழ்த்து கூறினார்.

வடமொழியில் 'கோ' என்றால் பசு என்று பொருள். 'கோகழி' என்றால் உயிர்களின் பசுத்தன்மை கழியும் இடம் என்பது பொருள். அதாவது, மும்மலங்கள் நீங்கும் இடம் என்று பொருள். திருப்பெருந்துறையை, கோகழி என்றும் கூறுவர். 'கோகழி ஆண்ட குருமணி' என்று ஈசனைப் புகழுகிறார். ஆகவே, திருப்பெருந்துறையில் இறைவன் மணிவாச கருக்குக் குருநாதராக எழுந்தருளி அருள்செய்த செய்தி இங்கு அகச்சான்றாக அமைந்துள்ளது.

'அவனருளாலே அவன் தாள் வணங்கி..' என்று கூறுகிறார். இறைவனை வழிபடும் வாய்ப்பும் அவன் திருவருளால்தான் கிட்டும் என்று தெளிவு படுத்துகிறார்.

'புல்லாகிப் பூடாய் புழுவாய் மரமாகி..' என்று கூறும் இடத்தில் உயிர்களின் பரிணாம வளர்ச்சிக் கொள்கையை மணிவாசகர் தெளிவாக உரைத்துள்ளார்.

சிவபுராணம், பிரதோஷம் போன்ற ஈசனுக்கு உரிய நாள்களில் பாராயணம் செய்ய ஏற்ற தோத்திரமாகத் திகழ்கிறது. இதை நாளும் பாராயணம் செய்பவர்கள் நிறைந்த பலன் அடைவது நிச்சயம்.

கீர்த்தித் திருவகவல்

இறைவனின் புகழைத் தொகுத்துக் கூறும் அகவற்பாவால் அமைந்தது கீர்த்தித் திருவகவல்.

நரியைக் குதிரை ஆக்கிய நன்மையும்
ஆண்டுகொண்டு அருள அழகிய திருவடி
பாண்டியன் தனக்குப் பரிமா விற்று
ஈண்டு கனகம் இசையப் பெறாது
ஆண்டான் எம்கோன் அருள் வழி இருப்ப..

இறைவன் நரிகளைக் குதிரைகள் ஆக்கினான். அவற்றைப் பாண்டி யனிடம் வணிகராக வந்து விற்றான். அப்பரிகளின் மதிப்பு, பாண்டியன் கொடுத்த பொன்னைவிடப் பலமடங்கு அதிகமாக இருந்தது. இச்செய்திகள், மேற்கண்ட திருவாசக கீர்த்தித் திருவகவல் அடிகளில் அகச்சான்றுகளாக அமைந்துள்ளன. அதுபோலவே ஈசன் குதிரைச் சேவகனாக வந்தது மண்சுமந்தது போன்ற செய்திகளையும், கீர்த்தித் திரு வகவலில் அகச்சான்றாகக் குறிப்பிட்டுள்ளார்.

மதுரைப் பெருநன் மாநகர் இருந்து
குதிரைச் சேவகன் ஆகிய கொள்கையும்
ஆங்கு அதுதன்னில் அடியவர்க்கு ஆக
பாங்காய் மண்சுமந்து அருளிய பரிசும்..

உத்தரகோசமங்கையில் வித்தக வேடம் காட்டியது, திருவாதவூரில் பாதச் சிலம்பொலி காட்டியது ஆகிய செய்திகளையும் கீர்த்தித் திருவகவலில் கூறியுள்ளார்.

அண்டங்களின் அமைப்பு

அண்டத்தில் எண்ணற்ற உலகங்கள் உள்ளன என்று விஞ்ஞானி மார்க்கோனி ஆய்ந்து கண்டுரைத்தார். அதற்குப் பல நூற்றாண்டுகள் முன்னாலேயே, மாணிக்கவாசகர் அக்கருத்தை மிகவும் தெளிவாகக் கூறியுள்ளார்.

அண்டப் பகுதியின் உண்டைப் பிறக்கம்
அளப்பரும் தன்மை வளப்பெரும் காட்சி
ஒன்றனுக்கு ஒன்று நின்று எழில் பகரின்
நூற்றொரு கோடியின் மேற்பட விரிந்தன
இல்நுழை கதிரின் துண்ணுப் புரைய
சிறிய ஆகப் பெரியோன் தெரியின்..

வீடுகளின் கூரையில் உள்ள சிறிய துளைகளின் வழியே, சூரிய ஒளி உள்ளே நுழையும். அதனைக் கூர்ந்து நோக்கினால், அக்கதிரின் ஊடே எண்ணற்ற நுண்துகள்கள் இருப்பதைக் காணலாம். அதுபோல் பேரண்டத்தில் நூற்றொரு கோடிக்கு மேற்பட்ட உலகங்கள் விரிந்து பரந்துள்ளன. அவை உருண்டை வடிவத்திலும் உள்ளன. இவ்வாறு தெளிவாக்குகிறது 'திருவண்டப் பகுதி'.

போற்றித் திருவகவல்

இருநூற்று இருபத்தைந்து அடிகளைக் கொண்ட போற்றித் திருவகவல், பிரபஞ்சத்தின் தோற்றத்தைக் கூறத் தொடங்கி போற்றி போற்றி! என்று நிறைவடைகிறது.

திருவெம்பாவை

மாணிக்கவாசகர் திருவண்ணாமலையில் இயற்றிய இருபது பாடல் களைக் கொண்ட பனுவல் திருவெம்பாவை. நல்ல மழை பெய்து நாடு சிறக்கவும் தங்களுக்கு நல்ல கணவன் வாய்க்கவும், கன்னிப் பெண்கள் மார்கழி மாதத்தில் மேற்கொள்ளும் பாவை நோன்பைக் கண்டு, மணிவாசகர் இயற்றியருளியது திருவெம்பாவை.

திருப்பள்ளியெழுச்சி

தற்கால இயந்திர உலகில், மனிதன் ஓயாது உழைக்க வேண்டியுள்ளது. மனிதனுக்கு உதவிட ஏராளமான கருவிகள் உள்ளன. வேகமாகச் சென்றுவர ஊர்திகள் உள்ளன. எனினும் மனிதன், 'நேரம் போதவில்லை; ஒரே டென்ஷன்' என்று அங்கலாய்க்கிறான். இதற்கு என்ன தீர்வு? நாம்

அதிகாலையில் எழுந்திடல் வேண்டும். அதனால், நமக்கு அதிக நேரம் கிடைக்கும். இதுவே, நேரமின்மை மற்றும் மனஉளைச்சலைத் தவிர்க்க நமது முன்னோர்கள் கண்ட தீர்வாகும்.

விடியற்காலையில் திருப்பள்ளியெழுச்சி பாட நாம் எழுந்துவிட்டால், மனஅமைதியும் போதுமான நேரமும் கிடைக்கின்றன. 'நான் காலம்பற எழுந்துவிட்டேன்!' என்று கூறுவதுண்டு. நாம் காலம் பெற, விடியலில் விழித்து எழுதல் வேண்டும். இதுவே அதன் பொருள்.

மாணிக்கவாசகர், திருப்பெருந்துறை இறைவனைத் துயில் எழுப்புவதாகப் பாவித்து இயற்றிய அருட்பாடல்களே திருப்பள்ளியெழுச்சியாகும். பத்துப் பாடல்கள் கொண்ட திருப்பள்ளியெழுச்சியில், உயர்ந்த தத்துவ உண்மைகளுடன் அழகிய இயற்கை வருணனைகளும் நிறைந்துள்ளன.

மகளிருக்கான பாடல்கள்

மாணிக்கவாசகரின் திருவாசகத்தில், மகளிருக்கான பகுதிகளும் இடம் பெற்றுள்ளன. அன்றாடப் பணிகளுக்கு இடையே மகளிர் ஈடுபடும் விளையாட்டுகள், உரையாடல்கள் ஆகியவற்றின் வழியே தெய்வச் சிந்தனையை வளர்க்கும் வகையிலும் அவை இயற்றப்பட்டுள்ளன.

அக்கால மகளிர் ஆடிய அற்புத விளையாட்டு அம்மானை. பெண்கள் வாயினால் இறைவன் பெருமைகளைப் பாடியபடி, கையினால் பந்துகளை மேலே எறிந்து பிடித்து விளையாடுவார்கள். ஒரு பெண் ஒரே நேரத்தில் மூன்று பந்துகளைக் (அம்மானைக் காய்கள்) கையாளுவாள். மூன்று பந்துகளை மாற்றிமாற்றி மேலே எறியும் பொழுது, இரண்டு பந்துகள் கைகளிலும் ஒரு பந்து அந்தரத்திலும் இருக்கும் நிலையில் ஆடுவார்கள். அவர்களின் வாய், பாட்டுகளைப் பாடிக்கொண்டே இருக்கும்.

மன ஒருமைப்பாடு, விரைவான செயற்பாடு ஆகியவற்றை வளர்க்கும் விளையாட்டாகத் திகழ்ந்தது அம்மானை. ஒரு பெண் மற்றொரு பெண்ணை 'அம்மானாய்!' என்று அழைத்து, தனது கருத்துகளைக் கூறும் வகையில் அமைந்த பாடல்களை திருவம்மானை என்றனர். திருவம் மானையில் இருபது பாடல்கள் உள்ளன. அவை திருவண்ணாமலையில் இயற்றப்பட்டவை.

தமிழ் வளர்ச்சிக்கு என்றும் உறுதுணையாக இருந்த ஈசன் சிவபெரு மானை, திருவம்மானை, 'தண்ணார் தமிழளிக்கும் தண்பாண்டி நாட்டான்!' என்று போற்றுகிறது.

திருப்பொற்சுண்ணம்

பலவகை நறுமணப் பொருட்களை உரலில் இட்டு இடித்து உருவாக்குவது பொற்சுண்ணம். சிறிது பொன்னையும் சேர்த்து இடிப்பார்கள். இடித்த பிறகு எடுத்த கலவை, பொன்னிறத்தில் இருக்கும்.

ஆதலால், அக்கலவையைப் பொற்சுண்ணம் என்றனர். பொற்சுண்ணம், ஈசனின் திருமஞ்சனத்துக்கு உகந்தது.

பொற்சுண்ணம் இடிக்கும்பொழுது மகளிர் இசைக்கும் பாடல்களாக அமைத்துப் பாடிய இருபது பாடல்கள், மணிவாசகரின் திருப்பொற் சுண்ணத்தில் அடங்கியுள்ளன.

தென்மாவட்டங்களில், இன்றும் திருவிழாக் காலங்களில் பொற் சுண்ணம் இடிக்கும் மரபு உள்ளது.

திருக்கோத்தும்பி

வண்டு வகைகளுள் மிகப் பெரியதாக இருப்பது கோத்தும்பி. அரச வண்டு அல்லது ராஜவண்டு என்பர். இறைவன் படைத்த உயிர்களில் முதன்மை யானவன் மனிதனே. மனிதனை அரச வண்டாக உருவகம் செய்து, அவனை இறைவனிடம் ஈடுபடுத்தும் வகையில் அமைந்த இருபது பாடல்களை உள்ளடக்கியது திருக்கோத்தும்பி.

கண்ணப்பன் ஒப்பதோர் அன்பின்மை கண்டபின்
என்அப்பன் என்ஒப்பு இல் என்னையும் ஆட்கொண்டருளி
வண்ணப் பணித்து என்னை வா என்ற வான்கருணைச்
சுண்ணப் பொன் நீற்றற்கே சென்று ஊதாய் கோத்தும்பி.

ஆறே நாட்களில் பக்குவம் எய்தி ஈசனுக்காகக் கண்களைத் தயங்காமல் அளித்த கண்ணப்பர், அன்பின் உச்சத்தில் இருந்தார். அன்பின் தொடக்க நிலையில் இருந்த தன்னை, தந்தையாகிய சிவபெருமான் ஆண்டு கொண்டான் என்று போற்றுகிறார் மாணிக்கவாசகர்.

திருத்தெள்ளேனம்

தெள்ளேனம் என்பதும் ஒரு மகளிர் விளையாட்டு. மாணிக்கவாசகர், திருத்தெள்ளேனத்திலும் இருபது பாடல்கள் பாடியுள்ளார்.

இறைவன் நாமரூபங்களைக் கடந்தவன். அதாவது, அவனுக்கு வடிவமும் பெயரும் இல்லை. குணங்களும் இல்லை. அத்தகைய நிலையில், கடவுளை நிற்குணப் பிரம்மம் என்பர். அவனே அடியார்கள் வழிபடும் பொருட்டு, பல்வேறு வடிவங்களை எடுத்துக்கொண்டு வருகிறான். அப்போது, ‘சகுணப் பிரம்மம்’ என்பர்.

அடியார்களின் வழிபடுதெய்வங்களாக வரும்பொழுது, கடவுளைப் பல்வேறு பெயர்களால் அழைக்கின்றனர். ஆயிரம் பெயர்களைக் கூறுகின்றனர். சிவசகஸ்ரநாமம், விஷ்ணு சகஸ்ரநாமம், லலிதா சகஸ்ரநாமம் என்று பல்வேறு சகஸ்ரநாமங்கள் உள்ளன.

ஒருநாமம் ஓர் உருவம் ஒன்றும் இல்லாற்கு ஆயிரம்
திருநாமம் பாடி நாம் தெள்ளேனம் கொட்டாமோ.

திருத்தெள்ளேனத்திலுள்ள இவ்விரண்டு அடிகளும் மிகவும் பிரபலமானவை. திருத்தெள்ளேனத்தில் மாணிக்கவாசகர் அம்பிகையை, 'கோல் வளையாள்' என்று போற்றுகிறார். மகளிரிடம், அவளுடைய நலத்தைப் பாடி பெருமானின் நஞ்சுண்ட திறத்தையும் (தியாகத்தை) பாடிடக் கூறுகிறார் மணிவாசகர்.

செங்கோன்மையும் தியாகமும்

செங்கோன்மைக்கு அம்பிகையும், தியாகத்துக்கு ஈசனும் உதாரணமாக உள்ளனர். அம்பிகை வளையாத செங்கோல் உடையவள். ஆதலால், 'செங்கோல் வளையாள்' என்றார். இயற்கையின் ஒழுங்கான நடைமுறையே அம்பிகையின் ஆட்சி. அதனை, தர்மத்தின் வழி நடத்துவது அவளுடைய திட்டமாகும். தர்ம அனுஷ்டானமே தெய்வ வழிபாடு.

தர்மத்தில் நிலைபெற்றவனுக்கு, பிரபஞ்சம் முழுதும் அம்பிகை சொரூபமாகக் காட்சி கொடுக்கிறது. இந்தக் காட்சியைக் கடந்து மேலே போவது தியாகமாகிறது. நஞ்சு உண்பது என்பது தியாகமாகிறது. தியாகம் பண்ணியவர்கள் சுத்தசிவத்தை அடைகின்றனர். சக்தி உபாசனை சிவ உபாசனையாகப் பரிணமித்து, ஜீவனை முக்தியில் சேர்க்கிறது. இவ்வாறு 'கோல் வளையாள் நலம் பாடி' என்ற திருத்தெள்ளேனத்தில் உள்ள சொற்றொடரை சுவாமி சித்பவானந்தர் விரிவாக விளக்குகிறார்.

திருச்சாழல்

சாழல் என்பதும் ஒருவகை மகளிர் விளையாட்டு. வினா-விடை முறையில் அமைந்ததுதான் திருச்சாழல்.

ஒரு பெண் கேட்கும் வினாவிற்கு மற்றொரு பெண் விடை அளிப்பது போன்ற அமைப்பில் மாணிக்கவாசகர் பாடியதே திருச்சாழல். பேச்சுத்திறன் இல்லாமல் இருந்த ஈழநாட்டு அரசனின் மகளுக்கு, மணிவாசகர் பேசும்திறனை அளித்தார். புத்தகுரு கேட்ட கேள்விகளுக்கு அப்பெண் விடை அளித்தாள். அந்த வினா-விடைகளின் தொகுப்பே பிறகு, திருச்சாழல் என்ற திருவாசகமாக மலர்ந்தது. அந்த வரலாறு இடைச்செருகல் என்றும் கூறுவர். திருச்சாழலிலும் இருபது பாடல்கள் உள்ளன.

திருப்பூவல்லி

பூவல்லி கொய்தலும் ஒரு மகளிர் விளையாட்டுதான். நம்மிடம் உள்ள மாயையைக் கொய்து எறிதலே பூக்கொய்தலாக உருவகம் செய்யப்பட்டுள்ளது. மகளிர், மலர்களைப் பறிக்கும்பொழுதும் பரமனையே பாடினர். திருப்பூவல்லியிலும் இருபது பாடல்கள் உள்ளன.

திருவுந்தியார்

உந்திப் பறத்தலும் ஒரு மகளிர் விளையாட்டே. பாலுக்காக அழுத முனிகுமாரனுக்குப் பாற்கடல் அளித்தது, ஈசன் முருகனின் தந்தையாகத் திகழ்வது போன்ற செய்திகள் திருவுந்தியாரில் கூறப்பட்டுள்ளன. இறைவன் புகழைப் பாடி, துள்ளிக் குதித்தலே உந்திப் பறத்தல் என்றும் விளக்கம் அளிக்கின்றனர்.

திருத்தோணோக்கம்

தோளைப் பார்த்தோ அல்லது தீண்டியோ மகளிர் ஆடும் விளை யாட்டுக்கு ஏற்ற பாடல்களே தோணோக்கம் ஆகும். தோள்+நோக்கம்= தோணோக்கம் என்று ஆயிற்று. மகளிரின் தோளை ஓடிப் பிடிக்கும் விளையாட்டாக இது இருக்கலாம்.

திருப்பொன்னூசல்

மகளிர், இறைவனைப் பாடியபடி ஊஞ்சலில் இருந்து பாடும் வகையில் அமைந்தது ‘பொன்னூசல்’ ஆகும். இன்றும் திருக்கோயில்களில் பொன்னூசல் விழா நடைபெறுகிறது. திருப்பதியில், இதனை ‘டோலோத்ஸவம்’ என்பர்.

பத்துப் பத்தாகப் பாடியவை

பிரிவால் வருந்திய தலைவியின் தாய், அது குறித்து தோழியிடம் வினவுதல் போன்ற செய்திகள் அமைந்த பாடல்கள் ‘அன்னைப் பத்து’ ஆகும்

தலைவி, குயிலை அழைத்து தலைவனிடம் தூது அனுப்பும் விதமாக, குயிலிடம் கூறுவது போன்ற பாவனையில் அமைந்தது ‘குயில் பத்து’.

சிவானுபவத்தை அனுபவித்த ஜீவன், முழுவதுமாக அதனை அனுபவிக்க, ‘யான் இன்னும் செத்திலனே!’ என இரங்கும் பாவத்தில் பாடியது - ‘செத்திலாப் பத்து’ ஆகும்.

இறைவனிடம் அடைக்கலம் (சரணாகதி) புகும் கருத்தைத் தெரிவித்துப் பாடியருளியவை ‘அடைக்கலப் பத்து’ ஆகும்.

இறைவனின் அருளைப் பெற்றிட ஆசைப்பட்டதை அறிவித்துப் பாடியருளியவை ‘ஆசைப் பத்து’ ஆகும்.

இவைனின் அளப்பரிய பெருமையை வியந்தும் தனக்கு அருள்செய்த கருணையை வியந்தும் பாடிய பத்துப் பாடல்கள் ‘அதிசயப் பத்து’ ஆகும்.

‘புணர்ச்சிப் பத்து’ என்பது இறைவனுடன் இரண்டறக் கலக்கும் நாள் என்று கொலோ? என ஏங்கும் பாவனையில் அமைந்திருப்பது.

‘நான் பற்றிலேன்; இனி வாழாமையை வேண்டினேன்’ என்ற பாவனையில் பாடியது ‘வாழாப் பத்து’ ஆகும்.

‘இப்பிறப்பைவிட்டு உன் திருவடி சேர்வதற்கு அன்பு கொண்டழைத்தால் என்ன?’ என வினவி, ஆதரித்து அருள விண்ணப்பித்த பாடல்கள் ‘அருட்பத்து’ ஆகும்.

தில்லையில், மணிவாசகர் கண்ட ஆனந்தக்கூத்தை அறிவித்துப் பாடியருளிய பாடல்கள் ‘கண்ட பத்து’ ஆகும்.

எப்போதும் சிவானந்தப் பெருவெள்ளத்தில் திளைத்திட, ‘பிரார்த்தனைப் பத்தில்’ விண்ணப்பித்தார் மாணிக்கவாசகர்.

ஆத்மநிவேதனம் செய்தலாகிய அனைத்தையும், ஈசனிடம் ஒப்படைக்கும் பாவனையில் பாடியது ‘குழைத்த பத்து’.

‘உயிருண்ணிப் பத்து’ என்பது சிவானந்தம் மேலிட்ட நிலையை அறிவித்த பாடல்களாகும்.

சிவநெறியைச் சேராத எதனைக் கண்டாலும் அஞ்சும் நிலையை உரைப்பது ‘அச்சப் பத்து’ ஆகும்.

சிவனையும் சைவநெறியையும் சிக்கெனப் பிடித்த செய்தி ‘பிடித்த பத்து’ என்ற பகுதியில் கூறப்படுகிறது.

அனுபவ இடையீடு இல்லாமல் இன்பத்தில் இருத்திய இறைவனைப் புகழும் பாடல்கள் ‘குலாப் பத்து’ ஆகும்.

‘அற்புதப் பத்து’ சிவானந்த மேலீட்டை சொல்லத் தெரியாது விம்மும் நிலையை உரைக்கிறது.

இறைவன் திருவடி தமது சென்னியில்(தலையில்) இருக்கும் சிறப்பைக் கூறுவது ‘சென்னிப் பத்து’ ஆகும்.

அடியார்களை அழைத்துக்கொண்டு இறைவனுடைய திருவடியை நோக்கிப் பயணிக்கும் பாவனையில் பாடியது ‘யாத்திரைப் பத்து’ ஆகும்.

பதிகங்கள்

தில்லையின் சிறப்புகளை ‘கோயில் மூத்த திருப்பதிகம்’ எடுத்துப் பேசுகிறது.

கோயில் திருப்பதிகம் ‘தில்லையிலிருந்தபடி’ திருப்பெருந் துறையை அடையும் குறிப்பாக பாடிய பாடல்கள் ஆகும்.

பக்குவப்பட்ட நிலையில் திருக்கழுக்குன்றத்தில் அருளிய பாடல்கள் ‘திருக்கழுக்குன்றப் பதிகம்’ ஆகும்.

‘திருப்பாண்டிப் பதிகம்’ பாண்டிய நாட்டில் எய்திய அனுபவச்சிறப்பைக் கூறுகின்றது.

இறைவன் திருநாமங்களைக் கூறுவதால் உண்டாகும் இன்பத்தைப் பற்றிய எண்ணத்தைக் கூறுவது ‘எண்ணப்பதிகம்’ ஆகும்.

தான் எய்திய பேறு, வேறு எவர் எய்துவர் என அதிசயித்துப் பாடியருளியது ‘அச்சோ பதிகம்’ ஆகும்.

<u>பிறவகை</u>

அந்தாதித் தொடை அமைத்துப் பாடிய நூறுபாடல்களைக் கொண்ட பகுதி ‘திருச்சதகம்’ ஆகும்.

‘நீத்தல் விண்ணப்பம்’ என்ற பகுதியில், உலகியல் பற்றுகள் நீங்க இறைவனிடம் விண்ணப்பிக்கிறார்.

அரசனது பெயர், ஊர், நாடு, ஆறு, மாலை, குதிரை, படை, பறை, மலை, கொடி ஆகிய பத்தும் தசாங்கம் எனப்படும். ஈசனின் தசாங்கம் கூறும் பாடல்கள் ‘திருத்தசாங்கம்’ ஆகும்.

ஜீவனின் செயல்கள் அற்று, சிவனின் செயலாக மாறும் இயல்புகளைக் கூறுவது ‘திருவேசறவு’ ஆகும்.

சிவானந்த நிலை முதிர்ச்சி அடையாதது குறித்து இரங்கிப் பாடியது ‘திருப்புலம்பல்’ ஆகும்.

தாம் பெற்ற அருளின் சிறப்பை அறிவித்து அன்புறுதல் ‘திருவார்த்தை’ என்ற பகுதியில் இடம்பெற்றுள்ளது.

அருளாகிய வாட்படையை ஏந்தி உலகியல் மாயையை அழிக்க, அடியார் களை அழைக்கும் பாவனையில் பாடியது ‘திருப்படையெழுச்சி’ ஆகும்.

‘திருவெண்பாவில்’ திருப்பெருந்துறையில் இயற்றிய நேரிசை வெண்பாக்கள் அடங்கியுள்ளன.

வேதங்களை, பண்டாய நான்மறை என்று போற்றியுரைத்த பாடல்கள் ‘பண்டாய நான்மறை’ என்ற பகுதியில் உள்ளன.

திருப்பெருந்துறை இறைவன் அருளால் ஜீவ உபாதைகளை வென்ற விவரம் கூறுவது ‘திருப்படையாட்சி’ ஆகும்.

சிவானந்த அனுபவத்தில் விருப்பமும், அடியவரோடு கூடும் விருப்பமும் தெரிவித்து இயற்றியது ‘ஆனந்தமாலை’ ஆகும். இதில் சிவபெருமான் குதிரையில் வந்தது, நரியைப் பரியாக்கியது, மண்சுமந்தது போன்ற மதுரை நிகழ்வுகளை நினைவு கூர்கிறார்.

எளிதில் புரிந்துகொள்ளும் வகையில் ஐம்பத்தோரு பகுதிகளின் உள்ளடக்கம் இங்கு தொகுத்துக் கூறப்பட்டது. திருவாசக நூல்களில் பதிக வரிசை வேறுபடும்.

அடிக்கடி ஆளப்படும் சொற்றொடர்கள்

கீழ்க்கண்ட திருவாசகச் சொற்றொடர்கள் அடிக்கடி எடுத்தாளப்படு பவை.

1. அவனருளாலே அவன்தாள் வணங்கி...
2. அழுதால் உன்னைப் பெறலாமே!
3. தென்னாடுடைய சிவனே போற்றி!
4. நன்றே செய்வாய் பிழை செய்வாய் நானோ இதற்கு நாயகமே...
5. மூலபண்டாரம் வழங்குகின்றான் வந்து முந்துமினே...
6. வேண்டத்தக்கது அறிவோய் நீ; வேண்ட முழுதும் தருவோய் நீ.

திருவாசகம் என்னும் தேன்

கனிகள், தின்பண்டங்கள் ஆகியவற்றின் சுவையைப் பற்றிக் கூறும் பொழுது 'தேனாக இனிக்கிறது!' என்று கூறுகிறோம். திருவாசகம், தேனைப் போல் சுவையானது.

தேன், ஈசனுக்கு உகந்தது. அபிஷேகத்திலும் பஞ்சாமிர்தம் செய்வதிலும் பயன்படுகிறது. திருவாசகமும் ஈசனுக்கு மிகவும் உகந்தது. அவனே கைப்பட எழுதியருளியது.

தேன் தானும் கெடாது; தன்னைச் சேர்ந்த மற்ற பொருட்களையும் கெடாமல் பாதுகாப்பது. நோய் தீர்க்கும் மருத்துவக் குணமும் உடையது. அதுபோல் திருவாசகம், பிறவி நோயை நீக்கும் எளிய இனிய சாதனமாகும்.

தேன் அதனை உண்ட இருபது நிமிடங்களில் இரத்தத்தில் கலந்து, உடலின் அனைத்துப் பகுதிகளுக்கும் பரவிவிடும் ஆற்றலுடையது என்று அண்மைக்கால அறிவியல் கூறுகிறது. அதுபோல் திருவாசகம் படிப்போர் அதன் சுவையை எளிதில் உணர்ந்து பயன்பெறலாம்.

மங்கலப் பாடலே!

இறந்தவர் நற்கதி அடைவதற்காக, திருவாசகத்தை இறுதிச் சடங்குகளில் ஓதுவதுண்டு. அதனால், சிலர் திருவாசகத்தை ஓர் அமங்கலப் பாட்டு என்றே தவறாகக் கருதுகின்றனர்.

வடமாநிலங்களில், பகவத் கீதையை இறுதிச் சடங்குகளில் பாராயணம் செய்கின்றனர். மரணப்படுக்கையில் இருக்கும் முதியவர்களின் காதுகளிலும், பகவத் கீதையைக் கூறும் வழக்கம் உண்டு. ஆனால், எவரும் பகவத் கீதையை அமங்கல நூலாகக் கருதுவதில்லை. அப்படியிருக்க, திருவாசகம் மட்டும் எப்படி அமங்கலப் பாட்டாகும்?

'சிவம்' என்ற சொல்லே மங்கலம் என்ற பொருள் தரும் சொல்லாகும். தொட்ட இடமெல்லாம் சிவமணமே கமழும் திருவாசகம், ஓர் ஒப்பரிய மங்கலப் பனுவலே! எனவே, அனைவரும் எல்லா நலன்களும் எய்திட, திருவாசகத்தை ஓதிப் பயன் அடைதல் வேண்டும்.

திருவருட்பா

வான்கலந்த மாணிக்க வாசக நின் வாசகத்தை
நான்கலந்து பாடுங்கால் நற்கருப்பஞ் சாற்றினிலே
தேன்கலந்து பால்கலந்து செழுங்கனித் தீஞ்சுவை கலந்தென்
ஊன்கலந்து உயிர்கலந்து உவட்டாமல் இனிப்பதுவே.

நமச்சிவாய வாழ்க! நாதன் தாள் வாழ்க!

www.ingramcontent.com/pod-product-compliance
Lightning Source LLC
LaVergne TN
LVHW101411051026
849519LV00005BC/1733
* 9 7 8 9 3 8 4 1 4 9 7 4 1 *